# रिचर, वायजर, हॅपियर

# रिचर, वायजर, हॅपियर

## जगातील सर्वांत मोठ्या गुंतवणूकदारांच्या यशाचे रहस्य

विलियम ग्रीन

अनुवादक : सुधीर राशिंगकर

MANJUL
मंजुल पब्लिशिंग हाउस

*First published in India by*

MANJUL

**Manjul Publishing House**

*Corporate and Editorial Office*
•2nd Floor, Usha Preet Complex, 42 Malviya Nagar,
Bhopal 462 003 – India

*Sales and Marketing Office*
•C-16, Sector 3, Noida, Uttar Pradesh 201301 – India
Website: www.manjulindia.com

*Distribution Centres*
Ahmedabad, Bengaluru, Chennai, Kochi,
Kolkata, Hyderabad, Mumbai, New Delhi, Pune

Marathi translation of *Richer, Wiser, Happier* by William Green


Marathi edition first published in 2026

**ISBN 978-93-7317-439-6**

Translated by: Sudhir Rashingkar

Printed and bound in India by Manipal Technologies Ltd.

# समर्पण

लॉरेन, हेन्री, मॅडेलिन आणि मेरिलिन

# अनुक्रमणिका

# पुस्तक प्रवेश

या पुस्तकात लेखक विल्यम ग्रीन यांनी गुंतवणुकीच्या क्षेत्रातील एका प्रचंड विश्वाची ओळख वाचकांना मोठ्या मेहनतीने माहिती संकलित करून, अनेक प्रथितयश दिग्गज गुंतवणूकदारांच्या मुलाखती घेऊन, त्याला ख्रिश्चन, झेन, बुद्ध, हिंदू धर्मातील वचने आणि शिकवणुकीची जोड देऊन हे पुस्तक तयार केले आहे. विशेष म्हणजे यात अनेक तक्ते, आलेख, आकडेवारी यांचा फार वापर न केल्याने ते क्लिष्ट झालेले नाही. शोध पत्रकारितेच्या क्षेत्रातील त्यांचा प्रदीर्घ अनुभव आहे. त्याचे प्रतिबिंब इथे पडलेले दिसते. त्यांनी अनेक दिग्गजांच्या मुलाखती घेण्यासाठी, त्यांच्या कार्याची पाहणी करण्यासाठी कित्येक वर्षे पाठपुरावा केला, हजारो मैलांचा प्रवास त्यांच्यासह किंवा त्यांना भेटण्यासाठी केला, त्यांना बोलते केले. यात चार्ली मुंगेर, मोहनीश पाबराय, टेंपल्टन, हॉवर्ड मार्क्स, एव्हिलार्ड, ग्रीनब्लॅट, कॉहून, रॉबर्ट गोल्डस्टाइन, निक स्लीप, झकेरिया गेनेर, लाउंटझीस, मॅकलेनन, फ्रेड मार्टिन, अरनॉल्ड वान देरबर्ग, गेरिट्झ वगैरे दिग्गजांचा समावेश आहे. यावरून त्यांनी किती कष्ट घेतले आहेत हे लक्षात येते. त्यांच्या आवडीनिवडी, जडणघडण, स्फूर्तिस्थाने; त्यांचा व्यवसायाकडे पाहायचा दृष्टिकोन आणि त्यातून इतरांनी काय बोध घ्यावा, त्यांनी कठीण प्रसंगातून मार्ग कसा काढला, हे लेखकाने उत्तमरीत्या मांडले आहे. त्या त्या गुंतवणूकदारांचे सहकारी, नातेवाईक आणि अन्य संबंधितांशी चर्चा केली. अनेक संदर्भ गोळा केले. त्यातून हे पुस्तक तयार झाले आहे. श्रेयनामावलीवर नजर टाकली तर त्या कष्टांची झलक पाहायला मिळते.

यातील बहुतेक सर्व गुंतवणूकदारांच्या या क्षेत्रातील मानसिकतेवर बेंजामिन ग्राहम, वॉरन बफे आणि चार्ली मुंगेर यांच्या कार्यप्रणालीची छाप आहे, जे इथे जाणवते. नव्वदीतले मुंगेर यांचीही मुलाखत या पुस्तकात आहे. काहींची मोठ्ठी व्यावसायिक किंवा वैयक्तिक गुंतवणूक बर्कशायर हॅथवेमध्ये आहे. दरवर्षी पांडुरंगाचे भक्त जसे न चुकता पंढरीची वारी करतात, तसे हे गुंतवणूकदार बर्कशायर हॅथवेच्या सर्वसाधारण वार्षिक बैठकीसाठी ओमाहा इथे जातात. त्यांना दर वेळा काही नवा संदेश तिथून मिळतो, नवे शिकायला मिळते.

यात मुलाखती घेतलेले गुंतवणूकदार एकाच प्रकारच्या कौटुंबिक किंवा व्यावसायिक पार्श्वभूमीतून आलेले नाहीत. बहुतेक जण पहिल्या पिढीचे गुंतवणूकदार आहेत. त्यात महिलाही आहेत, अगदी शून्यातून सुरुवात करून किंवा प्रथम नोकरी करून मग स्वतंत्र व्यवसायात आलेले आहेत. एक जण तर दुसऱ्या महायुद्धातील नाझी अत्याचारांतून सुटून पुढे आले आहेत. त्यांची कहाणी अंगावर काटे उभे करते. एक महिला व्यवसायासाठी जगभर हिंडली. तिने जणू संसारावर पाणी फेरले, मूल नको असे ठरवले आणि ते जेव्हा हवे असे तिला वाटले तेव्हा वेळ निघून गेली होती. काहींनी मात्र आपला ठरावीक वेळ कुटुंबीय, मित्रमंडळी, छंद यासाठी दिलेला दिसतो. काहींनी वॉल स्ट्रीटवरच्या झमेल्यापासून दूर राहून आपला गुंतवणूक व्यवसाय चालविला. बहुतेक जण त्यांचा प्रमुख वेळ हा वाचन, चिंतन, मनन आणि विविध उद्योग-व्यवसायांच्या वार्षिक अहवालावरून त्यांच्या कामगिरीचा अभ्यास करण्यात घालवतात.

यातील अनेक गुंतवणूकदारांनी परोपकारी कार्यातही लक्ष घातले आहे. मोहनीश पाबराय हे भारतीय प्रसिद्ध जादूगार गोगिया पाशा यांचे नातू. त्यांच्या वडिलांनी अनेक व्यवसाय केले आणि त्यात ते बुडाले. पण त्यांची जिद्द म्हणजे "मला फोंड्या माळावर उभे करा आणि मी तुम्हाला काहीतरी उद्योग उभा करून दाखवेनच," अशी होती. मोहनीश पुढे अमेरिकेत गेले, त्यांना तंत्रज्ञानाची आवड होती. म्हणून तो अभ्यास निवडला, पुढे त्याच क्षेत्रातील सल्लागार कंपनी काढली आणि मग ते गुंतवणुकीच्या क्षेत्राकडे वळले. पण त्यांनी आपल्या मायभूमीचा विसर पडू दिला नाही. 'दक्षणा' नावाचा न्यास स्थापन करून त्यांनी भारतातील अति मागासलेल्या दुर्गम भागातील हुशार मुलामुलींना खास प्रशिक्षण देऊन IIT च्या तसेच मेडिकलच्या प्रवेश परीक्षेसाठी तयार करण्याचे कार्य चालू केले आणि त्यातून दरवर्षी ५० ते ६०% मुलेमुली त्या परीक्षेत उत्तीर्ण होतात. असेच यातले इतर काही गुंतवणूकदार इतर क्षेत्रांत आणि वैद्यकीय क्षेत्रात सेवाभावी कार्य करताहेत. वॉरन बफे यांनी आपली ९०% संपत्ती सेवाभावी कार्यासाठी द्यायचे जाहीर केले, इतरांना अशासाठी प्रवृत्त केले हे आता जगजाहीर आहे, त्यातूनही या लोकांनी प्रेरणा घेतली असावी.

यांपैकी काही गुंतवणूकदार अगदी नव्वदी-शंभरी ओलांडली तरी कार्यरत आहेत, तर काहींनी अंशतः निवृत्ती स्वीकारून आपल्या पुढच्या पिढीकडे आपला व्यवसाय सोपवला आहे किंवा अन्य कोणाला विकला आहे.

लेखकाने प्रत्येक प्रकरणाच्या शेवटी त्या त्या प्रकरणातील मुलाखतींच्या आधारे वाचकांनी काय अर्थबोध घ्यावा हे थोडक्यात दिले आहे, ते जणू गुंतवणुकीतील शिकवणींचे सार किंवा कॉन्सन्ट्रेट आहे.

गुंतवणुकीचे विश्व आणि त्यातील तंत्र हे सर्वसामान्य नागरिकांच्या आवाक्याबाहेरचे असते. जेव्हा आपण एखाद्या कंपनीचे शेअर्स विकत घेतो; एक

प्रकारे आपण तेवढ्या अंशाने त्या कंपनीचे मालक होत असतो. ही टक्केवारी जेवढी वाढेल तेवढे आपले त्या कंपनीच्या व्यवस्थापनात स्थान असू शकते. यांपैकी काही गुंतवणूकदारांनी तसे केले आहे. कित्येक वेळा महामंदी, महामारी, युद्धे, अस्थिर राजकीय धोरणे आणि वातावरण, आंतरराष्ट्रीय परिस्थिती वगैरेंचा परिणाम उद्योगांवर होतो आणि त्याचा फटका गुंतवणूकदारांना होतो. त्यात काही बुडतात तर काही त्यातूनही मार्ग काढतात, इथे माहीती दिलेल्या गुंतवणूकदारांनी त्यातून कसा मार्ग काढला हे पाहणे बोधप्रद आहे. अशा वेळी कोसळलेले शेअर्स घेऊन काहींनी काही काळ वाट पाहिली आणि परिस्थिती सुधारल्यानंतर ते वधारल्यावर त्यांचा फायदा प्रचंड झाला.

यातूनच हेज फंड, म्यूचुअल फंड, संयुग पद्धती, क्लोनिंग (नक्कल करणे) असे अनेक प्रकार निर्माण झाले. पण वॉरन बफे आणि मुंगेरसारखे धोरणी गुंतवणूकदार आपले म्हणून मार्ग निवडतात आणि पाबराय तर उघडपणे कबूल करतात की अशांची आम्ही नक्कल करतो आणि त्यात वाईट काही नाही. काही धोरणी उद्योजक स्वत:चे पैसे नसले तरी आपल्या उद्योगात इतरांकडून पैसे उभे करून यशस्वी होतात, गुगल, अमेझॉन याची उदाहरणे आहेत. तंत्रज्ञान क्षेत्रातील उद्योग चालवण्यासाठी तंत्रज्ञच हवेत अशी एके काळी समजूत होती. पण आता पैशाचे पाठबळ असेल तर तसेही उद्योगव्यवसाय केवळ आर्थिक व्यवस्थापन हातात असले तरी चालवता येतात हे आता सिद्ध झाले आहे. त्याचे प्रत्यंतर इथे दिसते.

लेखकाने दिलेल्या श्रेयनामावलीवरून या पुस्तकाच्या निर्मितीसाठी त्यांनी घेतलेल्या परिश्रमाची कल्पना येते. एक प्रकारे शोधक पत्रकारिकतेचे उदाहरण त्यांनी घालून दिले आहे. हे किचकट काम आहे. आणि यात चिकाटी, कसोटी आणि हातोटी या तिन्हींचीही छाप आपल्याला दिसते.

या पुस्तकात लेखकाने गुंतवणूकदारांच्या वैयक्तिक समस्याही मांडल्या आहेत. अशांच्यात घटस्फोटांचे प्रमाण मोठे आहे. काहींच्या आरोग्याच्या समस्या आहेत. काही जण ऐषोआरामावर भरपूर खर्च करतात तर काही जण साध्या राहणीत आनंद मानतात. बहुतेक जण पहिल्या पिढीतले गुंतवणूकदार आहेत आणि त्यांनी आपली पुढची पिढी या क्षेत्रासाठी तयार केली आहे; तर काहींनी आपल्या व्यवसायाला विकून टाकले आहे किंवा इतरांच्या स्वाधीन करून नाममात्र मालकी ठेवली आहे. काही जण मात्र अगदी उतार वयातही कामात व्यग्र आहेत. काहींनी वॉल स्ट्रीटसारख्या गुंतवणुकीच्या प्रमुख केंद्रापासून आपले कार्यस्थळ अन्य भागात ठेवले आहे. बहुतेक जण आपला वेळ वैयक्तिकरीत्या वाचन, चिंतन, मनन आणि कंपन्यांच्या वार्षिक अहवालांचा अभ्यास करण्यात घालवतात. त्यासाठी ते सार्वजनिक कार्यक्रम टाळतात.

एकंदरीत, या पुस्तकाद्वारा लेखकाने गुंतवणुकीच्या विश्वाचे एक अभ्यासपूर्ण दर्शन घडवले आहे. शोधक पत्रकारिता कशी असावी याचे हे उत्तम उदाहरण आहे. त्याबद्दल विल्यम ग्रीन यांचे अभिनंदन केले पाहिजे.

मला या पुस्तकाचा मराठी अनुवाद करण्याची जबाबदारी मंजुल प्रकाशनाने दिली त्याबद्दल संचालकांचे आणि विशेषतः श्री. चेतन कोळी यांचे आभार मानतो. वाचकांना हा प्रयत्न आवडेल अशी आशा आहे. यातून आपल्याकडेही असेच काही दिग्गज गुंतवणूकदार तयार व्हावेत ही अपेक्षा. अशांसाठी माझ्या शुभेच्छा. धन्यवाद.

डॉ. सुधीर राशिंगकर

sudhirrashingkargmail.com

## ओळख - प्रस्तावना

# महत्तम गुंतवणूकदारांच्या मनाचा वेध

मला गेले पाव शतक गुंतवणुकीचे जणू वेडच लागले आहे. सुरुवातीला ती एक अकल्पित आवड असावी असे वाटले. मी कधीही उद्योग-व्यवसाय किंवा अर्थशास्त्राच्या अभ्यासवर्गात गेलो नव्हतो. मला आकड्यांविषयी काहीही प्रतिभा नव्हती आणि हिशोबांविषयीच्या गूढांची जाणही नव्हती. ऑक्सफर्ड विद्यापीठातून इंग्रजी साहित्य या विषयातली पदवी घेऊन बाहेर पडल्यावर, मी मासिकांकरिता कादंबऱ्यांचे परीक्षण करायचे काम केले आणि फसवेगिरी करणारे व खुनी अशांच्या जीवनाचा आढावा घेणारे लेख लिहिले. साहित्यिक क्षेत्रातील प्रसिद्धी मिळवण्याची स्वप्ने पाहणारा एक इच्छुक लेखक म्हणून, मला वॉल स्ट्रीट म्हणजे केवळ पैशांची काळजी करणाऱ्या सट्टेबाजांचा जुगारअड्डा असावा असे समजून त्याला झटकून टाकण्याचा सोपा मार्ग मी निवडला होता. जेव्हा माझ्या घराच्या उंबरठ्यावर न्यू यॉर्क टाइम्सचा अंक टाकला जायचा तेव्हा त्यातला उद्योग-व्यापाराविषयीचा भाग मी त्याची पानेही उघडण्याचा त्रास न घेता मी झटकून टाकायचो.

पण १९९५ साली माझ्याकडे गुंतवणुकीसाठी काही रोकड रक्कम उपलब्ध आहे हे मला जाणवले- माझ्या भावाबरोबर मालकीच्या असलेल्या एका सदनिकेचा ती विकल्यावर माझ्या वाट्याचा अर्धा पैशाचा भाग उपलब्ध होत होता. त्यावेळी मी काहीही खंड न पाडता समभाग आणि निधी वाचू लागलो. मला माझ्यावर थोड्याफार प्रमाणात का होईना पैशाचा वर्षाव होईल या आशेने. १९८०मध्ये माझ्या युवा वयात माझ्यात निर्माण झालेली जुगार खेळायची सुप्त इच्छा जणू पुनरुज्जीवित झाली आहे असे मला वाटू लागले. वयाच्या १५व्या वर्षी ईटनमध्ये विध्यार्थी असताना, आरामातही उन्हाळी सुट्ट्यांत मी बाहेर सटकायचो आणि कित्येक तास विंडसर कॅसलजवळील घोड्यांच्या शर्यतींच्या टर्फ क्लब वरील हिशोबनिसांच्या सान्निध्यात घालवत असे आणि घोड्यांवर पैसे लावत असे, जेव्हा माझे वर्गमित्र क्रिकेट खेळायचे किंवा होड्या वल्हवायला जायचे. मला एक अद्ययावत इंग्रजी सभ्य गृहस्थ बनायचे होते, बोरिस जॉन्सन, प्रिन्स विल्यम आणि गेल्या ६ शतकांतील

अन्य अनेक ईटनमधील सभ्य गृहस्थांप्रमाणे. पण हाय! त्याऐवजी माझ्याकडे होता एक बेकायदा जुगाराचा खाते क्रमांक, माइक स्मिथ या नावाने.

घोड्यांच्या शर्यतीतील माझे स्वारस्य हे त्या क्रीडेतील रोमांचक क्षणाकरिता किंवा घोड्यांच्या पैदास केंद्रातील कौतुहलाकरिता नव्हते, तर काहीही काम न करता पैसे कमावण्याच्या तीव्र इच्छेमुळे होते. मी ते काम अत्यंत गांभीर्याने घेतले होते. त्यात तिथल्या शर्यतीतील घोड्यांविषयी आणि शर्यतीविषयी सविस्तर टिपणे होती, त्यातील माझ्या जयपराजयांच्या टिपणी करण्यासाठी मी अनेक रंगांचे पेन वापरून नोंदी करीत होतो. माझा १६वा वाढदिवस मी माझ्या पालकांबरोबर वादावादी करण्यात घालवला. कारण माझी टाइम फॉर्म नावाच्या खर्चीक नियतकालिकाची वर्गणी भरण्यास त्यांनी नकार दिला होता. त्या नियतकालिकात घोड्यांच्या गुणतक्त्यांची सविस्तर माहीती येत असे, ज्यावरून कोणत्या घोड्यावर पैसे लावायचे याचे अंदाज करता यायचे. पैसे कमवायच्या या तशा वेगळ्या प्रकारच्या मार्गावर जाऊ न दिल्याने माझा त्यांच्यावरील राग अनावर झाला होता. त्यानंतर थोड्याच कालावधीत, अनपेक्षित पद्धतीने मी त्या शर्यतीत पैसे हरल्यामुळे मी त्या घोड्यांच्या शर्यतीच्या प्रकाराला कायमचा रामराम ठोकला.

त्यानंतर एका तपाने, मी गुंतवणुकीसंबंधी वाचू लागलो तेव्हा मला शोध लागला की शेअर बाजारातही असेच क्षेत्र उपलब्ध आहे, ज्यात थरार आणि रोमांच आहे. पण यशाची शक्यता कितीतरी अधिक आहे. इतर लोकांपेक्षा काही निराळा विचार करून अर्थप्राप्ती करायचा शेअर बाजार हा एक चांगला मार्ग मी हेरला. अर्थात मी काय करतोय याविषयी मला पुरेशी काही कल्पना नव्हती. पण मला अंदाज करता येणार नाही असा एका फायदा होता. एक पत्रकार म्हणून, मी माझ्या या नव्या वाटचालीत, या व्यवसायातील अनेक सर्वोत्तम गुंतवणूकदारांच्या मुलाखती मी घेऊ शकत होतो.

यानंतरच्या आलेल्या अनेक वर्षांत, मी गुंतवणुकीच्या क्षेत्रातील अनेक दिग्गजांच्या मुलाखती 'फोर्ब्स', मनी, फार्च्यून, आणि टाइम या क्षेत्रातील आघाडीच्या नियतकालिकांसाठी घेतल्या. आजही मला भुरळ घालवणाऱ्या अनेक प्रश्नांची सरबत्ती मी त्यांच्यावर पुनःपुन्हा केली. कोणती तत्त्वे, प्रक्रिया, अंतर्दृष्टी आणि व्यक्तिमत्त्वाची वैशिष्ट्ये या लहानशा अल्पसंख्याकांना दूरवरचा विचार करता या बाजारात यश मिळवून देते आणि ते नजरेत भरावे असे श्रीमंत होतात? त्यापेक्षाही महत्त्वाचे म्हणजे तुम्ही-आम्ही सर्वसामान्य लोक या आर्थिक दिग्गजांच्या कार्यशक्तीचा अभ्यास करून आणि त्यांच्या यशाच्या मार्गाचे अनुकरण कशा प्रकारे करून या क्षेत्रात यश प्राप्त करून घेऊ शकतो हेही पाहता आले. या पुस्तकाच्या हृदयस्थानी हे प्रश्न आहेत.

आनंदाची बाब म्हणजे, यापैकी माझ्याशी संबंध आलेले बहुतेक गुंतवणूकदार आकर्षक आणि विचित्रपणे अनोखे होते. जॉन टेंपल्टन यांच्या बरोबर एक दिवस घालवण्यासाठी मी विमानाने बहामाला गेलो. ते २०व्या शतकातले जगातील शेअर गुंतवणूकदार होते. ते ले फोर्ड क्ले या कॅरीबीयन रमणीय ठिकाणी राहत होते. फाइझ सारोफिम यांना भेटण्यासाठी मी ह्यूस्टनला गेलो. स्फिंक्स हे टोपण नाव असलेले ते गूढ असे इजिप्शिअन अब्जाधीश होते, त्यांच्या कार्यालयात त्यांनी एल ग्रेको आणि विल्लेन डी कुनिंग यांनी चितारलेली तैलचित्रे लावली होती. तिथे सीरियन चर्चमधून आयात केलेल्या ५व्या शतकातील मोझाइक टाइल्स जमिनीवर लावल्या होत्या. बाल्ड ईगल हे टोपण नाव असलेल्या मार्क मोबियस यांच्याशी मी बातचीत केली. ते जगभर प्रवास करत होते, तो गल्फ स्ट्रीम जेट विमानातून. त्या विमानात सोन्याने मढवलेल्या विविध वस्तू होत्या आणि तिथले पडदे व अन्य कापडी साहित्य इगुआनच्या कातडीने मढवलेले होते. मध्य आशियातील एका अडचणीत आलेल्या उद्योगपतींकडून त्यांनी ते विमान खरेदी केले होते. मायकेल प्राइस यांची मी मुलाखत घेतली. पोलो खेळात असलेले ते बहुअब्जाधीश गुंतवणूकदार होते. चांगली कामगिरी न करणाऱ्या मुख्य कार्यकारी अधिकाऱ्यांवर त्यांचा दबदबा होता. वॉल स्ट्रीटवरील सर्वांत भीतिदायक गुंतवणूकदार अशी त्यांची ख्याती होती. मी हेल्मुट फ्रिडलाइन्डर यांना भेटलो. १९३० साली त्यांनी जर्मनीमधून पळ काढला, फक्त त्यांच्या लहान बहिणीला बरोबर नेण्यासाठी आणि एक हॅट विकत घेण्यासाठी वाटेत थांबून; कारण त्यांना माहीत होते की सभ्य गृहस्थ हॅट घातल्याशिवाय कुठे प्रवास करीत नाहीत. ते उत्तम वाइन प्राशन करायचे, दुर्मीळ पण महत्त्वाच्या पुस्तकांचा संग्रह करायचे आणि कॉफीच्या भांड्यांसह एंपायर स्टेट इमारतीपर्यंत कोणत्याही वस्तूंबाबत व्यापार करायचे. त्यांच्या वयाच्या नव्वदीत ते मला म्हणाले की, मी माझे जीवन अत्यंत आनंदात आणि मोठ्या आवाजात व्यतीत केले आहे.

ते एक अमूल्य शिक्षण होते. जॅक बोगले, जे एक इंडेक्स फंडचे बोधचिन्ह (आयकॉन) होते आणि ज्यांनी व्ह्यांगार्ड ची स्थापना केली, जिचा आजचा कारभार ६.२ ट्रिलिअन डॉलर्सचा आहे, यांनी माझ्याशी रचनात्मक गुंतवणूक (Formative Investments) मधले धडे या विषयावर चर्चा केली. ते धडे त्यांनी त्यांचा मार्गदर्शक आणि नायक वॉल्टर मायर या म्यूचुअल फंडमधला आद्य कर्तृत्ववान याच्याकडून गिरवले होते, ''वाहत (भुरळून) जाऊ नका, अति धोके पत्करू नका. तुमचे खर्च कमी ठेवा आणि गर्दी ही नेहमीच चुकीची असते.'' पाहू तसे, बोगले यांनी हेही स्पष्ट करून सांगितले की गुंतवणूकदार म्हणून भरभराटीस येण्यासाठी, तुम्ही महान असायला हवेच असे नाही.

Fidelity चे अत्यंत प्रसिद्ध आनंदी व्यवस्थापक, पीटर लिंच हे माझ्याशी बोलले ते, इतरांवर मात करून त्यांनी कसे विजय प्राप्त केले यावर. पण ते बाजाराच्या

अनिश्चिततेबद्दल आणि नम्रतेच्या गरजेबद्दलही बोलले. तुम्ही शाळेत बरेच अ आणि ब विषयी शिकता. शेअर बाजारात तुम्ही बरेच-अपयशाबद्दल (F-Failure) शिकता. आणि जर १०पैकी ७-८ वेळा तुम्ही बरोबर ठरत असाल तर तुमची कामगिरी चांगली आहे असे समजा. लिंचनी त्यांच्या पहिल्या अपयशाची आठवण सांगितली. एक प्रसिद्ध कपड्यांचा व्यवसाय दिवाळखोरीत गेला आणि तोही Bonnie and Clyde नावाच्या सिनेमामुळे. त्या सिनेमामुळे महिलांच्या फॅशनविषयीच्या आवडीनिवडी एकदम एवढ्या बदलल्या की त्या कंपनीचा कपड्यांचा सर्व साठा एकदम कालबाह्य आणि शून्य किमतीचा ठरला. नेद जॉन्सन, बहुअब्जाधीश, ज्यांनी Fidelity ला अवाढव्य उद्योग बनवला, ते यावर म्हणाले, ''तुम्ही सर्व उजव्या बाजूने बरोबर केले, पण अधूनमधून डाव्या बाजूने काही गोष्टी घडत असतात.''

९/११ नंतरच्या गोंधळाच्या वातावरणात, जेव्हा आर्थिक बाजार पूर्वीच्या महामंदीच्या काळापेक्षाही अत्यंत खराब आठवड्यातून जात होता, मी बिल मिलरना भेटायला बाल्टिमोरला गेलो होतो. त्या वेळी त्यांनी अपूर्व अशी सतत १५ वर्षे S P ५०० इंडेक्सवर मात केल्याची कामगिरी केली होती. आम्ही काही काळ एकत्र घालवला आणि त्यांच्या Lear jet मधून प्रवास केला. आपल्या आवडत्या आयरिश वोल्फ हाउंड कुत्र्याला त्यातून नेता यावे यासाठी त्यांनी त्यांत खास बदल करून घेतले होते. आर्थिक आघाडी घसरत चालली होती, अफगाणिस्तानमध्ये युद्ध पेटत होते आणि त्याचा निधी ४०टक्क्यांनी खाली घसरला होता. पण मिलर निवांत आणि आनंदात होते. ते लक्षावधी डॉलर्स घसरत चाललेल्या शेअर्समध्ये गुंतवत होते, जे नंतरच्या काळात परत वधारले होते.

एका सकाळी, मी त्यांच्या शेजारी उभा होतो. तेव्हा त्यांनी त्याच्या कार्यालयाला तपासणीसाठी फोन केला. दुसऱ्या बाजूला असलेल्या विश्लेषकाने त्याला सांगितली ती भयानक बातमी. जे शेअर्स आत्ताच विकत घेतले होते, ते घसरले होते. जवळजवळ ५०टक्क्यांनी. भोजनाच्या सुट्टीच्या आधीच सुमारे ५० दशलक्ष डॉलर्सपेक्षाही अधिक रकमेचे नुकसान झाले होते. मिल्लरनी ताबडतोब त्यांची गुंतवणूक दुप्पट केली. शांतपणे त्यांनी विचार केला होता की कंपनीच्या वाईट परिस्थितीच्या बातमीने गुंतवणूकदारांनी लगेच नकारात्मक प्रतिक्रिया दाखवली होती. त्यांनी मला तसे स्पष्ट केले. गुंतवणूक ही प्रतिकूल परिस्थितीची सातत्याने अभ्यास करायची प्रक्रिया असते. हा सर्व शक्यता- शक्यतेचा भाग असतो. यात खात्री अशी नसते.

आणि तसेच नंतर बिल रुआने होते. त्यांच्या पिढीतले सर्वांत यशस्वी शेअर गुंतवणूक करणारे. जेव्हा वॉरन बफे यांनी १९६९मध्ये आपली गुंतवणूक भागीदारी संपवली, तेव्हा त्यांनी रुआने यांना आपली जागा घेण्याची शिफारस केली. २००५ साली त्यांचे निधन होईतोपर्यंत रुआने यांच्या Sequoia Fund

या कंपनीने आपल्या गुंतवणुकीवर अति जबरदस्त परतावे उपलब्ध केले होते. त्यांनी कोणालाही कधीही सहसा मुलाखत दिली नाही. पण आम्ही सविस्तर चर्चा केली ती चार मार्गदर्शक तत्त्वासंबंधी; जी त्यांनी १९५० मध्ये अल्बर्ट हॅट्टींजर या महत्त्वाच्या उभरत्या ताऱ्याकडून शिकून घेतली होती. रुआने म्हणाले. ''ती चार साधी तत्त्वे माझ्या दृष्टीने अत्यंत महत्त्वाची ठरली. माझ्या (गुंतवणूक) तत्त्वज्ञानाच्या माहीतीच्या भागात मी त्यांचा वापर केला आणि लोकांना देऊ शकेन असा हा सर्वो त्तम सल्ला असेल.''

पहिले तत्त्व – रुआनेनी समज दिली, ''शेअर विकत घेण्यासाठी पैसे उसने कोणाकडून घेऊ नका.'' त्यांनी तेव्हा सुरुवातीचा आलेला आपला अनुभव सांगितला. त्यांनी ६०० डॉलर्स आपले वजन वापरून उसने घेतले आणि नंतर ते त्याच्या अनेक पट केले. नंतर बाजार कोसळला. आणि त्यांना एवढा फटका बसला की त्यांनी ते विकले आणि ते सुरुवातीच्या शून्य स्थितीवर आले. त्यांनी त्या वेळी जसे शोधले तसे, तुम्ही जेव्हा उसने घेतलेले पैसे गुंतवता तेव्हा तुम्ही तर्कशुद्ध विचार करीत नाही.

दुसरे तत्त्व – चालना कडे (Momentum) लक्ष ठेवा. दुसऱ्या शब्दात सांगायचे तर अत्यत काळजीपूर्वक पुढे जा जेव्हा तुम्हाला शेअर बाजार विचित्रपणे पुढे चालला आहे असे जाणवेल. असे तेव्हा होते जेव्हा कलप घाबरलेला असतो किंवा समभागात तर्कशुद्ध पद्धतीने गुंतवणूक करीत नाही. किमती ठरवताना नीट विचार करीत नाही.

तिसरे तत्त्व – शेअर बाजाराच्या भविष्यवाणीकडे दुर्लक्ष करा. यावर ठाम विश्वास ठेवा की शेअर बाजार काय आणि कसा चालणार आहे हे कोणालाही माहीत नसते. महत्त्वाची गोष्ट असते ती म्हणजे की आकर्षक कल्पना शोधा आणि ज्या कंपनीचे शेअर स्वस्त असतील त्यात गुंतवणूक करा.

चौथे तत्त्व – त्यांच्या मते चौथे तत्त्व सर्वांत महत्त्वाचे आहे. ज्याचे तुम्ही सर्वाधिक संशोधन करून माहीती संकलन केले आहे त्यात थोड्या प्रमाणावर गुंतवणूक चालू करा. कारण तुम्हाला तिथे संकलित केलेल्या माहीतीचा फायदा मिळतो. ते म्हणाले, ''७-८ चांगल्या कल्पनांतून मी अधिकाधिक शिकायचा प्रयत्न करतो. जर तुम्हाला खरोखरच काही स्वस्त असे सापडले तर त्यात तुमचे किमान १५% पैसे का गुंतवू नये? नियमितपणे गुंतवणूक करणाऱ्यांना यशाचे सुरक्षित मार्ग असतात. बहुतेक लोक हे इंडेक्स फंडमध्ये गुंतवणूक करण्याबाबत सुरक्षित आणि स्वस्थ असतात.'' रुआने पुढे म्हणाले की पण जे गुंतवणूकदार बाजारावर मात करायचा प्रयत्न करतात त्यांबाबत त्यांचे केंद्रित लक्ष पुढे जाण्यासाठी सावध करते. मला तसे फारसे कोणी माहीत नाही की जे शेअर्समध्ये गुंतवणूक करण्याबाबत चांगली कामगिरी करू शकतील. अपवाद बहुधा पीटर लिंच यांचा असेल.

२००१ मध्ये जेव्हा आम्ही बोललो तेव्हा रुआने मला म्हणाले, की Sequoia ची ३५% संपत्ती एकाच समभागात गुंतवलेली आहे ती म्हणजे बर्कशायर हॅथवेमध्ये. मात्र DotCom च्या वेड लावणाऱ्या कालखंडात ती गुंतवणूकदारांच्या पसंतीतून उतरली होती. आणि तिचा अध्यक्ष व प्रमुख कार्यकारी अधिकारी वॉरन बफे यांच्यावर त्यांची कंपनीवरील पक्कड ढिली पडल्यावरून लोकांनी टीकेची झोड उठवली होती. पण जे इतरांना समजले नाही ते रुआने यांना माहीत होते. एक सर्वोत्तम कंपनी, वृद्धीच्या चांगल्या संधी असलेली आणि देशातील सर्वांत हुशार व्यक्तीची तिच्यावर चांगली पकड असलेली अशी ती (बर्कशायर हॅथवे) कंपनी आहे.

मला हळूहळू हे कळून येत होते की सर्वांत महान गुंतवणूकदार हे बौद्धिक शिलेदार असतात. ते प्रश्न विचारायला घाबरत नाहीत आणि सर्वसाधारण पारंपरिक शहाणपणाला ते शह देतात. जे लोक तर्कशुद्धतेने, कठोरपणे आणि धोरणाने विचार न करणारे लोक – गुंतवणूकदार – असतात अशांच्या चुकांचा आणि गैरसमजुतीचा फायदा ते करून घेतात. खरं पाहिले तर या पुस्तकात ज्या गुंतणूकदारांचा शोध घेतला आहे त्यांचा अभ्यास करण्याची करणे ही आहेत की ते आपल्याला केवळ श्रीमंत कसे व्हावे हे सांगत नाहीत, तर आपली विचार करण्याची आणि निर्णय घेण्याची पद्धत कशी असावी हे दाखवून देतात.

हुशारीने गुंतवणूक करण्याची बक्षिसे एवढी लाभदायी असतात की असे व्यवसाय अनेक बुद्धिमान लोकांना आपल्याकडे आकर्षित करून घेतात. पण चूक केल्यास त्याची मोजावी लागणारी किंमतही प्रचंड असते. प्राध्यापक, राजकारणी आणि पढीक बुद्धिवंत यांच्या बाबत हे दुर्मीळपणे लागू असते हे निराळे. यात उचलावयाची जोखीम पाहता हे कळून येईल की उत्तम गुंतवणूकदार हे खुल्या मनाचे आणि व्यावहारिक का असतात. ते अथकपणे त्यांच्या विचार करण्याच्या पद्धतीत सुधारणा कशी करता येईल या बाबत विचार आणि प्रयत्न करीत असतात.

ही मानसिकता वॉरन बफे यांचे भयमुक्त हुशार भागीदार चार्ली मुंगेर यांच्यात पुरेपूर दिसून येते. ते एकदा म्हणाले, ''मी काय (केले असता) काम होते, आणि होत नाही आणि होत नसल्यास का, याची सूक्ष्मपणे पाहणी करतो.'' या पुस्तकातले ते एक मध्यवर्ती व्यक्तिमत्त्व आहे. त्यांनी विचार करण्याच्या विविध मार्गांच्या शोधात भरपूर आणि विस्ताराने प्रवास केला आहे. त्यासाठी त्यांनी विश्लेषणात्मक साधने, विविध अभ्यास पद्धतीतून जसे गणित, जीवशास्त्र आणि वागणुकीचे मानसशास्त्र शोधले आहे. त्यांच्या आदर्श व्यक्तिमत्त्वात चार्ल्स डार्विन, अल्बर्ट आइन्सटाईन, बेंजामिन फ्रँकलिन आणि १९व्या शतकातील बीजगणिती कार्ल गुस्ताव जॅकोबी यांचा समावेश आहे. मुंगेर मला म्हणाले, ''मी अनेक मृत व्यक्तींकडून भरपूर शिकलो. मला नेहमीच याची जाणीव झाली की अजूनही असे भरपूर दिवंगत लोक आहेत की ज्यांच्या शिकवणीतून मला घेण्यासारखे भरपूर आहे.''

मी असा विचार करण्यापर्यंत आलो आहे की सर्वोत्तम गुंतवणूकदार हे विशेष स्वभावाचे व्यावहारिक तत्त्वज्ञ असतात. ते अशी अदृश्य कोडी सोडवायचा प्रयत्न करीत बसत नाहीत जी खऱ्या तत्त्वज्ञांना मंत्रमुग्ध करतात, जसे ही खुर्ची खरोखरच अस्तित्वात आहे का? उलट ते अर्थशास्त्रज्ञ जॉन मायनार्ड म्हणतात तसे जागतिक बुद्धिमत्ता शोधण्यात गुंतलेले असतात. ते अधिक महत्त्वाच्या आणि निकडीच्या समस्या सोडवण्यात स्वत:ला गुंतवून घेतात, जसे भविष्य अज्ञात असेल तर अशा भविष्याविषयी मी हुशारीने निर्णय कसे घेऊ शकेन. जिथे जिथे शोधणे शक्य आहे तिथे तिथे ते फायदा शोधण्याचा प्रयत्न करतात. जसे आर्थिक इतिहास, मज्जातंतूंचे शास्त्र, साहित्य, दार्शनिकता, बौद्ध धर्म, क्रीडा क्षेत्र, सवयी लागण्याचे शास्त्र, ध्यानसाधना, किंवा अन्य असे काही ज्याची मदत होऊ शकेल. काय केले असता काम होईल, हे शोधण्याचे अथक परिश्रम करण्याच्या त्यांच्या तयारीमुळे ते एक आदर्श उदाहरण बनतात आपल्या स्वत:च्या यशाच्या शोधात, केवळ बाजारपेठेतच नव्हे तर जीवनाच्या सर्वच अंगांत. सर्वांत कुशल गुंतवणूकदारांविषयी विचार करण्याचा आणखी एक मार्ग म्हणजे एक परिपूर्ण क्रीडापटूप्रमाणे, हा काही योगायोग नाही की अनेक उच्च श्रेणीचे अर्थ व्यवस्थापक हे सुखासाठी किंवा फायद्यासाठी पत्ते खेळतात.

टेंपल्टननी महामंदीच्या काळात आपल्या महाविद्यालयीन शिक्षणाचा खर्च भागवण्यासाठी आपल्या पोकर खेळातील विजयातून मिळालेल्या पैशाचा विनियोग केला. बफे आणि मुंगेर ब्रिज खेळण्यात स्वारस्य राखून आहेत. मा रिओ गॅबेल्ली, अब्जाधीश निधीचे बादशहा, यांनी मला सांगितले की ब्रॉन्क्समधील एक अगदी गरीब मुलगा म्हणून त्यांनी एका मोहक गोल्फ कोर्समध्ये खेळणाऱ्यांचा सहायक म्हणून काम करताना फावल्या वेळेत पत्ते खेळून कसे पैसे कमावले. त्यांनी सांगितले, ''मी त्या वेळी ११-१२ वर्षांचा पोरगा होतो. आणि प्रत्येक जण विचार करायचा की ते जिंकतील.'' लिंच, ज्यांनी शाळेत, कॉलेजात आणि सैन्यात पोकर खेळ खेळला, त्यांनी मला सांगितले की, पोकरचा खेळ किंवा ब्रिजचा खेळ शिकताना जर काही शिकवले जात असेल तर ते म्हणजे विविध शक्यता कोणत्या ते जोखणे. शेअर बाजाराबाबतही कोणत्याही पुस्तकांपेक्षा जीवनातील प्रत्यक्ष अनुभवाबाबत हेच म्हणता येईल.

आता मी हे समजण्यापर्यंत आलो आहे, की गुंतवणूक करणे आणि जीवन म्हणजे एक खेळ आहे ज्यामध्ये आपण जाणीवपूर्वक आणि सातत्याने यशाची शक्यता अधिकाधिक कशी होईल हे पाहायला हवे. याचे नियम मायावी आहेत आणि परिणाम अनिश्चित आहेत. पण हुशारीने खेळायचे मार्ग आहेत आणि मूर्खासारखे खेळायचेही. दामोन रुंयॉन, ज्यांना संधी घेण्याच्या खेळाचा कैफ चढला होता यांनी एकदा लिहिले होते की सर्व जीवन हे सहा च्या विरुद्ध पाच अशा संधींचे आहे.*

*(रुंयॉन यांची एक महान लघुकथा आहे ती. The Idyll of miss Sarah Brown., ज्यांनी Guys and Dolls या संगीतिकेला स्फूर्ती दिली. त्यातील नायक एक सरावलेला जुगारी, त्याचे टोपण नाव होते Sky. हा त्याच्या वडिलांकडून अमूल्य सल्ला घेतो– अति आत्मविश्वासाचे धोके. एक धोक्याची सूचना जी प्रत्येक गुंतवणूकदार आत्मसात करू शकेल. तो वृद्ध माणूस म्हणाला, ''हे मुला, तू किती दूरवर प्रवास करणार आहेस ते, किंवा तू किती हुशार असणार आहेस ते, महत्त्वाचे नाही. पण तू हे नेहमी लक्षात ठेवले पाहिजेस की एखाद्या दिवशी, एखाद्या ठिकाणी, कोणीतरी तुझ्याकडे येईल आणि तुला हातातले सुंदर नवे पत्ते दाखवेल, त्याच्यावरचे सील निघालेले नसेल, आणि तो माणूस तुझ्याशी पैज लावायला तयार असेल की या पत्त्यांतून इस्पीकचा गुलाम उडी मारून बाहेर येईल आणि तुझ्या कानातून सफरचंदाच्या रसाच्या धारा वाहू लागतील. पण मुला, त्याच्या बरोबर पैज लावू नकोस. कारण तुला कितीही खात्री असली तरी तुला सफरचंदाने भरलेला कानच मिळणार आहे.'')

कदाचित असेलही. पण मला आकर्षित करतात ते टेंपल्टन, बोगले, रुआने, बफे, मुंगेर, मिलर आणि अन्य दिग्गज, ज्यांचा आपण येणाऱ्या प्रकरणात अभ्यास करणार आहोत. या सर्वांनी विपरीत परिस्थिती आपल्या बाजूला योग्य कशी होईल याचे प्रयत्न सर्व कठीण परिस्थितीला तोंड देऊन केले. माझे ध्येय आहे ते हे सर्व तुम्हाला पटवून देणे.

एड थोर्प यांचे उदाहरण पाहा. गुंतवणुकीच्या इतिहासातील ते सर्वांत महान खेळाडू म्हणता येईल. ते हेज फंड व्यवस्थापक होण्यापूर्वी, त्यांनी जुगाराच्या क्षेत्रातील अमरत्व मिळवले ते एक कल्पक योजना राबवून, ब्लॅक जॅक येथील कॅसिनोमध्ये कोणाचातरी पराभव करताना. थॉर्पनी मला ३ तास चाललेल्या नाश्त्याच्या वेळी – त्यात अंडी, बेनेडिक्ट आणि कॉफी होती – समजावून सांगितले तसे, त्यांनी पारंपरिक विश्वास स्वीकारण्यास नकार दिला. की गणिती शास्त्राच्या दृष्टीने हे अशक्य आहे की खेळणाऱ्याला पत्ते वाटणाऱ्यापेक्षा काही अधिक फायदा असू शकतो. पत्त्यामधील आकडेमोड करणारा पितामह थॉर्प यांनी स्वत:ला फायदा करून घेतला तो याचा अंदाज घेऊन की काही पत्ते खेळातून बाहेर गेले आणि जे आता खेळायला उपलब्ध असणार नाहीत, तर आपल्याला फायदा होण्याची शक्यता किती आहे याची आकडेमोड करून. उदाहरणार्थ एक्क्याने भरलेले पत्ते आपल्याला मिळाले तर आपली जिंकण्याची शक्यता अधिक न की ते नसतानाची. जेव्हा शक्यता अधिक, तेव्हा ते अधिक पैसे लावायचे. तसे नसेल तर ते कमी पैसे लावायचे. जसा काळ वाढत गेला तसा त्यांचा माफक नफाही वाढत गेला. अशा रीतीने त्यांनी हरणाऱ्याच्या नशिबाचा डाव आपल्याला गणिताचा डाव अशा फायद्यात बदलवून घेतला.

त्यांच्या पुढच्या चालीत थॉर्पनी याचा अंदाज घेतला की रौलेटच्या डावात कॅसिनोवर कशी मात करायची. ते आणि त्यांचा सहकारी कलौडे शेनॉन यांनी पडल्या अंगावर बाळगता येईल असा संगणक तयार केला. त्यांच्या पायातील बुटाच्या आतल्या अंगठ्यातून ते त्याला कार्यरत करीत असत. तो संगणक सिगरेटच्या पाकिटाच्या आकाराचा होता. आणि तो त्यांना चेंडूची जागा आणि वेग आणि रोटर याची अचूक माहीती द्यायचा. त्यामुळे तो चेंडू नेमका कुठे येण्याची शक्यता आहे हे संगणक सांगू शकायचा. अनेक शतके, या खेळात खेळणाऱ्याला मदत होईल असे काही नसायचे. कारण त्यातील ३८ पॉकेट्सपैकी कोणत्याही पॉकेटमध्ये तो जायची शक्यता असायची. पण आपले ज्ञान आणि काही मोजमापे यांमुळे पुढे काय घडण्याची शक्यता आहे याचा अंदाज खेळणाऱ्याला येईल अशी ही व्यवस्था होती असे थॉर्प यांचे म्हणणे होते. तुम्ही दर वेळेला बरोबर असालच असे नाही पण तुम्ही वर्तवलेले अंदाज हे संधी मिळण्याच्या शक्यतेपेक्षा अधिक चांगले असू शकायचे. म्हणजेच आपण केवळ संधी असणारा खेळ आपण ज्यात आपल्याला फायद्याची बाजू असू शकेल यात बदलू शकत होतो. आणि ही बाजू आपण त्यात माहीती पुरवत असल्याने(संगणकाच्या द्वारा) पुरवली जात होती.

जर तुमचा स्वत:चा कॅसिनो नसेल तर थॉर्प यांनी निर्माण केलेली ही अलौकिक बुद्धिमत्ता नि:संशय पटण्यासारखी होती. त्यांना पैशाचा मोह नव्हता तर एखादी रंजक समस्या सोडवण्यातून मिळणारा आनंद त्यांना अधिक सुखावून जायचा, जी अन्य अनेक तथाकथित तज्ज्ञ अशक्य म्हणून सोडून द्यायचे. फक्त बरेच लोक काहीतरी खरे आहे म्हणून सांगत असतील तर त्याचे माझ्यावर काही वजन पडत नाही, असे ते म्हणायचे. तुम्ही काही स्वतंत्रपणे विचार केला पाहिजे, विशेषतः महत्त्वाच्या बाबतीत आणि आपल्यासाठी त्या आपल्या बाजूच्या कशा होतील हे पाहिले पाहिजे. पुरावे पाहा. आणि पारंपरिक विश्वासांना पुन:पुन्हा तपासून घ्या.

थॉर्प यांचे हे साहस सुचवते तसे आपणही आपले आर्थिक जीवन सुधारण्यासाठी शक्यता आपल्या विरुद्ध असण्याचा अंदाज घेऊन असे खेळ बाजूला सारले पाहिजेत. जुगाराचा विचार करता, जर मला जिंकण्याची काही शक्यता नसेल तर असा खेळ मी खेळत नाही असे थॉर्प म्हणायचे. हेच तत्त्व वापरून, आपण उरलेले सर्व शहाणपणाने सत्य परिस्थितीला शक्य तितक्या प्रामाणिकपणाने सामोरे जाऊ शकतो. उदाहरणार्थ, जर तंत्रज्ञानासंबंधीचे माझे ज्ञान तोकडे असेल किंवा व्यवसायाचे मूल्यमापन करण्यासंबंधीचे माझे आर्थिक ज्ञान मर्यादित असेल, तर मी व्यक्तिगतरीत्या कोणताही तंत्रज्ञानावर आधारित उद्योगाचे शेअर्स घेण्याचा मोह टाळला पाहिजे नाही तर रौलटच्या खेळातील कधीतरी माझ्या बाजूने नशिबाने खेळ लागेल अशा आशेवर खेळण्यासारखे होईल. जेफ्री गुंड bmI या १४० अब्ज डॉलर्स बॉण्ड्सचा व्यवसाय हाताळणारे मला एकदा म्हणाले तसे आशा ही कार्यपद्धत असू शकत नाही.

आणखी एक सर्वसामान्य चूक नि:संशय अनेक गुंतवणूकदार करतात, ज्यामुळे संधी त्यांच्या विरुद्ध जातात, ती म्हणजे माध्यम वा कनिष्ठ गुणवत्तेच्या तथाकथित निधी व्यवस्थापक, आर्थिक सल्लागार किंवा समभाग विक्रीचे सुमार मध्यस्थ याना भरमसाठ फी देण्याची. त्यांचे कर्तृत्व त्यांना देत असलेल्या पैशाचे औचित्य दर्शवत नाहीत. जर तुम्ही प्रवासाला जाताना टोलनाक्यावर पैसे देता, व्यवहाराचा खर्च सोसता, सल्लामसलतीची फी देता, अन्य सर्व प्रकारचे खर्च सोसता, तर तुम्ही प्रवाहाविरुद्ध पोहत असता. थॉर्प म्हणतात, ''जर तुम्ही असे काही देत नसाल तर तुम्ही प्रवाहाबरोबर पोहत जाता. म्हणून नियमितपणे गुंतवणूक करणाऱ्यांकरिता दूर पल्ल्याच्या यशाकरिता प्रयत्न करताना एक चांगला मार्ग म्हणजे असे फंड्स इंडेक्स विकत घ्या आणि जवळ बाळगा, जे कमीतकमी फी आकारतात. अशांमध्ये तुम्हाला काही काम करायचे नसते. अन्य काही मार्गाने अशी गुंतवणूक करणाऱ्या किमान ८०% लोकांपेक्षा तुम्ही अधिक पुढे जाता.'' SP ५००सारखा इंडेक्स दूर पल्ल्यात वाढत जाईल अशी आपल्या विचारात थॉर्प भर घालतात. त्यांच्या म्हणण्याला अमेरिकन अर्थव्यवस्था ज्या वेगाने वाढत आहे त्याचा आधार आहे. म्हणून कॅसिनोमधल्या जुगार खेळणाऱ्यांपेक्षा तुम्हाला आपोआपच एक धार येते ती कमीतकमी खर्चात बाजाराचा चढता आलेख जसा वाढतो त्यातून मिळणाऱ्या फायद्यामुळे.

याविरुद्ध थॉर्प यांच्या हेज फंडने दोन दशकांच्या अवधीत इंडेक्सला ठेचले तेही कोणत्याही तिमाहीत काहीबाही न गमावता. त्यांनी यासाठी नीट समजावून न घेतल्या गेलेल्या अस्पष्ट गुंतवणुकीच्या संधी साधून. उदाहरणार्थ, त्यांच्या विशेष गणिती कौशल्यामुळे त्यांना वॉरंट्स, पर्याय आणि परिवर्तनीय बॉण्ड्स मूल्य अजमावता आले. आणि तेही कोणी हरवू शकणार नाही अशा अचूकतेमुळे. इतर काही कळीच्या व्यक्तिमत्त्वांचा या पुस्तकात जसे हॉवर्ड मार्क्स, आणि जोएल ग्रीनब्लॅट यानाही असाच फायदा मिळवता आला, तो आर्थिक बाजारातील दुर्लक्षित किंवा नीट चाचणी न झालेल्या संधींमुळे. आपण पाहू तसे, जिंकण्याचे अनेक मार्ग असतात पण त्या सर्वांना या ना त्या प्रकारची धार असते. मी जेव्हा थॉर्पना विचारले की तशी ती माझ्याकडे आहे का तेव्हा त्यांनी काहीशा अस्वस्थ करणाऱ्या प्रकारे उत्तर दिले, जर तुमच्याकडे विश्वास ठेवण्यासारखे सयुक्तिक कारण असल्याशिवाय की तुमच्याकडे तशी धार आहे, तर ती बहुधा तुमच्याकडे नाही असे समजा.

२५ वर्षांपूर्वी गुंतवणुकीच्या क्षेत्रातील माझा प्रवास जेव्हा चालू झाला, माझी अशी इच्छा होती की मी आर्थिकदृष्ट्या स्वतंत्र व्हावे आणि मी कोणालाही उत्तर द्यायला बांधील नसावे. सर्वोत्कृष्ट गुंतवणूकदारांनी कोडे सोडवण्यात यश मिळवले होते आणि ते मला एखाद्या जादूसारखे वाटत होते. पण आता मला पटते त्याप्रमाणे ज्या समजुतीप्रमाणे असे गुंतवणूकदार विचार करतात आणि ते यशस्वी

का होतात याचा अभ्यास केला तर आपल्याला अनेक प्रकारे मदत होऊ शकते. जसे आर्थिकदृष्ट्या, व्यावसायिकदृष्ट्या आणि वैयक्तिकदृष्ट्याही.

उदाहरणार्थ, मी जेव्हा थॉर्पना विचारले की माझ्या आनंदी आणि यशस्वी जीवनासाठी माझ्या कोणत्या बाबींचा मी अधिकाधिक उपयोग करून घ्यायला हवा, तेव्हा त्यांचा याकडे पाहण्याचा वैयक्तिक मार्ग त्यांनी त्यांचा दृष्टिकोन सांगितला तो म्हणजे आरोग्य आणि धडधाकटपण या बाबत चर्चा करून. थॉर्प, जे ८४ वर्षांचे होते, पण दिसत होते २० वर्षांनी लहान, त्यांचे निरीक्षण होते, ''वंशपरंपरेने तुम्हाला काही गोष्टी – पत्त्यातली पाने म्हणा ना – मिळतात. त्यांना तुम्ही संधी म्हणू शकता. पण ती कशी खेळायची हे तुमच्या हातात असते आणि त्यासाठी पर्यायही असतात. त्यात धूम्रपान टाळणे, वार्षिक वैद्यकीय तपासणी करून घेणे, विविध प्रतिबंधक लसी वेळच्या वेळी घेणे, आणि नियमित व्यायाम करणे.'' त्यांच्या तिशीत, थॉर्प काहीशा विचित्र आणि भयानक परिस्थितीत होते. पाव मैल जरी दौड केली तरी त्यांना श्वासोच्छ्वास घेण्यासाठी त्रास व्हायचा, म्हणून त्यांनी दर रविवारी एक मैल धावणे चालू केले. त्यात त्यांनी हळूहळू वाढ केली आणि शेवटी २१ मैलांची मॅरेथॉन पूर्ण करण्यापर्यंत मजल मारली. ते अजूनही त्यांच्या वैयक्तिक प्रशिक्षकाला आठवड्यातून दोनदा भेटतात. आणि आठवड्यातून चार दिवस दर खेपेला तीन मैल चालण्याचा व्यायाम करतात. पण जेव्हा त्यांना कोणीतरी सुचवले की त्यांनी सायकलिंगचा व्यायाम करावा, थॉर्पनी सायकलिंगमुळे दर – १००० लाख मैल सायकलिंगमुळे – होणाऱ्या मृत्यूंची संख्या शोधून काढली तेव्हा त्यांनी ठरवले की यात पत्करावा लागणारा धोका मोठा आहे. (त्यामुळे ते टाळणे हेच श्रेयस्कर.)

मी जेव्हा पुन: त्यांच्याशी जून २०२० मध्ये बोललो, त्या वेळी जगाला (कोविड १९) महामारीचा विळखा पडला होता आणि सुमारे १ लाख अमेरिकन्स त्यात मृत्युमुखी पडले होते. थॉर्पनी मला समजावून सांगितले की त्यांनी जागतिक पातळीवरील मृत्युदराचे कसे विश्लेषण केले, त्यातही ज्या मृत्यूविषयी काही स्पष्टीकरण देता येत नाही तेही विचारात घेऊन, (जे कदाचित या जंतूंमुळेही गेले असतील), आणि १९१८च्या फ्ल्यूच्या महामारीत लोक कसे गेले असतील त्याचाही अभ्यास करून त्यांनी कसे निष्कर्ष काढले, आणि त्यावरून त्यांनी खऱ्या मृत्युदरांचे त्यांचे अंदाज कसे काढले, आणि त्यांनी फेब्रुवारीच्या सुरुवातीला कसा अंदाज वर्तवला होता (जेव्हा यूएसमध्ये या महामारीने एकही मृत्यू झालेला नव्हता), की पुढच्या १२ महिन्यांत देशात या महामारीने २ ते ५ लाख नागरिक मृत्युमुखी पडतील.

थॉर्प यांनी पद्धतशीरपणे केले हे विश्लेषण पाहून त्यांच्या कुटुंबीयांनी अधिक काळजी घेणे चालू केले जेव्हा – अगदी राष्ट्रीय उधारी धरून – अगदी थोड्या अमेरिकन्सनी या महामारीचे गांभीर्य आणि विस्तार हे ओळखले होते.

ते म्हणाले, ''आम्ही विवेकबुद्धीने मास्कसह अन्य गरजेच्या वस्तूंचे आयोजन केले. त्यानंतर जवळजवळ एक महिन्याने अन्य नागरिक जागे झाले आणि त्यांनी स्टोअर्समधील फडताळे रिकामी करणे चालू केले होते. हे सर्व राष्ट्रीय सरकारने या महामारीबाबत आणीबाणी जाहीर करण्याच्या ३ आठवडे आधीच केले होते. थॉर्पनी स्वत:ला लगुना बीचवरील आपल्या घरात एकांतवासात राहणे पसंत केले होते. आणि आपली पत्नी सोडून इतरांना भेटणेही बंद केले होते, ते म्हणाले, ''घाबरून जाण्यात काही अर्थ नाही.'' पण त्यांना यातल्या धोक्याची कल्पना होती. आणि आपल्या जगण्यासाठी आवश्यक त्या विपरीत परिस्थितीवर मात करण्याची त्यांनी तयारी केली होती. माझ्या आजवरच्या पाहण्यातली थॉर्प ही बहुधा एकमेव व्यक्ती असावी ज्यांनी आपल्या मृत्यूच्या शक्यतेची चाचपणी पद्धतशीरपणे अभ्यास करून आधीच ठरवली होती आणि मग त्यावर मात करण्याचे उपायही ठरविणे ठेवले होते.*

*(थॉर्प यांनी कोविड १९ ही महामारी त्यांना ठार मारेल याचा अंदाज कसा वर्तवला असेल? सर्वसाधारपणे ८७ वर्षे वयाचा माणूस, जर त्याला त्या जंतूंचा संसर्ग झाला तर मरण्याची शक्यता २०% असते. त्यांनी मला सांगितले, ''माझा धोका थोडा कमी आहे, कारण या वयातल्या अन्य बऱ्याच लोकांना स्वास्थ्याच्या अन्य समस्या, व्याधी असतात. तशा मला नाहीत. मला सहरोग नाहीत. मी अत्यंत काळजी घेणारा माणूस आहे. आणि माझ्या वयाचा विचार केला तर मी अगदी तंदुरुस्त आहे. म्हणून मी असा अंदाज केला की या महामारीने माझा जीव जायची शक्यता २ ते ४% इतकीच आहे. पण ही टक्केवारीही तशी मोठ्ठीच आहे. नाही का?'')

ही मानसिक सवय (किंवा छंद)–वस्तुस्थिती आणि आकडेवारी व शक्याशक्यता याचा विचार करण्याची, धोके आणि बक्षिसे पत्करण्याबाबतची आणि टोकाचे महत्त्व प्रतिकूल परिस्थिती टाळण्यासाठी देण्याची, यातून जे गुंतवणूकदार दीर्घ काळ टिकून राहतात आणि भरभराटीस येतात त्यांची मानसिकता दिसून येते. थॉर्प पाहतात तसे आपल्या वर्तणुकीचे प्रत्येक अंग हे सर्वात्मक तर्कशुद्धतेवर तोलून पाहायला हवे. उदाहरणार्थ, त्यांना माहीत असते की ते जेव्हा भावनिक अवस्थेत असतील त्या वेळी काही वाईट निर्णय घेण्याची त्यांची शक्यता जास्त असेल, म्हणून ते जेव्हा एखाद्यावर चिडलेले किंवा वैतागलेले असतील, तेव्हा ते एक पाऊल मागे जातात आणि स्वत:लाच विचारतात, ''तुला खरोखरच काय माहीत आहे? तुझी भावना आणि तदनुरूप वागणे याचे समर्थन करता येईल का?'' अशा रीतीने मोजमाप करून केलेले त्यांचे विश्लेषण त्यांना सांगून जाते की तुझ्या विचारांचे समर्थन करता येणार नाही, आणि मग त्यांचा निर्णय ते राखून ठेवतात. माझ्या मते सारासार विचार करून केले असे वागणे हे त्यांच्या वर्तणुकीचे वैशिष्ट्य ठरते.

या सर्वांतून मी असा विश्वास ठेवण्यापर्यंत येतो की गुंतवणुकीच्या विश्वातील असे खरे दिग्गज आपल्याला अधिक श्रीमंत, अधिक हुशार आणि अधिक आनंदी होण्यास मदत करू शकतात. माझे ध्येय आणि उद्दिष्ट आहे ते तुम्हास दाखवण्याचे की असे लोक आपल्या या क्षेत्रातील बाजारात आणि जीवनात यशस्वी होण्याचे अगणित मार्ग शोधून आपल्या यशाची शक्यता आणि खात्री वाढवतात.

प्रतिकूलतेला समर्थपणे तोंड देणे हा काम करण्याचा अत्यंत परिणामकारक मार्ग आहे. आणि ते करत असलेल्या सर्व गोष्टींना तो व्यापून उरतो. यात ते त्यांच्या वेळेचे व्यवस्थापन कसे करतात, एक शांतिपूर्ण वातावरण ज्यात विचार करता येईल असे ते कसे निर्माण करतात, ते कुणाला जवळ करतात आणि कोणाला चार हात दूर ठेवतात, पक्षपात आणि आपल्या विचारणा अडथळे आणणारे प्रसंग आणि व्यक्ती कसे टाळतात, चुकांमधून ते कसे शिकतात आणि त्यांची द्विरुक्ती कशी टाळतात, ते तणाव आणि प्रतिकूल परिस्थिती यांना कसे हाताळतात, प्रामाणिकपणा आणि अखंडता यांविषयी काय विचार करतात, ते पैसे कसे खर्च करतात आणि कशा प्रकारे इतरांना देतात, आणि ते असे जीवन निर्माण करण्याचा प्रयत्न कसा करतात ज्यात काही अर्थ आहे आणि ज्यातून पैशाचा खरा अर्थही प्रतिबिंबित होतो.

हे पुस्तक लिहिताना, मी गेल्या काही काळात जगातील अत्यंत महत्त्वाच्या आणि सर्वोत्तम गुंतवणूकदारांच्या मुलाखती घेतल्या, त्यांचे सार इथे मांडण्याचा प्रयास केला आहे, पण मी शेकडो तास ४० हून अधिक गुंतवणूकदारांच्या मुलाखती या पुस्तकासाठी घेण्यात खर्च केले आहेत, ते लॉस एंजेलिस ते लंडन, ओमाहा ते मुंबई असे दूरवर पसरले आहेत. इथे तुम्हाला भेटणाऱ्या व्यक्तींनी लक्षावधी लोकांचे अब्जावधी डॉलर्स पाहिले आहेत, वापरले आहेत. मला आशा आहे की हे असाधारण गुंतवणूकदार तुमचे जीवन बदलून टाकतील आणि संपन्नही करतील. या बाबत मी पैज मारू शकतो.

## श्रेयनामावली – पोचपावती.

हे पुस्तक अस्तित्वातच आले नसते, जर टोकाचा धीर, तत्त्वाचे औदार्य आणि अनेक नामवंत गुंतवणूकदारांनी दाखवलेला मनाचा मोकळेपणा, आपली अंतर्दृष्टी आणि अनुभव विशद करताना हे नसते तर. काही जणांच्या बाबतीत, आम्ही कित्येक दिवस एकत्र घालवले, इतर कहाण्यांची, कित्येक वर्षे, अगणित वेळा माझ्या बरोबर चर्चा केली. माझ्या दृष्टीने ही आनंदाची बाब होती की त्यांनी माझे स्वागत त्यांच्या घरी किंवा कार्यालयात केले, मला त्यांच्या बरोबर प्रवास करण्याची संधी दिली. ते माझ्याशी स्पष्टपणे त्यांचीच कधीकधी झालेली पिछेहाट आणि त्यांनी पेललेली आव्हाने यांविषयी बोलले, आणि एका अविश्वसनीय प्रकरणात,

त्यांच्यापैकी ऐकणारे यांनी माझ्यावर संमोहन क्रियाही केली; प्रयत्न होता माझ्या अचेतन मनाच्या कार्यक्रमांची पुनर्रचना करणे. या सर्व गुंतणूकदारांचा मी ऋणी आहे, त्यांनी माझ्याशी वाटून घेतलेल्या मौल्यवान धड्यांबद्दल जे होते हुशारीने गुंतवणूक कशी करावी, तर्कशुद्ध पद्धतीने विचार कसा करावा, प्रतिकूल परिस्थितीवर मात कशी करावी आणि एक आनंदी व समृद्ध जीवन कसे जगावे या संबंधीचे.

आगळ्यावेगळ्या, असामान्य, अंतर्ज्ञानी गुंतवणूकदारांची एक मोठ्ठीच यादी आहे, ज्यांच्या चिंतनाने या पुस्तकाची समृद्धी वाढली आहे. विशेषेकरून मला खास आभार मानायचे आहेत ते पुढील महाभागांचे- चार्ली मुंगेर, एड थॉर्प, हॉवर्ड मार्क्स, जोएल ग्रीनब्लॅट, बिल मिल्लर, मोहनीश पाबराय, टॉम गेनेर, गे स्पियर, फ्रेड मार्टिन, केन शुबीन स्टाईन, म्यॅथुज मॅकलेनन, जेफ्री, फ्रान्सिस चाऊ, थारा झेर हुसेन, थॉमस रुससो, चक अक्रे, ली लू ,पीटर लिंच, पॅट डोर्से, मायकेल प्राईस, मासोन हॉकिन्स, बिल अकमान, जेफ विनिक, मा रिओ गॅबेल्ली, लॉरा गेरिट्झ, ब्रायन मॅकमोहन, हेन्री एल्लेन बोगेन, डोनाल्ड यक्तमन, बिल नायग्रेन, पॉल लाउंटझीस, जसोन कार्प, विल दान ऑफ, फ्रँकॉईस रॉचोन, जॉन स्पेअर्स, जोएल, झकेरिया, निक स्लीप, पॉल इसाक, माइक झपाटा, पॉल याब्लोन, व्हिटनी टिलसन, फ्रान्कोईस मेरी वोजसीक, सारा केटरर, ख्रिस्तोफर डेव्हिस, रामदेव अगरवाल, अरनॉल्ड वोन देर बर्ग, मॅरिको गॉर्डन आणि जीन मेरी एव्हिलार्ड, बिल रूपाने, मार्टी व्हिटमन आणि जॅक बोगले यांचेही आभार.

माझे साहित्यिक प्रतिनिधी जिम ले व्हीने यांचा मी अत्यंत ऋणी आहे. त्यांनी मला अमूल्य सल्ला, अमर्याद उत्साह, आणि दयाळू वृत्ती दाखवली. यापेक्षा चांगला भागीदार मी कधीच मागितला नसता. मी अत्यंत ऋणी आहे रिक होर्गन यांचा, ते स्क्रिबनर्सचे कार्यकारी अधिकारी आहेत. त्यांची अचाट बुद्धिमत्ता, विचारपूर्वक केलेले संपादन, आणि परिपूर्णतेने केलेलं काम हे मला साहाय्यभूत होते. हे स्पष्ट होते की रिक यांचे अत्यंत आवडते पुस्तक आहे Zen and The Art of Motorcycle Maintenance ज्यात दर्जा हे मार्गदर्शक तत्त्व म्हणून विस्ताराने मांडले आहे. स्क्रिबनर्सच्या नान ग्राहम, रोज लिप्पेल आणि कॉलिन हॅरिसन यांचेही आभार, ज्यांनी माझ्या पुस्तकाला आपले मानले. या पुस्तकासाठी कार्यरत असलेली स्क्रिबनर्सची अन्य सर्व मंडळी यांचेही आभार- स्टिव्ह बोल्डट ,डॅन कद्दी, बेकेट रूई आणि जया मिसली. माझ्या आवडीच्या अनेक लेखकांचे प्रकाशक असलेल्या स्क्रिबनर्स हे माझ्या या पुस्तकाचे प्रकाशक आहेत हा मी माझा सन्मान समजतो.

मला या पुस्तकाच्या निर्मितीत अनेक जणांनी मदत केली, मार्गदर्शन केले, प्रोत्साहन दिले आणि त्यांना न्याय देणे मला केवळ अशक्य आहे. पण मला खास आभार मानून सुरुवात करून दे-गे स्पियर, जे माझे अनेक वर्षांचे विश्वासू मित्र आणि विजेते आहेत, ते इतरांना मदत करण्यात आणि सामंजस्याचे संयुग निर्माण करण्यात

आनंद मानतात, आणि मला अगणित मार्गांनी फायदा झाला आहे, विशेषकरून त्यांनी माझा परिचय पुढील व्यक्तींशी करून दिला– मोहनीश, केन शुबीन स्टाईन आणि निक स्लीप. खास आभार जॉन गार्टनर – एक अपवादात्मक लेखक, ज्यांनी मला केवळ नैतिक आधार दिला एवढेच नव्हे तर त्यांनी मला त्यांच्या The Ice At The End Of The World च्या प्रस्तावाची माहीती दिली, ज्यामुळे मला या पुस्तकाची रचना करण्यात मदत झाली. त्यांचा दयाळूपणा, काळजी, आधार आणि मैत्री यांबद्दल मला पुढील लोकांचे आभार मानले पाहिजेत : मायकेल बर्ग, मार्कस वेस्टन, ईटन यार्देन, अवि नेहमीस, जेसन झवेईग, अरविंद अडिगा, टोनी रॉबिनस, मायकेल ओ ब्रायन, सेसिल बोन्ग, डेज स्टुट, गिल्लीनं झोए सीगल, नीना मुंक, पीटर सोरियानो, फ्लेमिंग मिक्स, रिचर्ड ब्रॅडली, लारी हर्टींग, अमेय स्टोन, लॉरी स्पियर, सौरभ मदान, निखिल हुथीसिंग, ख्रिस स्टोन, रामिन बहरानी, मारलीस तालय, बेव्हरली गुड मन, वादे सवित्त, नॅन्सी डॅनींनो, पायपर टायर्सदोत्तर, माथु विंच, जिमी ट्रू, क्रेग , क्रावेट्झ, हॉवर्ड डोनेली, ख्रिस्ती मार्क, गौतम बैद, शाई दर्दष्टि, सॅम्युएल फ्रीडमन, डेनिस थोमोपौलास, रिचर्ड वार्थेमेर, डेविड वोर्थ, माली बोईड, टॉम ईस्टन, चार्ल्स कॅरटलेज, एबेन हेरेल, अरन धर्म रत्नम, शेरॉन केल्लाहनं, हेलन आणि जिम नेऊबर्गर, कथिलीने हिंगे, अन्सला नास्तासि, जॉन चॅपलिन, जोश तारासोफ, इलियट ट्रेक्सलेर, राल्फ टाउनसेन्ड, स्टिंग ब्रॉदेरसेन, प्रेस्टन,पिश, केनेथ फोल्क, हेड्डा नादलेर, डेनियल रॉथ, मार्क चॅपमेन, ऑर्ली हिंदि, कबीर सहगल, शेरॉन शराबी, जरीस कॅस्ट्रो डेल, रँडी सांबुरी, जॉन मिहालजेविक, विल्यम सामेदी, डेविड मॅचनेर, कॅथरिन ब्रूस, स्कॉट विल्सन, लुसिआ विल्सन कमिन्स, डेबी मेईलीकेन, जेकब टेलर, रिचर्ड कृप्प, अँबी कवानौघ, करेन बर्ग, आणि राव बर्ग.

माझ्या Aligned Centre व मित्रांचे आभार, ज्यांनी मला सुंदर आणि शांततेची जागा माझ्या लिखाणासाठी दिली, त्याचे संस्थापक, मॅट लुडमेर हे अनेक प्रकारे एक प्रारूप आहेत, आणि मी त्यांच्याकडे गुंतवणुकीपासून ते ध्यानधारणेपर्यंत अनेक बाबतींत मार्गदर्शनासाठी जातो. त्या सेंटरच्या कक्षेतील अनेकांबरोबर वेळ घालवणे हे समाधानाचे असते. त्यात लटिके रे जेम्स, कॅरोलिन हॉटलिंग, फरीन सॅण्ड, जाकोपो सिरींचीव, डेव्हिड जेन्स, डेलाऊने मिचेल आणि डॅन फ्राइड यांचा समावेश आहे.

माझ्या आयुष्यातील सर्वांत मोठ्ठी परमेश्वरी भेटवस्तू म्हणजे मी अनेक असामान्य लोक असलेल्या कुटुंबातील आहे. माझा ज्येष्ठ भाऊ अँड्र्यू ग्रीन आणि त्याची सुंदर पत्नी जेनिफर आणि माझे छानसे सासुरवाडीचे लोक मरविन कूपर, जोहान कूपर, आणि ब्रूस मेल झर यांचेही आभार.

शेवटी हे पुस्तक माझ्या कुटुंबातील पाच जणांना अर्पण करायचे आहे, ज्यांनी हे सर्व शक्य केले आहे. माझी आई मेरिलिन ग्रीन, जी माझ्या अगदी पहिल्या

दिवसापासून शक्तीचा आणि मदतीचा स्रोत राहिली आहे. आणि अगदी पहिल्या प्रकरणापासून शेवटापर्यंत तिने पुस्तकाचा मसुदा वाचला आहे. माझे दिवंगत वडील बेरी ग्रीन, यांनी माझ्या भाषाप्रेमाचे आणि गुंतवणुकीतील कामाचे स्फुलिंग पेटवले. माझा मुलगा हेन्री ग्रीन, हा माझा अपरिहार्य सहकारी आणि भागीदार या पुस्तकाबाबत राहिला आहे. त्याने अत्यंत धीर बाळगून या पुस्तकाच्या माहितीतील पार्श्वभूमी संशोधनपूर्वक प्रयत्नांतून जमा केली. मी घेतलेल्या मुलाखतींचे पुनर्लेखन केले. त्याने सर्व माहितीची सत्यता तपासली, आणि माझ्या लिखाणाला कुठे अधिक चकाकी पाहिजे तेही मला सांगितले.

माझी मुलगी मॅडेलिन ग्रीन हिने धीर बाळगून या पुस्तकाची रचना आणि कल्पना या बाबत चर्चा केली. तिने भावनिकदृष्ट्याही मला सोबत दिली, मला प्रोत्साहन दिले, आणि जेव्हा केव्हा माझे चैतन्य ढेपाळलेले दिसले की ती मला उत्तेजन देत असे. मला जणू काही वेळा खात्री असायची की ती जणू माझी पालकच आहे.

आणि मग येते माझी पत्नी लॉरेन कूपर, सर्वांत प्रेमळ, दयाळू आणि काळजीवाहू अर्धांगिनी. मी तिला प्रथम भेटलो तेव्हा मी २२ वर्षांचा होतो. आणि माझ्या जीवनातले जे काही चांगले आहे ते एक त्या पहिल्या चांगल्या भेटीमुळेच नशिबी आहे. अगदी माझ्या हृदयाच्या अंतरंगापासून आपणां सर्वांचे आभार.

१

# असा माणूस ज्याने वॉरन बफेंची नक्कल केली.

''यशस्वी कसे व्हावे? तर निर्लज्जपणे इतर लोकांच्या उत्तम कल्पना उसन्या घेऊन!''

''बुद्धिमान माणसाने नेहमीच त्या मार्गाने जायला हवे, जो महान लोकांनी घालून दिला आहे आणि त्यांची नक्कल करायला हवी जे सर्वोच्च आहेत, म्हणजे जरी त्याच्या क्षमतेने त्यांची बरोबरी केली नाही तरी, निदान त्याची चव तरी कळेल.''

–निकोल मैकियावेली

''इतर लोकांनी कधीही केलेल्या सर्वोच्च कामावर आपलीही पकड बसवण्याची शिस्त, यावर माझा विश्वास आहे. माझा यावर विश्वास नाही की आपण नुसते बसून स्वप्ने पाहायची आणि आपण तसेच करायचा प्रयत्न करायचा. इतका हुशार कोणीही नाही.''

–चार्ली मुंगेर

आता सकाळचे ७ वाजलेत. हा ख्रिसमसचा दिवस आहे. मोहनीश पाबराय मुंबईमध्ये एका मिनी व्हॅनमध्ये चढतात, त्या धुक्याच्या वातावरणात सूर्य वर येत आहे. आम्ही भारताच्या पश्चिम किनाऱ्यावरील दादरा आणि नगर हवेली इथे जाण्यासाठी निघालो

आहोत. आम्ही कित्येक तास प्रवास करतो. आमचा ड्रायव्हर जाताना अनेक कसरती करून मार्ग काढत असतो, येणाऱ्या-जाणाऱ्या ट्रक्स आणि बसेस यांना चुकवत किंवा मागे टाकत. गाड्यांचे हॉर्न्स अधूनमधून वाजतच असतात. मी माझे डोळे मिटून घेतलेले असतात आणि अधूनमधून ते मिचकावून वाकुल्या दाखवत असतो. पाबराय, जे मधूनच स्मितहास्य करीत असतात, यूएसमध्ये महाविद्यालयीन शिक्षणासाठी येण्याआधी ते भारतात वाढले. धोक्याच्या परिस्थितीत ते नेहमीच शांत असतात. तरीही ते कबूल करतात की अपघातांची टक्केवारी भारतात जरा जास्तच आहे.

हा एक अजब प्रवास आहे, ज्यात अनेक मनाला भिडणारी दृश्ये आहेत. एका ठिकाणी आम्ही पाहतो की, रस्त्याच्या कडेला एक माणूस एका महिलेच्या डोक्यावर विटा रचत आहे, ज्या ती नंतर बांधकामाच्या ठिकाणी घेऊन जाईल. आम्ही जसे खोलवर ग्रामीण भागात जातो, तसे आम्ही छोट्या छोट्या झोपड्या - गवताने शाकारलेल्या - पाहतो. असे बांधकाम जे एखाद्या पुरातन सहस्राब्दीमधील असावे. शेवटी आम्ही आमच्या गंतव्य स्थानी पोहोचतो- एक ग्रामीण भागातील विद्यालय, त्याचे नाव आहे सिल्व्हासा.

पाबराय, त्यांच्या पिढीतील एक अग्रगण्य गुंतवणूकदार, इथे आले आहेत तो लांबचा प्रवास करून, कॅलिफोर्नियातील इरविन या त्यांच्या गावातून ४० किशोरवयीन मुलींना भेटायला. त्यांचे सेवाभावी फाउंडेशन 'दक्षणा' (Dakshana ) यांनी चालवलेल्या एका शैक्षणिक कार्यक्रमाची पाहणी करायला. त्याच्या तर्फे भारतातील चांगल्या बुद्धिमत्तेची देणगी असलेल्या कमी उत्पन्न गटातील मुलांना दोन वर्षे विशेष शिक्षण मोफत दिले जाते आणि अत्यंत कठीण अशा IIT (Indian Institute of Technology ) च्या प्रवेश परीक्षेसाठी प्रशिक्षित केले जाते. IIT या अशा इंजिनिअरिंग कॉलेजांच्या गटातील आहेत की तेथील पदवीधर मायक्रोसॉफ्ट आणि गुगलसारख्या कंपन्यांना हवेहवेसे वाटतात.

दरवर्षी सुमारे १० लाख (१ मिलिअन) विद्यार्थी तिथल्या प्रवेशासाठी अर्ज करतात, आणि त्यातील फक्त २% दरवर्षी प्रवेश मिळवू शकतात. पण 'दक्षणा'ने त्यांचे गुपित शोधून काढले आहे. गेल्या १२ वर्षांत, २,१४६ दक्षणा प्रशिक्षित हुशार विद्यार्थी-विद्यार्थिनिनी या प्रवेश परीक्षेत यश मिळवले आहे. म्हणजे त्यांची स्वीकारण्याची टक्केवारी ६२% आहे. पाबराय दक्षणा (हा संस्कृत भाषेतील शब्द आहे, ज्याचा अर्थ होतो Gift). या उपक्रमाला भारतीय समाजातील दुर्बल घटकाला वर येण्याची संधी म्हणून बघतात, यातले निवडलेले हुशार विद्यार्थी/विद्यार्थिनी ग्रामीण भागातील कुटुंबातून येतात ज्यांच्या पालकांचे रोजचे उत्पन्न २ डॉलरपेक्षाही कमी असते. त्यातले अनेक कनिष्ठ जातीतील आणि अस्पृश्य असतात, ज्यांनी अनेक शतके भेदभाव सहन केला. (आता सरकारने अशा भेदभावावर कायद्याने बंधने आणली आहेत, पण त्याचे समूळ उच्चाटन होण्यास थोडा कालावधी जाईल. -अनुवादक.)

जेव्हा पाबराय अशा वर्गांना भेटी देतात, तेव्हा ते तिथले त्यांच्या भेटीमुळे होणारे ताणतणाव कमी करण्यासाठी एक गणितातील प्रश्न विचारतात. ज्या प्रत्येकाने तो सोडविला असेल त्याला/तिला बहुधा IIT त प्रवेश मिळतो. त्यामुळे त्या त्या वर्गातील हुशारी पाहण्यासाठी ही एक उत्तम मोजपट्टी आहे. प्रश्न बराच कठीण असतो त्यामुळे अचूक उत्तर देणारे विरळाच असतात. आणि सिल्व्हासा यामध्ये कोणीतरी हे आव्हान स्वीकारेल अशी त्यांची अपेक्षा असते. तरीही ते तिथल्या फळ्यावर तो लिहितात.

n is a prime numberš 5. Prove that $n^{2-1}$ is always divisible by 24.

मग ते तिथल्या क्षीण प्लॅस्टिक खुर्चीत बसतात *. जेव्हा तिथल्या विद्यार्थिनी त्या प्रश्नाचे उत्तर शोधायला लागतात तेव्हा मला आश्चर्य वाटते, त्या मुली या भडक आहेत त्यापेक्षा मोठ्या दिसणाऱ्या, उंच, स्थूल, टक्कल पडलेल्या, मोठ्या मिशा असलेल्या आणि ज्याने दक्षणा शर्ट आणि पिंक जीन्स घातले आहेत, त्याबद्दल काय समजत असतील?

(पाबराय यांच्या या प्रश्नाचे उत्तर काय? हे एक गूढ आहे जे मला कधी उलगडणे शक्य नाही.)

१० मिनिटानंतर पाबराय विचारतात, "काय, कोणी जवळपास तरी आहे का?" एक १५ वर्षांची मुलगी, तिचे नाव आलिया. ती सांगते, "सर, हा फक्त सिद्धान्त आहे." तिच्या त्या मोघम बोलण्यात काही आत्मविश्वास नव्हता. पण पाबराय तिला वर्गाच्या पुढच्या बाजूकडे बोलावतात आणि तिचे उत्तर दाखवण्यास सांगतात. ती त्यांना एक पांढरा कागद देते आणि नम्रपणे, मान खाली करून त्यांच्या समोर उभी राहते आणि त्यांच्या निर्णयाची प्रतीक्षा करते. तिच्या डोक्यावर, भिंतीवर एक इंग्रजीत लिहिलेले वचन असते,

SO LONG AS YOU HAVE FAITH IN YOU, NOTHING WILL BE ABLE TO ABSTRACT YOU.

"हे बरोबर आहे." पाबराय सांगतात. ते तिचा हात हातात घेऊन तिचे अभिनंदन करतात आणि तिला तिचे उत्तर वर्गाला समजावून सांगायला सांगतात. नंतर ते मला सांगतात, की तो प्रश्न तिने एवढ्या सुरेखपणे सोडविला आहे की ती त्या IIT प्रवेश परीक्षेत पहिल्या २०० विद्यार्थ्यांत येऊ शकते. ते तिला सांगतात, "तू नक्कीच उत्तीर्ण होणार, फक्त तुला काय करायचंय तर कठोर अभ्यास आणि परिश्रम!" मला नंतर कळले की ती ओडिशा राज्यामधील गंजम जिल्ह्यातील – जो एक अगदी मागासलेला भाग आहे – इतर मागासलेला वर्ग – OBC – मधली आहे. तिच्या पूर्वीच्या शाळेत ती वर्गातील ८० मुलांत पहिली आली होती.

पाबराय अलिसाला फोटोसाठी उभे राहायला सांगतात. ते विनोद करतात, "तू मला विसरशील पण मग मी तुला सांगेन की हा आपला फोटो आहे." ती

मुलगी आनंदाने हसू लागते. पण मला मात्र अश्रू आवरणे कठीण जाते. आम्ही काही जादूभरे पाहिलेले असते : एक मुलगी, गरिबीतून उचलून आणलेली, तिने आत्ता खरे करून दाखवले की, तिला आणि तिच्या कुटुंबीयांना पुढे नेण्यासाठी तिच्यात मानसिक ऊर्जा आहे. ज्या वातावरणात ती वाढली आहे आणि तिची प्रतिकूल परिस्थिती पाहता, हा सर्व म्हणजे एक चमत्कारच आहे.

नंतर त्या सकाळी, त्या विद्यार्थ्यांनी पाबराय यांच्यावर प्रश्नांचा भडिमार केला. शेवटी एकाने एक प्रश्न विचारायचे धैर्य दाखवले, जो इतरांच्याही मनात असला पाहिजे. ''सर, तुम्ही हा एवढा पैसा कसा मिळवला?'' पाबराय हसले आणि म्हणाले, ''मी पैशाचे संयुग तयार करतो.''(I compound money.)

ही संकल्पना कशी समजावून सांगायची या विचारात ते होते. मग ते म्हणाले, ''माझे एक आदर्श आहेत, त्यांचे नाव आहे वॉरन बफे. इथे कोणी त्यांचे नाव ऐकले आहे का?'' एकही हात वर जात नाही. त्या खोलीत सगळ्या मुलांचे चेहरे मखख असतात. म्हणून ते त्यांना आपल्या १८ वर्षांची मुलगी मोमची हिच्याविषयी सांगतात. तिने शाळेला सुट्टी झाल्यावर काम करून ४,८०० कसे मिळवले ते. पाबराय यांनी ते पैसे गुंतवले, तिच्या निवृत्तीच्या वेळेच्या खात्यात. ते विद्यार्थ्यांना गणित मांडायला सांगतात की पुढच्या ६० वर्षांत, दरसाल १५% या हिशोबाने याचे किती पैसे होतील त्याचे गणित मांडा. ते सांगतात, दर पाच वर्षांनी ते दुप्पट होतात. म्हणजे १२ वेळा दुप्पट. जीवन हे सर्व दुपटीचा खेळ आहे.

एक मिनिटानंतर, विद्यार्थ्यांनी उत्तर काढले आहे- सहा तपांनंतर, जेव्हा मोमची ही ७८ वर्षांची होईल, तेव्हा तिच्या ४,८०० चे रूपान्तर २१ मिलिअनमध्ये होईल. त्या वर्गात एक आश्चर्याची हवा खेळू लागली, जेव्हा त्या विद्यार्थ्यांना गणिती प्रभावाची ताकद कळली. पाबराय यांनी विचारले, ''आता तुम्ही संयुगाविषयी विसराल का?'' आणि ते ग्रामीण भारतातील किशोरवयीन एका सुरात म्हणाले. ''नाही, कधीच नाही, सर!''

## १ मिलिअन १ बिलिनमध्ये कसे वळवायचे?

फार काळापूर्वी काही नाही, मोहनीश पाबराय यांनी वॉरन बफे यांच्याविषयी काहीही ऐकले नव्हते. भारतात अगदी साध्या परिस्थितीत ते वाढले. त्यांना गुंतवणूक करणे, वॉल स्ट्रीट, किंवा उच्च अर्थव्यवस्था यांविषयी काहीही माहीत नव्हते. १९६४ साली त्यांचा जन्म झाला. त्यांच्या आयुष्याची पहिली पाच वर्षे मुंबईत गेली. तिथे त्यांच्या पालकांनी एक लहानसे अपार्टमेंट मुंबईच्या एका उपनगरात २० रु. प्रतिमहिना अशा भाड्याने घेतले होते. नंतर ते दिल्ली आणि दुबईला स्थलांतरित झाले.

त्या कुटुंबात अनेकरंगी व्यक्तिमत्त्वे होती. पाबराय यांचे आजोबा गोगिया पाशा हे लोकप्रिय जादूगार होते. त्यांनी जगभर प्रवास केला तो रहस्यमय इजिप्शिअन म्हणून. एक लहान मुलगा म्हणून पाबराय त्यांच्या बरोबर जादूच्या खेळांच्या मंचावर जादूच्या प्रयोगात असायचे. त्यांची भूमिका असायची एक अंडे हातात घेऊन उभे राहायची. पाबराय यांचे वडील, ओम पाबराय हे एक उद्योजक होते. आणि त्यांचे वैशिष्ट्य होते, ते विचित्र कंपन्या स्थापन करायचे ज्या नंतर दिवाळखोरीत जायच्या. त्यांच्या अनेक धाडसांत, त्यांनी एक दागिने बनवायचा कारखानाही काढला होता, एक रेडिओ केंद्र उभारले, आणि ते जादूच्या प्रयोगाचे सामान पोस्टाच्या मेलद्वारा ग्राहकांना पुरवायचे. त्यांच्या मुलाप्रमाणेच ते सुधारणे अशक्य असलेले आशावादी होते. पण त्यांच्या व्यवसायात भांडवलाची कमतरता प्रचंड होती आणि लाभमर्यादा मोठ्ठी होती.

पाबराय म्हणतात, ''मी माझ्या पालकांना सर्व काही अनेक वेळा गमावताना पाहिले आहे. आणि मी जेव्हा म्हणतो की सर्व काही गमावताना, ते इतके की उद्याच्या जेवणासाठी किराणा माल आणि अन्य साहित्य नसायचे, घरभाडे द्यायला पैसे नसायचे. मला या सर्वांतून परत कधी जायचे नव्हते. पण मी एक पाहिले की असे होते तरी त्याचे त्यांना काही वाटायचे नाही. खरं तर, सर्वांत मोठ्ठा धडा मी त्यांच्याकडून शिकलो असेन तर तो हा की, ते अशाही परिस्थितीत कधी डगमगून गेले नव्हते. माझे वडील नेहमी म्हणायचे की, तुम्ही मला अगदी नागडे करून खडकावर उभे करा आणि तिथेही मी तुम्हाला नवा उद्योग उभा करून दाखवेन.''

एक लहान मूल म्हणून पाबराय यांची शाळेतील कामगिरी अगदी सुमार होती. एकदा तर ६५ विद्यार्थ्यांच्या वर्गात परीक्षेत त्यांचा क्रमांक ६२वा आला होता. आणि त्याचा त्यांना कमीपणा वाटायचा, त्रास व्हायचा. नंतर ९व्या इयत्तेत, त्यांची बुद्ध्यंक चाचणी – IQ Test – केली गेली आणि त्यामुळे त्यांचे जीवन बदलून गेले. मी त्या चाचणी करणाऱ्या माणसाकडे गेलो आणि म्हणालो, ''या निकालाचा अर्थ काय असतो?'' तो म्हणाला, ''तुझा बुद्ध्यंक १८० आहे. फक्त तू त्याचा उपयोग कारण घेत नाहीस.'' हे म्हणजे एखाद्या घोड्याला चाबकाने फटकारावे आणि त्याने दौड चालू करावी असे झाले. तो एक मोठ्ठा निर्णायक टप्पा – Turning Point – होता. लोकांना सांगायला लागते की तुमच्यात काहीतरी आहे बरं का!

शालेय शिक्षणानंतर, ते साउथ कॅरोलिनामधल्या क्लेमसन विद्यापीठात दाखल झाले. तिथे त्यांना शेअर बाजाराचा शोध लागला. त्यांनी गुंतवणुकीवरचा एक अभ्यासक्रम निवडला. आणि अंतिम परीक्षेत जाईतोपर्यंत त्यांची सरासरी गुणसंख्या १०६% झाली. तिथल्या प्राध्यापकांनी त्यांना समजावून सांगायचा प्रयत्न केला की त्यांनी त्यांचा प्रमुख विषय संगणक अभियांत्रिकीऐवजी अर्थशास्त्र हा घ्यावा. पाबराय म्हणतात, ''मी त्यांचा तो सल्ला त्या वेळी पूर्णपणे नाकारला. माझा त्या वेळचा दृष्टिकोन होता, की अर्थशास्त्रातील हे सर्व जण मूर्ख असतात. त्यांना काहीही

कळत नाही. आणि हा गुंतवणुकीतला अत्यंत सोपा विषय जो मी घेणार आहे हा अभियांत्रिकीमधल्या अभ्यासक्रमाच्या १/१० कठीण आहे. म्हणून मी अशा क्षेत्रातच जावे का की जिथे फक्त तोटेच होणार आहेत?''

तो अभ्यासक्रम संपल्यावर पाबराय यांनी Tellabs मध्ये नोकरी पत्करली. मग १९९० साली, त्यांनी तंत्रज्ञानातील सल्ला देणारी कंपनी TransTech स्थापन केली. त्यात त्यांनी ७०,००० चे क्रेडिट कार्डद्वारा कर्ज आणि ३०,००० त्यांच्या ४०१(K) मधून घेतले. बहुसंख्य लोकांना त्यांनी पत्करलेला हा धोका पचला नाही, पण त्यांच्यात नेहमीच एक जुगारी वृत्तीचा अंश होता. खरोखरच, आम्ही एकदा संपूर्ण विमान प्रवासभर, एक संपूर्ण रात्र लास वेगासमधील जुगारी अड्ड्यातील ब्लॅक जॅक टेबल्सवरील त्यांच्या साहसाविषयी चर्चा केली. जिथे त्यांनी हट्टाने एक अत्यंत कंटाळवाणी पद्धत जी एकाने विकसित केली होती – ज्याची पीएचडी अर्थशात्रातील होती – वापरली. पाबराय यांचा होरा होता की तिथल्या जुगारातून १ मिलिअन मिळवायचे आणि मग तिथे परत कॅसिनोमध्ये येण्यासाठी बंदी ओढवून घ्यायची. २०२० पर्यंत त्यांनी ३००० डॉलर्स १,५०,०००मध्ये परावर्तित केले आणि त्या छोट्या, गबाळ्या कॅसिनोकडून बंदी ओढवून घेतली.

TransTech भरभराटीला आली. तिथे १६० लोक नोकरीला होते. आणि १९९४ साली पाबराय यांनी १ मिलिअनची बचत केली होती. पहिल्यांदाच त्यांच्याकडे गुंतवणुकीसाठी माया होती. त्या वर्षी त्यांनी पीटर लिंच यांचे One Up on Wall Street हे पुस्तक लंडनच्या हिथ्रो विमानतळावर वेळ घालवण्यासाठी म्हणून विकत घेतले. त्याच्यात त्यानी पहिल्यांदा बफे यांच्याविषयी वाचले. ते हे कळल्यावर आश्चर्यचकित झाले, की बर्कशायर हॅथवेचे प्रमुख कार्यकारी अधिकारी (CEO) यांनी गुंतवणुकीवरील परतावे ३१% दरवर्षी असे ४४ वर्षात दिले आहेत आणि तेही वयाच्या २०व्या वर्षी सुरुवात करून. संयुगाचे (Compounding) आभार मानायला हवे, कारण याचा अर्थ १९५० सालची १ डॉलरची गुंतवणूक १९९४ मध्ये वाढत जाऊन १,४४,५२३ झाली असेल. पाबराय एका तर्कशुद्ध निर्णयाला पोहोचले – बफे काही मठ्ठ नाहीत.

लहान असताना पाबराय यांनी एका भारतीयाविषयीची गोष्ट ऐकली होती ज्याने बुद्धीबळ या खेळाचा शोध लावला अशी वदंता होती. त्याने आपला हा नवा खेळ तिथल्या महाराजांपुढे सादर केला, ज्याने त्याला बक्षीस देऊ केले. त्या खेळाचा शोध लावणाऱ्या माणसाने महाराजांना एकच विनंती केली, त्या खेळातल्या पहिल्या चौकोनात तांदळाचा एक कण, दुसऱ्या चौकोनात दोन कण आणि तिसऱ्यात चार कण या हिशोबाने ६४ चौकोनात जेवढे होतील तेवढे तांदूळ मला द्या. ते महाराज अंकगणितात कच्चे होते, आणि त्यांनी त्याची मागणी मान्य केली. पाबराय म्हणाले, ''तो आकडा १८,४४६,७४४,०७३,७०९,५५१,६१५ दाणे एवढा झाला. आजच्या

हिशोबाने सुमारे ३०० ट्रिलिअन एवढ्या मूल्याचे.'' ही गोष्ट लक्षात ठेवून, पाबराय यांनी तत्क्षणी धागा पकडला की बफे यांनी संयुगांचा खेळ चांगलाच हाताळला आहे. ४४ वर्षांत त्यांनी त्यांचे पैसे १८ वेळा दुप्पट केले आहेत. आणि ते जगातील सर्वांत श्रीमंत व्यक्ती व्हायच्या मार्गावर चांगलेच पुढे गेले आहेत.

यामुळे पाबराय यांचे विचारचक्र चालू झाले. असे केले तर काय होईल- बफे शेअर्स कसे निवडतात हे अभ्यासायचे आणि त्यांच्या विजयाच्या दृष्टिकोनाची चक्क नक्कल करायची? पाबराय ज्याचे वर्णन '३० वर्षांचा खेळ' असे करतात, त्याची सुरुवात ही अशी झाली, आलेले १ मिलिअन १ बिलिअनमध्ये परावर्तित करायचे. ते म्हणतात, ''मला या बाबत पुढे नेणारा चालक मी श्रीमंत व्हावे हा नाही तर तो आहे हा खेळ जिंकायचाच, ही वृत्ती. अगदी असाच चालक बफे यांचाही होता तो म्हणजे आपल्या परिणामांच्या द्वारा दाखवून द्यायचे की मी सर्वोत्कृष्ट केले आणि मी सर्वोत्कृष्ट आहे. कारण मी नियमाप्रमाणे खेळ खेळलो, योग्य आणि प्रामाणिकपणे - आणि मी जिंकलो.''

पाबराय यांचा बिलिनॉयर व्हायच्या आव्हानासंबंधीचा दृष्टिकोन आपल्या सर्वांसाठी एक महत्त्वाचा धडा देऊन जातो. केवळ गुंतवणूकदार म्हणूनच नव्हे तर जीवनाच्या प्रत्येक अंगातही उपयोगी पडेल असा. त्यांनी काही प्रयत्न करून एक नवे चक्र शोधून काढले नाही, जसे समस्या सोडवण्यासाठीचा एखादा गणिती सिद्धान्त मांडून, शेअर बाजारातील किमतीबाबतच्या विसंगतीचा गैरफायदा घेऊन. त्याऐवजी त्यांनी या खेळातील एक कसबी खेळाडू निवडला, तो इतका यशस्वी का आहे याचे विश्लेषण केले आणि मग त्याच्या दृष्टिकोनाची राजनैतिक पद्धतीने तपशीलवार लक्ष घालून नक्कल केली. पाबराय यांची यासाठीची संज्ञा आहे नक्कल करणे (Cloning). आपण त्याला नमुना किंवा प्रतिकृती करणे (Modelling), आवाज काढण्याची कला (Mimicry) किंवा प्रतिकृती करणे (Replication) असेही म्हणू शकतो. पण संज्ञा काय आहे हे महत्त्वाचे नाही. हे एक लोकांकरिता असे तंत्र आहे, जे जिंकण्याची काळजी अधिक घेते, न की केवळ सन्माननीय किंवा उच्चभ्रू भासावेत असे.

बफे आणि नंतर त्यांचे बहुआयामी भागीदार चार्ली मुंगेर यांची नक्कल करून, पाबराय हे आपल्या काळातील एक आघाडीचे गुंतवणूकदार बनले आहेत. २००० ते २०१८ या कालावधीत त्यांच्या प्रमुख हेज फंडाचे परतावे प्रचंड असे १,२०४% होते त्याविरुद्ध SP ५०० इंडेक्स फंडाचे फक्त १५९% होते. जर तुम्ही १,००,००० पाबराय यांच्याकडे १९९९ मध्ये गुंतवले असते, जेव्हा त्यांनी पैशाचे व्यवस्थापन चालू केले तर ते ३१ मार्च २०१८ पर्यंत १८,२६,५०० इतके वाढले असते (फी आणि खर्च वजा जाता).

(यात हे गृहीत धरले आहे की तुम्ही गुंतवणूक त्यांच्या मूळच्या कंपनीत (पाबराय इन्व्हेस्टमेंट फ़ंड १) ती जेव्हा १९९९ साली चालू झाली तेव्हा केली

आणि ती ३१ मार्च २०१८ पर्यंत कायम ठेवली. पाबराय यांनी त्यांच्या सुरुवातीच्या गुंतवणूकदारांना हमी दिली होती की ते त्यांचे सर्व पैसे भरून देतील जर त्यांनी दिलेले पैसे बुडाले तर. हे जाणून की अशी हमी कठीण असते पण त्यांची हमी उदारता दर्शवते. पाबराय यांनी तो फंड बंद करून, तो पाबराय इन्व्हेस्टमेंट फंड २ मध्ये २००२ साली विलीन केला. याची नोंद घेणे योग्य होईल की त्यांचे परतावे हे अधिकतर अस्थिर होते. उदाहरणार्थ, त्यांना २०२०च्या पहिल्या सहामाहीत १५.१% तोटा झाला. त्यामुळे त्यांचा फंड सुरुवातीपेक्षा ६७१.३% वर होता SP ५००च्या २१८.४%च्या तुलनेत. त्यांचा एक फायदा असा आहे की अशा धैर्य खचवणाऱ्या गोष्टींची त्यांना चिंता नसते.)

तरीही पाबराय यांचे गुंतवणूकदार आणि परोपकारी व्यक्ती म्हणून मिळालेले यश हे पूर्णतः हुशारीच्या कल्पनांवर आधारित असते ज्या ते इतरांकडून उसन्या घेतात. ते म्हणतात, ''मी निर्लज्ज नक्कल करणारा आहे. माझ्या आयुष्यातील प्रत्येक गोष्ट ही नक्कल आहे. माझ्याकडे कोणत्याही मूलभूत कल्पना नाहीत.'' जाणूनबुजून, पद्धतशीरपणे आणि दुर्दम्य आनंदाने, त्यांनी बफे, मुंगेर आणि इतरांच्या मनाच्या खाणीतून भरपूर काढून घेतले आहे. फक्त गुंतवणुकीच्या शहाणपणासाठीच नव्हे तर त्यांचे ज्ञान, व्यवसाय व्यवस्थापन कसे करावे, चुका कशा टाळाव्यात, आपली उद्योगाची खूण (Brand) कशी बांधावी, पैसे कसे द्यावेत, परस्पर संबंधाविषयी पुढाकार काय आणि कसा असावा, वेळेची बांधणी कशी करावी आणि आनंदी जीवन कसे फुलवावे अशा सर्वांगीण दृष्टिकोनातून.

पाबराय यांची नक्कल करण्याविषयीची बांधिलकी अनेक प्रक्षोभक प्रश्न उभे करते. अस्सलपणाचे मूल्य अवास्तव असते का? नवनिर्मितीसाठी धडपड करण्याऐवजी, आपल्यापैकी बहुसंख्य जणांनी इतर हुशार आणि तल्लख लोकांनी जे आधीच करून ठेवले आहे त्याचीच नक्कल करावी का? जर नक्कल हे यशासाठीचे यशस्वी धोरण असेल, तर मग इतर अनेक ते का वापरत नाहीत? आणि त्यापासून आपल्याला कसा फायदा होईल जर त्याबरोबरच आपण आपल्याशीच सत्याने वागणार असू?

गेली सात वर्षे मी पाबराय यांच्या बरोबर मोठ्ठाच वेळ घालवला आहे. मी त्यांच्या बरोबर अनेक प्रवासांत ओमाहा इथे बर्कशायरच्या वार्षिक बैठकीसाठी गेलो आहे. मी कॅलिफोर्नियामधल्या त्यांच्या कार्यालयात त्यांची मुलाखत घेतली आहे. आम्ही भारतात पाच दिवस एकत्र प्रवास केला आहे, अगदी रात्री रेल्वेने कोटा ते मुंबई प्रवासात बंक बेडही विभागून घेतला आहे. आणि आम्ही एकत्र भरपूर वेळा अन्न भक्षण केले आहे, स्थानिक कोरियन Barbeque रेस्टोरंटपासून ते जयपूरमधील रस्त्याच्या कडेच्या टपरीत.

या सर्व वाटचालीत, मी त्याच्याकडे असलेल्या प्रचंड ऊर्जेचे कौतुक करण्याच्या मनःस्थितीत आलो आहे जी आहे रिव्हर्स इंजिनिअरिंग, प्रतिकृती

करणे आणि लोकांच्या यशस्वी धोरणांत सुधारणा करणे वगैरेतली. पाबराय, माझ्या पाहण्यात आलेले सर्वांत उत्साही नक्कल करणारे आहेत, त्यांनी विनियोगाची कला इतक्या टोकाला नेऊन ठेवली आहे की विरोधाभास म्हणून म्हटले तर ती अगदी मूळचीच वाटते. खरं पाहिले तर या पुस्तकाचे खरे उद्दिष्ट आहे की मी ज्याला म्हणेन नक्कल करण्यायोग्य कल्पना उजेडात आणणे.

## गुंतवणुकीचे कायदे

जेव्हा पाबराय त्यांना मोहित करणारा एखादा विषय शोधतात, तेव्हा ते त्याच्यावर जणू तुटून पडतात. बफेंच्या बाबतीत, उपलब्ध साधनसामग्री अमर्यादित होती. त्यात अनेक दशकांची बर्कशायरच्या शेअर होल्डर्सना लिहिलेली पत्रे होती, लाभदायक संदर्भ पुस्तके जसे रॉजर लोवेनस्टाईन यांचे Buffet : The Making Of An American Capitalist . पाबराय यांनी जणू यांचा फडशा पाडला. त्यांनी दरवर्षी जणू ओमाहाची वारी – बर्कशायरच्या वार्षिक सभेसाठीची – करायचा चंगच बांधला, तसे त्यांनी सातत्याने २० वर्षे केले. अखेरीस पाबराय यांनी वॉरेन बफे यांच्या बरोबर वैयक्तिक नाते विकसित केले. बफेंच्या मार्फत चार्ली मुंगेर यांच्याशीही त्यांचे मित्रत्वाचे नाते निर्माण झाले. ते त्यांना त्यांच्या लॉस एंजेलिसमधील घरी भोजनासाठी आणि ब्रिजच्या खेळासाठी तिथल्या क्लबमध्ये बोलावतात. पण सुरुवातीच्या काळात पाबराय यांचे ज्ञान मूलतः वाचनातून वाढत गेले. आणि जसजसे ते अधिकाधिक वाचत गेले, तसतसे त्यांची पक्की खात्री पटली की बफे यांनी मुंगेर यांच्या मदतीने गुंतवणुकीचे कायदे घालून दिले आहेत आणि ते पदार्थ विज्ञान शास्त्राच्या अनेक नियमांप्रमाणे मूलभूत आहेत.

बफे यांची गुंतवणुकीची पद्धत ही इतकी साधी आणि इतकी ताकदवान वाटली की पाबराय यांनी गुंतवणुकीचा तोच एकुलता एक मार्ग आहे असे विचारात घेतले. पण जेव्हा त्यांनी पैशाचे व्यवस्थापन करणाऱ्या इतर महाभागांचा अभ्यास केला तेव्हा त्यांना आश्चर्य वाटले की त्यातील बहुतेक कोणीही बफे यांच्या गुंतवणुकीच्या कायद्यांचे पालन केलेले नव्हते. हे म्हणजे पदार्थ विज्ञान शास्त्राच्या तज्ज्ञांना भेटावे, पण त्यापैकी कोणीही गुरुत्वाकर्षणाच्या तत्त्वावर विश्वास ठेवणारे नव्हते. पण तुम्ही त्याच्यावर विश्वास ठेवा वा ठेवू नका, गुरुत्वाकर्षण तुम्हाला खाली ओढणारच. तसे.

पाबराय यांना हे स्पष्ट कळाले की बहुतेक फंड मॅनेजर्स हे बरेच प्रकारचे शेअर्स बाळगून असतात, त्यासाठी ते भरपूर पैसे मोजतात आणि त्यांचा व्यापारही ते अनेक वेळा करतात. हे म्यूचुअल फंड्स हजार किंवा दोनशे शेकडा स्थितीत असतात. तुम्ही अशा २०० कंपन्या कशा शोधू शकता की ज्या तुमची गुंतवणूक दुप्पट करून

देऊ शकतील? मग ते काय बाळगून आहेत हे मी पाहिले आणि असे दिसून आले की ते त्यांचा अशा प्रकारचा व्यापार करीत होते की उत्पन्नाच्या ३० पट. मी पाहिले की ते सर्व जणू होज पाइपमध्ये अडकलेले होते.

पाबराय यांनी व्यवस्थापन गुरू टॉम पीटर्स ज्याच्यात दोन स्वयंसेवा गॅस (पेट्रोल) पंपांची – जे रस्त्याच्या परस्पर विरुद्ध बाजूला होते – त्यांची धोक्याची सूचना देणारी गोष्ट दिली आहे. एकाची भरभराट उत्तम दर्जाची सेवा दिल्याने होत होती जसे गाड्यांच्या काचा मोफत स्वच्छ करून देणे वगैरे. दुसरा फक्त किमान आवश्यक तेवढेच काम करीत होता. मग काय होते? ग्राहक निश्चितच अधिक चांगली सेवा देणाऱ्याकडे वळतात. या त्या दुसऱ्या पंपाच्या चुकीचे पाबराय यांना आश्चर्य वाटले. कारण चांगल्याची नक्कल करून आपला धंदा टिकवणे यापेक्षा सोपे त्या दुसऱ्या पंपाच्या व्यवस्थापनाला काही नव्हते.

पाबराय म्हणतात, ''काही वेळा माणसांच्या DNA मध्येच एखादा घोटाळा असतो ज्यामुळे तो सहजगत्या दुसऱ्यांच्या चांगल्या कल्पना घेण्यापासून माणसांना परावृत्त करतो. मी फार पूर्वी काय शिकलो असेन तर तुमच्या उद्योग-व्यवसायाच्या आतल्या आणि बाहेरच्या जगाचे निरीक्षण करीत राहिले पाहिजे आणि जर कोणी तुमच्यापेक्षा काही चांगले करीत असेल तर ते दत्तक घ्यायला स्वत:ला भाग पाडले पाहिजे. हे अगदी सहज साध्य वाटते, अगदी विशेष काही नाही असे.'' पण या एका सवयीने पाबराय यांच्या यशात निर्णायक भूमिका बजावली आहे.

म्हणून एखादा शिष्यच असावा अशा आवेशाने पाबराय यांनी बांधिलकी घेतली ती वॉरन बफे यांनी ''तू असे करायलाच हवे,'' असे सांगितल्यासारखी. अशा पद्धतीने जर बफे यांना प्रतिवर्ष सरासरी ३१% परतावा मिळत असेल तर आपल्याला सरासरी २६% मिळवणे तितकेसे कठीण नाही, या दराने त्यांचे १ मिलिअन दर तीन वर्षांनी दुप्पट होतील आणि तीस वर्षांत १ बिलिअन होतील. या संयुग उद्दिष्टाची आठवण करून देण्यासारखे म्हणजे त्याच्या व्यवसायाच्या परवाना (लायसेन्स) पाटीवर लिहिले आहे, "COMLB 26.' जरी ते एका मैलाने चुकले तरी त्यांना योग्य झाले असे वाटते. उलट जर त्यांनी प्रतिवर्ष १६% या दराने प्राप्ती केली तरी त्याचे १ मिलिअन ३० वर्षांत ८५.८५ मिलिअन होतील. संयुग किंवा मिश्रणाचे वैभव हे असे असते.

अर्थात त्यांना कोणत्याही आधुनिक स्कूल जसे व्हार्टन किंवा कोलंबिया इथून MBA पदवी प्राप्त नाही. किंवा अधिकृत आर्थिक विश्लेषक म्हणून परवानाही नाही, किंवा वॉल स्ट्रीटवरचा काही अनुभवही नाही. पण पाबराय, जे त्यांचे संपूर्ण जीवन म्हणजे एक सामना समजतात, त्यांनी अपेक्षा केली की त्यांनी स्वीकारलेल्या वॉरन बफे यांच्या कार्यपद्धतीचा कठोरपणे स्वीकार केल्यामुळे त्यांना ज्या मूर्खांनी ओमाहाच्या महागुरूंचे – बफे यांचे – अनुकरण न करण्याचे काम केले त्यांच्यापेक्षा

निश्चितच काही वरचढ काम आणि उपलब्धी मिळवत्या आल्या. पाबराय म्हणतात, "मला असा सामना खेळायचा असतो जो मला माहीत आहे की मी जिंकेन. मग तुम्ही तो कसा जिंकता? त्यासाठी तुम्हाला त्या खेळाच्या नियमाप्रमाणे तो खेळायला हवा. आणि यातली चांगली बातमी ही आहे की ज्यांच्या विरुद्ध मी तो खेळतोय त्यांना त्यातली काही माहीती नसते."

पाबराय पाहतात तसे, बफे यांचा समभाग निवडीबाबतचा रोख हा तीन मूलभूत संकल्पनांवर वाढत गेला. त्या त्यांनी बेंजामिन ग्राहम मूल्य गुंतवणूक (Value Investing ) चे संरक्षक, ज्यांनी बफे यांना कोलंबिया मध्ये शिकवले आणि नंतर त्यांना कामावर घेतले.

पहिले, जेव्हा जेव्हा तुम्ही समभाग विकत घेता, तेव्हा तेव्हा तुम्ही चालू व्यवसायाचा काही भाग विकत घेता आणि तोही केवळ कागदाचा एक तुकडा - जो सट्टेबाज केवळ व्यापारासाठी वापरतात - म्हणून नव्हे तर त्याचे अंतर्निहित मूल्य घेता.

दुसरे, ग्राहम बाजाराकडे मतदानाचे यंत्र म्हणून पाहतात, न की वजन मापण्याचे यंत्र म्हणून, याचा अर्थ समभागांच्या किमती व्यवसायाचे खरे मूल्य परावर्तित करण्यात नेहमीच अपयशी ठरतात. 'इंटेलिजंट इन्व्हेस्टर' या आपल्या पुस्तकात (१९४९साली प्रसिद्ध झालेल्या या पुस्तकाबाबत बफे म्हणतात, "गुंतवणुकांबाबत आजपर्यंत लिहिल्या गेलेल्या पुस्तकातील सर्वोत्कृष्ट पुस्तक." आपण याच्या लेखकाला सविस्तर चौथ्या प्रकरणात भेटणार आहोत.) ग्राहम लिहितात तसे समभाग बाजाराकडे एक उन्मत्त-नैराश्यग्रस्त म्हणून पाहिले पाहिजे जो आपला उत्साह आणि भीती आपल्या बरोबर घेऊन पळून जात असतो.

तिसरे, तुम्ही समभाग तेव्हाच विकत घेतले पाहिजेत जेव्हा ते तुमच्या पुराणमतवादी अंदाजापेक्षा अगदी कमी किमतीला विक्रीसाठी उपलब्ध आहेत. कंपनीचे आंतरिक मूल्य आणि तिच्या समभागांचे मूल्य यांतील फरक ज्याला ग्राहम सुरक्षिततेची मर्यादा (Margin of safety ) संबोधतात, दर्शवतो.

पण व्यवहारात या सर्वांचा अर्थ काय होतो? ग्राहमची दूरदृष्टी की शेअर बाजार हा तर्कहीन स्वभावलहरींच्या आहारी जायची शक्यता असते, याचे गहन परिणाम संभवतात. बफे किंवा मुंगेर यांच्यासारख्या दिग्गज गुंतवणूकदारांना या खेळातील सार हेच समजते की अशा मूर्खपणापासून दूर रहावे आणि ज्याला मुंगेर चुकीच्या किमतीचा जुगार म्हणतात त्याची शांतपणे वाट पाहत बसावे. तसे, तुम्ही प्रत्येक वेळेला झुकले पाहिजे असे नाही, तुम्ही तुमची योग्य वेळ येण्याची वाट पाहायला हवी. समस्या ही असते की तुम्ही जेव्हा पैशाचे व्यवस्थापक असता तेव्हा घाईगडबडीने काही करायला खास बक्षिसे नसतात. उलट गुंतवणूक म्हणजे वाट पाहत बसण्याचा प्रकार असतो तोपर्यंत, जोपर्यंत पैसे कमावणे हे पैसे गमावण्यापेक्षा

अधिक फायद्याचे ठरते. बफे म्हणतात, ''तुमचे चाहते तुमच्यावर दबाव आणतात, 'झोके घ्या, झोके घ्या.'''

अशा घोळक्यांकडे शांतपणे दुर्लक्ष करीत बफे आपला अंगठा दीर्घ काळ खाली ठेवू शकतात. उदाहरणार्थ, १९७० ते १९७२च्या दरम्यान त्यांनी काहीही समभाग खरेदी केले नाहीत जेव्हा आनंदी गुंतवणूकदारांनी समभागांच्या किमती वेड्यासारखा मूल्यांच्या केल्या होत्या. मग १९७३मध्ये जेव्हा बाजार गडगडला, तेव्हा बफेंनी वॉशिंग्टन पोस्ट या वृत्तपत्र समूहामध्ये मोठी गुंतवणूक केली. ती त्यांनी चार दशके टिकवून ठेवली. त्यांच्या एका उत्तम लेखात – ग्रॅहम आणि दोड्डविल्ले यांचे अत्युत्तम गुंतवणूकदार – बफे यांनी बाजाराने कंपनीचे मूल्य ८३ मिलिअन केले होते जेव्हा तिची संपत्ती कोणाही खरेदीदाराला ४०० मिलिअनच्या वर विकू शकला असता. तुम्ही ८३ मिलिअन किमतीचा व्यवसाय ८० मिलिअनला विकत घेऊ शकत नाही. तुम्ही पुरेशी सीमारेषा आखता. जसे एखादा पूल बांधताना त्याची आखणी तो ३०,००० पाउंड वजन पेलू शकेल अशी करतात पण प्रत्यक्षात त्यावरून सरासरी १०,००० पाउंड वजनाचीच वाहने जात असतात. गुंतवणुकीत हेच तत्त्व पाळले जाते.

आपल्या अत्यंत कृतिशील जगात, या संथ आणि विवेकी धोरणाचे श्रेष्ठत्व फार थोडे लोक जाणतात. कारण त्याकरिता क्वचित घडणारी पण निर्णय घेऊ शकणारी कृती आवश्यक असते. चार्ली मुंगेर, नव्वदी पार केलेले, ज्यांना पाबराय, त्यांना भेटलेला सर्वांत हुशार मानव समजतात, या दृष्टिकोनाचे प्रतिनिधित्व करतात. मुंगेर यांनी एकदा असे पाहिले की, तुम्ही नदीच्या काठी हातात भाला घेतलेल्या स्थितीत उभ्या असलेल्या माणसाला पाहिले असेल. बहुतेक वेळा तो स्तब्ध उभा असतो. जेव्हा एखादा साल्मन मासा दिसतो त्या वेळी तो त्यावर अचूक भाला मारतो आणि त्याला पकडतो. मग तो परत जातो ते काही न करण्याकरिता. पुढचा तसा मासा मारण्यासाठी त्याला कधीकधी सहा महिनेही वाट पाहावी लागते.

काही आर्थिक व्यवस्थापक त्या पद्धतीने काम करतात. पाबराय म्हणतात की त्याऐवजी ते अनेक ठिकाणी डाव लावतात, छोटे छोटे आणि पुनःपुन्हा. अडचण ही असते की पाबराय अशांचे समर्थन करता येईल अशा अपूर्व संधी तितक्या जलद किंवा सातत्याने घडणाऱ्या नसतात. म्हणून पाबराय यांना त्यांचे दोन आदर्श आवडतात, जे योग्य असा साल्मन मासा येण्याची वाट पाहत बसणे पसंत करतात. आयर्विनमधल्या त्यांच्या कार्यालयात चर्चा करताना ते म्हणाले, ''गुंतवणुकीतले पहिले कौशल्य असते धीर असणे – कमालीचा धीर.'' जेव्हा २००८ मध्ये शेअर बाजार गडगडला तेव्हा त्यांनी २ महिन्यांत १० गुंतवणुका केल्या. इतर सर्वसाधारण काळात २००१ मध्ये त्यांनी केवळ दोन कंपन्यांचे शेअर्स घेतले, २०१२मध्ये तीन आणि २०१३मध्ये शून्य.

२०१८मध्ये पाबराय यांच्या ऑफ शोअर हेज फंड ने यूएसमधील कोणतेही शेअर्स धारण केले नव्हते कारण त्यांना कोणतेही तसे स्वस्त सापडले नाहीत. याचा एक क्षणभर विचार करा. यूएसच्या शेअर बाजारात नोंदणीकृत ३,७०० कंपन्यांपैकी पाबराय यांना एकही करता येईल असा अटळ सौदा सापडला नाही. यूएसमधील शेअर्स ज्यांचे मूल्य अधिक होते, त्यांच्याऐवजी त्यांनी आपला मासे पकडण्याचा भाला भारत, चीन आणि दक्षिण कोरियाकडे वळवला. मुंगेर यांना नेहमी सांगायला आवडतात असे मासेमारीमधील दोन नियम असे आहेत–

१. जिथे मासे आहेत तिथे मासेमारी करा.
२. पहिला नियम विसरू नका.

बफे, मुंगेर आणि पाबराय हेच फक्त टोकाचा धीर आणि टोकाची निवडीबाबत चिकित्सा हे धोरण राबवणारे नाहीत. अशा नामवंत लोकांच्यात तेवढेच नाहीत तर महान गुंतवणूकदार जसे फ्रान्सिस चाऊ, कॅनडातील सर्वांत नामवंत फंड व्यवस्थापकांपैकी एक, हेही आहेत. मी त्यांची पहिल्यांदा २०१४ मध्ये मुलाखत घेतली तव्हा चाऊ यांची ३०% संपत्ती रोख रकमेत होती. आणि कित्येक वर्षांत त्यांनी महत्त्वाची किंवा उल्लेखनीय अशी काही गुंतवणूक काही वर्षांत केलेली नव्हती. त्यांनी मला सांगितले की, जेव्हा खास विकत घ्यावे असे काही नसते किंवा दिसत नाही, तव्हा तुम्ही अत्यंत काळजीपूर्वक आणि सावधरीत्या राहिले पाहिजे. तुम्ही या बाबत काही दबाव टाकू शकत नाही. तुम्ही फक्त धीर धरायला हवा. आणि मग सौदे तुमच्याकडे येतील. त्यांनी सावधगिरीची सूचनाही केली, जर तुम्हाला सर्व काळ समभाग बाजारात भाग घ्यायचा असेल तर हा बुडवाबुडवीचा खेळ आहे आणि त्यात तुम्ही हरणार आहात.

खरेदी न करता ते किती काळ थांबू शकतील? चाऊंनी उत्तर दिले, ‘‘ओह, मी १० वर्षे किंवा त्याहून अधिक काळ सुद्धा थांबेन.’’ मधल्या काळात ते शेअर्सचा अभ्यास करतात, जसे काही विकत घ्यावे एवढे स्वस्त नसतात, नाही तर गोल्फ कोर्सवर खेळायला जातात, किंवा दररोज २०० ते ४०० पाने वाचन करतात. बाजारातील दैनंदिन व्यवहाराच्या नाटकापासून मानसिकदृष्ट्या दूर राहण्यासाठी ते एक तंत्र वापरतात. ते म्हणजे आपण त्रयस्थाच्या भूमिकेत आहोत असे ते समजतात न की थेट पहिला माणूस असण्यासारखे.

चाऊ यांच्याप्रमाणेच पाबराय यांनीही आपली म्हणून जीवनशैली निर्माण केली आहे. ते कोणतीही बैठक ठरवत नाहीत, जी त्यांच्या नायकासारख्या सक्रिय नसलेल्या गुंतवणुकीच्या धोरणाला आधार देते, मी जेव्हा त्यांच्या आयर्विनमधल्या कार्यालयाला भेट दिली, तेव्हा ते अर्ध्या चड्डीत होते, त्यांनी अर्ध्या बाह्यांचा शर्ट घातला होता, आणि पायात मऊ तळव्यांचे बूट. ते एखाद्या घोडेस्वारीला सज्ज

अशा जॉकी सारखे दिसत नव्हते तर समुद्रकिनाऱ्यावर आरामात सुट्टी घालवायला आलेल्या निवांत व्यक्तीसारखे दिसत होते. बफेंची नक्कल करत, ज्यांनी त्यांना स्वत:ची एक कोरी पाने असलेली काळ्या रंगाची नोंदवही–डायरी– दाखवली होती, तसेच पाबराय स्वत:च्या दैनंदिनीची पाने कोरी ठेवतात, आणि बहुतेक वेळ वाचन करण्यात किंवा कंपन्यांचा अभ्यास करण्यात घालवतात. कार्यालयीन सर्वसाधारण दिवशी, ते कोणतीही बैठक ठरवत नाहीत, आणि त्यांचे येणारे जाणारे फोन्स शून्य असतात. त्यांच्या आवडीचे वाचन आहे ते ब्लाईस पास्कल या तत्त्वज्ञाचे. 'मानवतेच्या ज्या काही सर्व समस्या आहेत त्या मानवाच्या एका खोलीत एकांतात शांतपणाने बसून राहण्याची असमर्थतता असण्यामुळे निर्माण झालेल्या असतात.'

पाबराय सांगतात, ''एक आव्हान आहे ते म्हणजे दळणासाठी मोठ्या आकाराच्या मोटर्स काही कृती त्यातून निर्माण झाल्याशिवाय उपयोगाच्या नसतात.'' त्यांचा विचार आहे की बर्कशायर हॅथवेच्या शेअर होल्डर्सचा भरपूर फायदा झाला आहे तो बफे यांच्या ऑनलाइन ब्रिज खेळण्याच्या आवडीमुळे. कारण अशा प्रकारे त्यांचे मानसिक लक्ष अन्य कामात गुंतल्याने त्यांच्या सतत क्रिया करण्याच्या नैसर्गिक सवयीला थोडा आळा बसतो. पाबरायसुद्धा ऑनलाइन ब्रिज खेळतात. आणि आपली ऊर्जा दुचाकीवरून चक्कर मारून किंवा त्यांच्या आवडीच्या रॅकेटबॉलचा खेळ खेळण्यात घालवतात. जेव्हा खरेदी करण्यासारखे काही नसते आणि विकण्यासाठी कारणही नसते तेव्हा ते त्यांच्या सेवाभावी फाउंडेशनकडेही लक्ष देऊ शकतात. ते म्हणतात की यामुळे त्यांचे गुंतवणुकीचे काम करणारे अधिकारी केवळ एक व्यक्ती असतात. ते म्हणतात, ''जेव्हा तुमच्याकडे काम करणारा चमू असतो, त्यांना काही कृती करावीशी वाटते, काम करावेसे वाटते, आणि मग तुम्ही त्यात बंदिस्त होता. बहुतेक क्षेत्रात काम करण्याची भूक ही सत्यता असते. पण १९९८ च्या बर्कशायरच्या शेअर होल्डर्सच्या बैठकीत बफे यांनी सांगितले तसे, आपल्याला काही कार्य करण्यासाठी पैसे दिले जात नाहीत, फक्त नेहमी तुम्ही बरोबर असावे आणि वागावे यासाठी दिले जातात.''

पाबराय हे काही दुर्दैवी कालखंडामुळे तसे एकाकी आहेत. ते जणू याकरता तयार झाले होते आणि तेही शिस्त लावून की त्यांनी एकट्याने खोलीत बसावे आणि अधूनमधून काही चुकीचे किंमत असलेले शेअर्स विकत घ्यावेत. पूर्वी जेव्हा ते एक तंत्रज्ञानविषयक कंपनी चालवत होते, तेव्हा त्यांनी दोन मानसशास्त्रज्ञांना स्वत:ची जडणघडण करण्यासाठी नेमले होते. त्यांनी असे प्रकट केले की मोठ्या आकाराच्या अधिकारी किंवा कर्मचाऱ्यांना हाताळण्यास ते साजेसे नाहीत. ते म्हणतात, ''मी असा कुणाला घडवणारा नेता नाही की ज्याच्याकडे मूठभर लोक असतील आणि मी त्यांना घडवावे, त्यांचे बेबीसिटिंग करावे आणि असेच अन्य काही फालतू. गुंतवणूक हा बुद्धिबळाचा तीन डायमेन्शन्स असलेला खेळ आहे ज्यात निर्णय सर्वतः त्याच्यावर अवलंबून असतो.''

## जवळजवळ प्रत्येक गोष्टीला नाही म्हणा.

पाबराय यांनी पहिले शेअर्स विकत घेतले होते ते १९९५ साली एका लहान भारतीय कंपनीचे – सत्यम कॉम्प्युटर सर्व्हिसेस – चे. त्यांना हा व्यवसाय माहीत होता कारण त्यांनी तत्सम उद्योगात काम केले होते आणि शेअर्सही चांगलेच स्वस्त होते. पाबराय यांनी आश्चर्यचकित होऊन ५ वर्षांत त्याचे भाव १४० टक्क्यांनी चांगलेच वधारलेले पाहिले.त्यांनी ते २००० साली विकले आणि त्यातून १.५ मिलिअन खिशात घातले. १९९०च्या दशकाच्या शेवटी तंत्रज्ञानातील बुडबुडा फुटला आणि बहुतेक शेअर्स ८० टक्क्यांनी घसरले. त्यांच्या या चांगल्या नशिबाने पाबराय सुखावले आणि काहीसे आश्चर्यातही पडले. त्यांनी आपल्याला फॉरेस्ट गुम्पसारखे भाग्यवान समजले ज्यांनी ॲपल कॉम्प्युटरमध्ये चांगलीच कमाई केली होती.

पाबराय यांनी नशीब आणि हुशारी यांच्या जोडणीतून आपले १ मिलिअन ५ पेक्षाही कमी वर्षांत १० मिलियनमध्ये वाढवले. त्यांना माहीत होते की त्यांनी अजून अधिक शिकायला हवे. त्यांनी बफेंना लिहिले आणि त्यांच्याकडे काम करण्याची तयारी दाखवली आणि तीही फुकट, काही मेहनताना न घेता. बफेंनी उत्तर दिले, ''मी माझ्या वेळेचा जास्तीतजास्त कसा उपयोग करून घेता येईल याविषयी भरपूर विचार करण्यास वेळ दिला आहे. आणि मी स्वतः एकट्याने आपले आपण काम केल्यास ते उत्तम होईल अशा निर्णयाप्रत आलो आहे.'' मग पाबराय यांनी आपल्या दुसऱ्या आखणीचा पाठपुरावा केला. त्यांच्या अनेक मित्रांना त्यांनी दिलेल्या शेअर्ससंबंधीच्या टिपणीमुळे फायदा झाला होता आणि म्हणून त्यांच्या पैशाचे व्यवस्थापन पाबराय यांनी करावे अशी त्यांची इच्छा होती. म्हणून १९९९मध्ये त्यांनी गुंतवणुकीतील भागीदारी सुरू केली, त्यात त्यांनी ८ जणांकडून ८,००,००० घेतले आणि त्यात स्वतःचे १,००,००० घालून ९,००,००० ची जुळणी केली. सुमारे १ वर्षानंतर त्यांनी त्यांची तंत्रज्ञातील सल्ला देणारी कंपनी TransTech ६,००,००० ला विकून टाकली. त्यामुळे त्यांना केवळ गुंतवणुकीच्या क्षेत्रावर अधिक लक्ष केंद्रित करता येणार होते.

१९५६पासून १९६९ पर्यंत बफे यांनी गुंतवणुकीतील भागीदारी सांभाळली होती आणि तीही नेत्रदीपक यश मिळवून. मग पाबराय यांनी नैसर्गिकरीत्या करता येण्यासारखे होते तेच केले. त्यांनी बफे यांच्या भागीदारी प्रारूपाची हुबेहूब नक्कल केली. (Cloning)उदाहरणार्थ, बफे यांनी वार्षिक व्यवस्थापन फी कधी आकारली नव्हती. पण वार्षिक कामगिरी फी (performance Fee) नफ्याच्या २५%, वार्षिक ६% अडथळ्यांचा विचार करून उरलेल्या परताव्याच्या रकमेतील. जर त्यांना परतावे ६% किंवा त्याहून कमी आले तर त्यांना काही मिळायचे नाही. पण जास्त परताव्यावरील रक्कम बरीच असायची आणि त्यातून त्यांचे उत्पन्नही. पाबराय यांनी

हेच प्रारूप स्वीकारले. त्यांनी त्याचे कारण सांगितले की अशा प्रकारच्या स्वारस्याची जुळणी करून आलेले उत्पन्न हे व्यवसाय करण्याचा सन्माननीय मार्ग ठरतो. *

(*बहुतेक हेज फंड्स २% व्यवस्थापन फी आणि नफ्याच्या २०% वसूल करतात. या रचनेला पाबराय ''छाप आला तर मी जिंकलो, काटा आला तर तू हरला,'' असे म्हणतात. जर अशा निधी किंवा फंडातून १०% परतावा मिळणार असेल तर त्यांच्या शेअर होल्डर्सना मिळाणारे पैसे ६.४ %च मिळतात. या मोठ्या खर्चाच्या बाजू हेज फंड गुंतणूकदारांत लांब पल्ल्यात अंतर निर्माण करणारे ठरतात. याच्या विरुद्ध जर पाबराय जर १०% परतावा मिळवत असतील तर त्यांच्या शेअर होल्डर्सना त्यातले ९% मिळतात. २००८-९च्या आर्थिक आणीबाणीच्या काळात त्यांनी कित्येक वर्षे काही फी घेतली नाही. त्या वेळी ते मला म्हणाले, ''मी हल्ली ताजी हवा, पाणी आणि शेंगदाण्यावर जगतोय. मी आता मटन आणि करीकरता तयार आहे.'' ही मेजवानी २०१७मध्ये आली. जेव्हा त्याच्या आघाडीच्या फंडातून ९२.२% परतावा मिळाला. आणि त्यांना कामगिरी फी ४० मिलिअनहून अधिक मिळाली.)

जसे घडतंय तसे, बफे यांनी हे फीचे प्रारूप त्यांचे गुरू ग्राहम यांच्याकडून शिकून घेतले होते आणि ग्राहम यांनी ते १९२०च्या दशकात वापरले होते. नक्कल (क्लोनिंग) करायच्या बाबतीत बफे काही अनोळखी नव्हते. त्यांनी सांगितले होते की मूलतः जर तुम्ही इतर लोकांकडून काही शिकलात तर तुम्हाला स्वतःच्या अनेक कल्पना लढवायचे कारण पडत नाही. (डोके खाजवायला लागत नाही आणि डोक्याला त्रास द्यायलाही.) तुम्ही जे पाहता त्यातले सर्वोत्तम आपल्या कामात वापरा. यातील आव्हानाचा एक भाग असतो तो म्हणजे सर्वोत्तम आणि समजण्यायोग्य काय ते ठरवणे आणि बाकीचे सोडून देणे, आंधळेपणाने सर्व काही नक्कल करण्यापेक्षा. उदाहरणार्थ ग्राहम हे गुंतवणुकीतील विविधीकरणावर (Diversification) कमालीचा विश्वास ठेवणारे होते. याउलट बफे श्रीमंत झाले ते लहान आकाराच्या, कमी मूल्यमापन असणाऱ्या समभागावर लक्ष केंद्रित करून. हा एक महत्त्वाचा मुद्दा आहे. बफेंनी मुक्तपणे पैसे उसने घेतले आणि त्यांनी ग्राहमच्या कार्यपद्धती आपल्या स्वतःच्या प्राथमिकतेला योग्य होतील अशा प्रकारे स्वीकारल्या.

बफेंच्या अशा टिपणीना स्वीकारून, पाबराय यांनी काहीसे निराळे केंद्रित असे आपले खाते (Portfolio) निर्माण केले. त्यांनी अंदाज केला की १० प्रकारचे शेअर्स त्यांना हव्या तशा प्रकारचे विविधीकरण करण्यास उपयुक्त ठरतील. जेव्हा तुम्ही इतक्या कमी प्रकारचे समभाग विभक्त घेत असाल तर तुम्हाला निवडीचे स्वातंत्र्य अधिक मिळते आणि परवडते. पाबराय शेकडो प्रकारच्या शेअर्सवर नजर टाकतात, आणि वेगाने त्यातल्या बहुतेकांना नाकारतात, बहुतेक वेळा एका मिनिटात.* बफेंना अशा प्रकारच्या अतिवेगाच्या चाळणीच्या बाबतीत राजा म्हणता येईल. पाबराय म्हणतात की ते शोधतात ते नकार द्यायला कारण आणि ते सापडल्याबरोबर ते वेगाने

कृती करतात- त्यांच्यावर काट मारण्याची. खरोखरच बफे यांनी सांगितले आहे, यशस्वी लोक आणि खरोखर यशस्वी लोक यातला फरक म्हणजे खरोखर यशस्वी लोक बहुतेक सर्व गोष्टींना नकार देतात.

*(पाबराय गुंतवणुकीच्या कल्पना कुठून मिळवतात? ते त्या उसन्या घेतात, आघाडीच्या गुंतवणूकदारांच्या खात्यांचे विश्लेषण करून जसे वॉरेन बफे, टेड वेचलर, सेठ क्लार्मन आणि डेव्हिड ऐनहॉर्न. पाबराय त्यांच्या ३-४ सर्वोच्च होल्डिंग्स (ज्या दर तिमाहीला इन्व्हेस्टमेंट मॅनेजरच्या १३ F मध्ये दिलेल्या असतात.) आणि त्या त्यांच्या आवडत्या का आहेत हे अजमावण्याचा प्रयत्न करतात. त्यांना हे कळले नाही की वेचलर आणि ऐनहॉर्न यांना गणाराला मोटर्स का आवडली कारण तशी ती सुमार कंपनी होती. ६ आठवड्यांच्या सखोल संशोधनानंतर त्यांना ते कळले. त्यातून त्यांना एक आकर्षक कल्पना वाहन उद्योगातील कंपन्यांचे समभाग घेण्याची विशेषतः फियाट क्रिसलर ची मिळाली.)

बफे यांनी पाबराय यांना अनेक साध्या सोप्या चाळण्या दिल्या त्यामुळे त्यांना कृती करणे सोपे गेले.

पहिली : पाबराय म्हणतात, ''बफे यांची मूलभूत आज्ञा म्हणजे तुम्ही एखाद्या कंपनीत गुंतवणूक करावी जर तुमच्या क्षमतेच्या वर्तुळात बसत असेल तर.'' पाबराय जेव्हा कंपनीचे विश्लेषण करतात, तेव्हा त्यातून सुरुवात हे स्वतःलाच विचारून करतात, की ही खरंच मला जे काही कळत त्यातली आहे का? ते स्वतः ला हे विचारायला ढकलतात की ते त्या क्षमतेच्या वर्तुळाच्या केंद्रबिंदूला आहेत, का कडेजवळ आहेत का अगदी वर्तुळाबाहेर आहेत.

दुसरी : कंपनीने पुरेशी मोठी सूट (Discount) देऊन व्यापार केला पाहिजे. तसे करताना आपल्या सुरक्षिततेसाठी पुरेशी तरतूद करायला हवी. पाबराय यासाठी एखादा एक्सेल स्प्रेडशीट करायच्या भानगडीत पडत नाहीत की ज्यावरून त्यांना भविष्यकाळाचे भाकीत अजमावता येईल. त्यांना अशी गुंतवणूक पाहिजे असती की जी स्वस्त आहे आणि त्यात डोकेदुखी नाही. हे म्हणजे असे म्हणण्यासारखे आहे की १डॉलरची संपत्ती असेल तर ५० सेंट्सपेक्षाही कमी किमतीला ती मिळायला हवी. माझे निकष अगदी साधे असतात. जर एखादी गुंतवणूक थोड्या काळात दुप्पट होणार नसेल जसे २ किंवा ३ वर्षांत, तर मला त्यात स्वारस्य नाही.

तिसरी : मुंगेर यांच्या प्रभावाखाली, बफेंनी हळूहळू अशा शेअर्सकडून, जे केवळ स्वस्त होते, चांगलं व्यवसाय विकत घेण्याकडे जोर दिला. अन्य इतर गोष्टींमध्ये, कंपनीकडे टिकाऊ स्पर्धात्मक फायदा हवा आणि तिचे संचलन प्रामाणिक आणि सक्षम प्रमुख कार्यकारी अधिकाऱ्याकडे (CEO) हवे. मुंगेरनी पाबराय याना निर्देशित केले की ग्राहम हे संख्यात्मकदृष्ट्या स्वस्त शेअर्स घेण्याबाबत ठाम कलाचे होते पण त्यांना उत्तम परतावे GEICO वर मालकी घेतल्यावर मिळाले. त्यांनी

त्यातून पैसे कमावले ते ती स्वस्त होती म्हणून नव्हे. तिने त्यांना पैसे मिळवून दिले कारण तो एक महान उद्योगव्यवसाय होता, असे पाबराय म्हणतात.

चौथी : कंपनीची आर्थिक विवरणे स्पष्ट आणि साधी हवीत. बफे यांनी निरीक्षण केले तसे एकच कारण की एखाद्याला आर्थिक विवरण समजू शकले नसेल तर त्याचे कारण ते तयार करणाऱ्याला, वाचणाऱ्याला ते कळू नये असे वाटत असेल. व्यवसाय आज पैसे कसे निर्माण करतो आणि सर्वसाधारणपणे आगामी येणाऱ्या वर्षांत किती निर्माण करायची शक्यता आहे हे विवरणावरून कळायला हवे. बफे याला फाइलींचा उंच गठ्ठा म्हणतात. पाबराय यांनी एकदा बफेंच्या टेबलावरील उंच पेटीचा फोटो घेतला होता ज्यावर लेबल होते 'फार कठीण' (Too Hard). ते एक दृश्य स्वरूपातले आठवण करून देणारे होते की गुंतागुंतीचे विवरण करणे काही कंपन्यांना आवश्यक वाटते. पाबराय यांनी केवळ याच कारणासाठी एनरॉन आणि वॅलेन्ट फार्मास्युटिकल्स, ज्या कंपन्या नंतर गाळात गेल्या, त्यांना आपल्या विचारातून बाद केले होते.

पाबराय यांच्याकरिता यशस्वी गुंतवणुकीची गुपिते ही आहेत की जे कठीण आहेत त्याला नाकारा. ते आपल्या गुंतवणुकी आपोआपच रशिया, झिंबाब्वेसारख्या देशांकडे वळवतात, जिथे शेअर होल्डर्सच्या हक्कांचा आदर केला जातो. ते सर्व नव्याने सुरू होणारे उद्योगव्यवसाय - स्टार्टअप्स - आणि आयपीओ (Initial Public Offerings) टाळतात. कारण अशांमध्येच त्यांना विक्रीचे अव्वाच्या सवा उंचावलेले आकडे आणि फुगवलेल्या अपेक्षा यात सौदेबाजी करता येत नाही. त्यांनी कधीही आपल्याकडचे शेअर्स, जरी त्यांचे बाजारमूल्य शून्य झाले तरी विकले नाहीत, किंवा त्यांच्या किमती गगनाला भिडल्या तरी. अशा विचित्र परिस्थितीवर पैजा कशाला मारायच्या? असे त्यांचे म्हणणे असते. ते सूक्ष्म अर्थशास्त्राच्या (Macro Economics) गुंतागुंतीकडे दुर्लक्ष करतात. त्याऐवजी ते गंभीर घटक जे विशिष्ट उद्योगव्यवसायात प्रभाव पडू शकतात त्यांच्यात अधिक लक्ष देतात. थोडक्यात, साधेपणा आपले स्वामित्व त्यांच्यावर गाजवतो.

आत्ता आपण पाहिली ती ही मूलभूत तत्त्वे ही अत्यंत भक्कम आहेत आणि त्यांनी पाबराय यांना उत्तम सेवा दिली आहे. पण उल्लेखनीय हे आहे की यापैकी कोणतीही त्यांची मूळ स्वतःची नाहीत. प्रत्येक प्रमुख कल्पना, ज्यावर त्यांनाही आपले व्यावसायिक साम्राज्य उभे केले आहे. ती त्यांनी बफे यांच्याकडून चोरलेली (उचललेली म्हणा) आहेत याला अपवाद त्यांचा, जी त्यांनी चार्ली मुंगेर यांच्याकडून अशीच घेतली आहेत. हे लिहिताना मी थोडा गोंधळलेला आहे, मी असे म्हणायची आशा कशी धरू शकतो की पाबराय यांच्या कोणत्याही नव्या कल्पना किंवा गहन कृती सांगताना त्यांनी त्या कोणा इतर लोकांकडून उचललेल्या आहेत? पण तोच वैशिष्ट्यपूर्ण मुद्दा आहे, त्यांचा स्पर्धात्मक फायदा यात आहे की ते याची काळजी

करीत बसत नाहीत मी किंवा तुम्ही त्याला काय म्हणता किंवा म्हणाल. ते फक्त काय केले असता आपले काम होईल याची चिंता करतात, तेवढेच पाहतात.

## गुरू, त्यांचे शिष्य आणि त्यांचे ६,५०,००० चे माध्यान्ह भोजन

पाबराय यांचा मूलभूत गुंतवणुकीसंबंधीच्या पुढाकाराने एखाद्या स्वप्नासारखे काम केले. जुलै १९९९मध्ये जेव्हा त्यांनी पाबराय फंड्सची मुहूर्तमेढ रोवली, तेव्हा तंत्रज्ञानाचा बुडबुडा फुटायच्या बेतात होता. गुंतवणूकदार होण्याच्या दृष्टीने तो अवघड काळ होता. पुढी ८ वर्षे, सर्वोत्तम काम करणारा यूएस इंडेक्स - दी डाऊ जोन्स इंडस्ट्रीअल ॲव्हरेज - यांनी वार्षिक परतावा ४.६% असेल असे भाकीत केले होते तेव्हा पाबराय यांचा परतावा फी दिल्यानंतरचा २९.४% होता. प्रसिद्धी माध्यमांनी त्यांना सुपर स्टार भावी वॉरेन बफे, इर्विनचे ओरॅकल अशा प्रकारे संबोधले. त्यांची त्यांच्या व्यवस्थापनाखालील संपत्ती ६०० मिलिअनपर्यंत फुगली. ते आठवतात तसे, मी चुकीचे काही करत नव्हतो.

पाबराय यांचे परतावे हे अनेक कमी मूल्यमापन केलेल्या शेअर्स, जे अनिश्चिततेच्या खाईत सापडले होते, त्यावर खेळलेल्या जोखमीमुळे आलेले होते. त्यांनी Embraer या ब्राझीलमधील जेट्स बनवणाऱ्या कंपनीत गुंतवणूक केली, तीही ९/११च्या अतिरेकी हल्ल्यानंतर थोड्याच कालावधीत, जेव्हा अनेक विमान कंपन्यांनी आपल्या विमानांच्या ऑर्डर्स रद्द केल्या होत्या. या अल्पावधीच्या धक्क्यामुळे घाबरलेल्या गुंतवणूकदारांनी दूरवरच्या सत्य परिस्थितीकडे दुर्लक्ष केले होते की Embraer ही त्या वेळीही एक उच्च दर्जाचे उत्पादन करणारी, उत्पादन खर्च कमी असणारी, प्रथम श्रेणीचे व्यवस्थापन असलेली आणि आपल्या ताळेबंदात भरपूर रोकड शिल्लक दर्शवणारी कंपनी होती. पाबराय यांनी प्रतिसमभाग १२, २००१ साली दिले आणि २००५ साली त्यांचे तिथले अखेरचे समभाग ३०ला विकले.

त्याचप्रमाणे २००२ साली त्यांनी स्कॅंडिनेव्हियन शिपिंग फर्म, फ्रंटलाइन लिमिटेड, जेव्हा तेल पुरवठा करणाऱ्या टॅंकर्सच्या किमती कोसळल्या होत्या, तेव्हा त्यांनी गुंतवणूक केली. समभागांची किंमती ५.९० इतक्या कोसळल्या होत्या, पण त्यांनी आकडेमोड केली तशी त्या कंपनीची दिवाळखोरीची किंमत ११ प्रतिशेअर होती. टॅंकर लीजिंगच्या किमती कालावधीनंतर परत वाढणार होत्या. कारण तेल पुरवठ्यावर ताण पडणार होता. मधल्या काळात, फ्रंटलाइन रोकड रकमेची टंचाई काही एकामागून एक टॅंकर्स विकून भागवू शकत होती. Embraer प्रमाणेच अनिश्चिततेमुळे गुंतवणूक दारांत घबराट होती. पण भावी शक्यतांनी घसरणाऱ्या धोक्यांवर मात केली. पाबराय यांनी एक बोधवाक्य निर्माण केले, जे अशा तऱ्हेच्या परिस्थितीचे थोडक्यात वर्णन करणारे होते, 'छाप आला तर मी जिंकेन, काटा आला

तर मी फार काही घालवणार नाही.' (Heads I win,Tails I don't lose much), एका महिन्यातच त्यांनी ५५% परतावा मिळवला.

२००५ साली त्यांनी आणखी एका तशा किरकोळ कंपनीत, विशेष प्रकारच्या स्टीलचे उत्पादन करणाऱ्या IPSCO कंपनीत गुंतवणूक केली. त्या वेळी पाबराय यांनी प्रतिशेअर ४४ दिले, जेव्हा त्या कंपनीच्या हिशोबात १५ प्रतिशेअर जादा रोकड रक्कम होती. त्यांनी असा अंदाज केला की पुढच्या दोन वर्षांत ही कंपनी आणखी १३ प्रतिशेअर जादा रोकड जमा करेल, त्यामुळे एकूण प्रतिशेअर ४१ जादा रोकड जमा होईल. त्या वेळी शेअर ४४ या दराने विकले जात होते. त्यामुळे परिणामतः पाबराय त्या कंपनीचे सर्व स्टील प्लांट्स फक्त ३ प्रतिशेअर या दराने विकत घेत होते. पाबराय याना हा अंदाज करता येत नव्हता की पुढच्या दोन वर्षांनंतर कंपनी काय उत्पन्न मिळवणार असेल. पण त्यांनी पाहिले तसे, शेअर्स इतके स्वस्त होते की काही गमावण्याची शक्यता कमी होती. २००७ साली त्यांनी जेव्हा ते विकले, त्यांची २४.७ गुंतवणूक ही प्रत्यक्षात ८७.२ मिलिअन इतक्या मूल्याची होत होती, २५३% परतावा आणि तोही २६ महिन्यांत.

अलीकडच्या काही वर्षांत हा जणू विश्वासाचा किंवा श्रद्धेचा भाग भाग बनला आहे की की दूरवरचा विचार करता बाजारावर मात करणे केवळ अशक्य आहे. पण पाबराय, बफे आणि मुंगेर यांचे आभार मानून, त्यांनी एक उत्कृष्ट कामगिरीचे सूत्र शोधले आहे, आपण पाहिले तसे, महत्त्वाची तत्त्वे शोधणे आणि त्यांची नक्कल करणे तेवढेसे अवघड नाही. "धीर धरा आणि निवडीत चिकित्सक राहा, जवळजवळ प्रत्येक गोष्टीला नाही म्हणायची तयारी ठेवा. बाजाराच्या द्विध्रुवीय मनाच्या कलाच्या झोक्यांना आपल्या फायद्यासाठी वापरा. शेअर्सना त्याच्या अधोलिखित किमतीवरच्या मोठ्या सुटीच्या किमतीने विकत घ्या. आपल्या क्षमतेच्या वर्तुळाच्या हद्दीत राहा. काही अगदीच कठीण असेल तर त्याला टाळा. काही कमी संख्येच्या चुकीच्या किमतीच्या पैजेवर डाव लावा- कमीतकमी किमान किंमत आणि लक्षणीय कमल किंमत या चौकटीत."

तरीही पाबराय हे त्यांच्या हे नियम पाळण्याबाबतच्या कट्टर निर्धाराच्या बाबतीत जणू एकाकी होते. ते आश्चर्य दर्शवतात, अन्य कोणीही असे करायला तयार नाही. कदाचित एखादा भारतीयच असला तर असू शकेल.

पाबरायना त्यांची कृतज्ञता प्रत्यक्ष भेटून व्यक्त करायची होती. म्हणून जुलै २००७मध्ये, त्यांनी त्यांचा जानी दोस्त गाय स्पियर - झुरिकमधील हेज फंड व्यवस्थापक, याच्या बरोबर जोडी जुळवून बफे यांच्याबरोबर धर्मादायी Power Lunch च्या लिलावात भाग घेण्याची संधी जुळवून आणली. स्पियर यांनाही बफे यांचे आकर्षण पाबराय यांच्या इतकेच होते. त्यांनी तो लिलाव ६,५०,१०० ची बोली लावून जिंकला. यातून जमलेले पैसे गाइड फाउंडेशन या बेघर लोकांकरिता

सेवाभावी न्यासाला मिळणार होते. पण पाबराय यांनी ही देणगी आपली गुरुदक्षिणा मानली. (हिंदू धर्मातील संज्ञा जी आपल्या आध्यात्मिक गुरूला आपले शिक्षण पूर्ण झाल्यावर दिली जाणारी भेट असते.)

२५ जून २००८ला अखेर पाबराय आणि कुटुंबीयांनी आपल्या गुरूंची भेट घेतली. मॅनहॅटन स्टिक हाऊस - स्मिथ वोलेन्स्की - मध्ये लाकडी पॅनेल्स असलेल्या त्या रेस्टोरंटच्या मागील बाजूस असलेल्या खास जागेत ते बसले होते.

पाबराय यांनी आपली पत्नी** आणि दोन मुली - मोन्सून आणि मोमची - यांना आणले होते. दोन्ही मुली बफे यांच्या डाव्या आणि उजव्या बाजूला बसल्या होत्या. स्पियर* यांनी आपली पत्नी लॉरी हिला बरोबर आणले होते. बफे खुशीत होते आणि आजोबा म्हणून त्यांनी त्या दोघींना देण्यासाठी काही भेटवस्तूही आणल्या होत्या, शिवाय आपले चित्र ज्यावर होते अशा MM च्या कँडीही त्यात होत्या. त्यांचे संभाषण अनेक विषयांवर चालू होते .त्यात त्यांची आवडती कंपनी GEICO ते त्यांना ज्या माणसाला अवश्य भेटायला आवडेल जसे सर आयझॅक न्यूटन जो कदाचित पृथ्वीतलावरील सर्वांत हुशार व्यक्ती होता ते सोफिया लॉरेन - कारण सर्वश्रुत आहे.

(* स्पष्ट करून सांगायचे तर स्पियर हे माझे अत्यंत जवळचे मित्र आहेत. त्यांच्या Investor Fund Aquamarine मध्ये मी गुंतवणूक केली आहे. गेली २० वर्षे मी त्यांच्या संचालक मंडळाचा सल्लागार म्हणूनही काम करतो. मी त्यांना त्यांच्या आठवणी The Education for Value Investor लिहिण्यात मदत केली आहे. दुसऱ्या शब्दात सांगायचे तर मी स्पियर यांचा अगदी जवळून पाहणारा निरीक्षक आहे, पण तसा मी निःपक्ष नाही.)

**(त्यानंतरच्या काळात पाबराय यांनी पत्नीबरोबर घटस्फोट घेतला आहे.)

पाबराय यांना या भोजनाने दोन अविस्मरणीय धडे मिळाले. एक म्हणजे गुंतवणूक कशी करावी? आणि दुसरा म्हणजे जीवन कसे जगावे?. पहिला तेव्हा मिळाला जेव्हा त्यांनी बफे याना विचारले की,रिक गुरियन यांचे काय झाले? बफे यांनी गुरियन यांच्या उत्तम गुंतवणुकीच्या कामगिरीबाबत The Super investors of Graham and Dodd Ville मध्ये लिहिले आहे. पण बफे यांनी पाबराय आणि स्पियर याना सांगितले की गुरियन यांनी मार्जिन कर्जाचा उपयोग त्यांच्या गुंतवणुकीच्या फायद्यासाठी केला. कारण त्यांना श्रीमंत व्हायची घाई झाली होती. बफे यांच्या मते, गुरियन यांना १९७३-७४च्या विघातक पडझडीत प्रचंड तोटा झाला. परिणाम म्हणून, त्यांना त्यांचे शेअर्स विकणे (बफे यांना) भाग पडले आणि नंतर त्याच शेअर्समधून बफे यांचे भाग्य उजळले.

(गुरियन यांनी त्यांच्या शेअर होल्डर्सना चांगलेच गोत्यात आणले. १९७३ साली ४२% घालवून आणि १९७४ मध्ये ३४.४% घालवून. असे असले तरी त्यांचा १९ वर्षांचा संयुग परतावा फी दिल्यानंतरचा २३.६% होता.)

विरोधाभास म्हणून, बफे यांनी सांगितले की ते आणि मुंगेर कधीही इतक्या घाईमध्ये नव्हते, कारण त्यांना माहीत होते की ते जर कित्येक तपे संयुगे (किंवा मिश्रण-Compounding) करीत राहिले आणि तेही काही मोठ्या चुका न करतील तर ते चांगले श्रीमंत होऊ शकतात. त्यांच्या स्टेक्स, हॅश ब्राऊन आणि चेरी कोकच्या भोजनादरम्यान बफे म्हणाले, ''जर तुम्ही सरासरी सामान्य गुंतवणूकदारापेक्षा, जो मिळकतीपेक्षा कमी खर्च करतो, तर तुमच्या आयष्यात तुम्हाला श्रीमंत होण्यापासून कोणी रोखू शकणार नाही.'' पाबराय सांगतात की हे नैतिकतेचे धडे- लेव्हरेज आणि घाई करण्याचे धोके या बाबतचे हे त्याच्या डोक्यात जणू पक्के बसून राहिले. ते बफेबरोबरचेही भोजन खरोखरच अमूल्य होते.

पण पाबराय यांच्या मनात दृढतेने जे पक्के बसून गेले ते म्हणजे बफे यांचा स्वभाव की ते स्वतःविषयी अगदी प्रामाणिक होते, त्यांच्या स्वतःच्या व्यक्तिमत्त्व, तत्त्वे आणि प्राधान्य त्यांची उत्तम जुळणी होती. भोजनादरम्यान बफे यांनी स्पष्ट केले की ते आणि मुंगेर स्वतःला अंतर्मनातील गुणतालिकेवर मोजतात, मापतात. इतर लोक आपल्याला कसे पाहतात आणि ठरवतात याची चिंता करीत राहण्यापेक्षा ते आपल्या आपण ठरवलेल्या उत्तेजक मानकांप्रमाणे जीवन जगणे पसंत करतात. तुम्ही तुमच्या अंतरंगात गुणमानकाप्रमाणे जीवन जगताय का बाह्य, हे सांगण्याचा एक मार्ग म्हणजे स्वतःलाच विचारायचे, ''मला जगातला चांगला किंवा एकुलता एक सर्वोत्तम प्रिय व्यक्ती व्हायचंय आणि बाहेर मात्र समाजाने मला सर्वांत वाईट म्हणून ओळखावे?''

बफे त्यांच्या जीवनाच्या सर्व अंगांना त्यांच्या स्वतःच्या नैसर्गिक जीवनपद्धतीप्रमाणे व्यवस्थापन करून राहतात. अगदी त्यांच्या लहान मुलांसारख्या खाण्याच्या सवयी- बर्गर्स, कॅण्डी आणि कोका कोला इथपासून ते ज्या पद्धतीने ते आपला व्यवसाय चालवतात. उदाहरणच द्यायचे तर त्यांनी हे स्पष्ट केले की बर्कशायरचे विकेंद्रित प्रारूप हे केवळ अधिक नफा कमावण्यासाठी रचलेले नाही. ते त्यांना साधेपणाने भावले ते त्यांच्या स्वभाववृत्तीमुळे- बर्कशायरचे अनेक प्रकारचे व्यवसाय सहज हाताळता यावेत यासाठी, त्यांच्या विविध प्रमुख कार्यकारी अधिकाऱ्यांवर पूर्ण विश्वास टाकून आणि त्यांचे ते स्वातंत्र्य त्यांनी हुशारीने वापरावे यासाठी. त्याचप्रमाणे त्यांनी हेही दर्शवले की ते त्यांचा दैनंदिन कार्यक्रम स्वतः हाताळतात. आणि ते कोणत्याही प्रकारे ते बिघडेल अशा भेटीच्या विनंती टाळून, जेणेकरून त्यांचे दैनंदिन वाचन आणि चिंतन खंडित होणार नाही. तसेच त्यांना जी माणसे आवडतात आणि त्यांच्या कामाची बफे प्रशंसा करतात त्यांच्या बरोबरच फक्त काम करणे त्यांना आवडते, शेअर्स उचलत राहणारे म्हणूनही ते नेहमी स्वतः च्या मार्गानेच जातात, आणि केवळ फॅशन आहे म्हणून एखादी जादा किंमत लावली असेल अशी संपत्ती किंवा वस्तू आणि वस्तू घेणे ते टाळतात.

या त्यांच्या बरोबरच्या चर्चेचा पाबराय आणि स्पियर यांच्या वरचा प्रभाव दीर्घ काळ टिकणारा ठरला. मी २०१४मध्ये त्यांच्या बरोबर बर्कशायरच्या शेअर होल्डर्सच्या वार्षिक बैठकीला गेलो. दुसऱ्या दिवशी ओमाहाहून विमानाने न्यू यॉर्कला गेलो. हे खाजगी नेटजेट्स – जी बर्कशायरची उपकंपनी आहे–त्यांच्याकडून स्पियर यांनी चार्टर केले होते. ते नुकतेच बफे यांच्याकडून नाश्ता करून आले होते आणि अगदी खुशीत होते. विमान प्रवासादरम्यान आमचा चर्चेचा मुख्य विषय होता आपल्या अंतर्मनाच्या इशाऱ्यावर जगणे. पाबराय यांना हे समजले तसे, बहुधा या भूतलावरचे ९०% लोक असा विचार करत बसतात की जग त्यांच्या बाबत काय विचार करत आहे. एक लहान अल्पसंख्याक गट याविरुद्ध विचार करतो. जो त्यांनी थोडक्यात असा मांडला. ''जग काय विचार करतेय ते चुलीत घाला.''

पाबराय आणि स्पियर यांनी अंतर्मनाच्या विचाराची एक क्रमरहित यादी बनवली, जसे जीझस, महात्मा गांधी, नेल्सन मंडेला, मार्गारेट थॅचर, स्टीव्ह जॉब्स आणि आघाडीचे गुंतवणूकदार जसे बफे, मुंगेर, टेड वेसचलर, ली लू, बिल मिल्लर, आणि निक स्लीप (याचा आपण सहाव्या प्रकरणात सखोल विचार करू.) पाबराय यांनी निरीक्षण केले की, जे सर्व लोक उच्च कोटीला पोहोचले ते केवळ याच मार्गाने गेल्यामुळे आणि तो एकच मार्ग त्यांना माहीत होता.

मला भेटलेल्या अनेक लोकांपैकी एकही जण पाबराय यांच्याइतका निश्चयात्मक पद्धतीने राहत नाही. बफेंच्या उदाहरणाने आपल्या व्यक्तिमत्त्वाशी एकरूप होईल असे जीवन जगण्याची बांधिलकी त्यांनी बलवान केली आहे. एका सर्वसाधारण दिवशी, पाबराय उशिरा झोपतात, आणि कार्यालयात तसे थोडे उशिरा १० वाजता येतात. आणि त्यांची कामाची काही यादी नसते. सुमारे ११च्या सुमारास त्यांचा सहकारी त्यांना आलेल्या ईमेल्सच्या प्रिंट कॉपी घेऊन येतो. आणि पाबराय त्याच कागदावर आपली उत्तर लिहून देतात. – ही सवय त्यांनी मुंगेर यांच्याकडून घेतली. बफे आणि मुंगेर यांच्याप्रमाणे, पाबराय त्यांचा उरलेला बहुतेक दिवस वाचनात घालवतात. ते दुपारी एक निवांत डुलकी घेतात आणि मग उरलेल्या दिवसात परत वाचनात गढून जातात.

शक्यतोवर पाबराय आपल्या कोशातच असतात. ते विशेष कार्यरत नसलेल्या कंपन्यांच्या CEO ना भेटणे टाळतात. कारण त्यांचा विचार असतो की त्या लोकांचे विक्रीकौशल्य अविश्वासार्ह माहीतीचा स्रोत बनते. हे धोरण त्यांनी ग्राहम यांची नक्कल करून ठरवले (पाबराय या धोरणाला अपवाद करतात तो विकसनशील बाजारांबाबत जसे भारत, जिथे त्या माणसात ते हे जाणून घ्यायचा प्रयत्न करतात की ते व्यवस्थापनावर विश्वास ठेवतील का नाही). आपल्या स्वत:च्या शेअर होल्डर्सबरोबर बोलणेही ते टाळतात, आपल्या वार्षिक भेटीखेरीज. शिवाय ते संभाव्य गुंतवणूकदारांना भेटणेही टाळतात. मी खरोखरच त्यांच्या बरोबरच्या चर्चे तून आनंद मिळवत नाही. ते सर्व इकडचे तिकडचे असते,

जर अशा त्यांच्या वृत्तीने काही लोक चिडत असतील किंवा अनेक मिलिअन डॉलर्स फीला मुकावे लागत असेल तर त्याबद्दल मुंगेर म्हणतात का, ते श्रीमंत असण्याबाबत काळजी करत बसत नाहीत. त्यांना जास्ती काळजी असते ती स्वतःविषयी असलेल्या स्वातंत्र्याची. मी त्याला पूर्णतः दुजोरा देतो. पैसे तुम्हाला काय देतात तर क्षमता, तुम्हाला पाहिजे ते करण्याची आणि तुम्हाला पाहिजे त्या मार्गाने करण्याची. आणि हा एक प्रचंड असा फायदा आहे.

पाबराय संबंधाबाबत तितक्याच निर्दय स्पष्टतेने आपल्या स्वत:च्या प्राथमिकतेबाबत प्राधान्य देऊन पाहतात. त्यांच्या त्या भोजनाच्या वेळी बफे म्हणाले, ''तुमच्यापेक्षा चांगले लोक असतील त्यांच्या आसपास रेंगाळा आणि तुम्ही स्वत:मध्ये सुधारणा केल्याशिवाय तिथून दूर जाऊ शकणार नाही.'' पाबराय या सल्ल्याप्रमाणे वागतात ते इतक्या तीव्रतेने की काही लोकांना त्यामुळे भीतीच वाटेल. मी जेव्हा कोणाला पहिल्यांदाच भेटतो, तेव्हा मी नंतर त्यांचे मूल्यमापन करतो आणि म्हणतो की, या व्यक्तीशी संबंध जोडल्याने मी अधिक चांगला होणार आहे का खराब? जर उत्तर खराब असे आले तर मी त्याला कटवतो. त्याचप्रमाणे, दुपारच्या कोणाबरोबरच्यातरी भोजन बैठकीनंतर, ते स्वत:लाच विचारतात, ''या जेवणाने मला आनंद मिळाला आहे का?'' जर नाही असे उत्तर आले तर, या व्यक्तीबरोबर पुन: कधीही अशी भोजन बैठक असणार नाही. ते म्हणतात, ''बहुतेक लोक या 'परीक्षेत' उत्तीर्ण होत नाहीत.''

मुत्सद्देगिरी हा पाबराय ह्यांचा सबळ मुद्दा नाही. आपण सत्य असणे ही त्यांची सर्वोच्च प्राथमिकता आणि काळजी मानतात. १९९०च्या दशकाच्या शेवटी शेवटी त्यांनी एक पुस्तक वाचले, त्याचे शीर्षक होते Power vs Force The Hidden Determinants of Human Behaviour लेखक होते डेव्हिड हॉकिन्स. पाबराय त्याचे वर्णन 'मी ज्याच्यावर विश्वास ठेवतो त्याचा हा मोठा भाग आहे,' असे करतात. हॉकिन्स असे लिहितात की खरी शक्ती ही काही गुणवैशिष्ट्यातून येते. जसे प्रामाणिकपणा करून आणि इतरांच्या जीवनात सुधारणा आणण्यासाठीची बांधिलकी. या शक्तिशाली आकर्षणांचा लोकांवर अजाणता परिणाम होतो, त्यांना शक्तिमान करून, याविरूद्ध अप्रामाणिकपणा, भीती, आणि लज्जा अशी नकारात्मक गुणवैशिष्ट्ये त्यांना दुर्बल बनवतात. पाबराय यांनी एक विशिष्ट धडा हॉकिन्स यांच्याकडून घेतला आणि त्याप्रमाणे जीवन व्यतीत करण्याचा निर्धार केला. पाबराय म्हणतात, ''इतर माणसांशी खोटे बोलून तुम्ही हात झटकू शकत नाही, आणि ही एक गहन कल्पना आहे.''

२००८-०९च्या आर्थिक आणीबाणीच्या काळात पाबराय यांचे अति केंद्रित निधी (फंडस) ६७% घसरले आणि नंतर वेगाने पुन्हा वर आले. २००९च्या त्यांच्या वार्षिक बैठकीत त्यांनी त्यांच्या शेअर होल्डर्सना सांगितले

की, या निधीमध्ये झालेल्या बहुसंख्य चुका माझ्या मूर्खपणामुळे झाल्या आहेत, त्या बाजारातील कारणांमुळे झालेल्या नाहीत. त्यांनी अनेक मूर्खपणाच्या चुका प्रकर्षाने दाखवल्या. त्या काही कंपन्यांच्या समभागांचे विश्लेषण करण्यातल्या होत्या जसे डेल्टा फायनान्शिअल आणि शेअर्स होल्डिंग्स, जे दिवाळखोरीत गेले. त्याच्या गुंतवणूकदारांपैकी बहुतेक कोणीही त्यांना सोडून गेले नाही. यातला धडा असा की, सत्याच्या बाबतीत तुम्हाला जेवढे शक्य आहे तेवढे तुम्ही पुढे जा. त्याचे परतावे प्रचंड असतात.

खरोखर, पाबराय यांची मुलाखत घेण्यातले सुख हे असते की ते प्रत्येक उत्तर स्पष्टपणे देतात. त्यांना आपली कशी पारख केली जाईल याची काहीही चिंता किंवा काळजी नसते. प्रयोग म्हणून मी त्यांना ईमेलने काही तसे अविचारी आणि नाजूक वैयक्तिक प्रश्न विचारले. त्यात काही प्रशन त्यांच्या वैयक्तिक संपत्तीविषयीचेही होते. त्यांनी उत्तर पाठवले- एकूण संपत्ती ३० नोव्हेंबर २०१७ रोजी १५४ मिलिअन. मग त्यांनी आणखी काही आर्थिक अधिक माहीती दिली. त्यात या आकड्यात कोणती माहीती दिलेली नाही तेही सांगितले. सत्यतेच्या शक्तीवर विश्वास ठेवणे आणि त्याचे असे अद्भुत प्रकटीकरण करणे हे अनोखे होते.

माझ्या विचाराप्रमाणे अत्यंत उल्लेखनीय आहे ते पाबराय यांचे आपल्या तत्त्वांशी चिकटून राहण्यासंबंधीचे सातत्य. ते म्हणतात, ''जेव्हा तुम्ही अशा सत्याबरोबर भिडता जे इतर लोकांना उमजत नाही, तेव्हा तुम्ही त्यांना कुलूपबंद केले पाहिजे (भेटणे टाळले पाहिजे). जव्हा जेव्हा तुम्ही एखादे सत्य घेऊन येता, जे मानवतेला समजत नाही, तेव्हा तो एक मोठा स्पर्धात्मक फायदा असतो. मानवतेला शक्ती विरुद्ध सत्ती यातला फरक कळत नाही.''

बुद्धिवंत नेहमी गुंतागुंतीने मोहित होतात, जेव्हा ते अधिक वजन असलेल्या साध्या साध्या कल्पनांचे महत्त्व कमी लेखतात. पाबराय, जे टोकाचे व्यवहारवादी आहेत, हे अशा सापळ्यात अडकत नाहीत. ते म्हणतात की संयुगे किंवा मिश्रण (Compounding ) ही फार साधी कल्पना आहे. नक्कल करणे (cloning) ही साधी कल्पना आहे. सत्य तेच सांगणे ही साधी कल्पना आहे. पण तुम्ही जेव्हा काही प्रभावशाली कल्पना मांडता तेव्हा त्याचा एकत्रित परिणाम अजिंक्य असतो.

समस्या ही असते की बहुसंख्य लोक एखादी कल्पना जी यशस्वी होऊ शकेल असे पाहतात तेव्हा त्यात ते हातचे राखून लुडबुड करतात. पाबराय त्यांचा झालेला अपमान सहन करू शकत नाहीत. हे मूर्ख लोक ऐकतात आणि सांगतात, ''ओह! खरं आहे. यात काही अर्थ आहे. काहीही. मग काय. मी ते अमलात आणण्याचा प्रयत्न करेन.'' आणि तुम्हाला माहीत आहे का? त्या प्रकारे ते मूर्ख काम करू शकत नाहीत. तुम्ही एक तर १०,०००% त्यात जीव ओतून काम केले पाहिजे नाही तर त्याला हातच लावता कामा नये.

ते जसे पाहतात, तसे आपण ज्या मानसिकतेची नक्कल केली पाहिजे ती १९व्या शतकातील हिंदू संत स्वामी विवेकानंद यांची. त्यांनी असे सांगितले की, एक कल्पना घ्या. ती एक कल्पना ही तुमचे जीवन करा. तिचाच विचार करा, तिचीच स्वप्ने पाहा, त्याच कल्पनेवर जीवन व्यतीत करा. मेंदू, स्नायू, तुमच्या शरीराचा प्रत्येक भाग हा त्या कल्पनेने पूर्णतः भरून गेला पाहिजे. आणि बाकी कल्पनांना बाजूला एकांतात सोडून द्या. यशाचा हा मार्ग आहे. (तुम्ही हे जाणले असेल की स्वामी विवेकानंद हे गुंतवणुकीतील वैभवाच्या मार्गाबद्दल बोलत नव्हते. ते संभाव्य योग्यांना आध्यात्मिक महापुरुष कसे व्हावे याविषयी सांगत होते. त्यांचा सल्ला होता, कोणत्याही बाबतीत लुडबुड करण्याच्या सवयीला दूर कसे सारावे आणि एका निवडलेल्या ध्येयावर लक्ष केंद्रित करावे यासाठीचा. यशस्वी होण्यासाठी तुमच्याकडे प्रचंड चिकाटी हवी, प्रचंड इच्छाशक्ती हवी. चिकाटी दाखवणारा आत्मा म्हणतो की, मी समुद्र गिळून टाकीन, माझ्या इच्छा शक्तीमुळे पर्वत ढासळतील. तशी ऊर्जा बाळगा, तशी इच्छाशक्ती बाळगा, कठोर परिश्रम करा, आणि मग तुम्ही तुमचे इच्छित ध्येय गाठालच.)

## अपहरणाच्या राजधानीत स्वागत असो

जसजसे पाबराय यांचंही भाग्य उजळत गेले, त्यांना एका सुखद समस्येने ग्रासले. या सर्व पैशाचे काय करायचे? पुनः एकदा प्रेरणा घेण्यासाठी ते वॉरेन बफेंकडे वळले. कित्येक वर्षे बफे यांनी पुनःपुन्हा सांगितले आहे की त्यांची संपत्ती त्यांच्या समाधानासाठी किती मोजके योगदान देते याबद्दल. मला आठवते तसे एकदा मी पाबराय आणि स्पियर यांच्या बरोबर बर्कशायरच्या वार्षिक बैठकीत बसलो होतो, त्या वेळी बफे यांनी श्रोत्यांना सांगितले होते की माझे जीवन अत्यंत वाईट असेल, जर माझ्याकडे ६ किंवा ८ घरे असतील तर त्यांचा परस्पराशी काही संबंध नाही.

पाबराय तसे काही अगदी तपस्वी नाहीत. एकदा त्यांनी हजारो डॉलर्स एका योग्य बुटांच्या जोडीसाठी खर्च केले होते, आणि ते निळ्या रंगाची बदल करता येण्यासारखी फेरारी मोटार चालवतात- फेरारीच्या शेअर्सवर चाललेल्या त्यांच्या प्रशस्त घरासाठीचे हे योग्य बक्षीस म्हटले पाहिजे. पण त्यांना हे माहीत आहे की विलासवाद किंवा सुख हेच अंतिम उद्दिष्ट असा सिद्धान्त हा आनंदी असण्याचा अविश्वसनीय मार्ग आहे. त्यांच्या मुलींना हजारो मिलिअन डॉलर्स मृत्युपत्राद्वारे देणे या बाबतही ते सावध आहेत. त्यांनीही या बाबत बफे यांचा सल्ला ध्यानात ठेवला आहे. तो म्हणजे आदर्श म्हणून आपल्या मुलांना एवढे पुरेसे पैसे द्यावेत की ते काहीही करू शकतील, पण इतकेही जास्ती देऊ नयेत की ते काहीच करणार नाहीत. बफे यांनी आपली अनेक बिलिअन्स डॉलर्सची संपत्ती समाजाला परत

देण्याची प्रतिज्ञा केली आहे, म्हणून पाबराय यांनीही अशा दानाबाबत त्यांची नक्कल (Cloning) करायचे ठरवले आहे.

त्याची सुरुवात त्यांनी हे विचारून केली, जर मी आज मृत झालो, तर माझी बहुतांश संपत्ती कोणत्या कारणासाठी किंवा संस्थेसाठी मी द्यावी? त्यांना सेवाभावी धर्मादायी कामही एखाद्या खर्चाबाबत कार्यक्षम असणार्या उद्योग व्यवसायासारखे व्यवस्थापन असणारे हवे असे वाटते. त्यांना तोपर्यंत कशानेही उत्साहित केले नाही, जेव्हा २००६ साली त्यांनी आनंद कुमार नावाच्या व्यक्तीने भारताच्या ग्रामीण भागात चालवलेल्या कार्यक्रमाविषयी त्यांनी वृत्तपत्रांत वाचले आणि त्या लेखावर त्यांची नजर खिळली. आनंद कुमार हे एक गणिताचे शिक्षक होते आणि ते दरवर्षी ३० माध्यमिक शाळेतून बाहेर पडणाऱ्या गरीब पण हुशार विद्यार्थ्यांना मोफत प्रशिक्षण आणि राहण्याची सोय करून देत होते की ज्यायोगे ती मुले IIT च्या प्रवेश परीक्षेत उत्तमरीत्या उत्तीर्ण होतील. त्यांच्या या उपक्रमाला दरवर्षी अभूतपूर्व यश मिळत होते.

पाबराय यांना या प्रारूपाच्या (Model) ताकदीचा अंदाज लगेच आला. त्याचा खर्च कमी होता, तो हुशार विद्यार्थ्यांना एक आयुष्य उजळून टाकणारी संधी देऊ करत होता ज्यायोगे त्यांची दारिद्र्यातून सुटका होऊ शकेल. आणि या प्रयोगाचे निकालही मोजता येण्यासारखे होते. त्यांनी आनंद कुमार यांना ईमेल पाठवला आणि या कार्यक्रमाची व्याप्ती वाढवण्यासाठी आर्थिक साहाय्य पुरवण्याची तयारीही दाखवली. पण कुमारना हा कार्यक्रम विस्तारण्याची इच्छा नव्हती. पण त्याने विचलित न होता पाबराय यांनी एक निर्णय घेतला, ''मला तिथे जायला हवे आणि हे सर्व बघायलाच हवे.''

बिहार, जे एके काळी भारताची अपहरणाची राजधानी म्हणून वर्णिले जात होते, हे नेहमी विमानातून प्रवास करणाऱ्या, हेज फंडाचा कारभार सांभाळणाऱ्या व्यवस्थापकाला आकर्षित करेल असे गंतव्य स्थान नव्हते. म्हणून त्यांनी दिल्लीच्या एका सुरक्षा व्यवस्था करणाऱ्या एजन्सीकडून दोन अंगरक्षक मिळतील अशी व्यवस्था केली, जे त्यांच्या बरोबर बिहारच्या प्रवासात त्यांच्या कामगिरीत सतत बरोबर असतील. त्यातला एक पूर्वीचा ब्लॅक कॅट कमांडो होता - भारतातल्या दहशतवाद्यांवर मात करणारा - त्याला एखाद्या अपहरण झालेल्या विमानावर हल्ला करून अपहरणकर्त्याला बाहेर काढून अपहरणकर्त्याला पकडायचे प्रशिक्षण दिले होते. आणि झोपेतून उठूनही असे तीन सेकंदांत तो करू शकत होता. पण त्याला स्वतंत्ररीत्या रेल्वेने बिहारला जावे लागले. कारण त्याची बंदूक तो विमानातून नेऊ शकत नव्हता. नंतर पाबराय यांना कळले की आनंद कुमार यांनीही त्यांच्या सुरक्षेसाठी चार अंगरक्षकांची व्यवस्था केली होती.

पाबराय यांना बिहार ही एक निर्जन आणि हताश जागा वाटली, जिथे चोर कधी कधी रेल्वेचे रूळही उचकटून बाजारात भंगारात विकून पैसे मिळवायचे.

त्यांचा चिडखोर निर्णय होता, इथली हवा शोषण करते, इथल्या पायाभूत सुविधा शोषण करताहेत, इथली हॉटेल्सही शोषण करताहेत. पाबराय यांची कल्पना रम्यता एवढी दांडगी होती की ते एखाद्या स्टार हॉटेलातही आनंदाने राहिले असते. पण हवे तसे ते अजून तिथे रुळले नव्हते. तरीही, आरामाची शक्यता नसतानाही, ते तो दिवस कधीही विसरू शकत नाहीत ज्या दिवशी ते आनंद कुमार यांना प्रत्यक्ष भेटले आणि तो दिवस त्यांनी त्यांच्याबरोबर घालवला. आनंद कुमार एक भाड्याने घेतलेल्या, भिंतीही नसलेल्या शेडमध्ये शिकवत होते. पाबराय त्यांचे ज्ञान, उत्तम शिकवण्याची ईश्वरदत्त देणगी आणि समज पाहून थक्क झाले.

''ते म्हणजे शेकडो मिलिअनमधले एकुलते एक आहेत.'' –इति पाबराय.

ते आनंद कुमार यांचे मन आपली देणगी स्वीकारण्यासाठी वळवू शकले नाहीत. पण त्यांनी आपली विनंती स्वीकारायची गळ त्यांना घातली– ती होती, या उपक्रमाची द्विरुक्ती इतरत्र करावी, त्याची क्षमता वाढवावी. त्याला 'सुपर ३०' कार्यक्रम म्हणता येईल. बफे यांच्या गुंतवणुकीच्या धोरणांची त्यांना समज होती आणि नक्कल करण्यातली शक्तीही सिद्ध झाली होती. मग हाच दृष्टिकोन त्यांनी सेवाभावी कार्यातही का वापरू नये? आनंद कुमार यांनी त्यांना आपल्या शुभेच्छा दिल्या आणि पाबराय कामाला लागले.

आनंद कुमार यांची प्रसिद्धी आणि या उपक्रमाची वाढलेली व्याप्ती याचा एक फायदा म्हणजे हजारो विद्यार्थी त्यांच्या या कार्यक्रमासाठी अर्ज करू शकत होते, मग त्यातून ते अत्यंत हुशार विद्यार्थी निवडायचे. पाबराय यांनी अति हुशार विद्यार्थ्यांच्या शोधाची आणि निवडायची समस्या सोडवण्यासाठी शासनातर्फे चालवल्या जाणाऱ्या निवडक सुमारे ६०० निवासी शाळांतून विद्यार्थी निवडण्यासाठी शासनाबरोबर भागीदारी केली. तिथे हजारो विध्यार्थ्यांना शिक्षण मिळत होते आणि त्यातून निवड करायची होती. पाबराय यांच्या दक्षणा फाउंडेशनतर्फे शेकडो अति हुशार विद्यार्थ्यांना (त्यात विद्यार्थिनीही आल्या) यासाठी शिष्यवृत्ती देण्याची व्यवस्था करण्यात आली. अशांना दोन वर्षे गणित, पदार्थ विज्ञानशास्त्र आणि रसायनशास्त्र यातले उत्तम शिक्षण देण्यात येणार होते. आणि त्यामुळे IIT च्या प्रवेश परीक्षेसाठी त्यांची उत्तम तयारी होऊ शकत होती. ''जर ते इथे चमकण्यासाठी प्रयत्नशील राहिले नाहीत, तर ते आपल्या खेड्यात रिकाम्या हाताने परत जातील. ही त्यांना मिळणारी सुवर्णसंधी आहे,'' पाबराय म्हणतात .

या परोपकारी सेवाभावी प्रारूपाची ताकद अशी आहे की या अनेक मुलांचे भाग्य उजळून टाकण्यासाठी त्यांना तयार करण्याचा खर्च फार कमी आहे. २००८ मध्ये दक्षणाचा प्रतिविद्यार्थी या कार्याचा खर्च ३,९१३ होता आणि ३४% विद्यार्थ्यांना या प्रयत्नांतून IIT मध्ये प्रवेश मिळाला. २०१६पर्यंत हा दक्षणा प्रकल्प इतका कार्यक्षम झाला की की प्रतिविद्यार्थी खर्च २,६४९ पर्यंत खाली आला. आणि यश

आश्चर्यकारक ८५ टक्क्यांपर्यंत वाढले. आणखी चांगले म्हणजे शासन राहण्याची व्यवस्था आणि इतर खर्च यात आर्थिक सूट देते. पाबराय हिशोब करतात की दक्षणाने या विद्यार्थ्यांसाठी खर्च केलेल्या प्रत्येक डॉलरसाठी शासन १,००० हून अधिक खर्च करते. त्यांनी या सामाजिक उपक्रमात घातलेल्या भांडवलाचा परतावा प्रचंड सामाजिक उन्नतीमुळे मोठ्ठा असतो म्हणजेच ते एक परिणामकारक पैज जिंकत आहेत असा होतो, खरे ना?*

*(२०१८च्या अखेरीस, पाबराय कुटुंबीयांनी दक्षणा फौंडेशनला २७ मिलिअनहून अधिक पैसे दिले आहेत. बाहेरचे मोठे देणगीदार आहेत, प्रेम वत्स (फेअरफॅक्स दक्षणा फायनान्शिअल होल्डिंग्जचे प्रमुख कार्यकारी अधिकारी (CEO) आणि IIT पदवीधर, राधाकृष्ण दमाणी (ते एके काळी भारताचे दुसऱ्या क्रमांकाचे सर्वांत श्रीमत गृहस्थ होते.) माझे प्रकटन– ''मी दक्षणाला काही हजार डॉलर्स दिले आहेत.''

२००८ साली बफेंना दुपारच्या भोजनाच्या वेळी भेटण्याआधी पाबराय यांनी त्यांना दक्षणाचा पहिला वार्षिक अहवाल पाठवला. बफे त्यामुळे एवढे प्रभावीत झाले की त्यांनी तो चार्ली मुंगेर आणि बिल गेट्स यांना दाखवला. नंतर फॉक्स टीव्ही वरील एका मुलाखतीत बफे यांनी जाहीर केले की पाबराय सेवाभावी कार्याबाबतही तितकाच विचार करतात जितका गुंतवणुकीसंबंधी करतात. मी त्यांची मनःपूर्वक प्रशंसा करतो. शिष्य - निर्लज्ज कॉपी कॅट - नक्कल करणारे - पाबराय - यांना त्यांच्या गुरूंनी भरभरून आशीर्वाद दिलेत. पाबराय सांगतात, ''त्यानंतर, मला वाटले आपण आता मरायला आणि स्वर्गात जायला काही हरकत नाही.''

तेव्हापासून, दक्षणा प्रचंड प्रमाणात वाढली आहे. २०१८च्या सुमारास, या फाउंडेशनमार्फत भारतातील ८ ठिकाणी दरवर्षी १००० विद्यार्थ्यांना एकाच वेळी प्रशिक्षण दिले जात होते. त्यात १०९ एकरांचे 'दक्षणा व्हॅली' हे केंद्रही आहे. या केंद्राची जागा पाबराय यांनी एका अडचणीत असलेल्या गृहस्थांकडून विकत घेतली. या एकाच केंद्रात २६०० विद्यार्थ्यांची सोय होईल एवढी त्याची क्षमता आहे. मधल्या काळात, दक्षणाने आपले लक्ष IIT च्या पलीकडेही पुरवले आहे. आता तिथे गरीब असलेल्या विद्यार्थ्यांना मेडिकल कॉलेजमधील प्रवेश परीक्षेसाठीही तयार केले जाते. २०१९मध्ये १६४ 'दक्षणा' प्रशिक्षित अशा विद्यार्थ्यांना मेडिकलसाठी प्रवेश मिळाला. या सर्व केंद्रांचे नियोजन आणि व्यवस्थापन दक्षणाचे प्रमुख कार्यकारी अधिकारी (CEO) कर्नल राम शर्मा हे सेवानिवृत्त लष्करी अधिकारी करतात आणि आपल्या या सेवेसाठी ते केवळ प्रतिवर्ष १ रुपया मानधन घेतात. (हे कर्नल, जे मी पाहिलेले एक अत्यंत प्रशंसाप्राप्त व्यक्तिमत्त्व आहे, यांना आपल्या या कार्याच्या महत्त्वाची उत्तम जाणीव आहे आणि त्याचा संबंध त्यांच्या दिवंगत मुलीच्या स्मृतीशी आहे. ते एकदा मला म्हणाले की देवाने माझे एक मूल नेले. पण मला हजारो इतर मुले दिली.)

दुसऱ्या शब्दांत सांगायचे तर, ज्याची सुरुवात आनंद कुमार यांच्या प्रेरक कामाची द्विरुक्ती करण्याचा प्रामाणिक प्रेरणेतून झाली, त्याने आता महाकाय रूप धारण केले आहे. हे याचे मूर्तिमंत उदाहरण आहे की हुशारीने केलेली नक्कल यात केवळ ओबडधोबड नक्कल करण्यापेक्षा अधिक काही असते. दक्षणाच्या बाबतीत, पाबराय यांनी एक छोटे प्रारूप घेतले आणि त्याला एखाद्या उद्योगाच्या आकाराचे स्वरूप दिले. कर्नल शर्मा म्हणतात, ''त्यांचे यश यात आहे की ते सखोल लक्ष घालतात. मी निश्चितच असे सांगू शकतो.'' (या पुस्तकाचा मसुदा वाचल्यावर गाय स्पियर यांनी मला ईमेलमध्ये लिहिले ते हे ठसवण्यासाठी की पाबराय करीत असलेल्या नकलेबाबतच्या पुढाकारात काहीही बेफिकिरी नसते. मला काळजी वाटते की 'निर्लज्जपणे नक्कल करणारा' अशी नोंदणीय तीव्रता आणि ज्या प्रकारे मोहनीश पाबराय यांनी योग्य गोष्टींची नक्कल केली आहे तशी करू शकत नाही. खरं आहे, मला असे वाटते की तुमच्या पुस्तकात ज्या व्यक्तिमत्त्वाचा परिचय आहे त्यांच्यात सखोल तीव्रता आणि उद्दिष्टांबाबत जागृती आहे, पण ती त्यांच्या शांत बाह्य रूपात झाकून गेली आहे.)

जेव्हा पाबराय आणि मी प्रवास करून त्यांच्या दक्षणा व्हॅलीमध्ये गेलो, तेव्हा आमची भेट श्री. अशोक तालपत्रांशी झाली. ते या फौंडेशनचे माजी प्रमुख विद्यार्थी होते, तालपत्र यांनी सांगितले की ते हैदराबादमध्ये एका झोपडपट्टीत छोट्या झोपडीत वाढले. तिचे भाडे होते महिना ६ रु. आणि त्यांचे वडील शिंपी होते. त्यांची मिळकत महिना सुमारे १०० रु. होती. त्या झोपडीला दार नव्हते आणि पुढच्या बाजूने आत यायच्या ठिकाणी एक फिकट रंगाचा कापड टांगला होता. छप्पर अस्बेसटॉसच्या पत्र्याचे होते. पण त्याला भोके असल्याने पावसाचे पाणी त्यातून गळून आत यायचे. जेव्हा पाबराय आणि त्यांची मुलगी मॉन्सून त्यांना भेटायला तिथे आले, तेव्हा त्यांना माझ्या आईने चहा आणि खायला दिले.तिथे एकच स्टूल होते आणि घरात टेबल ठेवायलाही जागा नव्हती.

पण तालपत्रा हा एक हुशार विद्यार्थी होता. IIT च्या प्रवेश परीक्षेत तो चमकला आणि ४,७१,००० उमेदवारांत ६३वा आला. कोणत्याही दक्षिणा उमेदवारांपेक्षा तोपर्यंत मिळवलेला तो सर्वांत वरचा गुणक्रमांक होता. IIT मुंबईत तो कम्प्यूटर सायन्स आणि इंजिनिअरिंग शिकण्याकरिता गेला. आणि मग त्याला ६ आकडी पगाराची नोकरी गुगलमध्ये मिळाली. लंडनमध्ये काही काळ काम केल्यावर तो गुगलच्या मुख्यालयात कॅलिफोर्निया, यूएस येथे रुजू झाला. तिथे आता तो सॉफ्टवेअर इंजिनिअर म्हणून काम करतो. पाबराय म्हणतात, ''तो आता तिथे वरच्या पदावर सरकत आहे. त्याची प्रगती फारच झपाट्याने आहे. गुगलमध्ये नोकरी सुरू केल्यावर १ वर्षाच्या आतच त्याने आपल्या पालकांकरिता अपार्टमेंट – त्यात दोन बेडरूम्स. स्वयंपाकघर, एअरकंडिशनिंग आणि न गळणारे छत होते.''

तालपत्रा यांचा हा अनोखा प्रवास तिथेच थांबत नाही. पाबराय यांच्याकडून प्रेरणा घेऊन, ते आता त्यांचे मित्र आणि मार्गदर्शक झाले आहेत, त्यांचे स्वारस्य आता गुंतवणुकीमध्ये वाढत चालले आहे. पाबराय त्यांना गुंतवणुकीवरची पुस्तके सुचवतात. आणि तालपत्रा नियमितपणे त्यांच्या बरोबर बर्कशायरच्या वार्षिक बैठकीला जातात. मी जेव्हा त्यांना ओमाहामध्ये एकत्र पाहतो आणि पाबराय यांनी त्यांच्या जीवनावर किती प्रभाव टाकला आहे हे पाहतो, तेव्हा मी दिङमूढ होतो. एका माणसाच्या चुकीच्या किमतीच्या समभागावरची पैज किती चांगले काम कुणाच्या आयुष्याकरिता करू शकते त्याचे हे जिवंत उदाहरण आहे. मला एक चांगले वचन आठवते, 'जो कोणी एक जीवन वाचवतो, तेव्हा असे समजले जाते की जणू त्याने सर्व जगच वाचवले आहे.'

पण पाबराय त्यांच्या प्रामाणिक मार्गाने हे कुणाचेही म्हणणे झटकून टाकतात की ते एक योग्य तारणहार आहेत. मुंबईमध्ये आम्ही टॅक्सीने जात असता ते मला म्हणाले, ''जेव्हा तुम्हाला अशी भावना जाणवते की जीवनाला काही अर्थ नाही, तेव्हा तुम्ही काय करावे? इतरांचे जीवन उद्‌ध्वस्त करावे का? तुम्ही सुरुवातीला पाहिला त्यापेक्षा हा पृथ्वी ग्रह राहण्याची थोडी अधिक चांगली जागा करून जा. तुमच्या मुलांच्या बाबतीत काही चांगले काम करा. बाकी सर्व एक खेळ आहे. त्याने काही बिघडत नाही. काही फरक पडत नाही.''

मोहनीश पाबराय यांच्याकडून घ्यायचे धडे :

पाबरायबरोबरच्या अनेक वेळच्या संभाषण आणि चर्चेअनुसार, मी आता स्वत:ला क्लोनिंग किंवा नक्कल करणे याच्या ताकदीबाबत आणि तिचा आपल्या जीवनात अधिकाधिक उपयोग कसा करून घेता येईल यावर अधिकाधिक विचार करू लागलो आहे. आयर्विनपासूनच्या विमानप्रवासात मी मलाच एक पत्र लिहिले. त्याचे शीर्षक होते 'मोहनीश यांच्याकडून घ्यायचे धडे'. त्याची सुरुवात दोन मूलभूत प्रश्नांपासून झाली होती. जिंकण्यासाठीच्या कोणत्या सवयी उपलब्ध आहेत ज्यांची मला नक्कल करता येईल? आणि मी कोणाची नक्कल करावी? उदाहरणार्थ, मला यात अर्थ दिसतो – ललित लेखन सोडून अन्य लेखन करणारा म्हणून, की माझ्या आवडीच्या लेखकांच्या जसे मायकेल लेविस, माल्कम ग्लाडवेल, आणि ऑलिव्हर सॅक्स – पुस्तकांची रिव्हर्स इंजिनिअरिंग पद्धतीने नक्कल करावी.*

*(सॅक्स चे आत्मचरित्र – On the Move – वाचताना मी असे शोधले की त्याचे लिहिणे हेसुद्धा नकलेतून निर्माण झालेले उत्पादन आहे. सॅक्स – जे न्यूरॉलॉजिस्ट आहेत – ज्यांनी आपल्या रुग्णाच्या रोगाच्या अंगावर काटे आणणाऱ्या आणि वाचताना खिळवून ठेवणाऱ्या गोष्टी लिहिल्या आहेत, आठवतात की त्यांनी The mind of a Mnemonist, १९६८ साली लिहिलेल्या या पुस्तकाचा लेखक, सोविएत न्यूरो सायकलॉजिस्ट ए आर लुरिया. या पुस्तकात लुरिया यांच्या रुग्णांचा

इतिहास दिला आहे, ज्यांची स्मरणशक्ती अमर्यादित होती. ते लिहितात, ''त्याने माझ्या जीवनाची दिशा आणि केंद्रबिंदू बदलून टाकला, एक उदाहरण म्हणून सेवा करून केवळ मला जागरूकता देऊनच नव्हे तर इतरही जे काही मी लिहीत होतो त्यासंबंधी. मी जेव्हा लुरिया यांचे पुस्तक वाचले तेव्हा मी हे शोधून रोमांचित झालो की तेसुद्धा नक्कल करणारे होते. त्यांच्या वैद्यकीय उदाहरणाचा इतिहास लिहिताना, लुरिया म्हणतात, ''मी वॉल्टर पीटरच्या पावलावर पाऊल टाकायचा प्रयत्न केला, ज्यांनी १८८७मध्ये Imaginary Portraits लिहिले. एकदा मी शोधायला सुरुवात केल्यावर मला विविध क्षेत्रांतले नक्कल करणारे अनेक सापडले, उद्योग व्यवसायातील धरून. उदाहरणार्थ, वॉल मार्टच्या यशाबद्दल स्पष्टीकरण देताना मुंगेर यांनी निरीक्षण केले की सॅम वॉल्टन यांनी व्यवहारतः काहीही नवीन शोधून काढले नाही. पण त्यांनी त्या सरावाची नक्कल केली जे इतर कोणी हुशारीने केले होते. आणि जे केले ते येथील पहिल्यापेक्षा अधिक कौशल्याने.'')

मी जेव्हा पाबराय यांच्या जीवनाचा आणि मी त्यांच्याकडून काय शिकावे याचा विचार केला, तेव्हा त्यांची अनेक तत्त्वे माझ्या समोर तरळली. म्हणून मी माझ्या पत्रात लिहिले.

**नियम १ :** **एखादे वेड लागल्यासारखी नक्कल करा.**

**नियम २ :** **तुमच्यापेक्षा जे लोक अधिक चांगले आहेत त्यांच्या आसपास राहा.**

**नियम ३ :** **जीवनाला एक खेळ समजा, जगण्यासाठीची स्पर्धा नव्हे किंवा मृत्यूबरोबरची लढाई नव्हे.**

**नियम ४ :** **तुम्ही कोण आहेत त्याच्या सरेखनात राहा, ते करू नका जे तुम्हाला करावेसे वाटत नाही. किंवा जे तुमच्याकरिता योग्य नाही.**

**नियम ५ :** **तुमच्या अंतर्मनातील गुणतक्त्याप्रमाणे जागा. इतर लोक तुमच्याबद्दल काय विचार करत असतील याची काळजी करू नका. बाह्यगत प्रमाणीकरणाप्रमाणे स्वतःची व्याख्या करून घेऊ नका.**

शेवटी, पाबराय नेहमी उद्धृत करतात ती मुंगेर यांची ओळ लिहितो- ''एखादी साधी कल्पना घ्या, आणि घ्याल ती गांभीर्याने घ्या. या सर्व धड्यांपैकी, तो शेवटचा कदाचित अधिक महत्त्वाचा ठरेल. बऱ्याच वेळा, आपण एखाद्या सबळ तत्त्वाशी किंवा सवयीशी सामना करायला जातो, आपण त्याचे चिंतन करतो, त्याच्यावर काही जलद कृती करायला जातो आणि मग हे सर्व विसरून जातो.

पाबराय त्यामुळे जणू गिळला जातो, तो त्याबरोबर जगतो, या त्याच्या सवयीची मला नक्कल करायला हवी.''

पण इथे उद्दिष्ट किंवा ध्येय हे नाही की आपण अन्य कुणाच्या कल्पनांचे गुलाम व्हावे.हे नेहमी अधिक हुशारीचे ठरते की आपण कुणाच्यातरी तत्त्वाचा आत्मा जो असेल तो घ्यावा आणि आपल्या स्वतःच्या प्राथमिकतांना योग्य होईल या प्रकारे त्याला स्वीकारावे. उदाहरणार्थ, मी नेहमी पाबराय यांच्या जेवढे तुम्हाला सत्यातील बदलाबद्दल शक्य असेल तेवढे पक्के करण्याच्या तत्त्वाचा विचार करीत राहतो. त्यामुळे आश्चर्य करण्याकडे कल गेला की जर केवळ केंद्रितच करीत राहिलो आणि पुढे गेलोच नाही तर– दयाळूपणाच्या किंवा अनुकंपेच्या परिवर्तनशीलतेकडे, पाबराय यांच्या एकटेपणाने आणि तडजोड न करता एखाद्या विशिष्ट सद्गुणाबद्दल, लक्ष केंद्रित करण्याच्या सवयीमध्ये खरी शक्ती आहे. पण आपल्याला तेच सद्गुण निवडायला हवेत असे नाही.

मी विचार करतो, तेही चांगले काम करतात, आपण आपली स्वतःची प्रतिभा आणि स्वभाव यांना साजेल अशांचीच नक्कल करावी. पाबराय आणि स्पियर नेहमी कंपन्यांविषयी आपापसांत चर्चा करतात, त्यात गुंतवणूक करायची का नाही याचा निर्णय घ्यायच्या आधी. ही सवय त्यांनी बफे आणि मुंगेर यांची नक्कल करून स्वतः ला लावली. याचा परिणाम म्हणून कित्येक वेळा ते एकाच कंपनीचे शेअर्स विकत घेतात. पण स्पियर यांचा या बाबतचा एकदा लहान असू शकतो, कारण ते जास्त सावध असतात आणि कमी आत्मविश्वास असलेले – पाबराय यांच्यापेक्षा – आहेत.

२०१५मध्ये पाबराय यांचे अर्धे-अधिक फंडस फक्त दोन गुंतवणुकींत होते. फियाट क्रिसलर आणि जनरल मोटर्स यांची वॉरन्ट्स. स्पियर यांची तिथली गुंतवणूक त्यांच्या १/४ होती आणि त्यांचे निरीक्षण होते की पाबराय यांची लक्ष केंद्रित करण्याची पातळी श्वास राखून धरावा इतकी भीतिदायक होती. आणि त्यांना काळजी वाटायची की आपल्या मित्राला संरक्षण देण्याबाबत आपण कमी पडतोय– अति महत्त्वाकांक्षा आणि अति आत्मविश्वासापासून. आणखी एका हेज फंड व्यवस्थापकाने धोक्याची सूचना दिली की पाबराय वाहन उद्योगाला अधिक वजन देताहेत आणि ते धोक्याचे व भीतिदायक आहे, पण पाबराय यांनी सहा वर्षांत त्यांची गुंतवणूक सात पट केली जेव्हा फियाटचे शेअर्स चांगलेच वधारले. काहीही पश्चात्ताप न करता २०१८मध्ये त्यांची परदेशातील फंड्सची संपत्ती दोनच कंपन्यांत होती; काहीही भीती न बाळगता धाडसाने पुढे जाण्याचा परिणाम म्हणजे त्या वर्षी ४२% तोटा झाला. स्पियर एकदा मला म्हणाले तसे, ''अलौकिक बुद्धिमत्ता आणि मूर्खपणा यांतली सीमारेषा समजणे कठीण असते.''

पाबराय यांचे कमालीचे लक्ष केंद्रित करण्याचे धोरण यावर मुंगेर यांची छाप आहे. ज्यांनी सांगितले होते की, उत्तम प्रकारे विविधता असलेल्या खात्याला फक्त

चार प्रकारचे समभाग पुरेसे असतात. पण तुम्हा-आम्हाला या दृष्टिकोनाची नक्कल करणे आत्मघातकी ठरू शकते जर आपल्याकडे पाबराय यांच्याप्रमाणे धैर्य आणि विश्लेषणात्मक दृष्टी नसेल तर. २००८-०९च्या आर्थिक आणीबाणीच्या काळात ६७% भाव घसरल्याच्या परिस्थितीला कसे तोंड दिले असे विचारले असता पाबराय म्हणले, ''मला काहीही ताण तणाव नव्हता. माझ्या बायकोला हेही समजले नाही की काही गंभीर परिस्थिती आहे. याउलट जेव्हा त्यांनी त्या परिस्थितीत काही शेअर्स घेतले ते एवढे स्वस्त होते की त्यांना हा अनुभव कामोत्तेजक वाटला.''

मानसशास्त्रीयदृष्ट्या पाबराय कोणतीही गोष्ट जास्ती गांभीर्याने घेत नाहीत हेही त्यांना साह्यभूत ठरते. त्यांनी मला एकदा सांगितले, ''माझ्या थडग्यावरील दगडावर त्यांनी असे लिहावे असे मला वाटते, त्यांना सामने खेळायला आवडतात त्यावर त्यांचे प्रेम असते, विशेषतः ते की ज्यात त्यांना जिंकायची शक्यता जास्त असते. नक्कल करणे (Cloning)हाही एक खेळ आहे. ब्लॅक जॅक हाही खेळ आहे. ब्रिज हाही खेळ आहे. दक्षणा हाही खेळ आहे. आणि अर्थात, शेअर बाजार हाही एक खेळ आहे. हे सर्व म्हणजे खेळांचा गठ्ठा आहे. आणि हे सर्व म्हणजे शक्याशक्यतेचा मामला आहे.

पाबराय यांच्या बाबत आश्चर्याचे हे आहे की या सर्व शक्याशक्यता आपल्या बाजूने वळवणे हे त्यांचे दृष्टीने किती सोपे असते- इतर लोकांच्या खेळांचा अभ्यास करून आणि सातत्याने त्यांच्या उत्तम चालींना उसने घेऊन. गोष्ट ही आहे की यात कठीण असे काही नाही. ते म्हणतात, ''माणसा, मनमोकळे हास्य करून कोणाला उघडे पडू नकोस. आणि जगाला सांगू नकोस.''

२

# एकाकी असण्याची इच्छा

''जर शेअर बाजाराला हरवायचे असेल (तडाखा द्यायचा असेल) तर तुम्ही पुरेसे शूर असायला हवे, पुरेसे स्वतंत्र असायला हवे, आणि पुरेसे अनोळखी असायला हवे, गर्दीपासून दूर असण्यासाठी.''

---

''सर्वश्रेष्ठ कामगिरी करणे हे सर्वथा अशक्य आहे जर तुम्ही बहुसंख्याकांपेक्षा काही निराळे करत नसाल.''

–सर जॉन टेंपल्टन

सुमारे २० वर्षांपूर्वी, बहामामध्ये समुद्रकिनारी चालत असता, मी एका विलक्षण ठिकाणी अडखळलो. एक वृद्ध गृहस्थ त्यांच्या मानेपर्यंत पाणी असताना समुद्रात उभे होते. त्यांनी लांब बाह्यांचा शर्ट घातला होता, आणि विचित्र हॅट त्यांच्या डोक्यावर होती, कान असलेली आणि व्हिझर. त्यांच्या चेहऱ्यावर सन क्रीमरचा थर होता. मी एका पामच्या झाडाच्या मागे लपून बघत राहिलो जेणेकरून त्यांना वाटू नये की मी त्यांच्यावर हेरगिरी करतोय. मग मी कितीतरी वेळ त्यांच्याकडे पाहत होतो. ते त्यांचे पाय पुढे मागे हलवत होते, ज्याला पाण्यामधून विरोध असताना चालणे (Power Walking) म्हणतात. नंतर मला शोध लागला की ते असे दररोज ४५ मिनिटे करतात.

ते वृद्ध गृहस्थ होते सर जॉन टेंपल्टन, कदाचित २०व्या शतकातील सर्वांत महान आंतरराष्ट्रीय गुंतवणूकदार. मी न्यू यॉर्कहून बहामाला त्यांची मुलाखत घ्यायला

आलो होतो, त्यांच्या घरी ली फोर्ड के क्लब येथे, गेट असलेले रमणीय ठिकाण जिथल्या रहिवाशांमध्ये मोनॅकोचे प्रिन्स रेनियर, आगा खान, आणि सीन कोनेरी यांचा समावेश होता. पण जर माझी स्मरणशक्ती मला दगा देत नसेल तर, आमची नियोजित भेट दुसऱ्या दिवशी ठरलेली होती. हा असा एक प्रवास होता ज्याच्यामुळे पत्रकाराचे हृदय गाऊ लागते- एका अशा व्यक्तीची मुलाखत घ्यायची होती, जी एक कल्पित चिन्ह होती, अनोखे ठिकाण होते, सर्व खर्च एका श्रीमंत मासिकाने केला होता, जे अजून इंटरनेटच्या जाळ्यात अडकलेले नव्हते.

टेंपल्टन यांची गुंतवणुकीतील कामगिरी नेत्रदीपक होती. टेंपल्टन ग्रोथ फंड, जो त्यांनी १९५४मध्ये स्थापन केला होता त्याने नंतरच्या ३८ वर्षांत सरासरी १४.५ टक्क्यांनी वार्षिक परतावा मिळवला होता. १,००,००० चे शेअर्सचे त्या कालावधीत १७ मिलिअन झाले असते. १९१२ साली ग्रामीण टेनेसीमधल्या एका छोट्या शहरात जन्मलेले टेंपल्टन यांनी शून्यातून सुरुवात केली होती. आणि आता ते बिलिनॉयर बनले होते. मला जाणून घ्यायचे होते की हे त्यांनी कसे घडवले आणि त्यांनी घडवलेल्या किमयेतून काय शिकू.

आता ते ८५ वर्षांचे होते - गुंतवणुकीच्या क्षेत्रातील महान वृद्ध व्यक्ती - आणि मी ते ऋषीसारखे असावेत अशी अपेक्षा करीत होतो. त्याऐवजी मी स्वत: अवाक झालो, हे अनपेक्षित रूप पाहून- विदूषकासारखे हात घालून, समुद्रावरच्या फेसातून चालत असताना. पण नंतर मला उमजत गेले तसे ते तंदुरुस्त राहण्यासाठी पाळत असलेली पथ्ये यात मला त्यांच्यातील महानतेची विविध अंगे दिसून आली. टेंपल्टन यांनी व्यायाम करण्याचा परिणामकारक मार्ग शोधून काढला होता तोही फुकटचा आणि अशा भव्य पार्श्वभूमीचा. त्यांच्या दृष्टीने त्यांना पाहून कोणी हे विचित्रपणाचे आहे वगैरे म्हणणे असंबद्ध होते. आणि अशी त्यांची ही उदासीनता त्यांच्या यशाच्या दृष्टीने आवश्यकच होती.

मायकेल लिप्पेर, Lipper Advisory Services या गुंतवणूक क्षेत्रातील फर्मचे अध्यक्ष, मला एकदा मला म्हणाले की टेंपल्टन, जॉर्ज सोरोस आणि वॉरन बफे या सर्वांच्यात काही अमूल्य वैशिष्ट्ये समान आहेत. एकाकी असण्याबद्दलची मानसिक तयारी, अशी स्थिती घेण्याची तयारी जी इतरांना फार आकर्षक, तेजस्वी वाटत नाही, त्यांच्यात एक अंतर्मनातील खात्री असते जी बहुतांश इतर लोकांत नसते.

हा वाक्यांश - एकाकी असण्याबद्दलची मानसिक तयारी - हा माझ्या मनावर बरीच वर्षे ठसा उमटवून राहिला आहे. तो ठोस रीतीने एक गंभीर कल्पना सांगून जातो की सर्वोत्कृष्ट गुंतवणूकदार हे अन्य माणसासारखे नसतात. ते विशिष्ट चिन्ह, विक्षिप्त आणि जे जगाकडे गर्दीने पहावे त्याच्या विरुद्ध पाहतात. त्यांचा वैशिष्ट्यपूर्ण मार्ग चोखाळतात, केवळ गुंतवणुकीसाठीचा नव्हे तर त्यांच्या विचार करण्याच्या पद्धतीचा आणि जगण्याचाही.

फ्रॅन्कीस रोशोन, कॅनडातील एक निधी व्यवस्थापक ज्यांनी गेल्या पाव शतकात शेअर बाजारात इतरांवर उत्तम मात केली आहे, यांच्याकडे सांगण्यासारखी एक मनोरंजक गोष्ट आहे. मानवी आनुवंशिकता सूत्र हजारो वर्षांपूर्वी विकसित झाले. त्याचा प्रथमतः उद्देश होता तो म्हणजे जगण्याचा. सुमारे दोन लाख वर्षांपूर्वी आपण एक धडा शिकलो तो म्हणजे कोणत्याही टोळीत असणे हा जगण्याचा सुरक्षित मार्ग आहे. रोशोन म्हणतात, ''ती सुप्त अंत:प्रेरणा जेव्हा आपण भीतीच्या छायेत असतो तेव्हा आपल्या न कळत आपोआप जागृत होते.'' उदाहरणार्थ, जेव्हा शेअर्स कोसळतात, तेव्हा सर्वसामान्य गुंतवणूकदार इतरांना घाबरलेले पाहतात आणि अंत:प्रेरणेने त्या टोळीचे अनुकरण आपले शेअर्स विकून करतात आणि नंतर पैशाच्या सुरक्षित स्वर्गाकडे धाव घेतात. पण ते टोळ्यांचे अनुकरण करणारे हे अंतर्ज्ञानी सत्य जाणण्यात अपयशी ठरतात की हा कदाचित शेअर्स विकत घेण्याचा सुयोग्य मार्ग आहे कारण त्यांचा जणू आता सेल लागला आहे.

रोशोन पुढे म्हणतात की, मात्र काही लोकांच्यात ही टोळीबरोबर जाण्याची आनुवंशिकता नसते. म्हणून त्यांना टोळीचे अनुकरण करण्याची आवश्यकता वाटत नाही. आणि असे लोक चांगले गुंतवणूकदार होऊ शकतात, कारण ते फक्त स्वत:च स्वत:चा विचार करू शकतात. रोशोन, जे त्यांची बुद्धिमत्ता असे शेअर्स विकत घेण्यासाठी वापरतात तसेच ती त्यांची आवड असलेल्या कलेचे उत्कृष्ट नमुने असलेल्या वस्तू विकत घेण्यासाठीही वापरतात. आणि त्यांचा संशय आहे की कित्येक कलाकार, लेखक आणि उद्योजक यांच्याकडेही ते टोळीचे जनुक सूत्र नसते.

रोशोन यांचा हा सिद्धान्त सिद्ध करणे कठीण आहे. पण असे अनेक किस्से आणि पुरावे आहेत की सर्वोत्कृष्ट गुंतवणूकदार अशा असामान्य तारांनी जखडलेले असतात ज्या आर्थिकदृष्ट्या फायदेशीर असतात. एका प्रसिद्ध गुंतवणूकदाराने, आपले नाव या विषयावर जाहीर न करण्याच्या अटीवर सांगितले की त्यांचे अनेक यशस्वी समवयस्क निंदानालस्ती करणारे आणि भावनाहीन आहेत. ते हे स्पष्ट करतात की भावनाहीन असणे काही वेळा उपयुक्त असते, विशेषतः जेव्हा गर्दी करणारे एखादी गोष्ट करणे मूर्खपणाचे आहे असे म्हणतात तेव्हा ती करण्याचा निर्णय घेण्याबाबत. ते पुढे म्हणतात की ज्या लोकांकडे विकासाच्या बाबतीत स्वमग्नतेच्या शक्यता असतात त्यांच्या बाबतीत नुकसान भरपाई होईल अशा काही स्थिती आणि बऱ्याच वेळा त्या आकड्याच्या (पैशाच्या) स्वरूपात असतात – निर्माण होतात. भावनाहीन असणे आणि आकडेतज्ज्ञही असणे, हे गुंतवणुकीच्या बाबतीत महान संयोजन म्हणता येईल.

मी ही कल्पना आणखी एका अत्यंत यशस्वी फंड व्यवस्थापकाला बोलून दाखवली, ज्याला उत्तम गणिती असण्याची ईश्वरी देणगी आहे, आणि जो सामाजिक परिस्थितीत अत्यंत आरामात असतो. त्याने सांगितले, ''मी जेव्हा लहान मूल

होतो तेव्हा माझ्या वडिलांना काळजी होती की मी ऑटिस्टिक असेन का किंवा मला कदाचित अप्सर्गर्सही असेल. मला वाटते, त्यांनी निष्कर्ष काढला की तसे काही नसावे. किंवा असल्यास ते कदाचित तितकेसे धोकादायक नसावे. म्हणून मी थोडाफार त्या वर्णपटातील असेनही वा नसेनही. मग त्यांनी बालपणातील एक विनाशकारी आठवण सांगितली ज्यामुळे त्यांना त्याच्या भावनांपासून दोन हात दूर राहावे लागले. म्हणून तुम्हाला वाटत असेल की काही मानसिक विकृती असलेला असावा तर तुम्ही बरोबर असाल.'' (हे कबूल करणे योग्य होईल की अप्सर्गर्स सिन्ड्रोमसारख्या व्याधींच्या निदानाबाबत बरेच तीव्र मतभेद आहेत, जी एक अधिक व्याप्त ऑटिझमचा भाग असते, हे नाव नाझी बालरोग तज्ज्ञावरून देण्यात आले ज्याने मुलांच्या इच्छामरणाबाबत वकिली केली. इथे माझे उद्दिष्ट महान गुंतवणूकदारांचे हौशी निदान करण्याचे नाही तर हे सुचविण्याचे आहे की त्यापैकी अनेकदेखील अशा मार्गाने एकत्र बांधले गेलेले असतात की ज्यामुळे त्यांना स्वभावजन्य धार मिळते.)

या बाबत एक अंत:प्रेरित दृष्टिकोन ख्रिस्तोफर डेव्हिस यांच्याकडून मिळतो. ते Davis Advisors या कंपनीत २५ बिलिअनचा कारभार सांभाळतात. ही कंपनी त्यांच्या वडिलांनी १९६९मध्ये स्थापन केली आहे. ते असामान्य प्रकारे चांगल्या स्थितीमध्ये आहेत जिथून ते अत्यंत यशस्वी गुतंवणूकदारांमधील वर्तणुकीतील वैचित्र्ये असलेल्या व्यक्तिमत्त्वांना पाहू शकतात. ते अत्यंत उच्च प्रतिभा असलेल्या गुंतवणूकदारांबरोबर, जसे बफे, मुंगेर, मॅसन हॉकिन्स आणि बिल मिल्लर, मैत्री ठेवून आहेत. शिवाय त्यांचे आजोबा (शेलबी कल्लोम डेव्हिस) आणि वडील (शेलबी डेव्हिस) हे दोघेही गुंतवणुकीच्या क्षेत्रातील दिग्गज होते. त्यांनी शेअर्स बाजारात चांगले भाग्य उजळून घेतले होते.

डेव्हिस म्हणतात, ''महान गुंतवणूकदारांची आवश्यक वैशिष्ट्ये म्हणजे ते इतर लोक काय विचार करतात त्याच्या अजिबात प्रभावाखाली येत नाहीत. अशा प्रभावाखाली न येण्याचा सोपा मार्ग म्हणजे त्या विचारांबद्दल अज्ञात असणे. जर तुम्हाला खरंच ते कळलेच नाही आणि इतर लोक काय विचार करतात त्याच्या काळजीत पडलेच नाही, तर महान गुंतवणूकदार बनणे अगदी सोपे होऊन जाईल. यातून हे आपोआपच येते की महान गुंतवणूकदारांची आवश्यक गुणवैशिष्ट्ये म्हणजे त्यांची भावनिक बुद्धिमत्ता कमीतकमी असायला हवी. त्यांचे असे निरीक्षण आहे की अनेक महान गुंतवणूकदार धडपडतात जेव्हा त्यांच्यावर इतरांबरोबर संबंध जोडणे आणि त्यांच्या कौटुंबिक जीवनाविषयी उबदार संलग्नता ठेवण्याची वेळ येते.''

याविरूद्ध डेव्हिस म्हणतात की, तुम्ही प्रमुख कार्यकारी अधिकाऱ्याबरोबर (CEO) काम करताना तुम्हाला अगदी निराळ्या प्रकारच्या मानसशास्त्रीय चरित्रलेखाशी सामना करावा लागतो. त्यांना इतरांविषयी सहानुभूती दाखवताना,

त्यांचे विचार समजून घेताना आणि त्यांच्यावर प्रभाव पाडताना भावनिक बुद्धिमत्तेची आवश्यकता लागते. याविरुद्ध गुंतवणूकदारांबाबत, हे आपत्तिजनक होईल की जर तुम्ही सातत्याने अशा भाराखाली असाल तर तुमच्या निर्णयावर इतर सर्व जण काय विचार करीत असतील ही चिंता करीत बसणे. ते पुढे म्हणतात की त्यांच्या तरुणपणी, अशा अनेक अधिकाऱ्यांनी सांघिक खेळात भाग घेतलेला असतो, त्यांचे नेतृत्व केलेले असते, किंवा अशा सांघिक बंधुत्वाला पुढे नेलेले असते. मग महान गुंतवणूकदारांबाबत काय? ते म्हणतात, ''बहुतांशी त्यांनी वैयक्तिक खेळांना प्राथमिकता दिलेली असते- जसे धावणे, टेनिस खेळणे, गोल्फ किंवा पोहणे. असे फुटबॉल किंवा तत्सम खेळातले फारसे नसतात.''

त्यांचे वडील, जे आता ऐंशीच्या घरात आहेत, हे त्यांच्या पिढीतले गुंतवणुकीतील एक प्रमुख तारे होते. शेलबी डेव्हिस जेव्हा न्यू यॉर्क व्हेंचर फंडाचे २८ वर्षे व्यवस्थापक होते, तेव्हाची १,००,०००ची गुंतवणूक ३.८ मिलिअनमध्ये वर्धित झाली होती. मग त्यांच्या मुलाने वर्णिलेल्या मानसशास्त्रीय व्यक्तिमत्वाच्या चौकटीत ते कुठे बसतात? डेव्हिस म्हणतात, ''माझे वडील हे सखोलरीत्या एकाकी होते. मी याची कल्पनाही करू शकत नाही की त्यांनी सांघिक खेळ कधी खेळले असतील किंवा तिथे नेता झाले असतील, किंवा एखाद्या सेवाभावी नफाविरहित संस्थेमध्ये त्यांनी नेतृत्व दिले असेल. ते सतत माहीती मिळवण्याचे, लोकांना झापण्याचे किंवा विविध वार्षिक अहवाल वाचायचे काम करायचे. हे एकाकी स्वरूपाचे काम होते. म्हणजे मला म्हणायचंय की ते टेलिफोनजवळ तरी असायचे, किंवा वार्षिक आणि तिमाही अहवालाच्या थप्पीमागे.''

त्यांनी केलेल्या या वर्णनावरून मला बफे यांना मोहनीश पाबराय यांनी त्यांच्या बरोबर काहीही वेतन न घेता काम करायची तयारी दाखवली होती तिला नम्रपणे दिलेले उत्तर आठवले. ''मी साधेपणाने माझे मी काम करणे मला आवडते. त्यामुळे मी उत्तम काम करू शकतो.'' खरोखरच बफे ओमाहामधील कार्यालयात त्यांचा बहुतेक वेळ एकांतात बसून, खिडक्यांचेही पडदे मिटवून, विविध वार्षिक अहवाल वाचायचा, त्यांचा अभ्यास करायचा आनंद लुटतात.

या विस्तृत नमुन्यापलीकडे अनेक अपवाद आणि बारकावे आहेत. मी असे सुचवीत नाही की सर्वच सर्वोत्कृष्ट गुंतवणूकदारांमध्ये विकासासंबंधीचे विकार आहेत किंवा ते एकाकी जीवन कंठतात किंवा घटस्फोट घेण्याची वेळ येणे त्यांच्या नियतीतच असते (अशा घटस्फोट घेणाऱ्या गुंतवणूक क्षेत्रातील दिग्गजांची यादी जरी मोठी असली आणि त्यात मुंगेर, मिल्लर, पाबराय, बिल याकमन, कार्ल कॉहून, डेव्हिड ऐनहर्न आणि आणखी अन्य अनेक, ती एक महान अतिशयोक्ती होईल. शिवाय प्रत्येकचा विचित्रपणा, विक्षिप्तता किंवा विश्लेषणता यांना कोणत्याही मानसशास्त्राच्या चौकटीत बसवणे अशक्य आहे.

तरीही असे इशारे किंवा अस्वीकृती असतानाही, माझा विचार आहे की हे खरे आहे की या पुस्तकात तुम्ही भेटणार आहात त्या सर्व गुंतवणूकदारांमध्ये कोणीही कोणत्याही एका टोळीमधले नाहीत आणि ते मुक्तपणे विचार करणारे आहेत. त्यांच्यात अशी एक दुर्मिळ क्षमता आहे की ते रूढ मतप्रवाहाला नाकारू शकतात. ते आपण बरोबर असल्यांबद्दलची आणि जिंकण्याची काळजी जास्ती घेतात, न की सामाजिक स्वीकृती किंवा मान्यता मिळेल याची. मॅथु मॅकलेनन, जे First Eagle Investment Management मध्ये १०० बिलिअनचा व्यवहार हाताळतात, ते आपल्या कामाचे वर्णन असे करतात, प्रत्येक दिवशी तुम्ही जग कसे काम करतेय हे समजून घेण्याचा प्रयत्न करतात, आणि सर्वसाधारण समजुतीपेक्षा निराळ्या पद्धतीने तुम्ही त्या बाबत आपली सहानुभूती व्यक्त करतात. दिवसअखेरीस, आपल्याला पैसे दिले जातात ते निराळ्या चश्म्यातून जगाकडे बघण्यासाठी.

बाजारावर मात करण्याचा एकुलता एक मार्ग म्हणजे बाजारापासून आपल्याला वळवणे. ही कामगिरी त्यांच्याकरिता उत्तम प्रकारे योग्य ठरते. जे खऱ्या अर्थाने विलक्षण आहेत, दोन्ही प्रकारे - बुद्धिमत्तेने आणि स्वभावाने. आणि माझ्या अनुभवाप्रमाणे सर जॉन टेंपल्टन यांच्यापेक्षा कोणीही बुद्धिमंत किंवा आगळावेगळा नाही. जागतिक मूल्य गुंतवणुकीतले अग्रेसर, त्यांनी पूर्णतः स्वत:करिता काही तत्त्वे आणि प्रथा आखल्या आहेत आणि त्या कोणाही गुंतवणूकदाराला आजही फायदेशीर ठरतील. पण आता मागे वळून पाहताना, ९५व्या वर्षी त्यांचे निधन झाल्यावर मला हे जाणवले की त्यांच्या जीवनातले सर्वोत्तम धडे आत्मसात करण्यात मी अपयशी ठरलो.

## स्वतंत्र विचाराच्या व्यक्तीची निर्मिती

तो पानगळीचा १९९८ चा ऋतू होता जेव्हा मी टेंपल्टन याना भेटलो. तेव्हाही त्यांच्या ८६व्या वाढदिवसापूर्वी काही आठवडे, त्यांच्या घरापासून मोटारीने थोड्या अंतरावर असलेल्या नासाऊ शहरातल्या त्यांच्या कार्यालयात ते दररोज येत होते. आमचा तो दिवस त्यांच्या कार्यालयात चालू झाला. त्यांनी माझे पूर्वीच्या कालखंडातील प्रथेप्रमाणे आपुलकीच्या भावनेने प्रेमपूर्वक स्वागत केले. ते म्हणाले, ‘‘आता माझा वेळ तुमच्या विवेकबुद्धीप्रमाणे तुमच्या हाती आहे. मी तुम्हाला पाहिजे तितका वेळ इथे थांबेन.’’ त्यांच्या बोलण्यात दक्षिणेकडील मृदू भाषणाची झलक होती.

त्यांनी फिकट पिवळ्या रंगाचे स्पोर्ट्स जॅकेट घातले होते, खुल्या गळ्याचा शर्ट होता आणि करड्या रंगाची पॅन्ट - बेल्टशिवाय - परिधान केली होती. छोटी, किडकिडीत, टॅनिंगमुळे काहीशी करडी पडलेली त्यांची कांती होती. त्यांच्या प्रत्यक्ष वयापेक्षा ते १५ वर्षे कमी वयाचे वाटत होते. त्यांच्या कार्यालयात त्यांना मिळालेले

अगणित आणि अनेक प्रकारचे पुरस्कार सर्वत्र दिसत होते. त्यात एक होता तो सर्वोत्तम कामगिरीबद्दल – म्यूचुअल फंडामार्फत ३५ वर्षांच्या कालावधीत – होता. एक ट्रॉफी होती PBS टीव्हीने दिलेली, लुई रुकेयर यांच्या वॉल स्ट्रीट विक हॉल ऑफ फ्रेममध्ये त्यांचे नाव घातल्याबद्दल होती. आणि एका भिंतीवर त्यांना मिळालेल्या अगणित मानद पदव्यांच्या फोटोफ्रेम्स लावल्या होत्या. 'इंटरनॅशनल चर्च – मॅन ऑफ द इअर' पुरस्कार होता आणि सकारात्मक विचारांबद्दलचा 'नॉर्मन विन्सेंट पील'चा पुरस्कारही होता.

१९६०मध्ये टेंपल्टन यांनी बहामात स्थलांतर केले. त्याआधी त्यांनी न्यू यॉर्कमध्ये काही काळ व्यतीत केला होता. त्यांनी अमेरिकन नागरिकत्व परत केले, ब्रिटिश नागरिकत्व पत्करले आणि ले फोर्ड केमध्ये घर बांधले. टेनेसीमधल्या विंचेस्टर येथे ते श्रद्धाळू ख्रिश्चन कुटुंबात वाढले. आणि त्यांच्या खोल श्रद्धेने त्यांना बहामा मध्ये स्थायिक होण्यासाठीच्या निर्णयासाठी प्रवृत्त केले होते.

''या देशात प्रतिव्यक्ती अन्य कोणत्याही देशापेक्षा अधिक चर्चेस आहेत, ते मला जास्त आकर्षक आणि सुसंवादी वाटले,'' अशी माहीती त्यांनी मला दिली.

शिवाय तिथला सोशल क्लब ले फोर्ड केमुळे तिथे सामाजिक जीवनाचेही आकर्षण होते. सर्वसाधारणपणे, प्रवेश देणाऱ्या समितीने चांगले काम केले आहे आणि खरोखरच उच्च दर्जाचे लोक तिथे सदस्य आहेत. त्यामुळे खरोखरच आकर्षक लोकांबरोबरच आपला वेळ व्यतीत करण्याची संधी इथे मिळते. त्यांनी उल्लेख केला की जोसेफ लेविस, कमॉडिटीज मधले बिलिनॉयर, ज्यांच्याकडे मी यापूर्वी कधीही माझ्या जीवनात पाहिली नव्हती अशी एक उल्लेखनीय याट (नौका) आहे, तशी फक्त ब्रिटनच्या राणीकडे आहे. ती मोठ्ठी आहे. ते फार खाजगी आहेत, अशीच माणसे आम्हाला इथे हवी असतात. ते भडक, छानछोकी नाहीत. मी त्यांना काही भोजन समारंभात भेटलो होतो. ते त्यांच्या घरात किंवा याट मध्ये बसून गुंतवणूक करीत असतात.

क्लबचा स्वतःचा समुद्रकिनारा आहे, टेनिस कोर्ट्स आहेत, आणि समुद्रकिनारी गोल्फ क्लबसुद्धा. पण टेंपल्टन अशा गोष्टीत गुंतून घेणे टाळतात. ते म्हणतात, ''माझे शेजारी गोल्फ खेळायला जातात, नौकानयन करायला जातात आणि असेच काही. पण माझा स्वतःचा दृष्टिकोन असा आहे की यापेक्षा महत्त्वाचे आहे की आपण उपयोगी असावे. सुखाच्या मागे लागणे यात मला कधीही सौख्य आणि आनंद वाटला नाही. ईश्वराने मानवाला निर्माण केले त्यामागे काही सखोल विचार असावा. आणि एक सामान्यतः निश्चितच बाब ही आहे की जे लोक खरोखरच काही उपयुक्त कामात व्यग्र असतात ते अधिक आनंदी असतात न की ते जे निष्क्रिय असतात.''

ते निवृत्तीच्या धोक्यांबाबतही तितकेच आग्रही, अविचल आहेत. त्यांच्या मते ते शरीर आणि मनाकरिता प्राणघातक असते. टेंपल्टन पाहतात तसे, ६५व्या वर्षी

निवृत्ती देणे वा घेणे यामुळे प्रचंड संख्येत निष्क्रिय लोकांची, बिनकामाच्या लोकांची संख्या वाढली आहे. असे लोक हे सामाजिक सुधारणांत ओझे आहेत.

त्यांच्या व्यक्तिमत्त्वाच्या विविध अंगांचा हा माझा पहिलाच परिचय होता– एक कठीण धार असलेले, नैतिकतेची बाजू पाळणारे, ज्यातून पुरातन जगाची मोहिनी आणि सभ्य शिष्टाचाराचे पालन प्रतीत होत होते.

जेव्हा इतर लोक त्यांच्या जीवनाची मजा लुटत होते, टेंपल्टन म्हणाले की ते नेहमीप्रमाणेच आपल्या कामात व्यग्र होते. काही वर्षे आधी, त्यांनी त्यांची इन्व्हेस्टमेंट फर्म शेकडो बिलिअन डॉलर्सला विकली. म्हणून आता त्यांनी आपला वेळ परोपकारी सेवाभावी कार्यासाठी वाहून घेतला आहे, सेवाभावी स्वयंसेवी संस्थांना जसे अनेक फाउंडेशनना सेवाभावी प्रकल्पासाठी दिलेल्या रकमांवर लक्ष ठेवणे, आपल्या वैयक्तिक आर्थिक व्यवहाराचे व्यवस्थापन करणे आणि पुस्तके, जशी अशी शीर्षके असलेली, worldwide Laws of Life , 200 Eternal Spiritual Principles, आणि इतर. प्रार्थना करतात का? वगैरे. आपण पाहू तसे प्रचंड संपत्ती कमवायची त्यांना मिळालेली ईश्वरी भेट, त्यांना कधी सोडून गेली नाही, पण त्यांची मूलभूत आवड आध्यात्मिक संपत्ती सर्वत्र पसरवायची, त्यांचे बरोबरच आजही आहे.

ते एक विशेषतः पारंपरिक धर्मयुद्ध होते. उदाहरणार्थ, त्यांच्या अनेक परोपकारी पुढाकारापैकी टेंपल्टन यांनी अनेक मिलिअन डॉलर्स हॉर्वर्ड मेडिकल स्कूलमध्ये शास्त्रीय संशोधनासाठी दान दिले आणि इतर ठिकाणी, प्रार्थनाचा उपयोग खरोखरच होतो का त्याच्या संशोधनासाठी. त्यांनी उल्हसित होऊन मला अनेक प्रश्न दाखवले ज्यांची उत्तरे त्यांना आशा आहे की मिळवली जातील. ज्यांच्याकरिता प्रार्थना केली ते रुग्ण लवकर बरे होतात का? जर आजारी व्यक्तीनेच प्रार्थना केली तरच ती सफल होते का? का ती अन्य कोणी करायला हवी? प्रार्थना करणाऱ्या व्यक्तीने आजारी रुग्णाच्या शरीरावर हात ठेवला तरच ती प्रार्थना सफल होते का? तुम्ही प्रार्थना करता ती कॅन्सर नाहीसा व्हावा म्हणून का, तुम्ही ती करता ती देवाने तसे करावे म्हणून. वगैरे.

टेंपल्टन यांनी शास्त्रीय अभ्यास आणि संशोधनासाठी अर्थसाहाय्य दिले आहे ज्यात निर्रानिराळ्या सद्गुणांचे जसे– क्षमा, नम्रता, प्रामाणिकपणा, आणि प्रेम यांचे फायदे काय होतात हे पाहिले जाईल. त्यांनी विद्यापीठातील प्राध्यापकांना अर्थसाहाय्य केले ते काही अभ्यासक्रम शिकवण्यासाठी जसे शास्त्रामुळे ईश्वराविषयी अधिक माहीती काय मिळते? त्यांनी 'टेंपल्टन बक्षिसे' दिली आहेत, आध्यात्मिक वास्तविकता यातील संशोधन किंवा शोध यासाठी, ज्यातून तत्त्वाचे उद्योजक जे आपली दूरदृष्टी मानवी प्रयोजन आणि अंतिम सत्य याबाबत विस्तृत करेल. या बाह्य गोष्टी भौतिक सुखाच्या काळजीपेक्षा अधिक महत्त्वाच्या आहेत यावर भर

देण्यासाठी. त्यांनी एका वार्षिक पुरस्काराची योजना आखली आहे जेणेकरून ती नोबेल पारितोषिकांपेक्षा अधिक किफायतशीर असेल. आजच्या काळात, त्यातील विजेता ब्रिटिश पौंड्स १.१ मिलिअन (१.४ मिलिअन) पटकावतो.

हे सर्व आहे ते टेंपल्टन यांच्या भव्य मोहिमेसाठी आध्यात्मिक माहीती १०० पट अधिक विस्तारण्याच्या. हे असे कार्य नव्हते की सर्वच त्याचे कौतुक करतील. एका बाजूला, निधर्मी शास्त्रज्ञ आश्चर्यचकित झाले ते त्यांच्या प्रयोगांच्या द्वारा आध्यात्मिक तत्त्वांना मोजण्याच्या योजना यामुळे. तर दुसऱ्या टोकाला आध्यात्मिक पुराणमतवादी चाट पडले ते त्याच्या मुक्त तत्त्वांच्या तयारीमुळे, ज्यात त्यांच्या विश्वासावर प्रश्नचिन्ह उपस्थित केले जात होते. त्यांनी अलीकडेच एका चांगल्या महिलेबरोबर झालेल्या वादाबद्दल सांगितले, जिने बायबलमधील नोव्हा आणि पूर यांच्या गोष्टीच्या सत्यतेबद्दल त्यांना विचारले. त्यांनी असे सुचवले की ते एक उपयुक्त रूपक होते पण शब्दश: सत्य नव्हते. तिचा प्रचंड रागातील प्रतिसाद होता, ''छान, मग तुम्ही ख्रिश्चन नाही.''

मी जेव्हा त्यांना काहीशा अविचारीपणे विचारले की अनेक लोक तुम्हाला एक विक्षिप्त व्यक्ती समजतात काय? त्यांनी उत्तर दिले, ''होय, नक्कीच. पण माझा आत्मविश्वास दांडगा आहे, इतर सर्वसामान्य श्रेणीतील माणसांपेक्षा.'' मला हे जाणवले की हा त्यांच्या मनाचा कल त्यांच्या गुंतवणूकदार म्हणून मिळलेल्या प्रचंड यशाच्या हृदयस्थानी असावा. टेंपल्टन यांनी ते मान्य केले. ते म्हणाले, ''तुम्ही जेव्हा तुमची मान पुढे काढता तेव्हा तुमच्यात पुरेसा आत्मविश्वास हवा किंवा तुमच्याकडे पुरेसे शौर्य हवे, तसे करण्यासाठी. मी तसे गुंतवणुकीच्या क्षेत्रात केले. आणि आता मी ते आध्यात्मिक क्षेत्रात करीत आहे.''

या त्यांच्या वृत्तीचे श्रेय ते त्यांच्या बालपणातील अनोख्या पद्धतीने झालेल्या संगोपन आणि वाढीला देतात. ''माझ्या सर्व बालपणात, मला आठवत नाही की माझे बाबा किंवा आई यांनी मला कधी सांगितलं, 'असे कर वा तसे करू नकोस.' त्यांनी विचार केला की मी सर्व गोष्टी माझ्या मी केल्या तर मी अधिक स्वयंपूर्ण होईन. माझा आत्मविश्वास वाढेल. आणि हो, ते एक अद्भुत शिक्षण नव्हते का? ती सर्वांत महान भेट होती, आपल्या स्वत:वरच अवलंबून राहायची.''

एका प्रसंगी, त्यांच्या पालकांनी त्यांना रस्ता–मार्गदर्शक म्हणून काम करायला दिले. ती एक कौटुंबिक वर्तुळाकार सहल होती. टेंपल्टन त्या वेळी अगदी तरुण मुलगा होते. त्यांनी सहलीचा नकाशा चुकीच्या पद्धतीने वाचला. आणि त्यांनी एकदोन तास लांबच्या रस्त्याने सर्वांना नेले. कोणीही त्यांना दुरुस्त केले नाही. ते अशाकरिता वाट पाहत राहिले की त्यांना स्वत:लाच कळेल की आपण चूक केली आहे. ही हस्तक्षेप न करण्याची पालकांची नीती त्यातल्या धोक्यांशिवाय नव्हती. टेंपल्टन जेव्हा ८ वर्षांचे होते तेव्हा त्यांनी त्यांची शॉटगन देण्याची विनंती

मान्य केली. त्यामुळे त्यांना शिकारीला जाता येणार होते. त्यांनी त्यांना फटाके बनवण्यासाठी गन पावडर देण्याची विनंतीसुद्धा मान्य केली आणि फुलपाखरांना मारण्याच्या बरणीसाठी सायनाइड देण्याची विनंती मान्य केली.

स्वत:च्या स्वयंपूर्ण असण्याबद्दल टेंपल्टन यांना सार्थ स्वाभिमान होता. सलग ११ वर्षे शाळेत ग्रेड मिळाल्यानंतर ते १९३० साली येल विद्यापीठात गेले. मोठ्या महामंदीच्या तडाखा बसल्यामुळे त्यांचे वडील – वकील आणि व्यावसायिक – यांनी टेंपल्टन यांना ते पहिल्या वर्षाच्या शेवटी असताना त्यांना पत्र लिहिले. त्यात लिहिले होते की यापुढे ते त्यांच्या शिक्षणासाठी काहीही पैसे – अगदी १ डॉलरही – देऊ शकणार नाहीत. मग टेंपल्टन यांनी काही थोड्या वेळेच्या कामाच्या नोकऱ्या केल्या, येल विद्यापीठातून त्यांना शिष्यवृत्ती मिळाली, आणि पोकरचा खेळ करून मिळणाऱ्या पैशातून काही खर्च भागविला. याला जोडून, त्यांनी अभ्यासात कठोर परिश्रम केले. त्यामुळे तिसऱ्या वर्षाच्या शेवटी ते त्यांच्या वर्गातले सर्वांत उच्च गुण मिळवणारे विद्यार्थी झाले.

येलमध्ये असताना गुंतवणुकीच्या क्षेत्रात आपला उदरनिर्वाह करण्याचा निश्चय त्यांनी केला. त्यांना अंकगणित आवडायचे आणि त्यातले प्रश्न ते पद्धतशीरपणे सोडवायचे. हा एक व्यवसाय होऊ शकतो ज्यातून ते इतरांना सेवा देऊ शकतात, त्यातून त्यांची आर्थिक सुरक्षितता वाढवू शकतात जी त्यांच्या स्वत:च्या पालकांकडे नव्हती. त्या वेळी बहुसंख्य अमेरिकन लोकांचे धोरण होते ते यूएसमधील संपत्तीतच पैसे गुंतवायचे. पण त्या वेळी त्या वयातही त्यांना दिसले की ही संकुचित वृत्ती आहे आणि ती सामान्य ज्ञानाच्या विरुद्ध आहे. जर कोणाला शेअर्स आणि बॉण्ड्स यातच गुंतवणूक करायची असेल तर एकाच देशाची मर्यादा आपल्यावर घालून घेण्यापेक्षा हे शहाणपणाचे होईल की इतर देशातही तशा संधी शोधायला हव्यात.

येलनंतर दोन वर्षे टेंपल्टन यांनी ऑक्सफर्डमध्ये 'ऱ्होडस स्कॉलर' म्हणून घालवली. त्यांना व्यवसाय व्यवस्थापन शिकायचे होते पण त्याच्या प्राध्यापकांना वाटत होते की तो कायदेशीर विषय नाही. ''ते माझ्याकडे अशा विचित्र नजरेने बघत होते की मी जणू त्यांना सांगतोय की मला कचरा या विषयात शिकायचे आहे. मग त्यांनी त्याऐवजी कायदा हा विषय निवडला.'' आपल्या फावल्या वेळात, ते व्यवसाय या विषयात वाचन करू लागले. त्या वेळी त्यांना गुंतवणूक या विषयावर केवळ एक पुस्तक मिळाले.

महामंदीच्या ऐन तडाख्यात, शेअर बाजार म्हणजे विषारी पडीक जमीन होती. ऑक्टोबर १९२९ ते जुलै १९३२, डाऊ जोन्सचे इंडस्ट्रीअल ॲव्हरेज ८९ गुणांवर घसरले होते, त्या आपत्तीच्या काळात, फार थोड्या लोकांकडे आर्थिक किंवा भावनिक धैर्य होते की त्या कचऱ्यात काही सौदेबाजीसाठी शोधावे, पण वस्तुस्थिती ही होती की त्या काळात लोक गुंतवणुकीबाबत घाबरलेले होते. पण असे असले

तरी टेंपल्टन यांचे स्वारस्य काही कमी झाले नव्हते, सर्वदूर पसरलेल्या त्या खिन्न वातावरणात त्यांनी स्वत:लाच एक गंभीर प्रश्न विचारला. ''मी त्याच्या खऱ्या किमतीपेक्षा त्याच्या काही अंशाला शेअर्स विकत घेऊ शकतो का?'' त्याचे उत्तर होते, ''शेअर्स कधीही अगदी खालच्या पातळीवर जाणार नाहीत, अपवाद फक्त हाच की लोकांना ते अगदी कमी किमतीत विकायचेत.''

टेंपल्टन स्वत: साक्षीदार होते की वैतागाच्या भरात त्रासून शेतकऱ्यांनी त्यांची जमीन कवडीमोलाने विकली होती. हा धडा त्यांच्या मेंदूमध्ये खूण ठेवून गेला. तुम्ही अशा वेळेला विकत घ्यायलाच हवे की जेव्हा इतर लोक हताशपणे विकायचा प्रयत्न करताहेत. त्यांनी मग हे छानसे वाक्यांश त्या काळातील क्षणाचे वर्णन करण्याकरिता तयार केले. ''जेव्हा भीती आणि हताशपणा सर्वत्र एखाद्या संसर्गजन्य रोगासारखा पसरला होता, सर्वाधिक निराशा वादाचा बिंदू.''

मधल्या काळात टेंपल्टन यांनी प्रवास करण्याची मिळेल ती प्रत्येक संधी घेतली. त्यांना विदेशी शेअर बाजाराबद्दल मिळेल ती माहीती घ्यायची त्यांना उत्सुकता होती, जिथे ते नंतर अखेरीस गुंतवणूक करणार होते. ऑक्सफर्डमधून पदवी मिळाल्यानंतर त्यांनी ७ महिने २७ देशांना भेटी देण्यात घालवले. बरोबर एका झोपण्यासाठीची बॅग, कपड्यांचा एकच जादा सेट, चार मार्गदर्शक नकाशे असलेली पुस्तके आणि बायबलची एक प्रत एवढेच त्यांनी घेतले होते. १९३६च्या ऑलिंपिक्सच्या वेळी ते बर्लिनमध्ये राहिले. नाझींनी त्या स्पर्धांचा उपयोग आपल्या प्रसारासाठी शोकेस म्हणून करून घेतला होता. त्यांनी पूर्व यूरोपमध्ये प्रवास केला. ते इजिप्त आणि पॅलेस्टाइनलाला गेले, आणि शिवाय त्यांनी भारत, जपान आणि चीनलाही भेट दिली, ज्या वेळी फार थोडे अमेरिकन्स परदेश प्रवासाला जात होते, ते आपला माहीतीचा पाया मजबूत करीत होते जो इतर तत्कालीन गुंतवणूकदारांत नव्हता. त्यांना जशी अधिक ज्ञान मिळवण्याची तहान लागली होती तशी ती इतरांत दिसत नव्हती. त्याचा त्यांना इतर गुंतवणूकदारांवर मात करण्यासाठी उपयोग झाला.

१९३७ साली अमेरिकेला परतल्यावर टेंपल्टन यांनी लग्न केले. ३ महिने वॉल स्ट्रीटवरील दलाली फर्म Fener and Bean मध्ये त्यांनी काम केले, आणि मग एका तेलाचा शोध घेणाऱ्या (ऑइल एक्सप्लोरेशन) कंपनीत नोकरी धरली. १९३९पर्यंत त्यांनी ३०,०००ची बचत केली होती, गुंतवणुकीचे वातावरण अगदी मुरलेल्या शेअर्स खरेदी करणाऱ्यांकरिता आकर्षक आणि उत्साहाचे राहिले नव्हते, मग नव्याने त्यात प्रवेश करणाऱ्यांची गोष्टच निराळी. यूएस महामंदी, चलनवाढ आणि बेरोजगारीच्या भोवऱ्यात सापडले होते. डाऊ जोन्सने १९२९ साली ३८१ वर मजल मारली होती, ते १९३९ मध्ये १५०च्या आसपास स्थिर होते. सर्वांत वाईट म्हणजे जग महायुद्धाच्या उंबरठ्यावर उभे होते.

थोडक्यात– विशीतील दक्षिणेकडील, अजिबात त्या बाजारपेठेचा अजिबात अनुभव नसलेल्या, हे दाखवण्याचा की तो या क्षेत्रातील तज्ज्ञ आणि थंड डोक्याचा गुंतवणूकदार आहे, ही योग्य वेळ होती.

## शतकाची पैज

सप्टेंबर १९३९मध्ये जर्मनीने पोलंडवर आक्रमण केले. पुढच्या काही महिन्यांत नॉर्वे, हॉलंड आणि बेल्जियम नाझींना शरण गेले. १९४०च्या मे महिन्यात जेव्हा जर्मनीने फ्रान्सवर आक्रमण केले आणि इकडे अमेरिकेत डाऊ जोन्स सर्वांत खाली ११२ अंकांवर घसरला. चार महिन्यांपेक्षाही कमी कालावधीत यूकेमधील शेअर बाजार ४०टक्क्यांनी खाली आला, कारण जर्मनी ब्रिटिश बेटांवर निश्चित हल्ला करणार अशी हवा सर्वदूर पसरली होती. विन्स्टन चर्चिलनी नंतर वर्णन केले ते १९४० हे इंग्लिश आणि ब्रिटिश गोष्टीतील सर्वांत भव्य पण सर्वांत प्राणघातक वर्ष होते.

जेव्हा जग एका अथांग सागराच्या किनाऱ्यावर दोलायमान, हेलकावे घेत असलेल्या स्थितीत उभे होते होते, तेव्हा त्याला जाणकार गुंतवणूकदाराने कसा प्रतिसाद द्यावा? पारंपरिक मत असे कदाचित सुचवेल की ही माघार विजयाची विवेकी वेळ आहे. समभाग आणखी खाली कोसळत होते आणि भीतीचे वातावरण सर्वत्र होते, अशा वेळी योग्य प्रतिसाद हाच असता की अधिक बचावात्मक संपत्तीत जसे रोकड, सोने किंवा स्थावर मालमत्तेत पैसे गुंतवावा. पण टेंपल्टन हे पारंपरिक नव्हते. जर्मनीने पोलंडवर आक्रमण केल्यावर त्यांना कळून चुकले की जग अशा युद्धात उडी घेणार आहे, आणि यूएसलासुद्धा शेवटी त्यात लढायला लागणार आहे. पण त्यांचा बर्फासारखा थंड प्रतिसाद त्यांना बाजूला घेऊन गेला. टेंपल्टन मला म्हणाले, ''माझा विचार होता की सर्व उत्पादने प्रचंड मागणीत असतील अशी योग्य वेळ म्हणजे जागतिक युद्ध. म्हणून मी म्हणालो की, जर आहे ती परिस्थिती जागतिक युद्धाकडे जाणार असेल तर कोणत्या प्रकारच्या कंपन्या भरभराटीत येतील?''

त्यांनी असा निष्कर्ष काढला की शक्यता आहे की ९०% अमेरिकन उद्योगव्यवसायांना महायुद्धात मोठी मागणी आणि कमी स्पर्धा असेल. अगदी दुर्बल कंपन्यांही या महायुद्धकाळात पुन: उभरतील, जसजसे युद्धकालीन खर्च वाढत जातील तसतशी अर्थव्यवस्था भरात येईल आणि रोजगाराला चालना मिळेल. महामंदीची शिकार बनल्यामुळे अनेक कंपन्या मरणपंथाच्या इतक्या जवळ पोहोचल्या होत्या की त्यांचे भाग्य जर एकाएकी उजळले तर त्यांच्या समभागांच्या किमतीवर त्याचा प्रभाव पडेल. पुनर्जीवन मिळाल्यामुळे ते सबळ कंपन्यांच्या समभाग किमतीवर मात करतील ज्यांना महायुद्धाचा फार फटका बसला नव्हता. तुम्ही याला फार तर 'अयोग्यांचे जिवंत राहणे' (Survival of the Unfittest) म्हणू शकता.

पण या चतुर दूरदृष्टीचा उत्तम फायदा कसा करून घ्यायचा?

टेंपल्टन यांनी वॉल स्ट्रीट जर्नल उघडले आणि १०४ अमेरिकन कंपन्यांची यादी तयार केली ज्यांना महामंदीचा इतका फटका बसला होता की त्यांचे शेअर १ किंवा त्याहून कमी किमतीत विक्रीला उपलब्ध होते.

काही दिवसांनंतर त्यांनी एका शेअर बाजारातील दलालाला बोलावले, जो फेंनेर आणि बिन कंपनीत त्यांचा साहेब होता आणि त्याला त्यांनी या १०४ कंपन्यांत प्रत्येकी १०० त्यांच्या नावाने गुंतवायला सांगितले. ते पुढे सांगतात, ''त्यांनी मला परत फोन केला आणि म्हणाले की ही नेहमीसारखी ऑर्डर नाही पण आम्ही पुढील कार्यवाही करू. फक्त आम्ही त्यातील ३७ कंपन्यांना वगळले आहे ज्या अधिक दिवाळखोरीत गेल्या आहेत.'' आणि मी म्हणालो, 'ओह, त्यांना वगळू नका. त्याही बहुतेक पुन्हा जिवंत होतील.'''

ही एक आश्चर्यकारक धाडसी पैज होती. पण टेंपल्टन यांना त्यांच्या अंदाजाची एवढी खात्री होती की त्यांनी त्यांच्या त्या पूर्वीच्या साहेबाची खात्री पटवून दिली आणि त्याला या गुंतवणुकीसाठी १०,०००* कर्जाऊ देण्यास राजी केले. एवढे अंधकारमय भविष्य पूर्वी कधीच नव्हते. पण इतकी भीतिदायक बातमी बाजारात पसरली होती की टेंपल्टन यांनी विचार केला की परिस्थिती त्यांच्या बाजूने होती असे त्यांना खात्रीपूर्वक वाटत होते. ते एक सामान्य ज्ञानाचे गणित होते ज्याने आला आकर्षित केले. ते म्हणाले,

*(आजच्या भावाने ते १,८३,००० च्या बरोबरीचे होते.)

''एक कंपनी, जिने या अंकगणिताचे उदाहरण घालून दिले ती म्हणजे मिसूरी पॅसिफिक रेलरोड. ती जगातील सर्वांत मोठ्ठी रेलरोड कंपनी होती. पण महामंदीच्या तडाख्यात ती दिवाळखोरीत गेली होती. तिच्या निश्चित दिवसात, या कंपनीने प्राधान्याचे शेअर्स बाजारात आणले होते. त्यात दरवर्षी प्रतिशेअर ७चा लाभांश शाश्वततेत द्यायचा होता. पण अशा शेअर होल्डर्सना तो कंपनी दिवाळखोरीत गेल्यावर मिळाला नाही. आणि त्या प्राधान्याच्या शेअर्सची किंमत १०० वरून १२ सेंट्स इतकी कोसळली.''

मानसिकदृष्ट्या अशा पैसे गमावणाऱ्या कंपनीबद्दल प्रेम असणे अवघड आहे की जिने आपल्या सर्व गुंतवणूकदारांना अडचणीत आणले. पण टेंपल्टन म्हणाले की त्यांनी या कंपनीचे ८०० शेअर्स १०० डॉलर्स देऊन घेतले. बफे आणि मुंगेर यांच्याप्रमाणे, त्यांना भावनिक नसलेली प्रशंसा अशा अयोग्य जागी पैज लावण्याबद्दल होती. कारण तिने धोके आणि बक्षीस यांच्यातील विषमता दाखवून दिली होती. (भाव) वर जाण्याची संभावना आणि शक्यता खाली जाण्याच्या शक्यतेपेक्षा जास्ती होती. टेंपल्टन यांनी मला स्पष्ट केले, हे खरे आहे की मी माझे १०० डॉलर्स गमावेन, पण मी तसे ते गमावले नाहीत तर मला भरपूर काही मिळेल.

ते बरोबर होते. रेलरोड युद्ध काळात भरभराटीत आली आणि शेअर्स १२ सेन्ट्स पासून ५ डॉलर्सपर्यंत वधारले. तेव्हा मग त्यांनी ते विकले. त्यांना एकच खंत होती की त्यांनी ते फार लवकर विकले. मी एवढा उल्हसित झालो होतो, कारण मी घेतलेले कोणतेही शेअर्स ४० पट त्यापूर्वी वधारले नव्हते. मला वाटले हे पुरेसे आहे, पण हाय, तो मूर्खपणा होता कारण त्यानंतर ४ वर्षांतच ते १०५ डॉलर्सपर्यंत वर गेले.

अर्थात, अशा प्रकारची पैज ही साध्या गणितापेक्षा अन्य अनेक बाबींवर अवलंबून असते. मार्क मोबियस, उभरत्या बाजारातील एक प्रसिद्ध गुंतवणूकदार, जे अनेक वर्षे टेंपल्टन यांच्या बरोबर काम करीत होते, त्यांनी एकदा मला सांगितले की यासाठी प्रचंड इच्छाशक्ती आणि व्यक्तिमत्त्वाची ताकद आवश्यक असते. टेंपल्टन यांच्याकडे कमालीच्या निराशावादी परिस्थितीतही तशी होती. मोबियस यांनी म्हटले तसे ''बाकी सर्व जळणाऱ्या इमारतीतून बाहेर पळ काढत होते.''

माझ्या दृष्टीने उल्लेखनीय हे आहे की टेंपल्टन यांच्याकडे, जग महायुद्धाकडे जात असतानाही, त्या १०४ शेअर्समध्ये त्या काळात गुंतवणूक करण्याचे धैर्य होते. पुढे हेही धैर्य होते की विनाशाच्या बातम्या रोज येत होता, वाढत होत्या, तरीही त्यांनी ते आपल्याकडे जपून ठेवले. विकले नाहीत. डिसेंबर १९४१मध्ये जपानने पर्ल हार्बरवर हल्ला केला आणि मग यूएसपण युद्धात सामील झाले. १९४२पर्यंत जर्मनीने बहुतेक सर्व युरोपवर कब्जा केला होता. भविष्याविषयीचे नैराश्य इतके सखोल गेले होते की बाजाराने बरेच भयानक घाव सोसले. एप्रिल १९४२ मध्ये डाऊ ९२ अंकांपर्यंत कोसळला.

Wealth War and Wisdom या आपल्या उत्कृष्ट पुस्तकात बर्टन बिग्ज म्हणतो की १९४२ साली स्टेट ऑफ न्यू यॉर्क इन्शुरन्स कमिशनने इन्शुरन्स कंपन्यांच्या शेअर्सवर त्यांच्या खात्यातून बंदी आणली होती, ती अयोग्य गुंतवणूक म्हणून. बिग्ज त्या वेळी लिहितात की प्रत्येक योग्य विचार करणारा अनुमानित, त्याच्या खांद्यावर डोके असतानाही मंद झाला होता.

पण टेंपल्टन ठाम उभे राहिले. माझ्याकडे हा विचार करायला पुरेसा आत्मविश्वास आहे की ज्यांना तज्ज्ञ म्हणून समजले जाते, असे बहुतेक लोक चुका करीत असतात. ते मला म्हणाले की त्यांना त्यांच्या धार्मिक श्रद्धेनेही आधार दिला, ज्याने त्यांना आल्यावर विश्वास ठेवायला बाध्य केले की शेवटी जग या गोंधळातून बाहेर येईल. ते म्हणतात की अगदी सर्वांत वाईट परिस्थितीतही मी कधी उदास झालो नाही किंवा निराशही झालो नाही.

स्वर्गाने त्यांच्याकडे पाहून स्मित हास्य केले. १९४२च्या वसंत ऋतूत शेअर्स बाजाराची घसरण थांबली आणि तिने भरारी घेतली. जसजसे मित्रराष्ट्रांचे भाग्य सुधारले आणि यूएसची अर्थव्यवस्था सुधारली. टेंपल्टन यांचे शेअर्स, जे आधी

कोसळले होते, ते आता वधारले होते. ५ वादळी वर्षांनंतर त्यांनी शेवटी ते विकले. जेव्हा मी ते विकले, मला १०४ पैकी १००मध्ये नफा झाला आणि माझे पैसे पाच पट वाढले.

टेंपल्टन यांच्या युद्धकालीन पैजेविषयी मी असे समजण्यापर्यंत आलो आहे की ती एक धीटपणाची आणि पूर्वज्ञानाने केलेली ऐतिहासिक बुद्धिमत्ता आणि चारित्र्य यांचा विजय असलेली गुंतवणूक होती.

त्यांच्याकडे पूर्वानुभव नव्हता, तरी त्यांना आर्थिक इतिहास, आर्थिक बाजारपेठ आणि मानवी स्वभाव यांच्याविषयी पुरेशी माहीती होती, हे जाणण्याकरिता की अति निराशावाद शेवटी पराकोटीच्या आशावादाला जागा देतो. अगदी गडद अंधाऱ्या काळातही ते कधीही हे विसरले नाहीत की सूर्य उगवतोसुद्धा.

## टोळीत नसलेल्या गुंतवणूकदारांकरिता सहा मार्गदर्शक तत्त्वे.

त्यांच्या कार्यालयात चर्चा केल्यानंतर टेंपल्टन मला गाडीने त्यांच्या घरी घेऊन गेले. ती एक भव्य इमारत होती, तिचे सफेद स्तंभ दक्षिणेकडील अंतेबेलम घराच्या पद्धतीने उभारले होते. समुद्राचे दृश्य दाखवणारे आणि गोल्फ कोर्सचेही. ते शांत आणि नि:शब्द भासत होते. ते नेहमी म्हणायचे की त्यांची गुंतवणुकीतील कामगिरी इथे आल्यावर चांगली झाली कारण या स्थानामुळे त्यांची वॉल स्ट्रीटबरोबरची मानसशास्त्रीय अलिप्तता घट्ट झाली. दूरवरची गुंतवणूक करणाऱ्यांना हा अनपेक्षित फायदा मिळतो.

या घरात जुन्या पद्धतीच्या मोहकतेचे फर्निचर असल्याने त्याची शान निराळीच होती. बैठकीच्या खोलीत एक डोलणारी खुर्ची होती, चांदीची मेणबत्तीची घरे होती, कातडी कव्हर असलेली अनेक पुस्तके तिथल्या फडताळात होती. त्यात The Life of Christ, हेन्री वर्ड्सवर्थ लाँगफेलोच्या कवितांचे पुस्तक होते. वरच्या मजल्यावरील त्यांच्या अभ्यासिकेत, टेंपल्टन यांनी एक तैलचित्र दाखवले. त्यात १९८७ साली ब्रिटनची राणी एलिझाबेथ यांनी त्यांना 'नाइटहूड' हा मानाचा किताब देऊन त्यांच्या परोपकारी कामातील योगदानाबद्दल बकिंगहॅम पॅलेसमध्ये गौरवले त्या प्रसंगाचे दृश्य रंगवले होते. त्यांना मी विचारले की हे एवढे सर्व गौरव तुम्हाला प्राप्त झालेत त्याबद्दल काय वाटते? त्यांनी उत्तर दिले, "हे म्हणजे एखादा सामना जिंकण्यासारखे आहे, मी हे कबूल करतो की मी एक मनुष्यप्राणी आहे. या वर्षी मला २२वी पीएचडी पदवी मिळाली. आणि माझ्यात त्यामुळे अशी भावना निर्माण झाली की मी काही फार मूर्ख नाही."

आम्ही त्यांच्या दिवाणखान्यात बसलो. टेंपल्टन यांनी एका मगमधून चहाचे घोट घेतले. त्या मगावर FBI चे बोधवाक्य Fidelity, Bravery, Integrity रंगवले

होते. नंतर त्यांनी माझ्याशी त्यांचे, ज्यांना ते त्यांच्या गुंतवणुकीतले कालखंडाचे अत्यंत महत्त्वाचे धडे म्हणतात, त्याबद्दल चर्चा केली. या सुसंवादादरम्यान आणि नंतरची फोनद्वारे घेतलेली मुलाखत, त्यांनी सहा मार्गदर्शक सिद्धांतांचा उल्लेख केला, जे त्यांच्या मते कोणाही गुंतवणूकदाराला मार्गदर्शक ठरतील.

हे त्यांचे शहाणपण त्यांच्या ६० वर्षांच्या व्यावहारिक अनुभवातून आणि गुंतवणुकीच्या क्षेत्रातील एका महान व्यक्तीच्या चिंतनातून आले आहे. हे उल्लेखनीय आहे की ही सर्व तत्त्वे कुणाची नक्कल करून केलेली नाहीत. मी जेव्हा त्यांना विचारले की कोणी त्यांच्यावर गुंतवणूकदार म्हणून किंवा जीवनाच्या इतर अंगांवर प्रभाव टाकला आहे का? तेव्हा त्यांनी उत्तर नाही दिले, ''बिलकूल नाही. ज्याच्यावर अवलंबून राहावे असा मला कोणी भेटला नाही.'' ''पालकांचे काय?'' मी विचारले. ''त्यांनीही नाही.'' त्यांनी उत्तर दिले.

पहिले म्हणजे, टेंपल्टन म्हणाले, ''भावनांबाबत सावध राहा. बहुतेक लोक गुंतवणुकीच्या बाबतीत भावनेच्या आहारी जाऊन वाट चुकतात. ते भटकत राहतात ते निष्काळजी राहिल्यामुळे आणि बराच नफा झाला तर फारच आशावादी राहिल्यामुळे. आणि फारच तोटा झाला तर अतिशय निराशावादी होऊन आणि फारच सावध राहून.'' पैशाचे व्यवस्थापक म्हणून आपल्या ग्राहकांना अगदी प्राथमिक सेवा त्यांनी पुरवली ती म्हणजे त्यांना मदत करून. ''या भावनिकतेपासून दूर राहा,'' असे सांगून. ''माझ्या यशाचे ते मोठे तत्त्व आहे,'' असे त्यांनी सांगितले.

पण त्यांनी भावनांचे केवळ तोटेच चुकवले नाहीत. त्यांनी इतर गुंतवणूकदारांच्या भटकणाऱ्या भावनांचा उपयोग करून, जेव्हा ते अविचाराच्या आहारी जाऊन अडाणी किंवा उद्धट झाले होते तेव्हा त्यांच्याकडून विकत घेऊन आणि जेव्हा ते अविचाराने अति उत्साही झाले होते. जेव्हा असे लोक हताशपणे विकतात तेव्हा खरेदी करणे आणि त्यांना विकून जेव्हा ते अति उत्साहाने विकत घेतात तेव्हा त्यांना विकणे हे कठीण असते. पण त्यातून मोठी बक्षिसे मिळू शकतात.

हे टेंपल्टन यांच्या बाबतीत नैसर्गिकरीत्या आले की प्रत्येक निर्णय विश्लेषण करून घ्यायचा. मग तो व्यवसाय निवडीचा असो, वा शेअर्स निवडण्याचा असो, किंवा कुठे राहायचे त्याचा असो. ली फोर्ड केला स्थलांतर करण्यापूर्वी त्यांनी अनेक कागद घेतले, प्रत्येक कागदावर अगदी वरती निराळ्या जागेचे नाव घातले आणि मग त्या जागेचे फायदे काय याची यादी तिथे केली. या प्रक्रियेचे वर्णन करताना ते म्हणाले, ''हे माणीक नव्हते.''

दुसरे म्हणजे टेंपल्टन म्हणाले, ''आपल्या स्वतःच्या अडाणीपणाबाबत सावध राहा जी कदाचित भावनेपेक्षा मोठी समस्या असेल. कित्येक लोक अगदी तोकड्या माहितीच्या आधारे अनेक वस्तू विकत घेत असतात. त्यांना खरोखरच हे कळत नसते की ते काय खरेदी करताहेत. एक साधी बाब लक्षात ठेवण्याचे फायदे अनेक

असतात की प्रत्येक गुंतवणूकीच्या व्यवहारात दोन बाजू असतात. एक अधिक माहीतीच्या आधारे पुढे येण्याची शक्यता आहे अशी. यासाठी प्रचंड काम, अभ्यास आणि तपासाची आवश्यकता असते.

टेंपल्टन यांनी असा दावा केला की परिश्रमाने त्यांच्या यशात जन्मजात बुद्धिमत्तेपेक्षा अधिक महत्त्वाची भूमिका बजावली आहे. ते नेहमी बोलायचे ते त्यांच्या निश्चयाबद्दल, थोडा जादा औंस देण्याबद्दल. एक जादा फोन कॉल करण्याबाबत, एक जादा बैठक आयोजित करण्याबाबत, संशोधनासाठी आणखी एक खेप करण्याबाबत. ते त्याचबरोबर त्यांच्या आजन्म सततच्या स्वयंशिक्षणाबाबत समर्पित होते एक तरुण माणूस म्हणून. ते म्हणाले, ''गुंतवणुकीबाबत मी लिखित स्वरूपात जे काही असेल त्या बाबत सतत शोध घेत असे आणि अजूनही मी तसे करतो. अगदी त्याच्या वयाच्या ऐंशीत. पुढे ते म्हणाले, ''एक गुंतवणूकदार म्हणून मी अधिकाधिक ज्ञानी दरवर्षी कसा होईन हे पाहतो.''

टेंपल्टन यांनी व्यक्त केले की हौशी असो वा व्यवसायिक, दोघांनीही सारखेच हे टाळले पाहिजे की आपलीच फसवणूक करणे, असा विश्वास ठेवून की एक सबळ गुंतवणूक कामगिरी करणे ही एक सोपी गोष्ट आहे. अगदी मुरलेल्या व्यावसायिकांच्या बाबतीत, त्यांच्यापैकी थोडेच श्रेष्ठ निकाल उत्पादित करतात. म्हणून गुंतवणुकीचा मार्ग म्हणजे स्वत:लाच सांगणे, धंदेवाईक लोकांपेक्षा माझ्याकडे जादा अनुभव आणि शहाणपण आहे का? आणि जर तो तसा नसेल तर त्या भानगडीत पडू नका. तज्ज्ञ व्यवसायिक लोकांना कामात घ्या. एवढे अंहकारी राहू नका की तुम्ही विचार कराल की तुम्ही तज्ज्ञ लोकांपेक्षा अधिक चांगले काम कराल.

तिसरे म्हणजे टेंपल्टन म्हणाले, ''तुम्ही विशालरीत्या कामात विविधता आणली पाहिजे, ज्यायोगे तुम्ही स्वत:ला अपयशाच्या शक्यतेपासून संरक्षित कराल. या आकडेमोडीने त्यांनी त्यांच्या आयुष्यात किमान ५ लाख निर्णय घेतले आहेत. कित्येक वर्षे, त्यांनी सविस्तर नोंदी ठेवल्या आहेत त्या आपल्या ग्राहकांना काय सल्ला दिला, कोणत्या शेअर्ससाठी आणि विकण्यासाठी का खरेदी करण्यासाठी. यातून एक अस्वस्थ करणारे सत्य समोर आले की त्यांचे जवळजवळ १/३ सल्ले शहाणपणाच्या विरुद्ध होते. गुंतवणूक करणे हे इतके अवघड आहे त्यांनी समारोप करताना सांगितले की अगदी सर्वोत्कृष्ट गुंतवणूकदारांनीही हे गृहीत धरले पाहिजे की ते २/३ पेक्षा अधिक वेळा बरोबर नसतील, मग त्यांनी कितीही कठोर परिश्रम केले असले तरी.

याचे तात्पर्य काय? तुमचा स्वाभिमान - आणि तुमचे धोक्याला सामोरे जाण्याबाबतची असुरक्षितता - नियंत्रणात ठेवा. तुम्ही तुमचे सर्व धन एकाच तज्ज्ञाच्या हातात देऊ नका. तुमचे सर्व धन एकाच उद्योगात किंवा एकाच देशात ठेवू नका. तितके हुशार कोणी नसते. म्हणून शहाणपणाची गोष्ट म्हणजे

विकेंद्रित व्हा, विविधता आणा. टेंपल्टन यांनी शिफारस केली की सर्वसाधारण गुंतवणूकदाराने किमान पाच म्यूचुअल फंड्स आपल्या मालकीचे केले पाहिजेत. त्यातल्या प्रत्येकाचे केंद्रबिंदू आर्थिक शेअर बाजाराच्या निरनिराळ्या मार्गांचे हवेत. फंड व्यवस्थापकाची लांब पल्ल्याची कामगिरी काय आहे याचा अभ्यास करणे उपयोगाचे ठरते, असे त्यांनी सांगितले. पण ही सततच्या यशाची हमी क्वचितच असेल. आणि आपल्या ज्ञानाच्या मर्यादांबाबत आपण प्रामाणिक असायला हवे. एवढे अंहकारी नसावे की तुम्हाला वाटते की योग्य तज्ज्ञ कोण आहे हे तुम्हालाच चांगले माहीत आहे.

चौथे म्हणजे, टेंपल्टन म्हणाले, ''यशस्वी गुंतवणुकीसाठी धीराची आवश्यकता असते. जेव्हा दुसऱ्या महायुद्धाच्या सुरुवातीला त्यांनी यूएसमधील शेअर विकत घेतले. तेव्हा त्यांना ते किती स्वस्त आहेत ते माहीत होते, पण त्यांना याचे भाकीत करता येत नव्हते की किती काळ बाजार त्याच्याशी सहमत होईल. त्यांची धार केवळ त्यांच्या श्रेष्ठ अंतर्दृष्टीवर नव्हती, तर त्यांच्या थांबण्याचा तयारीवर होती की त्या दुःखद वर्षानंतरच्या परिस्थितीत त्यांनी भाकीत केले होते त्याप्रमाणे बदलेल.

टेंपल्टन यांच्या अंकगणिताबद्दलच्या प्रेमाने त्यांच्या खात्रीला ताकद दिली की शेवटी धीर पैशाने मदत करतो. हे स्पष्ट करण्यासाठी त्यांनी डच स्थलांतरितांनी १६२६ साली (या व्यवहाराचा प्रत्यक्ष तपशील काहीसा अस्पष्ट आहे. आमचे त्या बाबतचे ज्ञान १६२६ सालच्या डच व्यापाराच्या एका पत्रावर आधारित आहे, जो त्या वेळच्या राजकीयदृष्ट्या बरोबर नसलेल्या काळात लिहितो, त्यांनी मॅनहॅटन बेट त्या जंगली लोकांकडून ६९ गिल्डरला विकत घेतले) मॅनहॅटन २४ डॉलर्सला विकत घेतले त्याची गोष्ट सांगितली. जर मूळच्या स्थायिक अमेरिकन आदिवासींनी, ज्यांनी ते विकले, त्यांनी ही रक्कम ८% व्याज दराने गुंतवली असती; ते म्हणाले, तर त्यांच्याकडे आजमितीला प्रचंड रक्कम आली असती, आजच्या मॅनहॅटनच्या किमतीपेक्षा, त्यातील सर्व इमारती धरून, कितीतरी अधिक. टेंपल्टन यांनी हे मूलभूत आर्थिक तत्त्वांचे एक टोकाचे उदाहरण मानले, की तुम्हाला जर गुंतवणुकीचे चांगले फलित पाहिजे असेल तर तुम्हाला फक्त काय पाहिजे तर धीर. त्यांनी इशारा दिला की बहुतेक सर्व गुंतवणूकदार फार अधीर असतात. त्यांनी त्यात भर घातली की जे लोक एका फंडाकडून दुसऱ्याकडे धाव घेतात, किमान वर्षातून एकदा, तर ते त्याचा पाया भावनेवर आधारित ठेवतात, न की तपासावर.

पाचवे म्हणजे, टेंपल्टन सांगतात की, सौदा बघायचा उत्तम मार्ग म्हणजे गेल्या ५ वर्षांत कोणत्या संपत्तीचे निकाल दयनीय आहेत हे पाहायचे आणि मग त्याची करणे कायमची आहेत का तात्पुरती याचा अभ्यास करायचा. बहुतेक अगोदरच यशस्वी असलेल्या गुंतवणुकीच्या आधारे आणि गर्दीमध्ये लोकप्रिय असलेल्या, मग ते उंच उड्डाणे घेणारे समभाग किंवा फंड असोत किंवा वेगाने वाढणारा देश असो.

पण जर चमकदार चित्र जर आधीच संपत्तीच्या किमतीत परावर्तित झालेले असेल तर कदाचित ती शोषकांकरिता पैज ठरू शकते.

टेंपल्टन, जे गुंतवणूकदारांच्या टोळीतले वाटत नाहीत, यांनी विरुद्ध दृष्टिकोन घेतला. त्यांना हे जाणून घ्यायचे होते की दृष्टिकोन सर्वांत खराब कोठे आहे? हे खिन्नतेचे कप्पे सौदेबाजीच्या अनेक मोहक संधी मिळवू शकतील कारण संपत्तीच्या किमती या टोळ्यांच्या निराशेत दिसतील. त्यांच्या विरुद्ध अडचणीत असलेल्या उद्योगांच्या शेअर्सची छाननी करणे, विशेषतः जगभरच्या त्रासलेल्या उद्योग आणि बाजारातील आणि सतत आपल्यालाच प्रश्न विचारून की यातली कोणती सर्वांत कमी किमतीची आहे, मला त्याची योग्य किंमत वाटते त्यापेक्षा, याची तुलना करून.

आमच्या चर्चेच्या वेळी, १९९७च्या एशियन आर्थिक संकटाने उद्ध्वस्ततेच्या खुणा विविध देशांत जसे थायलंड, इंडोनेशिया आणि साउथ कोरियामध्ये मागे ठेवल्या होत्या. जर तुम्हाला सर्वांत मोठ्या फटका बसलेल्या गुंतवणूक आस्थापनांना निर्देशित करायचे असेल तर ती होती मॅथ्यूज कोरिया फंड. त्यांनी ६५% संपत्ती गमावली. या फंडाचे दुर्दैव हे होते की त्यांची सर्व गुंतवणूक एका देशात होती ज्याचे चलन कोसळत होते, तिथे कर्जे देण्यावर बंदी होती.

टेंपल्टन यांनी १९९७ च्या शेवटी ठरवले की उद्योगांच्या भावी उत्पन्नाचा विचार करता दक्षिण कोरियामधील शेअर्स जगातील सर्वांत स्वस्त आहेत. किंमत/उत्पन्न यांच्या गुणोत्तराचा विचार करता, कोरियन शेअर्स जून १९९७मध्ये २० हून जास्तीच्या तुलनेत डिसेंबर मध्ये १०पर्यंत खाली आले होते. थोडे अदमासाचे पण दृश्य मात्र गुंतवणूकदारांच्या भीतीचे आणि तिरस्काराचे. तरीही असे समजणे पुरेसे होते की एकदा हे तरलतेचे संकट दूर झाल्यावर, त्या देशाची शक्तिमान वाढीची स्थिती पुन्हा येईल. म्हणून टेंपल्टन यांनी मॅथ्यूज कोरिया फंडात १० मिलिअन ओतले. त्यायोगे ते त्या फंडाचे सर्वांत मोठे शेअर होल्डर झाले. त्यांनी मला सांगितले की मानसशास्त्र आणि जनसंपर्क यांच्या बाबतीत विचार केला तर यापेक्षा अधिक वाईट काही झाले नसते.

नमुनेदार गुंतवणूकदारांसाठी हे उत्साही असे समर्थन वाटणार नाही. पण एक क्षणभर असा विचार त्याच्या साध्या तर्काच्या अभिजाततेचा विचार करा आणि दक्षिण कोरियाच्या शेअर्स बाजारात, जेव्हा इतर लोक तिथून बाहेर पडायसाठी गर्दी करीत होते, तेव्हा तिथे पदार्पण करण्यासाठी लागणाऱ्या स्वतंत्र वृत्तीच्या मनाचा विचार करा. नक्कीच तिथली समस्या क्षणभंगुर सिद्ध झाली– जसे त्याने अनुमान केले होते. जून १९९९ मध्ये, ब्लूमबर्ग न्यूजने असे सांगितले होते की मॅथ्यूज कोरिया फंड गेल्या वर्षभरात २६६ टक्क्यांनी वाढला होता. त्यामुळे उत्तम कामगिरी करणारा ५३०७ अशा फंडात ठरला होता. बायबल सांगते तसे, 'शेवटचे प्रथम येईल आणि पहिले शेवटी.'

सहावे म्हणजे, टेंपल्टन सांगतात की, गुंतवणूकदार म्हणून सर्वांत महत्त्वाची गोष्ट म्हणजे अल्प काळ टिकणाऱ्या आवडींचा – फॅड – पाठलाग करू नका. १९८०मध्ये टेंपल्टन फाउंडेशनने एक कालातीत पुस्तक केले ज्याचे शीर्षक भव्य होते Extraordinary Delusions and the Madness of crowds. १८४१मध्ये ते चार्ल्स मकी याने लिहिले होते. त्यात विविध विक्षेपित वेडेपणाचा इतिहास दिला आहे; जसे टुलिपचा उन्माद आणि दक्षिण समुद्रातील बुडबुडे वगैरे. या पुनर्प्रकाशित पुस्तकाची प्रस्तावना टेंपल्टन यांनी लिहिली आहे. त्यात त्यांनी आर्थिक क्षेत्रातील वेडेपणाचे तर्कशुद्ध किस्से दिले आहेत. गुंतवणूकदारांकरिता उत्तम मार्ग हा आहे की त्यांनी लोकप्रिय भ्रमांना टाळावे आणि दृष्टिकोनावर लक्ष केंद्रित करावे, न की मूल्यांवर.

त्यांनी सुचवले की, विशिष्ट मूल्यांकनाच्या पद्धती शोधून, आपण स्वत:ला सत्य परिस्थितीत घुसळावे. त्यात कंपनीचे बाजारमूल्य, तिच्या विक्रीच्या आकड्यांच्या तुलनेत तिची एकूण संपत्ती आणि तिचे प्रतिशेअर उत्पन्न; आणि हे सर्व गेल्या ५ वर्षांकरिता. हे गुंतवणुकीच्या मूलभूत मूल्यांचे गंभीर विश्लेषण गर्दीच्या वेडेपणाच्या विरुद्ध सुरक्षितता म्हणून उत्तम काम करते.

आमच्या बैठकीच्या वेळी, यूएसमधील शेअर्सनी आठ वर्षांतील उत्तम कामगिरीचा अनुभव घेतला होता आणि आनंदाने नाचणारे गुंतवणूकदार वेडेपणाने तंत्रज्ञान आणि इंटरनेटमधील कंपन्यांच्या शेअर्सवर आंधळेपणाने पैजा मारीत होते. मला हे स्पष्ट जाणवत होते की आम्ही एका उन्मादाच्या वातावरणात होतो. पण मला जे वाटत होते त्याची पुष्टी मला टेंपल्टन यांच्याकडून करून घ्यायची होती. त्यांनी ते एवढे सोपे केले नाही.

आमच्या संभाषणाच्या सुरुवातीलाच त्यांनी मला सांगितले की, जास्तीतजास्त आशावादाचा बिंदू म्हणजे आपला नफा मिळवणे. पण मी त्यांना पुनःपुन्हा विचारले की आपण अशा बिंदूपर्यंत आलो आहोत का? तेव्हा त्यांनी त्याचे उत्तर देणे टाळले. शेवटी त्यांनी सांगितले की, असा प्रश्न विचारणारा मूर्ख असेल. हे स्पष्ट आहे का? कोणालाही असा बिंदू कधी येईल हे कधीही माहीत नसते. काही तज्ज्ञ तुमच्यापेक्षा काही वेळा थोडे अधिक बरोबर असतीलही, पण तरीही; हे मानवी अपयश आहे की अशा प्रश्नावर आपले मन गुंतवणे. असे जाणणारा आजपर्यंत कोणीही झाला नाही की जो सांगेल की शेअर बाजार वर जाणार आहे की खाली.

मला असे वाटले की कोणी माझ्या डोक्यावर प्रहार केला आहे. मला त्यांचा विस्तृत मुद्दा समजला की, अशा प्रकारचे भाकीत वर्तवणे हा फालतू खेळ आहे. पण त्यांना इतर लोकांबाबत हेही माहीत होते की अनेक यूएस शेअर्स अडचणीत येऊ शकतात कारण त्यांचे मूल्यांकन टिकाऊ नव्हते. हे भाकीत करणे अशक्य होते की संगीत कधी थांबणार आहे पण त्याच्या परिणामांचे भाकीत करणे निश्चित

शक्य होते. मागे वळून पाहताना मला असे वाटले की ते माझ्यावर भडकून होते की मी त्यांच्या परोपकारी कार्यात फारसे स्वारस्य दाखवत नाही, जी त्यांनी आग्रह धरला होता तशी त्यांची खरी कहाणी होती. 'मला स्वत:ला नोंद, सन्माननीय वरिष्ठ व्यक्तीला प्रश्न विचारण्यापूर्वी दोनदा विचार कर, जर इतर लोक त्याला विक्षिप्त व्यक्ती समजत असतील.'

काही असले तरी टेंपल्टन यांनी dot com चा बुडबुडा फुटल्यावर नफा मिळवण्याची एक प्रेरित योजना आखली होती. ती अशी होती.

त्यापूर्वी, अनेक बेइमान बँकांनी आपले हात धुऊन घेतले ते इंटरनेट कंपन्यांना सार्वजनिक करून. वॉल स्ट्रीटचे विक्री मशीन जोमात काम करीत होते, आणि नवशिक्या, लालची, बेपर्वा गुंतवणूकदारांना जाळ्यात पकडत होते. गुंतवणुकीतील वेडेपणाचे ते एक वैशिष्ट्यपूर्ण उदाहरण होते. त्यात भरपूर मजा तोपर्यंत होती जोपर्यंत कोणी आपले डोळे त्यात गमवत नव्हते. टेंपल्टन यांना माहीत होते की ही दु:खान्तिका असलेली एक विनोदी कथा होती आणि तिचा शेवट अश्रूत होणार आहे. काही असले तरी, त्यांना नेहमीच सावध केले होते. इंग्रजी भाषेतील सर्वांत खर्चीक शब्द आहेत, This time is different (हा निराळा समय आहे.)

त्यांचा प्रतिसाद होता ८४ अत्यंत जोरदार पण अतिमूल्यांकित इंटरनेटमधील शेअर्सना लक्ष्य करणे, त्यापैकी बहुतेकांनी त्यांच्या सुरुवातीच्या पब्लिक ऑफरिंगच्या तिप्पट किंमत गाठली होती. IPO (Initial Public Offering) एक Lockup चा काळ होता ज्यात कंपन्यांच्या कर्मचाऱ्यांना त्यांच्याकडील कंपनीचे शेअर्स विकायची परवानगी नव्हती, सर्वसाधारणपणे पहिले सहा महिने. टेंपल्टन यांनी हेरले की तो कालावधी संपला की हे कर्मचारी त्यांच्याकडील शेअर्स विकण्यासाठी बाजारात गर्दी करतील कारण त्यांना माहीत होते की हा सुरुवातीचा आनंद संपला, ओसरला की किमती ढासळतील. ही त्या कर्मचाऱ्यांची बाजारातील चेंगराचेंगरी शेअर बाजार कोसळण्यास कारणीभूत ठरेल.

म्हणून टेंपल्टन यांनी हे सर्व ८४ कंपन्यांतील शेअर्स थोडे थोडे करून विकून टाकले, अशी पैज मारून की हा लॉकअप कालावधी संपला की ते कोसळणार आहेत. लॉरेन टेंपल्टन, त्यांचा दूरचा भाचा, जो आर्थिक व्यवस्थापकही होता, त्याने सांगितले की त्यांनी प्रत्येक प्रकरणात २.२ मिलिअन – एकूण १८५ मिलिअन – चा डाव लावला.

टेंपल्टन यांचे हे थोड्या मुदतीत विकायचे धोरण एखाद्या स्वप्नासारखे काम करून गेले. मार्च २००० मध्ये जेव्हा डॉटकॉमचा बुडबुडा फुटला, तेव्हा त्यांनी थोड्या कालावधीत ९० मिलिअनपेक्षा अधिक रकमेचा नफा कमावला होता. अनेक वर्षांनंतर, सर्व काळातील जेव्हा Economist ने सर्वात मोठे आर्थिक व्यापार यावर एक लेख प्रसिद्ध केला होता, त्यांनी जाहीर केले की त्यांच्या

कल्पक योजनेला पुरस्कार मिळाला. मी जर असा विचार एक महिना आधी केला असता तर!

मला याचे आश्चर्य वाटते की वयाची ऐंशी वर्षे ओलांडून पुढे गेलेली ही व्यक्ती असा वैभवशाली जुगार खेळू शकते? सर्वांत चांगले म्हणजे यात एक उत्कृष्ट समानता या खेळात होती. १९३९ साली त्यांना पटले की गुंतवणुकीतील गर्दी अशा भ्रमात आहे की भविष्यकाळात फक्त सुखसमृद्धी आणि नफा आहे. दोन्ही वेळा त्यांनी स्वत:च्या श्रेष्ठ निर्णयावर विश्वास ठेवला. १९३९मध्ये त्यांनी गर्दीने तिरस्कार केलेल्या शेअर्सनी आपली बास्केट भरली. १९९९मध्ये त्यांनी गर्दीला आवडलेल्या शेअर्सनी आपली बास्केट रिकामी केली. दोन डोके लढवून केलेल्या गुंतवणुकी, दोन्ही एकमेकांच्या आरशातील प्रतिमा आहेत आणि ६ दशकांचा फरक असलेल्या आहेत.

## आपल्या कार्यक्षेत्राचा मालक

आपण आणखी पुढे जाण्याआधी मला एक कबुली द्यायची आहे. सत्य हे आहे की, मला खरंच सर जॉन टेंपल्टन आवडत नाहीत. हे खरं आहे की त्यांना भेटण्यासाठी मी उल्हसित झालो होतो. त्यांनी मला जो वेळ दिला त्याबद्दल मी त्यांचा ऋणी आहे. पण मला त्यांच्यात एक थंड तपस्या दिसली, जी पाहून मी अस्वस्थ झालो.

त्यांच्या Wisdom From World Religions : Pathway to Heaven on Earth, या पुस्तकात त्यांनी सविस्तरपणे सद्गुणांविषयी लिहिले- जसे अमर्यादित प्रेम, क्षमाशीलता, नम्रता, आणि करुणा. पण त्यांच्या स्वभावाच्या उबदार आणि उदार स्वभावाबरोबरच त्यांची दुसरी बाजूही अस्तित्वात आहे- कठोर आणि गंभीर. त्यांनी उदारपणे मला त्यांच्या गाडीतून विमानतळावर सोडायचे ठरवले ज्यायोगे मी त्यांची मुलाखत घेणे चालू ठेवू शकेन. पण त्यांनी मला तिथे सोडल्यावर, मी माझ्या नोंदवहीत लिहिले ज्यावरून माझ्या द्विधा मन:स्थितीची कल्पना येते. ते कोरडे आहेत, लोखंडासारखे कणखर आहेत, आणि औपचारिकही आहेत. मोहक आहेत पण कडकही आहेत. त्यांची इच्छाशक्ती जबर आहे, ते डाव आकारतात तसे ते खुल्या दिलाचे आहेत आणि दुसऱ्याचे ऐकून घेणारेही पण ते कट्टर आणि टोकाची भूमिका घेणारेही आहेत.

विल्यम पोर्टर यांनी लिहिलेल्या The Templeton Touch या त्यांच्या चरित्रात त्यांच्या दृष्टिकोनाविषयीची आठवण दिली आहे ती रॉरी नाईट, ऑक्सफर्डच्या टेंपल्टन कॉलेजमधील सेवानिवृत्त डीन यांची. या कॉलेजला टेंपल्टन यांनी मदत केली आहे. ते सांगतात, ''ते (टेंपल्टन) एक महाकठीण गृहस्थ आहेत. ते असे नाहीत की लोकांना आवडावे म्हणून नुसतेच एखाद्या परिसंवादाला आल्यासारखे इकडून तिकडे हिंडत असतील. ते लोकांच्या बाबतीत कधीही उद्धट नव्हते, आणि

ते एक अत्यंत सद्गृहस्थ होते. मात्र ते लोकांकडून सतत काही ना काही अपेक्षा करायचे, त्यांनी लोकांतले चांगले असेल ते बाहेर काढण्याचा प्रयत्न केला आणि त्यांच्याकडून उंच अपेक्षा ठेवल्या.''

त्यांच्या जमेच्या बाजूला, टेंपल्टन स्वत:कडूनच फार अपेक्षा बाळगणारे आहेत. त्यांची बचत आणि खर्च करण्याबाबतची मनोभूमिका घ्या. ''माझ्या शिक्षणानंतर, माझ्याकडे अक्षरश: काही पैसे नव्हते, तसे ते माझ्या पत्नीकडेही नव्हते.'' त्यांनी मला सांगितले. ''म्हणून आम्ही ठरवून कमावलेल्या प्रत्येक डॉलरपैकी ५० सेंट्स बचत करायचे ठरवले.'' पण त्यांना आपल्या आर्थिक शिस्तीला मोकळेपणा द्यायचा नव्हता जरी ते प्रचंड श्रीमंत झाले. जेव्हा त्यांच्या अनेक समवयस्कांनी खाजगी विमाने बाळगणे पसंत केले, तेव्हा त्यांनी नेहमीच विमान कंपन्यांच्या विमानातून जाणे पसंत केले. ''माझ्याकडे खर्च करायचे भरपूर मार्ग आहेत, मला विमानातील मोठ्या सीट मधून जाण्यात काही स्वारस्य नाही.'' त्यांनी स्पष्ट केले. ''मी कधीही असा विचार केला नाही की कोणतीही गोष्ट वाया घालवणे शहाणपणाचे आहे.''

जेव्हा टेंपल्टन हे प्रसिद्ध निधी व्यवस्थापक होते, त्यांचे कर्मचारी कुजबुज करायचे ते त्यांच्या पाठकोऱ्या कागदावर किंवा कागदांच्या तुकड्यावर नोंदी करण्याच्या सवयींबाबत. अशा निरनिराळ्या कागदांवरच्या नोंदी मग ते स्टेप्लरने एकत्र जुळवायचे आणि त्यांचे कामचलाऊ नोट पॅड्स बनवायचे. त्यांच्या उतार वयात, पाणी पैसे वाचवण्यासाठी दक्षिण कोरियाच्या किया या स्वस्त मोटारीतून जाणे पसंत केले. गॅरी मूर, त्यांचे एक मित्र, ज्यांनी काही धार्मिक कार्यातील गुंतवणूकदारांसाठी सल्लागार म्हणून काम केले; त्यांनी एकदा माझ्याकडे विनोद केला. ''जॉन म्हणजे आम्ही ज्याला कॅल्विनिस्ट म्हणतो तसे आहेत. त्यांचा याच्यावर विश्वास आहे की पैसे तोपर्यंत मिळवणे ठीक असते जोपर्यंत तुम्ही त्याचा आनंद लुटू शकत नाही. त्यांच्या या लादलेल्या स्वस्ताईकडे पाहिल्यावर आश्चर्य वाटत नाही की त्यांनी किमान मूल्य आलेले समभाग विकत घेणे नेहमीच पसंत केले.''

कर्जावर त्यांचा विश्वास नसल्याने त्यांनी नेहमी आपल्या मोटारगाड्या आणि घर यांच्याकरिता रोखीने व्यवहार करणे पसंत केले. त्यांनी असाही दावा केला की युद्धकालीन एकच अपवाद केला की त्यांनी त्या वेळी गुंतवणुकीसाठी उसने पैसे घेतले. महामंदीच्या काळात त्यांनी बघितले की अति विस्तारित लोक परत मूळ पदाला आलेत. त्यांनी आर्थिक शिस्तीला नैतिक गुण मानले. आम्ही त्यांच्या कार्यालयातून बाहेर पडत असताना त्यांच्याकडे एक अनोळखी माणूस आला आणि त्याने त्यांना विजेचे पैसे भरण्यासाठी भीक मागितली. टेम्पल्टननी त्याला ५० डॉलर्स दिले आणि त्याच्याकडून वचनही घेतले की तो माणूस त्यांच्याकडे कधीही पैशासाठी याचना करणार नाही. मोटारगाडीतून जाताना त्यांनी स्पष्टीकरण दिले, की ही त्यांची नेहमीची कामाची पद्धत का आहे. ज्या तऱ्हेचा माणूस पैशाच्या

बाबतीत नेहमीच पैसे नाहीत असे म्हणत इतरांकडे याचना करतो, त्याला पैशाची चणचण कधीच सोडणार नाही. आणि जर तसे त्याला कोणी दिले, तर परत तो त्या व्यक्तीकडे याचना करण्यासाठी येत राहील.

टेंपल्टन यांची पैशाबाबतची जागरूकता ही त्यांच्या या विश्वासातून आली की देवाच्या संपत्तीचे केवळ तात्पुरते प्रबंधक आहोत. त्यांच्या फंड कंपनीतील बैठका नेहमीच प्रार्थनेनेच चालू करायला त्यांना आवडायचे. त्यांना नेहमीच अध्यात्म आणि भौतिक यश यांच्यात भक्कम संबंध आहेत असे वाटायचे. त्यांनी मला सांगितले, ''मी असे एकही कुटुंब पाहिले नाही की ज्यांनी त्यांच्या उत्पन्नाचा काही टक्के हिस्सा धर्मादाय कामाला दिला आहे. आणि त्यांची कधी भरभराट झाली नाही आणि आनंदीही.'' खरे तर ही जगातील सर्वोत्कृष्ट गुंतवणूक आहे. त्यांनी एक नवीन ढाचा धर्मादाय कामासाठी केला आहे. ''मी माझ्यावर खर्च करीत असलेल्या प्रत्येक डॉलरमागे, मी काळजीपूर्वक १० डॉलर्स अशा कामासाठी देतो.''

वेळेच्या व्यवस्थापनाबाबतही ते तेवढेच काटेकोर आहेत. जॉन मॅकबेथ, ज्यांनी टेंपल्टनच्या फंडांचे विपणन सांभाळले, ते सांगतात, ''ते लहान बोलण्यात वेळ वाया दवडत नाहीत, ज्या क्षणी तुमच्या बरोबरचे त्यांचे काम संपते, त्या वेळी ते लगेच दुसऱ्या कामाकडे वळतात.'' पहिल्यांदा मी जेव्हा त्यांना भेटलो तेव्हा ते म्हणाले, ''तुम्ही तिथे ४ वाजून २ मिनिटांनी या. मला दुसरी एक बैठक ४ वाजून १३ मिनिटांनी आहे.''

एकही मिनिट वाया न घालवायचा त्यांचा निश्चय असल्यामुळे, टेंपल्टन यांनी एकाच वेळी दोन गोष्टी करायची पद्धत बसवली. त्याच्या घरच्या आमच्या बैठकीच्या वेळी त्यांनी एका पुस्तकातील महत्त्वाचे पॅरा माझ्याकरिता रेघ मारून तयार ठेवण्याचे काम केले. त्याच वेळी ते माझ्या प्रश्नांना योग्य ती उत्तरे देत होते. त्यांना एकाच वेळी अशीच इतर कामे करणे आवडते जसे गाडी चालवताना प्रार्थनाही म्हणणे. वक्तशीरपणाचा त्यांना हव्यास असल्याने, ते नेहमीचे म्हणून १० मिनिटे आधीच बैठकीच्या ठिकाणी उपस्थित असतात. चालढकल करण्याचा त्यांना तिरस्कार आहे. त्यांना कोणत्याही कामात व्यत्यय आलेला आवडत नाही. ते टीव्ही किंवा सिनेमा (विशेषतः तत्त्वहीन करमणूक ) पाहणे पसंत करीत नाहीत. ते औद्योगिक अहवाल आणि प्रेरणादायी पुस्तके वाचणे पसंत करतात. ते सटकणे याला चोरीचा एक प्रकार समजतात आणि आळशीपणाला हळू आत्महत्येचा प्रकार समजतात.

मी जेव्हा त्यांना एक शेरा दिला की ते स्वतःच्या बाबतीत फारच कठोरपणे वागतात, तेव्हा त्यांनी त्याला उत्तर दिले, ''त्याला आपण स्वयंनियंत्रण म्हणू या. आणि मी इच्छा करतो की इतर लोकही तसे करतील.''

त्यांनी केवळ त्यांचे पैसे आणि त्यांचा वेळ यांचे कठोर शिस्तीने व्यवस्थापन केले असे नाही तर आपल्या मनाबाबतही त्यांनी तसे केले. आपल्या मनाचे व्यवस्थापन करण्याबाबतही ते स्थिर होते.

Wisdom of World Religions या पुस्तकात त्यांनी 'विचारावर नियंत्रण' या विषयाबाबत पुनःपुन्हा वाचन केले. त्यांच्या दैनंदिन जीवनात, त्यांनी स्वत:ला उत्पादक विचार या विषयावर लक्ष केंद्रित करण्यासाठी शिक्षण दिले. तसेच ते सकारात्मक भावना जसे प्रेम, आभार प्रदर्शन, सेवा आणि अमर्यादित चांगुलपणा आपल्यात आणि इतरांच्यात यावा, या बाबतही तसे लक्ष केंद्रित करीत असत.

टेंपल्टन यांची अशीच बांधिलकी नकारात्मक विचार आणि भावना घालवणे जशा राग, संशय, काळजी, दोषी असण्याची भावना, भीती, तिरस्कार आणि मत्सर. त्यांनी नकारात्मक विचार घालवण्याचे एक तंत्र सांगितले ते म्हणजे कोणत्याही नकारात्मक विचाराला या वचनाने बाजूला सारणे, "मी माझ्या आयुष्यातील सर्व चांचल्यासाठी आभार मानतो. जेव्हा अडचणींनी ग्रासले जाता," तेव्हा त्यांनी असे म्हणायला सुचवले, हे मला सुखी करण्यासाठी आले आहे. त्यांनी ध्येयहीन, बेशिस्तीचे विचार घालवण्यास सांगितले, जे आपल्या जीवनातील उच्च ध्येयाला अडथळे आणतात. टेंपल्टन सांगतात तसे, आपल्याकडे आपल्या जीवनाला आकार देण्यासाठी प्रचंड शक्ती आहे, त्यासाठी आपण निवड केली पाहिजे. ती आपल्या केंद्रबिंदूला कुठे निर्देशित करायचे, कारण ज्यावर आपण तो केंद्रित करू ते आपल्याला मिळते (Templeton Touch या पुस्तकात लॉरेन टेंपल्टन सांगतात, त्यांचे हे मोठे काका हे एवढे शिस्तबद्ध होते की त्यांच्या मनात आलेल्या कोणत्याही अनुत्पादित विचारांचे ते स्वागत करीत नसत. त्यांनी मला एकदा सांगितले की जर त्यांनी असा अनुत्पादित विचार पाहीला तर ते त्याला पकडायचे आणि जिथून तो आला आले तिथे परत पाठवून द्यायचे वा नाहीसे करायचे).

टेंपल्टन यांचा निश्चय, आपल्या मनावर नियंत्रण ठेवायचा, याचा त्यांना काही अति कठीण परिस्थितीला तोंड द्यायला लागले. १९५१ साली, ते आणि त्यांची पहिली पत्नी ज्युडिथ बर्मुडामध्ये सुट्टीवर वर गेले होते. तिथे त्यांच्या पत्नीचा मोटार सायकल अपघातात मृत्यू झाला. ३८ वर्षांचे विधुर म्हणून त्यांना एकाएकी जाणीव झाली की त्यांना एकट्याला आपली तीन मुलांचे संगोपन करायचे आहे. त्या संपूर्ण कालखंडात त्यांनी आपल्या मनावर नियंत्रण करू शकले असते असे दुर्विचार घालवण्यासाठी प्रयास केले आणि ते बाहेर घालवले. १९५८मध्ये त्यांनी आयरिन या दुसऱ्या पत्नीशी लग्न केले. ती एक ख्रिश्चन शास्त्रज्ञ होती. तिने त्यांचे मनाची शक्ती आणि प्रार्थना यांच्याशी सहमती दाखवून ते आत्मसात केले.

एक संशयवादी पत्रकार म्हणून माझी त्या दिवसांतील मनोवृत्ती (आता नाही) अशी होती की आपले डोळे फिरवायचे, जेव्हा केव्हा सकारात्मक विचार आणि विचारांवर नियंत्रण असे विषय चर्चेला येतील. माझे मनाचे कवाडे मी इतके बंद ठेवायचो की मी टेंपल्टन यांच्या उद्दिष्टांना शास्त्रीयदृष्ट्या शोध घ्यायचे की आध्यात्मिक प्रथा जशा प्रार्थना आणि माफ करणे या कदाचित फायदेशीर ठरतील. मला हे मान्य करताना संकोचल्यासारखे होते आहे पण माझ्या पूर्वग्रह दूषित मनाने मला हटकले आणि यापासून दूर व्हायला सांगितले. त्याऐवजी मी थोडे थांबून अधिक ज्ञान मिळवस्तोपर्यंत थांबायला पाहिजे होते.

मला आता जाणवते की टेंपल्टन यांच्या सकारात्मक विचारांच्या सवयी आणि प्रार्थना यांनी त्यांच्या विचार आणि भावनांच्या लढाईत त्यांच्यावर विजय मिळवण्यासाठी त्यांना बरीच मदत केली असली पाहिजे. एक गुंतवणूकदार म्हणून जे लोकप्रिय नसलेले निर्णय घेण्याबाबत तज्ज्ञ होते, त्यांना अशी मानसिक शक्ती हा शक्तिमान फायदा वाटत असणार.

याविरुद्ध माझे स्वत:चे मन दिशाहीन होते. आणि मला अशा भावनांनी वाहत जाणे जसे भीती, संशय, पश्चात्ताप, हाव, अधीरपणा, असूया आणि नैराश्य- सोपे होते. हे सर्व गुंतवणुकीतले तर्कशुद्ध निर्णय घेण्यास मारक असतात.

Wisdom from World Religions मध्ये टेंपल्टन यांनी लिहिले आहे, ''या बाह्य जगात यशस्वीरीत्या राहण्यासाठी, आपल्या अंतर्गत जगामध्ये जसे मित्र, सहकारी, संधी, आपला जीवनक्रम आणि जीवनातील अनुभव, आपल्या बाह्य जगातले, हे महत्त्वाचे आहे की आपण आपल्या अंतर्गत जगात यशस्वीरीत्या राहिले पाहिजे.'' अशा वेळी ते मला एक निर्णय देणारे आणि तुमच्यापेक्षाही पवित्र वाटले. त्यामुळे त्यांच्याकडून शिकण्याबाबत कमी खुल्या मनाचा होतो. पण २० वर्षांनंतर मला त्यांची अंतर्गत शक्ती आणि लोखंडासारखी इच्छाशक्ती यांमुळे भारावून गेल्यासारखे वाटले. आणि मला इच्छा झाली की माझ्याकडे त्यांच्या स्वयंनियंत्रणाचा पूर्ण नाही तरी किमान अर्धा वारसा असायला हवा होता.

आता मी पाहतो तसे, टेंपल्टन यांनी केवळ शेअर्स बाजारांवर प्रभुत्व मिळवले असे नाही. त्यांनी स्वत:वरच प्रभुत्व मिळवले. त्यांनी आपल्या जीवनाच्या सर्व बाबींची जबाबदारी स्वीकारली, ज्यांत त्यांचा वेळ, पैसे, आरोग्य, विचार आणि भावना यांचा समावेश होता. याकरिता सामान्य अशी स्वयंशिस्त आवश्यक असते. आपण बहुतांशी स्वयंशिस्तीचा गौरव करीत नाही. हा एक जुन्या पद्धतीचा आणि गंजलेला आभासी गुण आहे. पण टेंपल्टन यांनी त्यावर विजय मिळवला, स्वयंशिस्त म्हणजे टोकाची मानून. जसे पाबराय मुंगेर यांच्याकडून शिकले तसे. 'साधी कल्पना घ्या आणि ती गांभीर्याने घ्या.'

गुंतवणुकीमध्ये आणि जीवनात असे बरेच काही आहे ज्यावर आपले नियंत्रण नसते. टेंपल्टन यांना खात्री नव्हती की मित्रराष्ट्रे दुसऱ्या महायुद्धात जिंकतील. त्यांनी कधीही असे भाकीत केले नसेल की आपली पहिली पत्नी अपघातात मरण पावेल. पण जे त्यांना शक्य होते त्यावर त्यांनी नियंत्रण मिळवले.

गुंतवणूकदार म्हणून, याचा अर्थ पश्चात्ताप न करता शिस्त पालन करणे, मूल्यनिश्चिती, आपल्या स्पर्धकापेक्षा अधिक आणि चांगली माहीती मिळवणे, भीती न बाळगता निर्णय घेणे, ते घेताना टोळीसंबंधी काही काळजी न करणे, याचाच हाही अर्थ आहे की आपल्या सर्व शक्तीनिशी आपला मानसिक आणि भावनिक समतोल राखणे. निर्णय काय येणार यावर आपले नियंत्रण नसते, पण आपण आपल्यावर नियंत्रण ठेऊ शकतो. २ तपांपूर्वी मी टेंपल्टन यांच्याकडून काय शिकण्यात अपयशी झालो असेन तर या अंतरीच्या डावांचे अत्युच्च महत्त्व.

## ३

# प्रत्येक गोष्ट बदलते

"आपण हुशारीचे निर्णय कसे घेऊ शकणार जेव्हा काही आहे तसे कायम राहत नाही आणि भविष्य अज्ञात आहे?" - हॉवर्ड मार्क्स.

"प्रत्येक गोष्ट बदलते हे अस्तित्वात असलेल्या प्रत्येक गोष्टीबद्दलचे मूलभूत सत्य आहे, हे सत्य कोणी नाकारू शकत नाही. आणि बुद्ध धर्माची पूर्व शिकवणही यात घनरूप केलेली आहेत"

–शून्र्यू सुझुकी, झेन माइंड, बिगिनर्स माइंड

पेनसिल्व्हेनिया विद्यापीठात जेव्हा हॉवर्ड मार्क्स पदवी पूर्व शिक्षण घेत होते, तेव्हा त्यांनी स्टुडिओ आर्ट या विभागात प्राथमिकता नोंदवली आणि प्रवेश घेतला. एक विद्यार्थी, ज्याने अर्थशास्त्रात महत्त्वाचे शिक्षण घेतले होते त्यांच्या दृष्टीने हे विक्षिप्तपणाचे होते. पण तरुण वयात मार्क्स कला विभागात हुशार कलाकार होते. म्हणून मी कला शास्त्रातील शिक्षणाला प्राधान्य दिले. पण तिथले शिक्षक वर्गात आले आणि म्हणाले, "इथे फारच मुले आहेत. आपल्याला काहींना वगळावे लागेल. मी प्रत्येकाचे नाव आणि प्रमुख विषय कोणता होता हे विचारेन." मग मी म्हणालो, "माझे नाव हॉवर्ड मार्क्स, मी व्हार्टन स्कूल ऑफ फायनान्समधला आहे," ते म्हणाले, "ठीक आहे. मग तूच पहिला जाणारा आहेस, चालता हो."

ईडनमधून घालवून दिल्यावर मार्क्सना त्यांच्या सेमिनारकरिता दुसरा विषय निवडायचा होता. आश्चर्य म्हणजे ते जपानी साहित्य, कला आणि संस्कृती यांच्या

प्रेमात पडले. जपानी बुद्धिझमच्या वर्गात त्यांची मुजो या झेन किंवा नश्वरता या संकल्पनेशी ओळख झाली (शून्यू सुझुकी रोषी, एक प्रसिद्ध झेन शिक्षक - यांनी एक जपानी वाक्प्रचार 'शोग्यो मुजो वापरला, त्याचे भाषांतर असे होईल, 'प्रत्येक गोष्ट बदलते.')

मॅनहॅटनमधल्या एका ३४ मजली आकाशाला भिडणाऱ्या बहुमजली इमारतीच्या ३४ व्या मजल्यावरील आपल्या कार्यालयात बसून मार्क्स यांनी हे स्पष्ट करून सांगितले की या पुरातन कल्पनेने त्यांच्या गुंतवणुकीच्या आणि जीवनाच्या तत्त्वज्ञानाला आकार दिला आहे. ते म्हणतात, "बदल अपरिहार्य आहे. फक्त नश्वरता ही कायम आहे. आपल्याला या वस्तुस्थितीला मान्य केले पाहिजे की वातावरण बदलते, आपण आपल्या वातावरणावर नियंत्रण ठेवायची अपेक्षा करू नये, आपण आपल्या वातावरणाशी जुळवून घ्यायला हवे. आपण बदलाची अपेक्षा केली पाहिजे आणि त्या बरोबरीने गेले पाहिजे."

मार्क्स मान्य करतात की प्रत्येक गोष्टीत सातत्याने काही उलथापालथ होत असते, जसे निसर्ग, अर्थशास्त्र, बाजारपेठ, औद्योगिक क्षेत्र, कंपन्या आणि आपले स्वत:चे जीवन. गुंतवणूकदारांच्या दृष्टीने हे परिणामकारकरीत्या अडचणीचे होते, कारण आपण अशा खऱ्या पैशावर, अशा परिस्थितीत जुगार खेळत असतो, जी कायम राहणार नाही, त्या भविष्यावर जे आपल्याला माहीत नाही. आपण अशा कमालीच्या अस्थिर आणि अनिश्चित हुशारीचे निर्णय कसे घेऊ शकू? बिल मिल्लर या प्रसिद्ध गुंतवणूकदाराने मला एकदा सांगितले तसे, "जग बदल राहते आणि शेअर बाजारातील ही सर्वांत मोठी समस्या आहे."

खरे आहे, ही समस्या आपल्या जीवनाला व्यापून राहते. फ्रेंच तत्त्वज्ञ मायकेल दी मॉन्टे लिहितात, "आपण आणि आपले अंदाज आणि आपल्या सर्व नश्वर गोष्टी वाहत आणि गडगडत जातात, आणि त्याही वाढत्या प्रमाणात. त्यामुळे खात्रीशीररीत्या एका गोष्टीबद्दल दुसऱ्या गोष्टीकडून काही सिद्ध करता येत नाही, निर्णय घेणे आणि निर्णय घेतलेले, कारण ते सातत्याने बदलत असते. एक प्रमुख फ्रेंच गुंतवणूकदार, फ्रँको मारी वोजसीक हे अत्यानंदात होते जेव्हा मी त्यांना खालील ओळी वाचून दाखवल्या, ज्या मॉन्टे यांनी १५७०मध्ये लिहिल्या होत्या. "ज्यात काही सिद्ध करता येणे शक्य नाही अशा सातत्याने बदलत राहणाऱ्या जगात, आपल्या किंवा अन्य कोणाच्या अंदाजांचे अपेक्षेहून अधिक अंदाज वर्तवणे अवघड असते." वोजसीक म्हणाले, "माझ्याकडे तीन तत्त्वे आहेत- संशय, संशय आणि संशय."

क्षणभंगुरता याची समस्या, जी बौद्ध धर्मातील शिकवणीच्या हृदयात आहे, हिने बहुतेक विचारवंत गुंतवणूक दारांवर दीर्घ काळ कब्जा मिळवला आहे. टी

रोव प्राइस* (प्राइस, ज्यांना वाढीतील गुंतवणुकीचा पितामह मानले जाते, यांनी समानार्थी नावाची कंपनी १९३७ साली स्थापन केली. ती आज जगातील अवाढव्य कंपनी असून तिची संपत्ती १ ट्रिलिअन एवढी आहे.) बाल्टिमोरमधील गुंतवणूक फर्मचा संस्थापक, जिला त्याचेच नाव दिले आहे, यांनी १९३७ साली एक निबंध लिहिला, त्याचे शीर्षक होते, 'बदल - गुंतवणूकदारांची एकमेव निश्चितता.'

त्यांच्या काळातील भौगोलिक राजकीय डोक्याचा अंदाज घेताना, त्यांनी असे सांगितले; ते हिटलर याच्या सत्तेतील उदयासंबंधी आणि त्यांनी एक भाकीत सांगण्याचे धाडस केले की जर्मनी क्षेत्रे काबीज करेल, प्राधान्याने शांतिपूर्ण मार्गाने. दोन वर्षांनंतर हिटलरने पोलंडवर स्वारी केली, जगाला सहा वर्षांच्या युद्धाच्या खाईत ढकलून. प्रत्येक गोष्ट बदलली, पण प्राइस किंवा अन्य कोणी ज्या अचूकतेने जे भाकीत वर्तवले होते तेवढ्या अचूकतेने वर्तवले ते मार्ग मात्र नाही.

मार्क्स यांचा जन्म १९४६चा, महायुद्ध समाप्तीनंतरच्या काही महिन्यातला. आणि न्यू यॉर्कमधील ग्रीन्स भागात ते वाढले. त्या वेळचा बदलाचा वेग त्यांना सर्वसाधारपणे सौम्य आणि संथ वाटला. त्यांना आठवते तसे, ''आमच्या संपूर्ण वाढीच्या काळात विनोदी पुस्तकांची किंमत १० सेन्ट्स (१ डाइम) असायची. आमचा विचार होता की आता जग ही स्थैर्य असलेली जागा आहे. आणि काही घटना पडद्याआड झाल्या. आता हे स्पष्ट आहे की जग सातत्याने सर्वकाळ बदलत राहते, काही अंदाज करता न येण्यासारख्या वेगाने, काहीही आहे तेच आणि तसेच राहत नाही. आणि ज्या लोकांचा जीवनाकडे बघण्याचा दृष्टिकोन समानतेवर किंवा आहे तसेच यावर आधारित असतो, त्यांना हे फारच त्रासदायक वाटते.''

उद्योग-व्यवसायांच्या जगात, तोचतोचपणा आणि स्थैर्य हे पर्याय होऊ शकत नाहीत. कंपन्या उर्जितावस्थेत येतात आणि लयासही जातात. या डार्विनच्या सिद्धांतानुसार वर्चस्व आणि अस्तित्व यासाठी झगडत असतात, आणि एकामागून एक, उद्योग नवनव्या तंत्रज्ञानाच्या निर्मितीमुळे विस्कळीत होतात. Time INC, जिथे मी पत्रकार म्हणून माझी बरीचशी कारकिर्द व्यतीत केली, ही अलीकडेच लयास गेली, जी एके काळी जगातील सर्वांत महत्त्वाची आणि वर्चस्व गाजविणारी मासिक प्रकाशन करणारी कंपनी होती. १९९० च्या दशकात मी जेव्हा तिथे रुजू झालो, तेव्हा ही कंपनी म्हणजे विश्रांतीची जागा, इतकी श्रीमंती आलिशान थाटाची 'मखमली शवपेटिका' म्हणून प्रसिद्ध होती, जिथे एकदा तुम्ही रुजू झाला की जन्मभर तुम्हाला ती सोडायची इच्छा होणार नाही. २०१८मध्ये टाइम्स आयएनसी मेरेडिथ कॉर्पोरेशनमध्ये एक कमकुवत विभाग बनली. त्यांचा इतर क्षेत्रातील मासिकांचा जसे Successful Farming and Fruit, Garden and Home, जोरात आणि जोमात व्यवसाय करीत होते. त्यांनी टाइम आयएनसी कंपनीला एखाद्या अडगळीतल्या मोटारींसारखे ठेवले आणि तिचे भाग भंगारात विकले.

गुंतवणूकदार म्हणून आपण भविष्याविषयीच्या गुंतागुंतीच्या प्रश्नांची निश्चित उत्तरे अपेक्षित करतो. शेअर बाजार वधारेल का कोसळेल? अर्थव्यवस्था भरभराटीस येईल की तिथे आपली फसवणूक होईल? मार्क्स असे दर्शवतो की गुंतवणूक ही पूर्णपणे भविष्यकाळाचे भाकीत करणारी असते. कोणत्याही संपत्तीचे विश्लेषण करताना आपण हे दर्शवले पाहिजे की, भावी नफे आणि भविष्यातील मूल्यांकन यांच्या अपेक्षा विचारात घेऊन, आज आपण काय किंमत देणे लागतो. त्याचप्रमाणे जीवनाच्या इतर अंगांत, आपल्याला भविष्याशी व्यवहार करावे लागतात. जसे, आपल्याला आपण कुठे राहायचे, कुठली नोकरी वा व्यवसाय पत्करायचा, लग्न कोणाशी करायचे आणि आपल्याला किती मुले हवीत? पण सर्वच गोष्टी पूर्वीपेक्षा अधिक वेगाने बदलत आहेत, आणि उद्या आजच्यासारखा काहीच दिसत नसेल तर आपण कुशलतेने पुढे काय वाढून ठेवले आहे यासाठी आपल्यास कसे सज्ज करू शकू?

बहुतेक लोक त्यांचे गुंतवणुकीचे निर्णय (आणि जीवनाचेही) हे अविश्वसनीय गोलमाल, अर्धवट शिजलेले तर्क, पूर्वग्रह, कल्पना, भावना आणि अर्धवट कल्पनारम्यता किंवा भविष्याविषयीच्या भीती यांवर अवलंबून घेतात. मी कित्येक वेळेला अनेक देशांत फिरून किंवा स्थायिक होऊन आलो आहे, काहीही पूर्वविचार न करता, बहुतेक वेळा लहर म्हणून किंवा नैराश्य आले म्हणून.

याला विरोधाभास म्हणून, मार्क्स हे शिस्तपूर्ण आणि वैराग्यपूर्ण विचार करणारे आहेत, असे कौशल्य ज्याने त्यांना गुंतवणुकीच्या विश्वातले निर्विवाद महामहिम म्हणून ओळखले आहे. Oaktree Capital Management चे सहअध्यक्ष, १२० बिलिअन संपत्तीचा कारभार सांभाळतात. पर्यायी गुंतवणुकीच्या क्षेत्रातील अर्ध्वयू, ओकट्री हे त्रासदायक कर्जे, जंक बॉण्ड्स, परिवर्तनीय सिक्युरिटीज, व्यावसायिक स्थावर मालमत्ता, शोधली गेलेली नाही अशी संभाव्यता असलेले उद्योग व्यवसाय यांत विशेष वैशिष्ट्यपूर्ण काम करतात. या कंपनीच्या ग्राहकांच्या यादीत यूएसमधील ७५ निवृत्तिवेतन निधी (पेंन्शन फंड्स), शेकडो देणगी निधी (एन्डॉवमेंट फंड्स), फाउंडेशन्स आणि जगातील आणलेले सर्वांत मोठे सार्वभौम संपत्ती निधी यांचा समावेश आहे.

ओकट्रीचे तारांकित परतावे आणि प्रतिष्ठा यांनी मार्क्स याना श्रीमंत केले ते 'फोर्ब्स'ने त्यांची एकूण संपत्ती २.२ बिलिअन डॉलर्स आहे असा अंदाज केला आहे. त्यांची मालिबू मध्ये ७५ मिलिअन्सची स्थावर संपत्ती होती आणि नंतर त्यांनी ५२.५ मिलिअनचा पट्टा मॅनहॅटनमध्ये विकत घेतला. पण पैसे नसून कल्पना हे त्यांचे आवडीनिवडीचे औषध आहे. याखेरीज, मार्क्स हे मूलभूत विचारवंत आहेत. त्यांच्या आवडीचे विषय म्हणजे धोके पत्करणे, अनियमितता, चक्रीयता, गुंतवणुकीतील मानसिकता आणि ज्यांना ते असंभाव्य आपत्ती म्हणतात, यांच्या

धमक्या. मार्क्स ओकट्रीच्या गुंतवणूक धोरणावर लक्ष ठेवून असतात, पण त्यांनी आपल्या कामाची आखणी अशी केली आहे की त्यांच्या ९५० अधिकारी आणि कर्मचाऱ्यांपैकी एकही जण त्यांना थेट अहवाल सादर करीत नाहीत. त्यांनी सर्व दैनंदिन वैयक्तिक गुंतवणुकीचे निर्णय घेण्याची जबाबदारी इतरांवर सोपवली आहे. त्यामुळे त्यांना वाचन, चिंतन आणि लेखन करण्यास पुरेसा वेळ उपलब्ध होतो. त्यांचे दैनंदिन संदेश, जे त्यांनी २५ हून अधिक वर्षे लिहिले आहेत, त्यांच्या आर्थिक बुद्धिमत्तेचा खजिनाच आहेत. वॉरन बफे यांनी एकदा लिहिले होते, ''मी माझ्या टपालात जेव्हा जेव्हा हॉवर्ड मार्क्स यांचे संदेश पाहतो, तेव्हा मी प्रथम ते उघडतो आणि वाचतो. मी त्यातून नेहमीच काहीतरी नवीन शिकतो. मार्क्स यांनी त्यांच्या संदेशांना अपरिहार्य पुस्तकात रूपांतरित केले आहे. त्याचे नाव आहे, The Most Important Thing : Uncommon Sense for the Thoughtful Investor.

व्यक्तिगतरीत्या त्यांच्यात एका अनोख्या हुशार प्राध्यापकाची झलक आहे. त्यांची विविध व्याख्याने, अनेक उपवचने, उदाहरणे आणि अन्य साहित्यिक गोष्टींनी संपन्न असतात. जसे खंडन करण्यायोग्य गृहीतक असे असायला हवेच की आणि माझ्या स्वतःच्या पुराणकथेत आमच्या संभाषणाच्या दरम्यान ते निसर्गतःच शिक्षकाची भूमिका स्वीकारतात. मध्येच एखादा आलेख काढायला ते थांबतात किंवा त्यांच्या संग्रहातील पुस्तकातील खुणा केलेली पाने उलगडतात. त्यात उत्तम पुस्तकांचा समावेश असतो जसे, सी जॅक्सन ग्रेसॉन्स Decisions Under Uncertainty : Drilling Decisions by Oil -nd Gas Operators. त्याचे सर्वात मोठे सुख, मार्क्स म्हणतात, ''हे कल्पना इतरांबरोबर वाटून घेणे आणि त्याला लोकांकडून प्रतिसाद मिळवणे उपयुक्त होते. मी कधीही त्याचा विचार केला नव्हता.''

माझ्या मताप्रमाणे, गुंतवणुकीच्या क्षेत्रातील कोणीही अधिक उपयुक्ततेने याचा विचार केलेला नाही की आपण काय जाणू शकतो आणि काय जाणू शकत नाही. आणि आपण भाकीत करू शकतो असे समजून आपल्यालाच मूर्ख बनवण्याऐवजी आपल्या भविष्याकरिता आपल्याला कसे सज्ज केले पाहिजे याचा. तर्कशुद्ध निर्णय घेण्याच्या आव्हानाला सामोरे जाण्यासाठी, काही वेळा मी अशा मोहात पडतो की हिम्मत खचल्यामुळे हात वर करून माघार घ्यावी. जबरदस्त आणि गुंतागुंतीचे प्रभाव कार्यरत असताना, मी हुशारीने केलेली लहानशी का होईना, कृती कशी असेल आणि येणाऱ्या परिणामावर माझे काय नियंत्रण असू शकेल? पण मार्क्स, ज्यांना मी आर्थिक क्षेत्रातील तत्त्वज्ञ महाराजा मानतो, हे निश्चितच या धुक्यातून मार्ग काढण्यासाठी निश्चितच आपल्याला मदत करू शकतील.

## पहिले नशीबवान व्हा, दुसरे नम्र असा

''अशा जगात, जिथे काही स्थिर नाही, ज्याच्यावर अवलंबून राहावे असे काही नाही, आणि जवळजवळ काहीही होऊ शकते. मार्गाचा पहिला नियम आहे की आपल्याशीच प्रामाणिक राहा, आपल्या मर्यादा आणि आपल्या सुरक्षिततेविषयी.'' अथेनियन नाटककार युरिपिडस यांनी २५०० वर्षांपूर्वी आपल्याला सावध केले होते

तुम्ही स्वत:ला महान व्यक्ती कसे समजता जेव्हा अफिलचा अपघात तुम्हाला पूर्णतः या जगातून घालवून देऊ शकतो. मोंताईने, एक अत्यंत बुद्धिवान व्यक्ती, यांनी हे वाक्य त्यांच्या प्रसादातील ग्रंथालयाच्या तुळईवर कोरून ठेवले होते.

मार्क्स, ज्यांना अभिमान आणि उद्धटपणा यांच्या धोक्यांची उत्सुकता याची पूर्ण जाणीव आहे, आठवण करून देतात. यांनी आपल्या कार्यालयातील एका भिंतीवर अनेक शतकांपूर्वीचे, लाकडी समुद्रप्रवासाठीची जहाजे समुद्राच्या विक्राळ आणि भीतिदायक लाटांमुळे कशी हवेत उडतात त्याचे तैलचित्र लावले आहे. त्यांनी ते २००१ साली विकत घेतले, जेव्हा डॉटकॉमच्या पडझडीत मूर्ख सौदेबाजांना निर्दयीपणे कठीण खडकावर फेकून दिले गेले होते. हे तैलचित्र अस्वस्थ करणारी आठवण करून देते की आपल्यापैकी कोणीही प्रभावाच्या विनाशकारी ताकदीपासून रोग प्रतिकारक शक्ती देऊन आपल्याला वाचवू शकत नाही. ते आपल्यापेक्षा मोठे असतात आणि आपल्या नियंत्रणाबाहेरही. हाच धडा आपण २०२० साली घेतला, कोठूनतरी एक विषाणू आला आणि त्याने सर्व जगाला गोंधळात टाकले.

नक्कीच कोणाच्याही रडारच्या पडद्यावर ती महामारी नव्हती, आणि नंतर ती घटना म्हणजे आपल्या जीवनातील व्याख्या करावी अशी घटना झाली. मार्क्स म्हणतात, ''त्यातूनच आपण आपल्याला पटवू शकलो पाहिजे की पुढे काय होणार आहे हे आपल्याला माहीत नसते आणि काही वेळा काय होऊ शकते हेही आपल्याला माहीत नसते.''

१९८७ची कादंबरी The Bonfire of the Vanities मध्ये टॉम वोल्फने Masters of the Universe ही संज्ञा निर्माण केली. वस्ताद गुंतवणूक बँकर्स बोनसच्या नावाखाली दरवर्षी मिलिअन्स डॉलर्स उकळतात. पण मार्क्स म्हणतात तसे, सरावात खराब गोष्ट तुम्ही करू शकता ती म्हणजे मी म्हणजे या विश्वाचा मालक आहे. आपण फार लहान तुकडे आहोत आणि विश्व आपल्याशिवाय पुढे जात राहील. आपण त्यात स्वत:ला बसवून घेतले पाहिजे आणि त्याचा स्वीकार केला पाहिजे.

मी जेव्हा त्यांना बरोबरचे बिलिनॉयर, जे नेहमी बाजार आणि अर्थव्यवस्था यांच्याविषयी ठळक आडाखे मांडत असतात, यांच्याविषयी विचारले असता त्यांनी कबूल केले, की ते अत्यंत हुशार आहेत. पण दिवसाच्या शेवटी,जग हे पाहील की

त्यांना वाटते तसे ते खरंच अत्यंत हुशार आहेत का नाहीत. कारण जर तुम्ही विचार करीत असला की तुम्ही हुशार असताना स्वत:ला सर्वांत अत्यंत हुशार समजत असाल, तर तुम्ही अडचणीत येऊ शकता. काही वेळा मीही अशी इच्छा करतो की तेसुद्धा असा विचार करीत नसतील की ते आहेत त्यापेक्षा अधिक आपल्याला हुशार समजत नसतील.

ज्या एका मार्गाने मार्क्स आपला अभिमान नियंत्रणात ठेवत असतील तो म्हणजे सतत जाणीव करून देणे की त्याच्या जीवनात नशिबाने महत्त्वाची भूमिका बजावली आहे. माल्कम ग्लाडवेल यांचे Book Outliers, यात यशाच्या विविध कारणांची चिकित्सा आहे. मार्क्स यांनी ते आज ज्या स्थानावर आहेत तिथे नेण्यासाठी ज्या नशीबवान मध्यंतरांनी भूमिका बजावली त्यांची यादी तयार केली आहे. त्यांची सुरुवात झाली ती लोकसंख्या शास्त्रीय नशिबाने, त्यांचा जन्म यूएसमधील एका गौरवर्णीय मध्यम वर्गीय कुटुंबात पहिल्या महायुद्धानंतरच्या वाढीच्या कालावधीत झाला (त्याचप्रमाणे वॉरन बफे यांनी नेहमीच सांगितले आहे की त्यांनी सोडत जिंकली जेव्हा त्यांचा जन्म यूएसमध्ये १९३० साली झाला. मोहनीश पाबराय आणि गे स्पियर यांच्या बरोबर दुपारचे भोजन घेत असताना त्यांनी सांगितले की ते बिल गेट्सबरोबर चीनला गेले होते आणि त्यांनी एक चिनी तरुणाला बोटी किनाऱ्यावर आणताना पाहिले. बफे यांना या सत्यतेची खात्री पटली की या तरुण माणसाला अनेक संधींची दारे बंद झाली आहेत, याचे एकमेव कारण म्हणजे जन्माचा अपघात, जो त्याच्या नियंत्रणाच्या बाहेरचा होता. बफे यांनी आणखी भर घातली की त्यांची गुंतवणुकीच्या क्षेत्रातील कारकिर्द ही कधीच शक्य झाली नसती, जर त्यांचा जन्म चीनमध्ये झाला असता. कारण मग ते बेंजामिन ग्राहम यांचे पुस्तक कधीच वाचू शकले नसते, कारण त्याचे चिनी भाषेत कधीही भाषांतर झाले नव्हते.

त्यांच्या घरात कोणालाही महाविद्यालयीन पदवी मिळाली नव्हती पण ते नशीबवान होते की त्यांच्या पालकांनी शिक्षणाला किंमत दिली होती, त्यांनी विश्वकोश विकत आणला होता आणि त्यांना महाविद्यालयात जाण्यास त्यांनी प्रोत्साहित केले. त्यांच्या महाविद्यालयीन श्रेणी काही फार विशेष नव्हत्या. म्हणून ते विचार करतात की ते नशीबवान होते की व्हार्टनने त्यांना स्वीकारले. आणि तिथेच त्यांना अर्थशास्त्राच्या विषयाची ओळख झाली, ज्यातून त्यांना त्या वेळच्या आवडीच्या लेखा – Accounting – च्या क्षेत्रात काम करण्याची त्या वेळची महत्त्वाकांक्षा पूर्ण करण्याची संधी मिळाली. त्यांची दुसरी निवड – एखादे मोठे राज्यस्तरीय विद्यापीठ – इथे व्हार्टनचे वलय नसल्याने त्यांना वॉल स्ट्रीटवरील भरती करणाऱ्यांचे आकर्षण मिळाले नसते.

मी एकदा एक मुलाखत दिली होती आणि त्यात उल्लेख केला होता की मार्क्स यांचा बुद्धंक – Intelligent Quotient – उच्च होता, ज्याने नि:संशय त्यांच्या

यशाला महत्त्वाचे योगदान दिले आहे. त्याला प्रतिसाद म्हणून, त्यांनी मला एक आकर्षक पण विनयशील ईमेल पाठवली, त्यात म्हटले होते की जे लोक स्वत:चे नशीब पूर्णतः कबूल करत नाहीत, ते ही सत्यता गमावतात. बुद्धिमान असणे हे नशीबवान असण्याशिवाय दुसरे काही नाही. आपला बुद्धंक उच्च असण्यासाठी कोणी खास काही करीत नाही.

व्हार्टननंतर मार्क्स यांनी हॉवर्ड मध्ये MBA च्या अभ्यासासाठी अर्ज केला. पण (बफेंप्रमाणेच) तो बाद करण्यात आला. त्याऐवजी मग ते १९६७मध्ये शिकागो विद्यापीठाच्या बिझनेस स्कूलमध्ये दाखल झाले, जेव्हा ते आर्थिक क्रांतीच्या सिद्धांतांवरील अभ्यासाबाबत अग्रेसर होते. शिकागो स्कूल ऑफ अकॅडमिक्सने अलीकडेच कार्यक्षम बाजार गृहीतक (Efficient Market Hypothesis) विकसित केले आहे. त्यात असा वाद केला आहे की संपत्ती ही गुंतवणूकदारांना सर्व संबंधित माहीती उपलब्ध असेल अशा पद्धतीने मूल्यांकित केलेली असते. या सिद्धान्ताने अशा विश्वासाला बळ दिले की सातत्याने शेअर बाजारावर मात करणे संभवता अशक्य आहे. त्यातून हे सूचित होते की गुंतवणूकदारांनी कमी किमतीच्या इंडेक्स फंडांवर – ज्यात बाजारातील परताव्याचे प्रतिबिंब पडलेले असते – मालकी मिळवण्यावर समझोता करावा. जशी आपण नंतर चर्चा करू.इंडेक्सिंग हा निश्चितच एक हुशारीचा पर्याय आहे. याचा विचार करता की खर्च वजा जाता शेअर बाजारात सर्वोत्तम कामगिरी करणे हे किती कठीण असते. मार्क्स सांगतात तसे, सर्वांत जास्त लोकांनी आपल्या सर्वांत जास्त पैशाचे इंडेक्सिंग करावे.

शेअर बाजाराच्या कार्यक्षमतेविषयी त्यांच्या प्राध्यापकांनी दिलेली स्पष्टीकरणे जेव्हा त्यांनी ऐकली, तेव्हा मार्क्स म्हणतात की त्यांना 'सातोरी' (झेन बुद्धिझममधील ज्ञानाचा क्षण)च्या समानार्थी आर्थिक अनुभव आला. त्यांना यात अर्थ वाटला की दशलक्षावधी गुंतवणूकदार नफा कमावण्यासाठी गर्दी करीत असताना सौदेबाजी पाहतील आणि त्यांना विकत घेतील. हे सार्वत्रिक सत्य नाहीं. ते म्हणतात, पण यात बराच काही अर्थ आहे. एखादा स्पष्ट सौदा असेल आणि त्यात अन्य कोणी गर्दी करणार नाही.

मार्क्स कार्यक्षम बाजार गृहीतक (Efficient Market Hypothesis) ही एक शक्तिमान संकल्पना आहे असे मानतात. तरीही शैक्षणिक सिद्धान्त आणि प्रत्यक्ष जगातील पद्धत यात बराच मोठा फरक असू शकतो जेव्हा ते बिलिअन्स डॉलर्स स्वत:करिता किंवा आपल्या ग्राहकांकरिता मिळवतात. ते एक जुना विनोद सांगतात तो असा– शिकागो विद्यापीठाच्या परिसरात एक प्राध्यापक आणि त्यांचा एक विद्यार्थी फेरफटका मारत असताना, विद्यार्थी थांबतो आणि त्या प्राध्यापकांना म्हणतो, ''सर, ते पाहा! तिथे एक ५ची नोट जमिनीवर पडलेली दिसतेय.'' ते प्राध्यापक उत्तर देतात, ''ती ५ची नोट असणे शक्य नाही. कारण ती तशी असती तर

कोणीतरी आधीच उचलून खिशात टाकली असती.'' प्राध्यापक पुढे चालू लागतात. मग तो विद्यार्थी ती उचलतो आणि ती देऊन मस्तपैकी बिअर प्राशन करतो. यालाच योग्य म्हणून की काय, मार्क्स त्यांच्या पाकिटात एक घडी घातलेली ५ची नोट नेहमी बाळगतात जी त्यांना एकदा हॉवर्ड बिझिनेस स्कूलच्या ग्रंथालयात मिळाली होती, सिद्धांताच्या मर्यादांची आठवण म्हणून त्यांनी ती जपून ठेवली आहे.

मार्क्स यांनी या शैक्षणिक वादविवादातून एक साधा पण जीवनदायिनी धडा घेतला. जर त्यांना गुंतवणूकदार म्हणून मूल्यवर्धन करायचे असेल तर त्यांनी जास्त कार्यक्षम शेअर बाजार टाळले पाहिजेत आणि केवळ कमी कार्यक्षम शेअर बाजारावर लक्ष केंद्रित केले पाहिजे. ज्या शेअर बाजाराचा अभ्यास अधिक केला जातो आणि मग पाठपुरावा केला जातो, तिथली संधी स्वीकारली जाते, त्याला लोकप्रिय बनवले जाते, अशा ठिकाणी सौदेबाजी करायला संधी कमी असते. ते म्हणतात; उदाहरणार्थ, मोठ्या यूएस कंपन्यांमध्ये सौदेबाजी करणे कठीण असते, जो महत्त्वाचा शेअर बाजार असतो. कारण तिथे हुशार, अत्यंत प्रेरित पैशाचे व्यवस्थापक चुकीच्या किमतींना बाहेर काढायचे काम करीत असतात. जर तुम्हाला जास्त किमतीच्या शेअर्समध्ये गुंतवणूक करायची असेल, तर जे इंडेक्स फंड्स SP ५००चा मागोवा ठेवतात त्यातले घेणे आणि स्वत:जवळच ठेवणे यात काही अर्थ असतो. यात हे गृहीत धरले आहे की अशा कार्यक्षम शेअर बाजारात लांब पल्ल्याची धार किंवा मर्यादा मिळवणे या बाबत तुमची बाजू सबळ आहे.

मार्क्स हे जास्त लोकप्रिय नसलेल्या तळ्यांत मासेमारी करून लांब पल्ल्याचे फायदे मिळवतात, जसे फार अडचणीत असलेल्या कंपन्यांची कर्जे, असे क्षेत्र जे बहुतांश गुंतवणूकदार टाळतात, कारण ते त्यांना भीतिदायक आणि अपारदर्शक वाटते. अकार्यक्षम शेअर बाजारात गुंतवणूक करणे याची तुलना ते पोकरचा खेळ केवळ दुर्बल आणि चुका करू शकतील अशा प्रतिस्पर्ध्यांशी खेळणे यांच्याशी करतात.

शिकागोमधून पदवीधर झाल्यावर, मार्क्स यांनी नोकरीसाठी अनेक ठिकाणी अर्ज केले, त्यात लेहमन ब्रदर्सचाही समावेश होता. ''एक गोष्ट माझ्या दृष्टीने पक्की होती ती म्हणजे (कसेही करून) मला ती लेहमनची नोकरी हवी होती.'' त्यांच्या दृष्टीने विस्मयकारक म्हणजे त्या कंपनीकडून त्यांना नोकरीची शाश्वती कधी आलीच नाही. मग जिची पुढे सिटी बँक झाली त्या फर्स्ट नॅशनल सिटी बँकमध्ये नोकरी पत्करली. त्यांनी पुढचे तप तिथे शेअर्स विश्लेषक म्हणून आणि नंतर संशोधक डिरेक्टर म्हणून काम केले. अनेक वर्षांनंतर त्यांना विद्यापीठ भरती करणाऱ्या माणसाकडून कळले की लेहमन यांनी त्यांना नोकरीवर घेण्याचे ठरवले होते पण त्यांच्या भागीदाराला बरेच मद्यपान झाल्याने त्रास झाला होता आणि तो ती चांगली बातमी सांगण्याचे काम करू शकला नाही. मार्क्स नेहमी आश्चर्य करतात की जर तो

फोन आला असता तर त्यांचे काय झाले असते आणि त्यांनी लेहमनमध्ये आपले करिअर कसे घडवले असते. २००८मध्ये ती कंपनी दिवाळखोरीत गेली, तिच्या सर्व भागीदारांचे पैसे बुडाले, आणि जगभरच्या अर्थव्यवस्थेवर त्याचे परिणाम झाले.

१० वर्षे भांडवल संशोधन या विभागात काम केल्यावर त्यांना सांगण्यात आले की सिटी बँक विभाग प्रमुख म्हणून त्यांच्या जागी अन्य कोणाला नेमत आहे. म्हणजे आता त्यांना आपल्याकरिता नवी भूमिका बघायची पाळी आली. त्यांना त्यांचा वेळ आरोग्याविषयीच्या कंपन्यांच्या शेअर्समध्ये वेळ दवडायचा नव्हता. कारण त्यात आधीच बरेच गुंतवणूकदार काम करीत होते, त्यामुळे त्यांच्यापेक्षा अधिक काही तिथे शिकायला मिळेल असे त्यांना वाटत नव्हते. म्हणून मी स्वत:लाच म्हणालो, ''मी माझे उरलेले संपूर्ण आयुष्य मर्क आणि एली लिली (या ना त्या कंपनीत) यांची निवड करण्यात घालवणार नाही. कोणालाही माझा ५०%पेक्षा अधिक काळ घेण्याचा अधिकार नसेल.''

शेवटी त्यांच्या साहेबानी त्यांना सांगितले की ज्यातला त्यांना काही अनुभव नाही असे दोन नवीन फंड हाताळायचे काम करा. कन्व्हर्टिबल (परिवर्तनीय सिक्युरिटीज) आणि हाय यील्ड बॉण्ड्स(अधिक उत्पन्न मिळवणारे रोखे). हा कदाचित सर्वांत नशीबवान बदल ठरला असता. न कळत, आता ते नवीन आणि विदेशी क्रेडिट प्रकारात, अनेक तपांच्या भरभराटीच्या क्षेत्रात विहार करणार होते. आता ते कंटाळवाण्या, कमी धोक्याच्या, रेटिंगच्या कार्यक्षेत्रात घुटमळणार नव्हते.

आपण नेहमी असे धरून चालत असतो की, नशीब नव्हे, कौशल्य हे यशाचे महत्त्वाचे गमक आहे. असेलही. पण एखाद्या महाकाय लाटेवर योग्य वेळी स्वार होण्यासाठी चांगल्या नशिबाला हरवेल अशी दुसरी कोणतीही गोष्ट नाही. मायकेल प्राइस, एक वलयांकित शेअर्स वेचणारे, एकदा मला म्हणाले, की त्यांच्या व्यवसायिक कारकिर्दीला उड्डाणाची संधी मिळाली, जेव्हा त्यांना २४व्या वर्षीच मॅक्स हाईने नावाच्या अनुभवी मूल्य गुंतवणूकदारांनी कामावर घेतले, जेव्हा त्यांच्या कर्जाच्या म्यूचुअल फंडाची संपत्ती फक्त ५ मिलिअन होती. दर आठवड्याला २००च्या पगारावर १९७५च्या जानेवारी २ का ३ ला माझे तिथले काम चालू केले. महामंदीचा मागील काळ सोडला तर भांडवलाच्या बाजारातील हा शतकातील सर्वांत निम्नतम बिंदू होता. प्राइस मला म्हणाले, ''यूएसमधल्या कोणालाही समभाग विकत घ्यायचे नव्हते. म्हणून माझे नशीब चांगले म्हणून मी एका मूल्य गुंतवणूकदारांकडे गेलो, जे या क्षेत्रात ४० वर्षे काम करीत होते, आधुनिक शेअर बाजाराच्या मानाने जरा खालच्या बिंदूवर, जेव्हा ते यूएसमधील शेअर वाटून टाकत होते. त्यामुळे मला अपयश येण्याची काही शक्यता नव्हती.'' पुढच्या दोन तपांत, कंपनीची म्यूचुअल फंडातील संपत्ती १८ बिलिअनपर्यंत वाढली. १९९६मध्ये प्राइस यांनी ती ६०० मिलिअनला विकली.

मार्क्स आणि प्राइसप्रमाणे हे मदतीचे होते की, तुमचे कसब आणि स्वभाव याला साजेशी संधी आली तर तुम्ही त्यात उडी घेता. मार्क्स म्हणतात, ''कर्ज माझ्या व्यक्तिमत्त्वाला अगदी साजेसे आहे. कारण तुमच्याकडे त्याच्या परतीचे आश्वासन दिलेले असते, जेव्हा बॉण्ड्स देय होतात, शिवाय दरवर्षी व्याज देण्याचेही आश्वासन असते. जर कर्जफेड झाली तर तुम्हाला आगाऊ माहीत असते की तुम्हाला परतावा किती मिळणार आहे, कारण त्याविषयी कंत्राटात स्पष्ट उल्लेख असतात.''

यातली कळीची बाजू असते ती म्हणजे खराब कर्जाच्या गुंत्यात न अडकणे. त्यामुळे पहिला प्रश्न हा विचारला पाहिजे की कर्ज घेणारा विश्वासार्ह आहे ना, त्याची कर्जफेडीची क्षमता आहे ना? दुसरे म्हणजे कर्ज घेणाऱ्याची संपत्ती तिचे मूल्य ठरवण्यास पुरेशी योग्य आहे ना? कारण कर्जफेड झाली नाही तर कर्ज देणाऱ्याचा पहिला हक्क वा दावा हा त्या संपत्तीवर असतो. मार्क्स म्हणतात की, मला वाटते हे प्रश्न उत्तरे मिळू शकणारे आहेत. अस्थिर आणि अनिश्चित जगामध्ये, ज्यात अनेक प्रश्नांची उत्तरे मिळू शकत नाहीत, रोखे (बॉण्ड्स) अंदाज आणि नियंत्रण हे आरामदायी उपाय असतात. रोखे हे समभागांपेक्षा कमी धोक्याचे असतात. नैसर्गिकरीत्या योद्धा म्हणून जन्माला आलेल्याला हे खात्री देणारे वाटते.

जर त्यांच्या साहेबाने त्यांना कमी योग्यतेची जबाबदारी दिली असती तर, जसे धाडसी भांडवल निधी (व्हेंचर कॅपिटल फंड ) चालवणे, मार्क्स म्हणतात, ''माझ्या दृष्टीने भयानक झाले असते. धाडसी भांडवलाच्या क्षेत्रात तुम्ही स्वप्ने पाहणारे हवे आणि भविष्यवादीही.''

तरीही, १९७८मध्ये त्यांनी जेव्हा उच्च उत्पन्न बॉण्ड्स या क्षेत्रात काम चालू केले तेव्हा ते काही फारसे मोहक क्षेत्र नव्हते. त्यांना विस्तृतपणे 'भंगार बॉण्ड्स' म्हटले जायचे आणि त्यांना स्वीकृत धोका असे मानले जायचे. मार्क्स म्हणतात की बहुसंख्य गुंतवणूक क्षेत्रातील संस्थांचा नियम त्यांना विकत न घेण्यासंबंधीचा असायचा. आणि मूडीजनी असे जाहीर केले होते की बी दरांचे सर्व बॉण्ड्स हे इष्ट गुंतवणुकीच्या निकषावर बाद होतात. विरोधाभास म्हणजे कट्टर विश्वास की भंगार बॉण्ड्स म्हणजे खराब गुंतवणूकच म्हटलेच पाहिजे, यामुळे मार्क्सला ते मोहक वाटायचे. जेव्हा एखाद्या प्रकारच्या संपत्तीच्या बाबतीत जर शक्तिमान पक्षपात असेल, तर सौदेबाजी करण्याचा तोच उत्तम मार्ग आहे. आणि तेच मी केले.

नकार देणारे एक मूलभूत तत्त्व समजून घेण्यात अपयशी ठरले ज्यांनी मार्क्सना आणि त्यापूर्वीच्या सर जॉन टेंपल्टन यांना, आपले नशीब फळफळायला उपयुक्त ठरले, ते म्हणजे, कोणतीही संपत्ती मग ती कितीही कुरूप असली तरी, जर किंमत बरीच कमी असेल तर विकत घेण्यास योग्य असते. खरोखर मार्क्स यांचा विश्वास आहे की स्वस्तात विकत घेणे हा एकमेव खात्रीचा मार्ग गुंतवणूक संपत्तीचा आहे. आणि जास्त किंमत देणे हा सर्वांत मोठा धोका आहे.

म्हणून, कोणत्याही संभाव्य गुंतवणुकीविषयी विचारायचे झाले तर विचारायचा प्रश्न असेल. 'ती स्वस्त आहे का?'

विरोधाभास म्हणजे भंगार बॉण्ड्सविषयी असलेल्या पूर्वग्रहांमुळे ही एरवी धोक्याची समजली जाणारी इतकी स्वस्त वाटते की ती बिन धोक्याची होते. मार्क्सकरता त्यांचा गुंतवणुकीतील मोह अशा सूक्ष्मतेमुळे येत असतो. धोक्याविषयी त्यांनी लिहिलेल्या अनेक नोंदींपैकी एकीत त्यांनी धोक्यांविषयी लिहिले आहे. मला याची खात्री पटली आहे की गुंतवणुकीच्या बाबतीत प्रत्येक महत्त्वाचे हे अंतर्ज्ञानी असते. आणि प्रत्येक स्पष्ट दिसणारे चुकीचे असते.

मार्क्सनी १९८५ मध्ये सिटी बँक सोडली ती लॉस एंजेलिसमधील गुंतवणुकीतील फर्म TCW Group मध्ये काम करण्यासाठी. तिथले त्यांचे एक सहकारी, ब्रूस कार्ष, हे एक कल्पना घेऊन आले की अडचणीत आलेल्या कर्जनिधीची (Distressed Debt Fund), ज्यात ज्या कंपन्या दिवाळखोरीत गेल्या आहेत किंवा त्या मार्गावर आहेत त्यांच्यात गुंतवणूक करण्याची. पुन्हा एकदा मार्क्स हे जलदगत्या या अत्यंत कमी समजल्या गेलेल्या आणि इतरांना तिरस्करणीय वाटल्या जाणाऱ्या बाजाराचे अनोखे सौंदर्य जाणून घेण्यात यशस्वी झाले. जर भंगार बॉण्ड्स हे संशयित असतील तर मग दिवाळखोरीत गेलेल्या कंपन्यांच्या कर्जात गुंतवणूक करण्याइतके बदनामीकारक दुसरे काय असू शकेल? मार्क्स आणि कार्ष यांनी मग एक टिकाऊ भागीदारी केली . १९९५मध्ये त्यांनी TCW सोडली आणि संयुक्तरीत्या ओकट्री (Oaktree)ची स्थापना केली. ती पुढे प्रचंड मोठी होणार होती. तिची उभारणी मुख्यत्वेकरून भंगार आणि अडचणीत आलेल्या कर्जाच्या बाबतीत व्यवहार आणि गुंतवणूक करण्याच्या पायावर होती.

नशीब असल्याखेरीज मार्क्स या अकार्यक्षम पण सौदेबाजीला प्रचंड वाव असलेल्या बाजारात शिरले नसते. बौद्धिक अश्वशक्ती आणि मनाचे स्वातंत्र्य असल्याशिवाय त्यांनी इथे सापडल्या तशा संधींचा कधीही प्रचंड लाभ उठवला नसता. ते म्हणायचे की, असे पाहा. नशीब असणे पुरेसे नाही. पण केवळ बुद्धिमत्ता असणे किंवा कठोर परिश्रम करणे हेही पुरेसे नाही. आणि चिकाटी असणे हेही. या चौघांचे एक चांगले मिश्रण किंवा संयोजन असणे आवश्यक आणि महत्त्वाचे. आपल्याला असे बरेच लोक माहीत असतात जे बुद्धिवंत होते, त्यांनी कसून काम केले पण ते नशीबवान नव्हते. अशाने माझे हृदय विदीर्ण होते. माझ्याकडे अनेक जण नोकरी मिळावी म्हणून येत असतात. ते ५० वर्षे किंवा त्याहून अधिक वयाचे असतात, त्यांची नोकरी गेलेली असते आणि ते कामासाठी अत्यंत लायकही असतात.

आपल्या चांगल्या नशिबाची स्वत:लाच वरचेवर आठवण करून देऊन मार्क्स स्वत:ला, ज्याला मी संबोधतो– 'त्या विश्वाचा मालक मीच आहे,' या मनोविकृतीपासून स्वत:लाच वाचवतात. त्यांची नम्रता त्यांना अति आत्मविश्वासापासून दूर राहण्याच्या

प्रतिकार शक्तीला चालना देते. अति हुशार (किंवा अति नशीबवान) गुंतवणूकदारांना अन्यथा ही एक कायमची भीती असते.

पण त्यांचे नशीब आहे हे मान्य करण्यात आणखी एक फायदा आहे. ते त्यांना आनंदी बनवते. मार्क्स विश्वास व्यक्त करतात, ''मी सर्वत्र अशी अविश्वसनीय भावना घेऊन जात असतो की मी एक नशीबवान व्यक्ती आहे. जर तुम्ही नकारार्थी व्यक्ती असाल तर तुम्ही कदाचित म्हणाल, 'छान, मी माझ्या जीवनात नशीबवान आहे.' आणि ते खरोखरच उदास बनवते कारण याचा अर्थ हा होतो की माझे यश हे मिळण्यास पात्र नाही आणि ते चालू राहीलच असे नाही. पण मी म्हणतो, हाय! नशीबवान असणे ही किती महान गोष्ट आहे. आणि तुम्हाला माहीत आहे की त्यासाठीचे श्रेय मी कोणालातरी देतो, मग तो देव असो, संधी असो वा आणखी काहीतरी.''

टेंपल्टन याना थोडी शंका होती. असे दिसते की त्यांचे यश हे ईश्वरदत्त होते. पण मार्क्सचे काय? ते जन्माने ज्युवीश होते पण त्यांचे पालनपोषण ख्रिश्चन शास्त्रज्ञ म्हणून झाले आणि लहानपणी दर रविवारी ते प्रार्थनेसाठी चर्चेमध्ये जायचे. आता ते स्वत:ला ज्युवीश समजतात पण ते धार्मिक नाहीत. ''मी यादृश्चिकतेवर विश्वास ठेवणारा आहे. आणि मी फक्त विश्वास ठेवतो की मी नशीबवान आहे.''

## तुम्हाला काय माहीत नाही हे माहीत करून घ्या.

मार्क्स उपयुक्त वचनांचा मोठ्ठा संग्रह बाळगून आहेत, तो त्यांनी अनेक वर्षांपासून जमवत आणला आहे. आणि ते त्यांचा उपयोग नेहमीच त्यांचे गुंतणुकीसंबंधीचे विश्वास व्यक्त करताना करतात. त्यांच्या अत्यंत आवडीचे एक वचन लोकप्रिय अर्थशास्त्रज्ञ जॉन केनेथ गॅलब्रेथ यांचे आहे, जे म्हणतात, ''आपल्याकडे दोन प्रकारचे भविष्यवेत्ते आहेत, एक म्हणजे ते ज्यांना काही माहीत नाही आणि दुसरे म्हणजे ते - ज्यांना आपल्याला काही माहीत नाही हेही माहीत नाही.''

गुंतवणुकीचे जग अशा लोकांनाही भरलेले आहे, जे विश्वास ठेवतात (किंवा तसे ढोंग करतात) की त्यांना भविष्यात काय होणार आहे हे माहीत असते. त्यात वॉल स्ट्रीटवरच्या दलालांच्या फर्म्समधील व्यक्ती सौम्य भाषेत 'शेअर बाजारातील धोरणे' कशी सांगतात आणि छातीवर हात ठेवून येणाऱ्या वर्षात शेअर्स बाजारातील वाढीची टक्केवारी सांगतात, हे सांगण्याच्या ऐवजी की त्यांना खरोखरच माहीत नाही की शेअर बाजार वर जाईल की खाली. भांडवल विश्लेषक, जे दर तिमाहीला ज्या कंपन्यांना ते विचारात घेतात त्यांच्या, दर तिमाहीच्या उत्पन्नाचे अंदाज विचारात घेतात आणि त्यातून असे मृगजळ निर्माण करतात की नफे अंदाज करण्यायोग्य आणि सातत्य राखणारे आहेत न की ढेकळासारखे भुसभुशीत आणि अनियमित.

मायक्रो हेज फंडांचे व्यवस्थापक, जे चलनाच्या, व्याजाच्या दरात आणि अन्य जे काही बदलत राहते जसे टीव्ही पंडित, आर्थिक पत्रकार जे सरळ चेहऱ्याने असा दावा करतात की त्यांना सर्वांत ताज्या (आणि बव्हंशी अवर्णनीय) शेअर बाजारातील चढउतार जे गुंतवणूकदारांना भासमान होतात, आणि ज्यात झोक्याप्रमाणे बदल होत राहतात त्याच्यावर आक्रमक बाजी लावतात.

पण अशा बढायात कितपत तथ्य असते? मार्क्स नेहमी अमॉस ट्वेरस्की यांचे निरीक्षण सांगतात, जे इस्रायलमधील मानसशास्त्रज्ञ आहेत; ज्यांनी डेनियल काहनेमान संज्ञानात्मक पूर्वग्रह (Cognitive Biases ) याचा अभ्यास केला. असा विचार करणे की तुम्हाला कदाचित काही थोडे माहीत नसेल, हे भीतिदायक आहे, पण याहून अधिक भीतिदायक हे आहे की सर्वसाधारण जग असे लोक चालवतात की त्यांची यावर श्रद्धा असते की त्यांना नक्की काय चालले आहे हे माहीत असते.

ही बेचैन करणारी कल्पना तुमच्या मनात पक्की जाऊन बसण्यासाठी एक क्षणभर विश्रांती घेणे योग्य होईल.

प्रसंगोपात, भविष्यवेत्ते बरोबर ठरतात, पण मार्क्स अशा यशाला या म्हणींचे सार्थ उदाहरण समजतात जी आहे– 'अगदी आंधळ्या खारीलाही कधीतरी ओक वृक्षाचे फळ खायला मिळते.' हे सांगून झाल्यावर, ते काही कायदेशीर अपवादही मान्य करतात– जसे गुंतवणूकदार जॉर्ज सोरोस आणि स्टॅन्ले ड्रकमिल्लर, ज्यांनी पुनः पुन्हा प्रतिकूल परिस्थितीला तोंड दिले आहे, त्यांच्या दीर्घ अर्थशास्त्राच्या (मॅक्रो इकॉनॉमिक) अंदाजानुसार बाजी लावून त्यात यश मिळवले आहे. असे अनेक मार्ग आहेत ज्यात मला वाटते की तुम्ही अशा अंदाजावर चांगले गुंतवणूकदार होऊ शकणार नाही. जसे भविष्याचे अंदाज घेणे आणि मोठ्या बाजी लावणे असे मार्क्स म्हणतात. पण काही व्यक्तींनी त्यांना चुकीचे ठरवले आहे. कारण तुम्ही मानवी घटकांकडे दुर्लक्ष करू शकत नाही.

काहीही असले तरी, मार्क्स स्वत: ज्याला ते मला माहीत नाही या विचारशाळेचे (School of Thought) कट्टर सदस्य आहेत. जसे ते पाहतात, भविष्य हे असंख्य घटकांवर अवलंबून असते, आणि यात इतकी अनियमितता गुंतलेली असते की सातत्य असेल अशा पद्धतीने भविष्याविषयी एखादे निश्चिय भाकीत करणे केवळ अशक्य असते. आपण भविष्यकाळाविषयी कोणतेही भाकीत करू शकत नाही हे मान्य करणे आणि जे शक्य आहे त्याच्या सीमारेषेच्या आत काम करणे हे आपल्या दुर्बलतेचे निराशाजनक सत्य प्रकट करण्यासारखे आहे. प्रत्यक्षात आपल्या मर्यादा मान्य करणे आणि जे शक्य आहे त्याच्या सीमारेषेतच काम करणे यांत एक प्रचंड फायदा हा आहे की अशा दुर्बलतेतूनच शक्ती प्राप्त होते.

आपल्या मर्यादांच्या या जाणिवेमुळे मार्क्स यांची निरुपयोगी आणि हानिकारक उपक्रमातून सुटका होते? सुरुवात म्हणजे, ते आपला वेळ अशा गोष्टीत वाया

घालवत नाहीत. जसे व्याजाचे दर, महागाई किंवा आर्थिक वाढीसाठी जागा. त्यांचे अनुकरण करून आपणही तसेच केले पाहिजे. जर मार्क्स या गोष्टींचे भविष्य वर्तवू शकत नसतील, तर मला ठाम आत्मविश्वास आहे की तसे करणे मलाही अशक्य आहे. त्यांच्या इतर स्पर्धकांप्रमाणे एक गोष्ट नाही ती म्हणजे, ओक ट्री कंपनीकडे कंपनीअंतर्गत अर्थशास्त्रज्ञ नाही आणि कंपनी अशा बाह्य अर्थतज्ज्ञांना निमंत्रण देत नाही की त्यांनी येऊन मॅक्रो इकॉनॉमिकसंबंधी सांगावे.

बाजाराची योग्य वेळ साधण्याच्या कल्पनेपासून मार्क्स दूर राहतात कारण बाजारात योग्य वेळी येणे व बाहेर पडणे यासाठीच्या योग्य वेळेचे पुन्हा भाकीत करणे या बाबतची असमर्थतता त्यांना माहीत आहे. त्यांच्या सुरुवातीच्या पत्रात त्यांनी उल्लेख केला होता की १९२६ ते १९८७च्या दरम्यान समभागांच्या बाबतीतले परतावे सरासरीने ९.४४% होते पण तुम्ही त्या ७४४ पैकी उत्तम ५० महिन्यांत समभाग विकून रोकड रक्कम मिळवू शकला नाहीत, तर तुम्ही सर्वच परताव्यांना मुकण्यासारखे होणार आहे, हे मला असे सांगते की बाजारातील अचूक वेळ साधण्यांसाठीचे प्रयत्न हे धोक्याचे स्रोत असतात, संरक्षणाचे नव्हे. *

*(अगदी अलीकडच्या अभ्यासातून अशाच धोक्यांना अधोरेखित केले आहे. कॅलामो इन्व्हेस्टमेंट्स यांचा एक अहवाल दर्शवतो की SP ५०० ने १९९८ ते २०१७ या कालावधीत वार्षिक ७.२% परतावे दिले होते. या २० वर्षांतला उत्तम निकाल देणारा कालावधी जर तुम्ही चुकवला तर तुमचे वार्षिक उत्पन्न फक्त १.१%च असेल.)

मार्क्सनी वर्णन करण्याचा प्रयत्न केले आहे तसे आहे तसे ओक ट्री भविष्याभिमुख गुंतवणूक टाळण्याचा प्रयत्न करते, त्यामुळे मोह पडणारी संपत्ती जसे तंत्रज्ञानावर अधिष्ठित समभाग, फॅशनशी संलग्न वस्तू, कोणत्याही वेडाचा (फॅड) उग्र वास येत असतील अशा गोष्टी वगैरे. त्यांच्या कारकिर्दीच्या अगदी सुरुवातीला सिटी बँकमधील त्यांचा विभाग म्हणजे त्या वेळच्या अगदी कुप्रसिद्ध अशा निफ्टी फिफ्टीचा - ज्यात झेरॉक्स ग्रूप, एवोन प्रॉडक्ट्स, आणि पोलोरॉइड कॉर्पोरेशन वगैरे होते - प्रचंड जयजयकार करणारा होता. १९७३-७४** मध्ये ते ढासळले. पण तोपर्यंत त्यांचे मूल्यांकन चक्रावून सोडणारे होते. त्या अनुभवावरून त्यांच्यात कायमचा अविश्वास निर्माण झाला तो दूरवरच्या आनंदी भविष्यकाळातील कधीही न संपणाऱ्या वाढीच्या संबंधीच्या कल्पना रम्यतेविषयीचा.

**(पोलोरॉइडने किंमत/उत्पन्नाचे गुणोत्तर ९४.८ ठेवले होते जेव्हा निफ्टी फिफ्टी उन्माद १९७२मध्ये प्रचंड उंचावला होता. १९७४ साली बाजार तळाला गेला त्या वेळेपर्यंत पोलोरॉइडचे शेअर्स ८६%नी कोसळले होते. एवोन चे ८६% आणि झेरॉक्सचे ७१% नी.)

२०१७ साली आमच्या दोघांमधील चर्चा त्या वेळी झाली जेव्हा त्या हेकेखोर कालखंडात जेव्हा मार्क्स यांनी असाच एक गुंतवणुकीच्या अत्यानंदाचा

कालखंड पाहिला, त्याला FANG (Facebook, Amazon, Netflix, Alphabet nyduMo Google) असे म्हणतात. लोक असे वागत होते की त्यांच्या यशाला काही मर्यादा नाहीत आणि कोणतीही किंमत फार जास्त आहे. त्यांनी धोक्याची सूचना दिली. इतिहास पाहता, ''बहुतेक बाबीत हे धोक्याचे होते. झाडे कधी आकाशापर्यंत वाढत नाहीत. कदाचित एखादे दिवशी ती वाढतीलही पण मी त्याच्यावर पैज लावू शकत नाही.''

जर त्यांचा सवयीचा संशयी स्वभाव म्हणजे– गुरुत्वाकर्षणाच्या नियमाच्या विरुद्ध प्रसंगोपात एखादी संधी गमावण्यासारखे होऊ शकते. पण त्यांच्या दृष्टीने ते ठीक आहे. मार्क्स जमिनीवर घट्ट पाय रोवून उभे राहणे पसंत करतात, योग्य अशा विरोधासाठी आणि योग्य असा प्रस्तावासाठी ज्यात त्या सिक्युरिटीची किंमत आंतरिक किमतीच्या संदर्भात कमी असेल. ते म्हणतात, ''स्वप्नामध्ये गुंतवणूक करणे सर्वांत सोपे असते. आव्हान असते ते ती किंमत ओळखणे जी आज मूर्त आहे.''

कोणीही गुंतवणूकदार जो टिकावू यश मिळण्याचीच आशा बाळगून असतो त्याने या मूलभूत कल्पनेला आपलेसे केले पाहिजे की संपत्तीला तिच्या किमतीपेक्षा कमी रकमेला विकत घ्यायला हवे. आपण पाहिले तसे, हा एक समान धागा आहे जो सगळ्यांना एकत्र आणतो– बफे ते पाबराय, टेंपल्टन ते मार्क्स.

एखाद्या संपत्तीचे विश्लेषण करताना मार्क्स यांना सर्वांत जास्त हे जाणून घ्यायचे असते की आशावादाचा उच्च बिंदू ही किंमत असते का? FANG बाबत बराच आशावाद होता. फारच जास्त? कोणाला माहीत? मला माहीत नाही. त्यापैकी पाहिल्यांदा कोणी जगाचे शाश्वत हलते यंत्र होईल का? पहिली कंपनी, जी (अ)अडखळत नाही. (ब)तिच्यात कोणतेही व्यत्यय येणार नाहीत ना? मला माहीत नाही. हे ज्वालाग्राही मिश्रण, काही माहीत नसण्याचे आणि टोकाच्या आशावादाचे. हे त्यांना भीती दाखवण्यास पुरेसे होते. याकरिता नाही की त्यांना नक्कीच माहीत आहे की यानंतर काय होणार आहे पण निराशा व्हायची शक्यता अधिक आहे.

आमच्या चर्चेनंतर काही महिन्यांनी, FANG च्या किमती चढतच होत्या. पण काहीही खेद न होता मार्क्स जेव्हा इतरांना जणू लॉटरी लागली, ज्यांना ते 'चुकीच्या सल्ल्याची पैज' म्हणत होते. सुधारता येणे अशक्य असावे अशा बुद्धिमत्तेचे मार्क्स, त्यांनी नशिबाबद्दलची एक जुनी व्याख्या सांगितली, 'जपून चालणारा कधी चूक करीत नाही किंवा चुकीचे काव्य रचित नाही.' ते एका गद्य दृष्टिकोनामुळे निवांत होते ज्यामुळे आपत्तिजनक चुका टाळल्या जातात, तुमच्या जडणघडणीकरिता जे जे आवश्यक ते ते तुम्ही करायला हवे. हे फार महत्त्वाचे असते. मी जेव्हा त्यांना विचारले की गुंतवणुकीबाबत त्यांच्या सर्वांत धोकादायक चुका कोणत्या होत्या? तेव्हा त्यांनी उत्तर दिले, ''मला एकही मोठी चूक काही केल्याचे आठवत नाही, मग टाळण्याबाबतची तर नाहीच नाही.''

मागे वळून पाहताना मार्क्स कबूल करतात की अमेझॉनला खरेदी न करणे हे काही न केल्याची चूक होती, पण ती अशी चूक नव्हती की सर्वांत सावध पवित्रा घेण्याची की जेव्हा भरपूर आत्मविश्वास होता, टाळण्यात मोठी चूक होती, भरपूर भांडवल होते जे एखादे चांगले घर मिळण्याच्या प्रतीक्षेत होते. आणि फार फायदा मिळण्याचा उपयोग होता. अधिकाच्या त्या खुणा ओक ट्रीला सर्वाधिक सावधपणे गुंतवणूक करण्याकडे घेऊन गेल्या.

शेवटी मार्च २०२० मध्ये, ११ वर्षांचा तेजीचा बाजार संपुष्टात आला जेव्हा कोविड १९ महामारीच्या तडाख्याने SP ५००, ३३.९ % नी आणि तोही एका महिन्यात कोसळला. कोणीही असे भाकीत करण्याचे डोक्यातही आणले नसते की चीनच्या वुहान प्रांतातील एक जीवाणू वटवाघळांतून माणसांकडे शिरकाव करेल आणि यूएसच्या इतिहासातील सर्वांत मोठा आणि सर्वांत कमी वेळेतला शेअर बाजाराला वितळवणारा राक्षस ठरेल. मार्क्स म्हणतात, ''पण जर शेअर बाजार अनिश्चित असेल तर उत्प्रेरक कोण असेल हे तुम्हाला माहीत असायलाच हवे असे नाही. तुम्हाला एवढेच माहीत पाहिजे की असुरक्षितता नावाची काही बाब असते.''

जीवाणू जसजसा पसरत गेला, गुंतवणूकदारांची मानसिकता कुठे आणि काय चुकीचे होऊ शकेल याची मी कल्पना करू शकत नाही. त्यांचा निराशावाद अगदीच चुकीचा नव्हता. २०२०मध्ये मार्क्स यांनी मला सांगितले तसे, ''ही अशी वेळ आहे की लोकांना मरणाची भीती वाटते आहे, त्यांना घराबाहेर पडण्याची भीती वाटते आहे, आणि त्यांना महामंदीच्या आगमनाची भीती वाटते आहे.'' पण संपत्तीची विक्री तातडीने आणि तीही अगदी कमी किमतीलाही विकण्याबाबतची त्यांची तयारी यामुळे मार्क्स याना दीर्घ काळ वाट पाहत राहिलेली संधी चालून आल्यासारखे वाटले. त्या घबराटीच्या काळात, ओकट्रीने काही बिलिअन डॉलर्स जादा परताव्याचा बॉण्डच्या खरेदीत घातले आणि त्यातून त्यांना मोठे बक्षीसही मिळाले त्या वेळी भविष्य वरवर अज्ञात किंवा कमी खुणावत असलेले दिसले. तरीही गुंतवणुकीतले धोके प्रत्यक्षात अदृश्य होत होते. मार्क्स यांनी पाहिले तसे, धोके अनिश्चिततेकडून अनुकूलतेकडे वळत होते. कारण साधे होते, 'गोष्टी पुरेशा स्वस्त होत्या.'

शेअर बाजार पुन्हा एकदा पुरेशा गोंधळलेल्या अपेक्षांनी पुनर्बांधणीच्या मागे लागला. १९३०नंतर सर्वांत वेगवान. म्हणून मग मार्क्स यांनी पुनर्बांधणी केली, त्यांनी सावधगिरीने पाउले टाकण्यास सुरुवात केली कारण उसळत्या आशावादाने सौदेबाजीला आळा बसत चालला होता. ती कोरडी पडली होती. ते अलिप्त झाले, आणि भावनिक नसलेले वागणे त्यांच्या मूलभूत गुंतवणुकीसंबंधीच्या धंद्यात प्रतिबिंबित झाले, हा धडा त्यांनी बुद्ध धर्माच्या शिकवणीतून घेतला होता, 'वातावरण बदलते, या वस्तुस्थितीमध्ये आपण स्वत:ला सामावून घ्यायला हवे.'

## गोंधळाच्या परिस्थितीत शिस्त शोधा

विद्यालयात असताना मी इंग्लिश साहित्याची परीक्षा दिली, त्यात एक असामान्य प्रकाराचा गहन प्रश्न होता. कादंबरीकार हेन्री जेम्स यांनी लिहिले आहे की जीवन म्हणजे सर्वसमावेशक आणि गोंधळ, तर कला म्हणजे सर्व भेदभाव आणि निवड; यावर चर्चा करा. लेखक म्हणून मला ही कल्पना आवडली. कलाकाराचे विशिष्ट उद्दिष्ट असते की सर्वसमावेशक गोंधळात आणि जीवनात शिस्त आणणे. जेम्स यांनी या लपलेल्या रचनेच्या शोधाला उपमा दिली ती संशयी कुत्र्याच्या धडपडीची, जो जमीन हुंगत त्यात कुठे एखादे पुरलेले हाड मिळतंय का हे शोधत असतो.

गुंतवणूकदारांना अशाच आव्हानाला सामोरे जावे लागते. जीवन हे अनंत गोंधळाचे आणि गुंतागुंतीचे असते. पण त्या गुंतागुंतीच्या जाळ्यात जर आपण काही न शोधलेले ढाचे शोधू शकलो तर? मग आपल्याला अधिक यश मिळू शकेल, हे पाहण्यात की भविष्यात आपल्यासाठी काय वाढून ठेवले आहे. मार्क्स यांना एक दुर्मीळ भेट मिळाली आहे, चक्रीय ढाचे ओळखण्याची, जे पुनःपुन्हा आर्थिक बाजारात येत असतात. एकदा आपल्याला हे ढाचे समजून घेता आले तर आपण त्यांना टाळू शकतो आणि त्यांच्यापासून नफाही कमावू शकतो.

मार्क्स मला सांगतात, ''जग हे सरळ रेषेत जाण्याऐवजी अशा चक्रीय आणि तालबद्ध ढाच्याप्रमाणे वागते हे पाहणे फार उपयुक्त असते.'' त्यांचा विश्वास आहे की जवळजवळ सर्वच चक्रीय असते. उदाहरणार्थ, अर्थव्यवस्था विस्तारते आणि आकुंचन पावते, ग्राहकांचे खर्च करणे वाढते आणि कमी होते, उद्योगांचा फायदेशीरपणा वाढतो आणि कमी होतो, कर्ज उपलब्धी ढिली होते वा घट्ट, संपत्तीचे मूल्यमापन विस्तारते किंवा बुडते, एकाच दिशेने अखंड पुढे जाण्याऐवजी या सर्व घटना विरुद्ध दिशेला वळतात. या ढाच्याला मार्क्स घड्याळाच्या लंबकाची उपमा देतात जो एका बाजूच्या टोकाकडून दुसऱ्या बाजूच्या टोकाकडे विशिष्ट पद्धतीने जात असतो.

आर्थिक बाजारपेठ ही चक्रीयतेच्या अशा अभ्यासाकरिता सर्वोत्तम प्रयोगशाळा आहे. कारण ती गुंतवणूकदारांच्या मानसिकतेप्रमाणे वागत असते. ही मानसिकता आनंद आणि नैराश्य, हाव आणि भीती, विश्वसनीयता आणि संशय, संतुष्टता आणि दहशत यांच्या मध्ये हिंदकळत असते. मानवप्राणी नेहमी परिस्थितीत वाहवत जातात, त्यामुळे हे प्रवाहही एका दिशेकडून विरुद्ध दिशेला अगदी टोकापर्यंत लंबकाप्रमाणे जातात.

पण मार्क्स अशा अनुमानावर काम करतात की हे चक्र एक ना एक दिवस स्वतःला दुरुस्त करेल आणि लंबक पुन्हा विरुद्ध दिशेला जाईल. भविष्यकाळ हा अंदाज न करता येण्यासारखा आहे, पण ही तेजीची किंवा मंदीची पुनःपुनः येणारी

प्रक्रिया बऱ्यापैकी अंदाज करता येण्यासारखी आहे. एकदा हा अधोरेखित ढाचा आपण ओळखला की मग आपण आंधळेपणाने काम करणार नाही.

समस्या ही आहे की बहुसंख्य गुंतवणूकदार असे वागतात की जणू हे बाजारातील कल अनिश्चित काळापर्यंत तसेच चालू राहतील. वर्तणूक अर्थशास्त्रज्ञ यासाठी अलीकडचे पक्षपाती ही संज्ञा वापरतात त्याद्वारा ते संज्ञानात्मक त्रुटी सांगतात, ज्याद्वारे आपल्या अलीकडच्या अनुभवांना जास्त वजन प्राप्त करून देणे याकडे काळ कसा असतो ते दर्शवतात. मार्क्स अशी नोंद करतात की मानवी मनाचा विश्वासघातकी कल असतो, तो दुःखदायक आठवणींना दडपून टाकण्याचा. जर तसे काही नसेल तर, मी असे समजेन की माझी पत्नी एकापेक्षा अधिक गर्भारपण सहन करू शकली असती. आणि मला खात्री नाही की किती लेखक संगणकाच्या कोऱ्या पडद्याकडे पुनःपुन्हा परतले असते. आपल्या आर्थिक जीवनात, आपले दुःखदायक अनुभव विसरण्याची जीवनाला अधिक आनंद मिळवून देणारी क्षमता ही कमी मदतीची आहे कारण मागील आर्थिक कलांच्या दुःखद आठवणी आणि अपघात आपल्याला सर्वाधिक मौल्यवान धडे देऊन जातात.

यामागचे विसरून जायच्या महाग कलांशी सामना करायला बाजाराच्या इतिहासाचा सखोल अभ्यास करणे हा उत्तम मार्ग आहे. मार्क्स म्हणतात, ''तुम्हाला भविष्यात काय होणार हे माहीत नसेल पण भूतकाळात काय झाले हे समजून घ्यायला याचा उपयोग होतो.''

त्यांच्या पुस्तक संग्रहातून ते गॅलब्रेथचे पुस्तक Short History of Financial Euphoria बाहेर काढतात आणि त्यांच्या अगदी आवडीचा आर्थिक लिखाणावरील भाग मला वाचून दाखवतात, ज्यात बाजारातील आनंदाची कारणे दिली आहेत. पहिले कारण म्हणजे आर्थिक आठवणींची क्षेत्रे लवकरच विसरली जातात, कमालीची संक्षिप्तता. याउलट आर्थिक संकटे फारच लवकर विसरली जातात. यापुढचे परिणाम म्हणजे पुन: तशीच किंवा आधीच्या आसपासची परिस्थिती आलीच, कधीकधी फारच थोड्या वर्षांतच आली तर ती नवी; बव्हंशी तरुण आणि नेहमीच जरा जास्तच विश्वास असलेली पिढी, एक नव्यानेच लावलेला शोध आर्थिक आणि विस्तृत अर्थव्यवस्थेमधील नवनिर्मित शोध समजते. मानवी वर्तणुकीच्या बाबतीत थोडीच क्षेत्रे अशी असतील की ज्यात इतिहास आर्थिक जगाची फार मोठी दखल घेतो. भूतकाळातील अनुभव, जर तो मागील आठवणींचा भाग असेल तर, त्याची वासलात आदिम आसरा, त्यांच्याकरिता, ज्यांना याची प्रशंसा करण्याची अंतर्दृष्टी नसते की प्रचलित जगातील आश्चर्ये काय आहेत, होतो.

२०१७मध्ये बिटकॉइनच्या किमतीत उल्केसारखी वाढ झाली हे पाहून मार्क्स आश्चर्याने म्हणाले, की हे कदाचित अविश्वसनीय आश्चर्याच्या मोठ्या इतिहासापैकी अगदी ताजे असेल जे आश्चर्यकारक सिद्ध होईल. त्याचप्रमाणे, ते कधीही यावर पैज

मारू शकले नाहीत की टेस्ला आणि नेटफ्लिक्ससारखे थरारक शेअर्स अनंतापर्यंत आणि त्याही पलीकडे वाढत जातील. जेव्हा लोक किंवा गोष्टी यशस्वी होतात, अति विस्तार होतो, तेव्हा त्यातून गर्व आणि उद्धटपणा, विश्वास की आम्ही आणि आमचे काही चुकणार नाही, निर्माण होतो. आणि हे फारच धोकादायक असते. ते नेहमी असे गृहीत धरतात की लंबक निश्चितच विरुद्ध दिशेला जाईल, जसा तो महान शेअर्सकरिता गेला होता, ज्यांनी शेअर बाजारात दीर्घ काळ वर्चस्व गाजवले. असे अतिरेकी शोधणे सोपे असते, जसे तुम्ही एकच सिनेमा अनेक वेळा पाहता. म्हणून तुम्ही वयस्कर व्हायचा प्रयत्न करा.

तुम्ही वाचनही विस्तृतपणे केले पाहिजे. फ्रँको मारी वोजसीक, संशयग्रस्त फ्रेंच गुंतवणूकदार, ज्याचा मी आधी उल्लेख केला होता,त्यांनी मला जुनी १८९१ची एमिली झोला यांची ल अर्जेन्ट (Money) ही कादंबरी दाखवली. तिच्यात १८६०च्या दशकात पॅरिस शेअर बाजारात सट्टयाचा उन्माद, जो विचित्रपणे सर्वदूर प्रसिद्ध होता, आणि यातून विनाशक बुडबुडा फुटला आणि बँकिंग पद्धती कोसळली. तीत सविस्तरपणे वर्णन आहे की लोकप्रिय मोह कशा प्रकारे शेअर्सना त्यांच्या कमाल किमतीच्याही वर कसा घेऊन जातो, की जिथे गेल्यावर तो अपरिहार्यतेने कोसळतो.

वोजसीककरिता, जे इतिहासाची आवड असणारे विद्यार्थी होते, झोला यांच्या या कादंबरीने अलीकडचे एक उदाहरण दर्शवते,अस्ताव्यस्त गर्दीच्या कायमच्या ढाच्याचे. ते म्हणतात की, वैयक्तिकरीत्या आपण चांगले हुशार असतो पण जेव्हा एकत्रितपणे काही करतो तेव्हा ते मूर्खपणाचे असते. काळजी म्हणून ते त्यांच्या मतांची सातत्याने तणाव चाचणी (Stress Test) करून घेतात, याकरिता की एक तर आपल्या मतांची पुष्टी व्हावी किंवा ती मते वाळीत टाकावीत. ''मला हे सांगण्याची गरज आहे फ्रँको, की तुला खात्री आहे का, या आज सकाळी करायच्या गुंतवणुकीबाबत? मला परत एकदा तपासून पाहून देत. त्यांच्या मज्जातंतूच्या दृष्टीने जागरूक मनाचे वर्णन करण्याकरिता त्यांच्याकडे एक फ्रेंच म्हण आहे, अशा अर्थाची, 'नेहमी जागृत राहा.'''

मार्क्स हेसुद्धा त्यांच्या अशा रखवालदाराला खोटे पाडत नाहीत. बहुतेक गुंतवणूकदार अल्प संतुष्ट होतात जेव्हा दिवस चांगले असतात. पण काही निराळे घडताना दिसले की त्यांची जागरूकता तीव्र आणि कार्यरत होते. कारण त्यांना माहीत असते की प्रत्येक गोष्ट बदलत राहते, लंबक एकाच बाजूला थांबणार नाही, आणि चक्र चालणे अंतिमतः शाश्वत असते. जसे मार्क्स स्पष्ट करतात, धोका तेव्हा अत्युच्च असतो, जेव्हा धोक्याबद्दलची सहिष्णुता अगदी टोकाची असते, एक विरोधाभास ज्याला ते धोक्याबाबतची विकृती म्हणतात.

मार्क्स त्यांचा बराचसा वेळ इतर आर्थिक खेळाडूंच्या स्वभावलहरी आणि वर्तणूक यांचा अभ्यास करण्यात घालवतात, त्यांच्या चक्रामध्ये बाजार कुठे आहे

याचा तर्क लढवण्यात घालवतात. २००७ साली त्यांनी लिहिलेल्या एका नोंदीबाबत त्यांना विशेष अभिमान आहे, ते आर्थिक संकटापूर्वीचे वर्ष होते, ज्यात धोक्याची चिन्हे हळूहळू स्पष्ट होऊ लागली होती. यात यूएस आणि यूकेमधील तारणासंबंधीची मूर्खपणाने ढिली असलेली कर्जे देण्याची मानके होती, एक निष्काळजी मानसिक तयारी, अयोग्य कंपन्यांना अर्थ पुरवठा करण्याची आणि कराराद्वारा संरक्षण न मिळताही धोक्याच्या रोख्यांमध्ये गुंतवणूक करण्याची तयारी होती. त्यांनी सावधानतेचा इशारा देताना, आपल्या म्हणण्याला ठळक अक्षरात मांडले. शिथिलतेच्या काळापाठोपाठ नेहमी दुरुस्तीचा काळ येतो ज्यात जबर दंड लावला जातो.

चालू गुंतवणूक वातावरण कसे आहे पाहण्यासाठी जो मार्ग मार्क्स वापरतात तो म्हणजे मूर्खपणाचे व्यवहार जे अलीकडेच झाले असतील त्यांची माहीती गोळा करणे, उदाहरणार्थ, २०१७ साली अर्जेंटिनाने १०० वर्षे मुदतीचे रोखे ९% वार्षिक दराने सादर केले. त्यांना कमालीचा प्रतिसाद अपेक्षित रकमेपेक्षा कितीतरी पट मिळाला, जरी अर्जेंटिना त्यांच्या गेल्या २०० वर्षांत कर्जांवर आठ वेळा कर्तव्यच्युत झाला होता, अगदी अलीकडे २०१४ साली. हे याचे उत्तम उदाहरण होते ज्याला सॅम्युएल जॉन्सन म्हणतात की, आशेचा अनुभवावर दणदणीत विजय. नक्कीच, कारण मी जेव्हा मार्क्स यांची अलीकडेच २०२० मध्ये मुलाखत घेतली तेव्हा त्यांनी माहीती दिली की अर्जेंटिनाने आत्ताच नवव्या वेळेला कर्तव्यच्युती केली आहे.

मूर्खपणा, अति आत्मविश्वास, हाव आणि कमी दर्जा ही विशेषकरून जागतिक आर्थिक संकटात प्रकर्षाने जाणवणारी लक्षणे दिसून येतात. मार्क्स आणि त्यांचे भागीदार कार्ष हे नोंदींची तुलना करतात आणि परिक्षणही. आणि मग उद्गार निघतो, ''हा एक कापडाचा तुकडा पाहा. अशा प्रकारचा व्यवहार होताच कामा नये. आणि वस्तुस्थिती अशी की असे काही होऊ शकते याचा अर्थ बाजारात काहीतरी चुकीचे चाललंय, काहीतरी गडबड आहे.''

अशा प्रकारची निरीक्षणे मार्क्सना बाजाराची प्रभाववादी दृश्य दाखवतात, आकडेवारीप्रमाणे नाही. ते म्हणतात की, माझ्या सर्व प्रक्रिया अंतर्ज्ञानी, सहजच्या, हिंमतीच्या असतात. मी अर्थ लावायचा प्रयत्न करतो. जगात काय चालले आहे आणि तुम्ही जे निरीक्षण करता त्यावरून निष्कर्ष काय निघतात? निष्कर्षापर्यंत पोहोचण्यासाठी ते स्वतःलाच प्रश्न विचारतात; जसे, गुंतकणूकदार संशयवादी आणि धोका घेण्याच्या विरुद्ध आहेत का? का ते धोक्यांकडे दुर्लक्ष करून आनंदाने पैसे देतात? ऐतिहासिक मानकांचा विचार करतात का? मूल्यांकन योग्य आहेत का? कराराचे नियम गुंतवणूकदारांच्या बाजूने विचार करता योग्य आहेत का? भविष्यावर फारच श्रद्धा आहे का?

मार्क्स एक प्रकारे वर्तमान काळाविषयी भविष्य वर्तवत आहेत, कारण वर्तमानकाळ हा समजता येणारा आहे, भविष्यकाळाचे तसे नाही. हे माहीत नसते ते

म्हणजे चक्र कधी उलटणार आहे. ते म्हणतात, ''मी वेळेविषयी विचार करीत नाही. गुंतवणुकीच्या व्यवसायात योग्य गोष्टी होत राहणे वा करणे कठीण असते. आणि योग्य वेळी योग्य गोष्टी करणे हे तर फार कठीण असते. या चक्रामध्ये आपण कुठे उभे आहोत हे जाणण्याचा एक फायदा म्हणजे त्यांना योग्य तो मार्ग – जो सध्याच्या परिस्थितीच्या आधारे – निवडणे सोपे होते. धंद्यात योग्य तीच गोष्ट करीत राहणे अवघड असते आणि योग्य गोष्ट योग्य वेळी करणे हे तर त्याहूनही कठीण असते.

आपण या चक्रात कुठे आहोत हे माहीत असायचा एक फायदा म्हणजे त्यामुळे त्यांना योग्य तो मार्ग निवडणे सोपे होते, जो चालू परिस्थितीला साजेसा असेल. हे म्हणजे एखाद्या बर्फाच्छादित रस्त्यावरून रात्री मोटरगाडी चालवणे हे दिवसा चांगल्या सूर्यप्रकाशात त्याच परिस्थितीत चालवणे यापेक्षा अवघड असते. आपल्याला शेअर बाजार जसा आहे तसा मान्य करायला हवा आणि त्याप्रमाणे कृती करायला हवी. असे मार्क्स म्हणतात. उदाहरणार्थ, जेव्हा परतावे उत्तम, संपन्न असतात तेव्हा ते गुंतवणूकदारांना पैसे गमावण्याबाबत कमी भीती बाळगणारे बनवतात, जेव्हा तसे नसते तेव्हा भीती वाढते. म्हणजे आपल्या अपेक्षा कमी करा आणि सावधगिरीने पुढची पाउले टाका. व्यावहारिक परिस्थितीत याचा अर्थ काय होतो? यात कदाचित असे करावे लागते की काही संपत्ती शेअर्स ऐवजी बॉण्ड्समध्ये गुंतवणे, कमी आक्रमक शेअर्स विकत घेणे, किंवा याची खात्री करून ठेवणे की तुम्हाला रोकड रकमेची गरज राहणार, जर तशी ती एकाएकी नाहीशी झाली तर. मार्क्स म्हणतात, ''मी असे म्हणत नाही की रोकड रकमेचा पर्याय निवडा. मी एवढेच सांगतो की मूल्यासंबंधीचा प्रस्ताव बाजारात बदलला तर तुमचे खाते (Portfolio) बदलायला हवे.

माझ्या मते, सत्य परिस्थितीला आहे तशी पाहणे यासाठी हा मार्ग स्वीकारण्यात आणि त्या मार्गाने जाणे बरेच शहाणपण आहे. जसे मार्क्स नेहमी सांगतात, वातावरण हे आहे तसेच आहे, बाजारातील परिस्थिती आपल्याला अनुकूल असेल अशी मागणी आपण करू शकत नाही, पण आपल्या प्रतिसादावर आपण नियंत्रण ठेवू शकतो. वातावरण जसे असेल त्याप्रमाणे अधिक आक्रमक होऊन किंवा बचावात्मक राहून.

'प्रवाहाबरोबर जात राहा' ही मानसिकता थेट नश्वरतेविषयी मार्क्स यांना महाविद्यालयीन जीवनात जे शिकायला मिळाले त्याच्याशी निगडित आहे. ते म्हणतात, ''तुम्हाला हे माहीत असते की बदल नको म्हणून कितीही प्रतिकार करण्याचा प्रयत्न केला तरी तो होतोच. मला वाटते हे तुम्हाला थोडे स्वस्थ, मोकळे करेल आणि म्हणेल, ''मी भविष्याला नियंत्रित ठेवण्याचा प्रयत्न करणार नाही. मी भविष्य जाणण्याचाही प्रयत्न करणार नाही. मी अनिश्चित भविष्यकाळाला तोंड देण्यासाठी स्वतःला तयार करेन.'' गुंतवणुका त्या वेळी स्वतःला अडचणीत

आणतात जेव्हा त्यांचे वातावरण आणि त्यांची वर्तणूक यात विसंवाद असतो – जेव्हा ते सत्य परिस्थितीला दुर्लक्षित करतात किंवा नाकारतात.

२००६मधील पत्रात मार्क्स यांनी पुरातन ताओ तत्त्वज्ञ लाओत्सु यांचे वचन दिले आहे, ''जर सशक्त व्हायचे असेल तर तुम्ही पाण्यासारखे व्हायला हवे, जेव्हा त्याच्या वाटेत अडथळे नसतील तेव्हा ते वाहत राहते. जर अडथळे आले तर ते थांबते. जर धरण फुटले तर ते पुढे वाहत जाते, जर ज्या भांड्यात ते आहे; ते चौकोनी असेल तर पाण्याचाही आकार चौकोनी राहतो. जर भांडे गोल असेल तर पाणीही गोल आकारात त्यात राहते. कारण ते एवढे नरम, मऊ असते आणि लवचीकही असते. ही एक अत्यंत आवश्यक आणि सर्वांत मजबूत गोष्ट असते.'' गुंतवणूकदाराकरिता पाण्यासारखे राहणे ही ताकद आहे की ज्या कशाही परिस्थितीत आपण असू त्यात सामावून घेणे. हे दिसायला सोपे, साधे वाटते, पण मानवी स्वभाव ते अधिक गुंतागुंतीचे, कठीण करायचा प्रयत्न करतो. आपल्यापैकी बहुतेक सर्व जण गर्दीच्या मानसिकतेप्रमाणे वाहत जातो, आणि आपण धडपड करतो ती कमालीच्या टोकाच्या परिस्थितीत तर्कशुद्धपणे कृती करण्याची, जेव्हा जोखीम ही सर्वांत जास्त असते.

जेव्हा २००८मध्ये बाजार कोसळला तेव्हा गुंतणूकदारांचा कळप भयभीत झाला, घबराट पसरली, जसे ते नेहमीच होते. उत्सव साजरा करण्याऐवजी त्याचे रूपांतर भयपटात झाले जेव्हा चक्रीयताचे ठामपणे सुडात रूपांतर झाले. याला मार्क्स यांचा प्रतिसाद काय होता? त्यांनी त्यांच्या वातावरणात डोळे उघडे ठेवण्याचा तर्क वापरून, एक प्रतिभावान उदाहरण दाखवून दिले, आणि त्यांनी त्यांच्या कंपनीला या जीवनातील कसोटीच्या गुंतवणुकीतील क्रांतीला उत्तम नेतृत्व देऊन बाहेर काढले.

## बहुतेक वेळा, जगाचा अंत कधी होत नाही.

वित्तीय संकट यायच्या कितीतरी महिने आधी, ओकट्री अव्यवस्थेला तोंड देण्यासाठी सज्ज होती. २००८च्या सुरुवातीला, जेव्हा बहुतेक जग उत्साही आणि अल्प संतुष्ट होते, कंपनीने १०.९ बिलिअनची संपत्ती वाढवणे पूर्ण केले होते ज्यातून इतिहासातील सर्वांत मोठ्या, अडचणीत आलेल्या कर्जासाठीच्या निधीची (Distressed Fund) योजना पूर्ण केली होती.

सर्व चक्रांपैकी, ज्या मार्क्स यांनी अभ्यासले, वित्तीय चक्राएवढे दुसरे कोणतेही अंदाज करण्यायोग्य वाटले नाही. The Most Important Thing मध्ये त्यांनी स्पष्ट केले आहे तसे संपन्नता विस्तारित कर्जाला घेऊन येते, त्यातून मूर्खासारखे कर्ज देणे चालू होते, त्यातून मोठे तोटे निर्माण होतात, त्यामुळे कर्ज देणारे कर्ज देणे थांबवतात, मग संपन्नता संपते, आणि हे असेच चालू राहते. २००३ ते २००७च्या

दरम्यान त्यांनी मूर्खासारखे कर्ज वितरण झालेले पाहिले, जेव्हा अटळ तोटे वाढत गेले, आणि कर्ज देणे थांबले, तेव्हा त्यांनी अडचणीतून निर्माण झालेल्या नफ्याच्या हेतूकडे पाहिले. जेव्हा बाकी लोक रोकड रकमेला पकडायचा प्रयत्न करीत असतात तेव्हा आपल्याकडे रोकड असण्याला काही अर्थ नसतो.

कर्जाची आणीबाणी आजारलेल्या विनोदामुळे, सबप्राइम मॉर्गेजेस – तारणामुळे – सुरू झाली आणि मग कर्करोगासारखी पसरली. तारणावरील कर्जे गोठली गेली. घराच्या किमती कोसळल्या. व्यापारी इमारतींच्या किमती तलावात बुडाल्या, Bear Stearns बँक बुडाली, असंभव आपत्ती या रोजच येत होत्या.

३१ जुलै २००८ रोजी ओकट्रीच्या शेअर होल्डर्सना लिहिताना मार्क्स यांनी अहवालात सांगितले की त्यांना अजूनही कोसळलेल्या संपत्तीची कमतरता जाणवत आहे. त्यांनी असे सुचवले की चांगले सौदे येण्यापूर्वी थोडे संथ गतीने जाणे चांगले.

काही आठवड्यांतच आर्थिक व्यवस्था विस्कळीत होऊ लागली. सप्टेंबरमध्ये यूएस सरकारने Fannie Mae आणि Freddie Mac यांचे नियंत्रण हातात घेतले. Merrill Lynch ला Bank of America ला विकण्यास भाग पाडण्यात आले, Lehman ने यूएस इतिहासातील सर्वांत मोठी दिवाळखोरी जाहीर केली, AIG ला ८५ बिलिअनचे सरकारी कर्ज देऊन तारण्यात आले. अगदी Goldman Sachs सुद्धा खोलवर रुतून बसली होती.

मार्क्स यांनी पाहिलेली ही सर्वांत मोठी घबराट होती. पण जसजसे बाजार बुडू लागले, आणि नैराश्याचा स्फोट झाला, तसे तेही कित्येक वर्षांत पहिल्यांदाच उत्साही झाले. सप्टेंबर १५ला, ज्या दिवशी लेहमन मृत झाली, ओकट्रीने, जिला कोणी हात लावायचा विचारही केला नसेल अशी बुडीत गेलेल्या संपत्तीचे गठ्ठे एकत्र करायला सुरुवात केली. पुढच्या १५ आठवड्यांत मार्क्स आणि कार्ष यांनी नेतृत्व दिलेल्या त्यांच्या कंपनीने दर आठवड्याला ५०० मिलिअन ते ६०० मिलिअन या वेगाने गुंतवले.

हे मार्क्स यांच्या आयुष्यातील सर्वांत मोठे पैज लावणे होते. त्यांच्या प्रतिष्ठेचे एक तर उंचावणे किंवा पार तळात नेणे होते. हा मोठाच डाव होता. म्हणून तुम्ही कदाचित कल्पना करू शकाल की ते काय करताहेत याची त्यांना पूर्ण खात्री होती. पण जेव्हा लेहमन गाळात गेली, त्यांना थोडे खटकले की काय होणार आहे हे कोणालाच माहीत नाही.

सप्टेंबर १९ला त्यांनी ओकट्रीच्या ग्राहकांना पत्र लिहिले ज्यात एक ज्याचे उत्तर देता येणार नाही असा प्रश्न होता, पण ज्याचे उत्तर कसेही करून द्यायचे होते. अर्थव्यवस्था वितळून जाणार आहे का? हे एक असे घसरणीला लागलेले चक्र आहे जे आपण पहिल्यांदाच पाहतोय? ''माझे उत्तर सोपे आहे. आपल्याला हे गृहीत धरण्याशिवाय दुसरा मार्ग नाही की हा काही शेवट नाही, तर हे आणखी

एक चक्र आहे ज्याचा आपण फायदा करून घेतला पाहिजे.'' त्यांच्या नेहमीच्या पद्धतीने कोरड्या विनोदाने, त्यांनी पुढे म्हटले, ''बहुतेक वेळा, जगाचा अंत कधी होत नसतो.''

मी जेव्हा त्यांना विचारले की सप्टेंबरच्या मध्याला तुम्ही बचावात्मक पावित्र्यातून आक्रमक पावित्र्यात आला हा भूमिकेतील बदल कशामुळे आला, त्यावर मार्क्सनी उत्तर दिले की, जग नरकात गेले. संपत्ती वाटून टाकली जात होती, कोणाचीही अशी श्रद्धा नव्हती की उद्या जगाचे अस्तित्व असेल वा नसेल. आणि संपत्ती विकत घ्यायला कोणी खरेदीदारही नव्हते. आपत्तिजनक परिस्थितीसाठी हे एक योग्य असे वादळ होते.

मार्क्सना कधीही भविष्याबद्दल असे वाटत नाही की तो एक पूर्व नियोजित देखावा आहे जो निश्चित येऊ घातला आहे. त्याच्याऐवजी ते त्याच्याकडे विविध शक्यतांचे वितरण म्हणून पाहतात. त्यांचा आदर्श असा दृष्टिकोन हा आहे की या भविष्यकाळातील प्रत्येक पर्यायाला निरनिराळ्या शक्यता ठेवून द्यायच्या. पण या परिस्थितीत अनिश्चितता ही इतक्या टोकाची आहे की विविध शक्यता वाटून द्यायच्या प्रयत्नांनाही काही अर्थ नाही. त्यांना हे अधिक मदतीचे वाटते की आपले निर्णय घेणे सोपे करावे, परिस्थितीचा दुहेरी बाजूंनी विचार करून, मला वाटते तुम्ही ते कमी करू शकता, एक तर जग संपेल किंवा संपणार नाही. आणि जर ते संपले नाही आणि आम्ही काही विकत घेतले नाही, तर मग आम्ही आमचे काम केले नाही हा त्याचा अर्थ होतो. या विचार पद्धतीने काम आश्चर्यकारकरीत्या सरळ-सोपे झाले.

पण जसजसा शेअर बाजार कोसळत चालला आणि आर्थिक स्तंभ कोसळू लागले, थोडे लोक त्याच्याशी सहमत होते. त्यांना माहीत असलेले काही सर्वोत्तम गुंतवणूकदार अत्यंत धक्क्यात होते. ते सांगत होते की, हे आता वितळणार आहे. मार्क्सना माहीत होते की आपण कड्याच्या किती जवळ आहोत. ते कल्पना करू शकत होते की याचे परिणाम काय होणार आहेत, कोणत्या क्षेत्रात काय होणार आहे आणि बेरोजगारी कशी वाढणार आहे आणि सामाजिक आपत्ती कशी ओढवणार आहे, ती वाईट, किती वाईट असू शकते? तुम्ही सांगू शकत नाही की सर्वांत वाईट गोष्ट कोणती असेल, अराजकता, दंगली, उपासमार.

मग ऑक्टोबरच्या मध्याला त्यांना एक अविश्वसनीय अनुभव आला ज्याने त्यांचा विरोधाभासी विश्वास अधिक दृढ झाला. ओकट्रीच्या एका निधी (फंड) विभागाने फायदेमंद गुंतवणुकी अधिक परताव्यांच्या कर्जात गुंतवल्या, ज्यामुळे ते प्रतिडॉलर भांडवली गुंतवणुकीच्या बदल्यात ५ डॉलर्स मिळवू शकतील. या निधीने ज्येष्ठ कर्जे आपल्याकडे घेतली होती ज्यात धोका कमी होता, गेल्या ३० वर्षांच्या दरम्यान. ओकट्रीचा सरासरी कर्जबुडीचा दर प्रतिवर्ष फक्त १% होता. पण किमती

ऐतिहासिक नियमांपेक्षा इतक्या काही गेल्या की ओकट्रीला आता नव्या भीतीला तोंड द्यावे लागले – मार्जिन कॉल च्या;

मार्क्सनी आपल्या ग्राहकांशी संपर्क साधला, आणि त्यांनी त्यांना अधिक भांडवल गुंतवण्यास सांगितले. त्यामुळे कंपनीला अधिक लिव्हरेज मिळाले आणि मार्जिन कॉलचे संकट टळले. पण किमती वर जात राहिल्या, त्यामुळे त्यांना अधिक पैशाची मागणी करावी लागली.

तिथे डोके चालवायचा काही प्रश्न नव्हता. जर ते पुढे आले नाहीत तर त्यांना त्यांचा तोटा या वाढत्या किमतीवर आधारित होईल. पण मार्क्सनी एका पेन्शन फंड व्यवस्थापकाशी संपर्क साधला, जो त्यांना पुनःपुन्हा विचारात राहिला की अशा वाढत्या टोकाच्या परिस्थितीत ओकट्रीच्या बॉण्ड्सचे काय होणार? प्रत्येक वेळी मार्क्स यांनी आश्वासक वस्तुस्थितीसह उत्तरे दिली, पण तो परत विचारत राहिला की, यापेक्षा वाईट काय असू शकते?

मार्क्स तातडीने आपल्या कार्यालयात परतले आणि त्यांनी एक पत्र लिहिले, ज्याचे शीर्षक होते, 'सकारात्मकतेच्या मर्यादा'. जेव्हा त्यांनी त्या बैठकीचा विचार केला, तेव्हा त्यांना साक्षात्कार झाला. अनेक तपे, त्यांनी गुंतवणूकदारांना समज दिली होती की त्यांनी त्यांची संशयी वृत्ती मर्यादित ठेवावी, जेव्हा आशावाद इतका चांगला होता की कोणतीही गोष्ट खरी असण्यासारखी चांगली असेल. पण निराशावाद आतल्या अशा पातळीला पोहोचला होता की गुंतवणूकदार अशा प्रकारे वागत होते की जणू कोणतीही गोष्ट खरी असण्या इतपत चांगली नव्हती. तर्कशुद्ध संशयवाद्यांकरीता मुद्दा होता तो कायमचेच निराशावादी न होण्याचा. प्रश्न होता की प्रत्येक जण काय खरे आहे यावर विश्वास कसा ठेवतो याचा. ते फार सकारात्मक आहे का फार नकारात्मक. स्पष्टीकरण देण्यासाठी त्यांनी लिहिले, "संशयवाद निराशावादाला साद देतो आशावाद हा सर्वांत अधिक असतो. पण तोच संशयवाद आशावादाला साद देतो, जेव्हा निराशावाद अधिकाधिक असतो."

अशा प्रकारे मार्क्स, अनंत काळाचा योद्धा, अक्षरशः वॉल स्ट्रीटवरचे एकमेव आशावादी निघाले.

सर्वत्र संपूर्ण घबराट असताना गर्दीच्या विरुद्ध जाणे, जेव्हा प्रत्येकाची खात्री पटली होती की गोष्टी अधिकच खराब होत जाणार आहेत, यासाठी असामान्य पातळी, बौद्धिक स्थिरता आणि सेवाभावी वृत्ती लागते. पण मी जेव्हा मार्क्स यांना विचारले की ही आणीबाणीची परिस्थिती त्यांना अधिक दुखःदायक वाटली का? तेव्हा त्यांनी सरळ शब्दात सांगितले, ही परिस्थिती अवघड आहे असे वाटल्याचे मला आठवत नाही. ते नेहमीच भावनाशून्य होते का? होय. त्यांनी दोनदा लग्न केले आहे हे माहीत असतानाही, मला नवल वाटते की त्यांच्या स्वभावाचा हा पैलू त्यांच्या पत्नीला विक्षिप्तपणाचा किंवा वेडेपणाचा किंवा वेडेपणाच वाटत असेल

काय? ते म्हणतात, ''होय. विशेषकरून माझी पहिली बायको. मला वाटते की मी या बाबत अलीकडेच बऱ्यापैकी काम केले आहे.''

याचीही मदत झाली की ते आणि त्यांचे भागीदार कार्ष, सातत्याने परस्परांशी बोलत असतात, एकमेकांना पाठिंबा आणि आधार देतात, आणि याची खात्री करून घेतात की ते योग्य वेगाने पुढे जात आहेत. जेव्हा मार्क्स यांनी विशाल चित्राबाबत मार्गदर्शन दिले, त्या वेळी कार्ष आणि त्यांच्या सहकाऱ्यानी संपत्तीचे मूल्यांकन करण्याचे किरकोळ काम केले. दोन-तीन वर्षे आधी, खाजगी भांडवल पुरवणाऱ्या कंपन्यांनी प्रचंड लिव्हरेज वापरून उच्च दर्जाचे व्यवसाय अवास्तव मूल्यांकन करून विकत घेतले होते. ओकट्रीने या कंपन्यांचे हे ज्येष्ठ कर्ज अगदी कमी किमतीला विकत घेतले. काही प्रकरणात, ओकट्री यांनी जेवढे पैसे घातले तेवढे मिळून (ना नफा ना तोटा )जर अशा व्यवसायानी असे सिद्ध केले की हे व्यवसाय १/५ एवढ्या मूल्यांचे असू शकतील, जे खरेदी मूल्य विकणाऱ्या कंपन्यांना दिले होते. ''मी सर्व गोष्टींकडे चूक कुठे आहे? या दृष्टीने पाहतो. चूक विकत घेण्यात आहे का विकत न घेण्यात आहे.'' मार्क्स म्हणतात, ''ही एक चांगली खरेदी आहे, असे निष्कर्ष काढण्यात श्रद्धेची मोठ्ठी उडी घ्यायचे कारण नसते.''

सर्वांत नेत्रदीपक गुणतालक तेव्हा आले, जेव्हा ओकट्रीने पीअर फूड्समध्ये १०० मिलिअनची गुंतवणूक केली. ती त्यांनी २००८च्या दिवाळखोरीच्या वेळी खरेदी केली होती. 'ॲडव्हान्स पीअर फूड्स' या नावाने तिचा पुनर्जन्म झाला आणि ती देश स्तरावरील बंद केलेल्या - पॅकेज्ड - सॅन्डविचेसबाबतच्या क्षेत्रात आघाडीवर गेली. आणि २०१७ साली टायसन फूड्स यांनी ती खरेदी केली. ओकट्रीने आठ वर्षांच्या कालावधीनंतर २.२ बिलिअन कमावले- त्यांच्या गुंतवलेल्या भांडवलाच्या २३ पट.

एकत्रितरीत्या, ओकट्रीने त्या आणीबाणीच्या खोलवर परिस्थितीत १० बिलिअन पैजेत लावले होते. मार्क्सनी अंदाज केला की या गुंतवणुकीतून ९ बिलिअनची कमाई केली- जे कंपनीच्या इतिहासातील सर्वांत मोठे घबाड लागले असे म्हणता येईल. त्या कंपनीचे सर्वांत मोठे शेअर होल्डर्स म्हणून मार्क्स आणि कार्ष यांनी अन्य कोणापेक्षाही अधिक कमाई या व्यवहारात केली. पण इतरांपेक्षा काही निराळा विचार केल्याचे आणि विचार बरोबर असल्याचे सुख काही निराळेच म्हणता येईल. मार्क्स म्हणतात तसे, ''आम्ही पैज लावली आणि आम्ही जिंकलो.''

## प्रश्न हा आहे की, तुम्ही मर्यादांना पुढे ढकलता का?

आमच्या चर्चेमध्ये आणि त्यांच्या लिखाणात, मार्क्स नेहमी त्यांना तपाहून अधिक काळ जणू वेड लावलेय अशा काही बोधवाक्यांकडे पुनःपुन्हा वळतात. मी पाहतो तसे, पाच गंभीर कल्पना पुनःपुन्हा येतात.

**हे कबूल करण्याचे महत्त्व की आपण भविष्यकाळाचा अंदाज करू शकत नाही आणि त्याच्यावर नियंत्रणही ठेवू शकत नाही.**

**भूतकाळाच्या नमुन्यांचा अभ्यास करण्याचे फायदे आणि त्यांना पुढे काय होऊ शकते याचे एक कच्चे मार्गदर्शक सूत्र म्हणून वापरणे.**

**चक्रे उलट फिरू शकतात आणि बेपर्वा अतिरेक यांना शिक्षा होईल यातील अपरिहार्यता जाणणे.**

**चक्रीयतेला आपल्या फायद्याकडे चक्रीयतेच्या विरुद्ध वागून वळवणे या बाबतची शक्यता अजमावणे.**

**खात्री नसलेल्या जगात, दूर पल्ल्याच्या आर्थिक यशासाठी नम्रता, संशयखोर वृत्ती, विवेक यांची आवश्यकता असणे.**

जीवन हे इतके गुंतागुंतीचे झाले आहे की हे उपयुक्त होईल की साध्या आणि मजबूत अंतर्दृष्टी याना आपल्या अंतरंगात बसवणे यामुळे आपल्या विखुरलेल्या विचारांना शिस्तीत बसवता येईल. कोणाही गुंतवणूकदाराला, जो पाण्यात भविष्यकाळात दिशा शोधण्याचा प्रयत्न करीत असेल त्याला वरील पाच कल्पना या निश्चितच प्रचंड उपयोगाच्या ठरतील.

मार्क्स यांच्याकडून मी काय शिकलो हे संक्षिप्तपणे सांगायचे झाले तर मी त्यातल्या एका विशेष धड्याबद्दल विचार करणे थांबवू शकत नाही ज्याचे दूरवर पोहोच असलेले परिणाम असू शकतात, त्यामुळे मला जगाचा विचार करताना त्यांना केंद्रस्थानी ठेवावे लागेल. माझ्या दृष्टीने सिद्धान्त तो आहे जो ते ५० वर्षांपूर्वी महाविद्यालयीन शिक्षणात शिकले; प्रत्येक गोष्ट ही तात्पुरती असते.

आर्थिक बाजारात या बुद्ध धर्मातील शिकवणीची बरीच उदाहरणे आपल्याला दिसतात. आशियातील आर्थिक चमत्काराच्या पाठोपाठ १९९७ साली तिथले आर्थिक संकट आले. १९९०मधील डॉटकॉम उन्मादाच्या पाठोपाठ २००० साली तो कोसळल्याचे पाहायला मिळाले. घरबांधणीमधल्या बुडबुड्याच्या पाठोपाठ तिथल्या कर्जाचे संकट आले, आणि त्याच्या पाठोपाठ २००९ साली सुरू झालेल्या उच्च समभाग बाजारातील घडामोडी आल्या. नंतर २०२० साली, २३ दिवसांत बाजार ३४ टक्क्यांनी घसरला आणि नंतरच्या काही आठवड्यात तो ४०टक्क्यांनी वधारला.

जर बुद्ध हेज फंड व्यवस्थापक असते तर त्यांनी कदाचित निर्देशित केले असते की बदल हीच काही शेवटची समस्या नाही. उलट आपण आपल्याला त्रास करून घेतो – गुंतवणुकीत आणि जीवनातही – जेव्हा आपण गोष्टी आहेत तशाच राहाव्यात याची अपेक्षा करतो किंवा त्यासाठी तळमळतो. खरी समस्या असते ती जी गोष्ट शाश्वत नाही तिला चिकटून राहणे किंवा तिच्यावर अवलंबून राहणे.

बुद्ध धर्मातील शिकवण आहे त्याप्रमाणे आपण सर्वांनी सर्व भौतिक गोष्टींची क्षणभंगुरता मान्य केली पाहिजे म्हणजे जर त्यात बदल झाला तर आपल्याला त्याचे आश्चर्य वाटणार नाही किंवा आपली हिंमत खचणार नाही. शून्र्यू सुझुकी म्हणाले, ''जर आपण ही शिकवण स्वीकारली नाही की प्रत्येक गोष्ट बदलत राहते, तर आपण शांततेत राहू शकणार नाही.''

आर्थिकदृष्ट्या, बदलाच्या अपरिहार्यतेचे महत्त्वाचे परिणाम होतात. सुरुवात करायची तर, आपण हे मान्य केले पाहिजे की इतर सर्व गोष्टींप्रमाणे चालू आर्थिक वातावरण आणि बाजाराचे मार्गक्रमण या तात्पुरत्या घटना आहेत. म्हणून आपण आपल्याला अशा पवित्र्यात ठेवू नये की आपण त्यांच्या त्याच मार्गावर सतत राहण्यावर अवलंबून राहू. मार्क्स जशी नोंद घेतात तसे, गुंतवणूकदार वारंवार चूक करतात ती कमालीपेक्षा जास्त अंदाज घेण्याची की बाजाराच्या चढउताराचे आयुष्य किती काळासाठीचे आहे. ते हे विसरतात की कोणतीही गोष्ट चिरंतन नसते. त्याचप्रमाणे अनेक गृहखरेदी करणारे आर्थिक संकटात स्वत:चा नाश करून घेतात, मोठे कर्ज घेऊन, या विश्वासाने की घरांच्या किमती आत्तापासून अनंत काळापर्यंत सतत वाढतच राहणार आहेत. तात्पर्य काय तर, आपल्या शेतजमिनीची पैज बदलाच्या असह्य प्रवाहाशी लावू नका.

हे मान्य करणे की सर्व गोष्टी क्षणिक असतात या विचाराने कदाचित तुमच्यात अस्थिरतेची भावना निर्माण करेल की तुमचे जीवन (आणि तुम्ही हृदयात जतन करून ठेवणारी प्रत्येक गोष्ट) हे हताशपणे अनिश्चित आहे. नकारात्मक भावनेत जगणे हे मोह पडणारे असते. पण हे मान्य करणे विवेकाचे होईल की आपण बर्फाच्या पातळ थरावरून स्केटिंग करीत आहोत आणि त्याला कधी तडा जाईल याची आपल्याला खात्री नाही. अशी जाणीव असणे याचा अर्थ असा नाही की आपण सर्वकाळ घरात अडकून पडावे, किंवा आपण कायमचे रोकड रकमेवर बसून राहावे, कोणत्याही धोका पत्करण्याला नकार देत. बाजार आणि आपले जीवन, दोन्ही ठिकाणी, ध्येय हे नसते की तुम्ही धोक्याला कवटाळून बसा किंवा त्याला दूर सारा, तर हे असते की त्याला हुशारीने तोंड द्या आणि तसे हे करताना हे विसरू नका की शक्यता दुःखद परिणामांचीही असू शकते.

हा समतोल राखणे तितकेसे सोपे नसते. २००८ सालच्या अत्यंत अंधारी कालखंडात, मार्क्स यांना स्वत:लाच काळजी करत राहण्याच्या मानसिकतेला प्रतिकार करण्यासाठी सतत आठवण करून द्यावी लागायची. ''मी जर त्याचा अतिरेक केला तर मी माझ्या ग्राहकांकरिता योग्य काम करीत नाही, कारण त्यांनी मला लहान मूल म्हणून मोलावर घेतलेले नाही. मी एक सुरक्षित गुंतवणूकदार असावे असे त्यांना वाटते, पण मोलदार व्हावे असे नाही.'' आपली असुरक्षितता टाळण्याचे अनेक मार्ग आहेत. मार्क्स सुचवतात की, ज्याची भक्ती करता येत नाही त्याची भक्ती करण्याचा

प्रयत्नात पडण्यापेक्षा आपण सबळ खाते आणि सबळ जीवन बांधण्यावर लक्ष केंद्रित केले पाहिजे, जे कधीही कोसळणार नाही, अगदी कठीण परिस्थितीतसुद्धा. (नाजूकपणाबाबत बोलताना, मार्क्स नस्सीम निकोलस तालेब यांच्या Antifragile : Things That Gain From Disorder मधील शब्दावली उसनी घेतात पण तालेब यांच्या नाझी एका पुस्तकाचा त्यांच्यावर भरपूर प्रभाव आहे. Fooled By Randomness : The Hidden Role of Chance in life and in Markets.)

नियमित गुंतवणूकदारांकरिता याचा अर्थ काय होतो? मोठे कर्ज घेणे आणि पत स्वीकारणे टाळा आणि आपल्याला मोठे घबाड मिळणार आहे अशी स्वप्ने स्वत:ला पाडून घेऊ नका. कारण असे करणे तुम्हाला आपत्तिजनक परिस्थितीकडे घेऊन जाऊ शकते. ते पुढे म्हणतात की, कमाल करण्याचा प्रयत्न न करणे हा एक महत्त्वाचा घटक आहे जो तुम्हाला भावी जीवन तुमच्यावर काय लादणार आहे त्यासाठी तयार करत असतो. आणि हे गुंतवणूक करणे आणि जगणे या दोघांनाही लागू असते. म्हणून प्रश्न हा आहे आहे की तुम्ही मर्यादांना पुढे ढकलताय का नाही?

''हा प्रश्न केवळ गुंतवणुकीला लागू पडतो असे नसून तो खर्च करण्यालाही लागू पडतो. आर्थिक स्वातंत्र्य हे अधिक पैसे मिळवण्याने किंवा जवळ असण्याने येत नाही,'' असे मार्क्स म्हणतात, ''तुम्हाला माहीत आहे का ते कशामुळे येते? उंची मापता त्यापेक्षा कमी खर्च करण्याने. आपल्या साधनसंपत्तीच्या चौकटीत राहणे. हे जाणणे महत्त्वाचे आहे की तुमचा नाजूकपणा हा तुम्ही मर्यादेत आहेत का नाहीत यावर अवलंबून असतो.''

त्रास हा आहे की आपण भरभराटीत असतो तेव्हा किंवा आपण इतरांना भरभराटीत असताना पाहतो आणि आपण त्यांच्या फार मागे पडलेले असतो तेव्हा, आपली प्रवृत्ती हे विसरण्याकडे असते. तेव्हा आपण आपल्या मर्यादांच्या कडेवर उभे असतो आणि शेवटी त्यांच्या बरेच पलीकडे भटकत राहतो.

मार्क्स पुढे भर घालतात, ''आपण आपला आर्थिक आणि मानसिक नाजूकपणा मान्य केला पाहिजे. चांगले हे आहे की तुम्ही घाबरलेले असाल. घाबरलेले अशा अर्थाने की खराब गोष्टी घडण्याच्या शक्यता आणि तुमची स्वत:ची क्षमता, खराब निर्णय आले तर त्यातही टिकून राहण्याची– ही तुम्ही ओळखता. ते फुशारकीच्या दाव्यांपासून दूर राहण्याचे आवाहन करतात, जसे जर शेअर बाजार कोसळला तर आमचे काही जात नाही. जेव्हा ते १/३ने खाली जातात तेव्हा काय घडते की लोकांत घबराट पसरते आणि ते शेअर विकतात आणि समजतात की अशी घसरण ही कायम नुकसान घडत राहणारी गोष्ट आहे. आणि असे समजणे ही तुम्ही करू शकणारी अत्यंत वाईट गोष्ट असते.''

त्यामुळे हे महत्त्वाचे आहे की आपण आपल्याशीच, आपण किती धोका पत्करू शकतो यासाठी प्रामाणिक राहावे. जर तुम्ही फार धोका पत्करला तर तो

तुमच्या भावनिक लवचिकतेवर मात करेल आणि तो मग तुम्हाला चुकीची गोष्ट करण्यास भाग पाडेल, जरी बाकी काही तुमच्याविरुद्ध घडत नसेल तरी. जसे मार्जिन कॉल किंवा पोटापाण्यासाठी काही विकत घ्यायची गरज.

गोष्टी जशा आहेत तशा पाहायची सवय – तिरस्कार न करता आणि संभ्रमाशिवाय – असण्याची क्षमता बुद्धिस्ट शिकवणीत आहे. बुद्धिझम शिकवणीत सर्वांत महान ग्रंथ आहे 'सतिपत्तन सूत्र'. यात निर्वाणाचा मार्ग म्हणून जागरूकता असणे यावर भर आहे. प्रबोधनाच्या मार्गासाठी आपल्यासमोर जे जे काही येते त्या बाबत आपण जागरूक असणे महत्त्वाचे आहे. सर्व गोष्टींकडे अलिप्ततेच्या भावनेने पाहिले पाहिजे, ज्यात आपले विचार, भावना, संवेदनशील धारणा यांचा समावेश होतो, ज्या येतात आणि निघून जातात. स्वातंत्र्य येईल हे स्पष्ट जाणून की सर्व काही क्षणिक आहे. आणि आपल्याला असे प्रशिक्षित करणे की स्वाभाविकरीत्या अस्थिर गोष्टी पकडण्यापासून दूर राहणे. बुद्ध ही अलिप्तता १३ वेळा सांगतात. आणि प्रत्येक जण स्वातंत्र्याचे पालन करतो, जगातील कोणत्याही गोष्टीला चिकटून राहत नाही.

अलिप्ततेची भावना ही थंड आणि अनैसर्गिक वाटेल. पण नश्वरतेला मानणे याचे काही फायदे आहेत. एक म्हणजे, असे नाही की सर्व चांगल्या गोष्टी विरून जातील (जसे आपले तारुण्यातील सौंदर्य, आपली प्रेमळ माणसे, आर्थिक भरभराट आणि शेअर बाजार), वाईट गोष्टीही जातील (जशा भावना आणि शारीरिक दुःख, अतिशय घाणेरडे राजकीय नेते, मंदी आणि महामारी). सर्व गोष्टी बदलत राहतात हे एकदा मान्य केले की जेव्हा चांगला काळ येतो तेव्हा त्याच्या बरोबर वाहवत जात कामा नये आणि जेव्हा खराब असतात तेव्हा आपल्याला त्यामुळे नैराश्य येता कामा नये.

नश्वरतेची भावना आपल्याला प्रेरणाही देऊ शकते, आपल्या नातेसंबंधांचे मूल्य ओळखणे आणि त्याचे पालनपोषण करणे, (कारण आपल्याला माहीत नाही की आपल्यापैकी किती जण आणि किती काळ या जगात राहणार आहेत) आणि आत्ताचे जीवन संपूर्णपणे जगणे. शिन्झेन युंग त्यांच्या Science of Enlightenment या पुस्तकात लिहितात ते शिकण्याच्या अनुभवासंबंधात, ''जगाला संपूर्ण योग्यतेसह अनुभवा, प्रत्येक क्षणाला असामान्य केंद्रित मन करून, संवेदनशील मानसिक स्पष्टता आणि समता राखून, तुम्ही नाट्यमयरीत्या आपले जीवन वर्धित करू शकता, आपल्या वयाच्या वर्षांचा गुणाकार करून नव्हे पण आपल्या क्षणांना परिपूर्णता आणून. (शिन्झेन युंग समतेला स्पष्ट करतात. अलिप्त, सौम्य वस्तुस्थिती जीमध्ये सौख्य आणि दुःख यांना विस्तृत होण्याची किंवा आकुंचन पावण्याची मान्यता, आपल्या हस्तक्षेपाशिवाय दिलेली असते. मार्क्स बाजाराकडे ज्या प्रकारे पाहतात त्यात आणि यात काही फरक नाही. ते बाजाराला 'जसा तो आहे तसा' ओळखतात आणि स्वीकारतात, आणि त्या प्रतिक्रियाविहीन स्थितीत स्पष्ट असताना तार्किकदृष्ट्या आणि भावनाविरहित राहून.)

आता त्यांच्या सत्तरीत असलेले मार्क्स यांना आपल्या स्वतःच्या नश्वरतेविषयी पूर्ण जाणीव आहे. त्यांच्या वडिलांना १०१ वर्षांचे आयुष्य लाभले. त्यामुळे त्यांना कदाचित त्याचा सामान्य लाभ अनुवंशाने मिळू शकतो. तरीही, त्यांना माहीत आहे की त्यांच्या अमर होण्याच्या विरुद्ध परिस्थिती आहे, त्यांच्या जीवनाच्या या पायरीवर, ते चढत्या क्रमाने विचार करतात की त्यांनी स्वतःला प्रशंसनीय पद्धतीने हाताळले आहे अथवा नाही. किमान आपल्या सहकाऱ्याना आणि ग्राहकांना तरी. तुम्ही आयुष्यात जे साध्य करता तेवढेच महत्त्वाचे नाही. ते कसे साध्य करता तेही महत्त्वाचे आहे. ते म्हणतात. ''शक्यता आहे की मी असुरक्षित आहे. पण माझ्या दृष्टीने हे महत्त्वाचे आहे की मी एक चांगले जीवन जगलो याची पावती इतरांनी दिली आहे.'' ओकट्रीच्या परताव्यांनी ते आनंदित होतात. पण त्यांना त्या कंपनीची प्रतिष्ठा–अखंडता आणि त्यांचे सहसंस्थापक कार्ष यांच्याशी त्यांचे असलेले संबंध– याचाही अभिमान आहे. मार्क्स म्हणतात, ''एकत्र काम करताना तीन दशकांत त्यांच्यात कधीही वादावादी झाली नाही.''

येणाऱ्या वर्षांत ते काय उपलब्धी साध्य करू इच्छितात? ते म्हणतात, ''माझ्याकडे काही भव्य महत्वाकांक्षा नाही. माझे आयुष्य भयानक आहे. मला एक चांगला पती, चांगला पिता, चांगला आजोबा व्हायचे आहे. आणि मला गुंतवणुकीच्या जगात घडणाऱ्या गोष्टी पाहायच्या आहेत, ज्या इतर लोक पाहत नाहीत. आणि त्या मला माझ्या ग्राहकांना नीट वर्णन करून सांगायच्या आहेत.''

ते अनिश्चित काळ काम करू इच्छितात, कारण ते त्यांना बौद्धिकदृष्ट्या फायद्याचे वाटते, याकरिता नाही की त्यांना पैशाची किंवा आपल्या स्थानाची तहान अभेद्य आहे. ते आठवण करतात त्यांचे जपानी अभ्यासाचे प्राध्यापक यांची, ज्यांनी बुद्धाच्या शिकवणीसंबंधी सांगितले, ''तुम्हाला मिळण्याची आणि इच्छा धरण्याची साखळी तोडायला हवी. ध्येयहीन चक्र, हाव धरण्याचे, जे शेवटी तुम्हाला त्रासाकडे घेऊन जाते. कदाचित.'' पण मार्क्स मान्य करतात की संपत्ती जमवण्याने त्यांना स्वातंत्र्य आणि संरक्षण मिळाले आहे, आणि त्यांनी त्याला कमी भित्रा बनवले आहे.

आजपर्यंत, निदान बिलिनॉयर झाल्यामुळे त्यांना फार काही त्रास झाला आहे असे दिसून येत नाही.

त्यांच्या नशीबवान जीवनाकडे वळून पाहताना, त्यांच्यात हे ओळखण्याची नम्रता आहे की यासाठी त्यांचे एकट्याचे कौशल्य पुरेसे नव्हते. त्यांच्या यशाच्या पातळीवर त्यांनी जाण्यासाठी त्यांच्यासाठी इतरांनाही काही करावे लागले आहे. ते ज्ञान त्यांना संरक्षित करते, त्या अभिमानापासून जो पतनाच्या आधी येतो. या क्षणी मार्क्स विश्वाचा धनी होण्याच्या जवळपास, जिथे अन्य कोणी जाऊ शकतात, त्यांच्या आधी जाऊन पोहोचले आहेत. पण खात्रीपूर्वक त्यांना एक गोष्ट माहीत आहे की बदल येऊ घातला आहे – आणि आपल्याला सर्वांना त्याला स्वीकारावे लागेल.

# ४

# लवचीक गुंतवणूकदार

## टिकाऊ संपत्ती कशी उभारावी आणि येत असलेल्या वाळवंटात कसे जगावे?

> ''या आपल्या जगातील खरा त्रास आहे तो म्हणजे, हे आपले जग अवास्तव आहे हा नाही, हाही नाही की हे एक वास्तव जग आहे. सर्वसामान्य त्रास आहे तो ते जवळपास वास्तव आहे, पण पूर्णतः नाही. जीवन ही काही विसंगती नाही. पण ती तर्कशास्त्रज्ञाकरिता एक सापळा आहे. हे थोडे आहे त्यापेक्षा अधिक गणिती आणि नियमित असल्यासारखे वाटते. पण तिची अचूकता स्पष्ट वाटते पण ती लपल्यासारखी वाटते. तिचे वाळवंट प्रतीक्षेत आहे.''
>
> –जी. के. चेस्टरटन

पॅरिसमधील सोसायटी जनरल इथे १९६०च्या आसपास जीन मेरी एव्हिलार्ड यांना कल्पनाही नव्हती की ते काय करीत आहेत. त्यांच्या वरिष्ठांनी त्यांना परंपरागत पद्धतीने त्या काळातील प्रचलित शेअर्स निवडीची पद्धत शिकवली. ते म्हणतात, ''मूलतः त्यांची पद्धत एवढीच होती की इंडेक्समधील मोठ्या शेअर्सना निवडावे ही होती. त्यांच्या आसपासच्या सर्वांप्रमाणेच त्यांनी हुकुमानुसार हाच मार्ग स्वीकारला होता त्यातले परतावे अत्यंत सुमार होते. त्यांनी नंतर निरीक्षण केले तसे, ''कळपाच्या आत वातावरण कसे उबदार असते.''

एव्हिलार्ड यांनी त्यांच्या बँकेने त्यांची बदली न्यू यॉर्क येथे केल्यावर १९६८पासून तिथे राहणे चालू केले. त्या वर्षीच्या उन्हाळ्यात ते सायकलीवरून सेंट्रल पार्कमध्ये विहार करत होते, जिथे त्यांची भेट कोलंबिया विद्यापीठातील दोन फेंच विद्यार्थ्यांबरोबर झाली. त्या विद्यार्थ्यांनी त्यांना बेंजामिन ग्राहम यांच्याबद्दल सांगितले, ज्यांनी १९२०मध्ये मूल्याधिष्ठित गुंतवणुकीच्या विभागाची त्या विद्यापीठात स्थापना केली होती. (ग्राहमच्या त्या विद्यापीठातील संबंधामुळे ते कोलंबिया विद्यापीठ हे मूल्याधिष्ठित गुंतवणूक (Value Investment) बुद्धिमत्तेचे केंद्र बनले होते. आजही ते स्थान तिथे कायम आहे. त्यांनी कोलंबिया विद्यापीठाची एक शिष्यवृत्ती जिंकली होती आणि त्यांनी तिथे स्वत:चे स्थान एक व्यासंगी विद्वान म्हणून निर्माण केले होते; ते इतके की त्यांच्या पदवी प्राप्तीच्या आधीच १९१४ साली त्याना ३ निरनिराळ्या विभागांत शिकवण्यासाठी आमंत्रित करण्यात आले. विषय होते इंग्लिश, गणित आणि तत्त्वज्ञान. पण त्याऐवजी ते गुंतवणूकदार बनले. पण १९२८साली ते त्या विद्यापीठात संध्याकाळच्या वेळचे प्राध्यापक म्हणून रुजू झाले. तिथे त्यांनी पुढची २८ वर्षे अध्यापनाचे काम केले. त्यातून गुंतवणूकदारांची एक पिढीच निर्माण झाली. त्यांत वॉरन बफे, आयर्विंग कॅन आणि बिल रायने यांचा समावेश होता.)

एव्हिलार्ड यांनी त्यांची पुस्तके Security analysis आणि The Intelligent Investor वाचली आणि त्यांच्या डोक्यात तत्काळ प्रकाश पडला. ते ग्राहम यांचा त्यांना लागलेला शोध, याची तुलना पॉल कलौदेल, एक फ्रेंच लेखक ज्यांना त्या वेळेला तत्क्षणी ईश्वर दिसला, जेव्हा ते नोत्र दाम कॅथेड्रलमध्ये १८८६ साली उभे होते. ''मी बेन ग्राहम यांच्या दृष्टिकोनाने प्रकाशित झालो. मी जे शोधत होतो ते मला मिळाले.'' एव्हिलार्ड यांनी त्यांच्या साहेबांना त्यांच्या या नव्या विश्वासाप्रमाणे गुंतवणूक करण्याची परवानगी मागितली. पण त्यांनी ग्राहम यांचे नाव कधी ऐकले नव्हते आणि या परक्या तत्त्वज्ञानाबाबत त्यांना काहीही आकर्षण नव्हते. म्हणून एव्हिलार्ड जुन्या पद्धतीनेच आपले काम करीत राहिले. ते म्हणायचे, ''एकुणात, मी माझ्या व्यावसायिक जीवनातील १५ वर्षे वाया घालवली.''

शेवटी वयाच्या ३९व्या वर्षी, त्यांना मुक्त करण्यात आले. बँकेने त्यांना SoGen International या एका म्यूचुअल फंडाचे व्यवस्थापक म्हणून नेमले. तो इतका लहान आणि अस्पष्ट होता की त्याच्या बाबत त्यांनी काय केले याची कोणी फिकीर तिथे केली नाही. १९७९ साली जेव्हा तिथली सूत्रे हाती घेतली, तेव्हा मॅनहॅटन स्थित त्या फंडाची संपत्ती केवळ १५ मिलिअन होती. एव्हिलार्ड तिथे एकटे अनेक वर्षे काम करीत होते. त्यांच्या फ्रान्समधील कंपनीच्या साहेबांचा त्यांच्या कामात काही व्यत्यय येत नव्हता आणि अशा स्वातंत्र्याची चव त्यांनी अनेक वर्षे चाखली.

त्यांचे गुंतवणुकीतील नवे धोरण हे Intelligent Investor या पुस्तकातून त्यांना मिळालेल्या दृष्टीवर स्थित होते. एव्हिलार्ड म्हणतात, ''भविष्यकाळ हा अनिश्चित असल्याने, तुम्हाला धोका कमीतकमी करायचा असतो. इतर अनेक महान सत्यांप्रमाणे, हे इतके साधे सोपे आहे की त्यांचे महत्त्व जाणणे सहजपणे चुकू शकते, त्याच्या पृष्ठभागावर चमकत राहिल्याने, त्याच्या अंतरंगातील दूर पल्ल्याचे परिणाम दुर्लक्षित राहतात.

हा एक असा धडा होता जो ग्राहम यांनी भयानक अनुभवातून शिकला होता. १८९४ साली लंडनमध्ये त्यांचा जन्म झाला. न्यू यॉर्कमध्ये संपन्न कुटुंबात ते वाढले. त्यांच्या कुटुंबीयांचा युरोपमधून पोर्सेलीनच्या वस्तू आयात करून विकायचा व्यवसाय होता. पण त्यांच्या वडिलांचे वयाच्या ३५ व्या वर्षी निधन झाले आणि त्यांच्या विधवा पत्नीवर ३ मुलांच्या पालनपोषणाची जबाबदारी पडली. व्यवसाय कोसळला. म्हणून त्या बाईने आपल्या घराचे बोर्डिंग हाउसमध्ये रूपांतर केले. पण तो व्यवसायही चालला नाही. त्याहून अधिक दुर्दैवाचे म्हणजे तिने काही शेअर्स विकत घेतले होते आणि तेही पैसे उसने घेऊन. पण १९०७च्या त्या शेअर बाजारातील घाबराटीच्या काळात ते पार बुडाले. ग्राहम, ज्यांचे पालनपोषण एक आचारी, घरकामावाली बाई आणि खाजगी शिक्षिका यांच्याकडून झाले होते, ग्राहम मोठ्ठी नामुश्की म्हणून सांगतात, की त्या कुटुंबाला आपले सर्वस्व जाहीर लिलावात गमवावे लागले .

या बालपणीच्या आठवणी हे स्पष्ट करू शकतील की ग्राहम या बाबत का ठाम होते की कठीण परिस्थितीत लवचिकता बनवणे किती आवश्यक असते. पण नंतरच्या वर्षांत त्यांना अनेक आपत्तींना तोंड द्यावे लागले. पहिले जागतिक महायुद्ध, १९२९ मधील शेअर बाजाराचे कोसळणे, आणि नंतरची महामंदी. १९२०च्या तेजीच्या शेअर बाजारात त्यांनी भरपूर कमावले पण १९२९ ते १९३२च्या दरम्यान त्यांनी त्यातले ७०% गमावलेही.

या सर्व आपत्तींनी त्यांना त्रासदायक सद्य परिस्थितीबाबत हे शिकवले की, सिक्युरिटीज यांच्या भावी किमतींबाबत काही भाकीत किंवा अंदाज करता येत नाही.

अशा आगीत सापडल्यावर, ग्राहम यांनी एक गुंतवणूक संप्रदाय तयार केला ज्याचा मुख्य उद्देश होता तग धरून जिवंत राहणे. The Intelligent Investorच्या शेवटच्या प्रकरणात त्यांनी तो संक्षिप्त स्वरूपात मांडला. ते पुस्तक त्यांनी महायुद्धातील मानवी नरसंहाराच्या काळात लिहिले होते. एका पौराणिक आख्यायिकेत, विद्वान मंडळींनी मर्त्य जीवनातील विविध घटनांना एका वाक्यात वर्णिले होते, ''हेही (दिवस) जातील. असेच आव्हान, सुरक्षित गुंतवणुकीची गुपिते मोजक्या शब्दात सांगा.'' ते त्यांनी असे मांडले, 'सुरक्षाकाठ' (Margin of Safety).

ग्राहम यांनी स्पष्ट केले की सुरक्षाकाठ हा साध्य करता येतो जर शेअर्स आणि बॉण्ड्स त्यांच्या मूल्यांकित किमतीऐवजी (Appraised Value ) जर लाभदायक सवलतीच्या दारात मिळत असतील तर घेण्याने. मूल्य आणि किंमत यांतला फरक हा गुंतवणूकदारांच्या चुकीच्या आकडेमोडीने, सर्वसाधारणपेक्षा खराब नशीब, भविष्यकाळातील अज्ञात स्थिती यामुळे होणाऱ्या प्रभावावर धक्का सोसणारी उशी (कुशन) असल्यासारखे काम करतो. हे एक सांसारिक हुशारीचे धोरण होते. ते मानवी कमजोरपणा आणि इतिहासातील धोके यांना विचारात घेऊन आखले होते. आपण चुका करतो. आपले कमनशीब असते. भविष्य अज्ञात असते.

ग्राहम यांनी निष्कर्ष काढला की कमी मूल्यमापन केलेली संपत्ती विकत घेण्याने गुंतणूकदारांना तोट्यापेक्षा नफा होण्याची अधिक संधी मिळवून देईल. पण त्यांनी धोक्याची सूचनाही दिली की याची खात्री देत नाही की विशिष्ट गुंतवणूक भयानक चुकीची होणार नाही. यावर उपाय– विविधीकरण (Diversification).

ग्राहमप्रमाणेच एव्हिलार्ड हेही अनिश्चिततेचे बालक होते. त्यांचा जन्म १९४० साली फ्रेंच शहर पॉईंटीएर्स इथे झाला, जर्मनीने फ्रान्सवर हल्ला करण्याच्या काही महिनेच आधी. त्यांचा जीवनाकडे पाहण्याचे सावध, त्रासदायक, काहीसे शोकपूर्वक दृश्य त्यांच्या आजोबांबरोबर फ्रान्सच्या ग्रामीण भागातील रोमन कॅथालिक चर्चमध्ये ऐकवण्यात आलेल्या प्रवचनांमुळे प्रभावीत झाले होते. ज्या समाजाने अलीकडच्याच काळात सहन कराव्या लागणाऱ्या पराभव, रक्तपात आणि बॉम्बहल्ले यांमुळे यातना भोगल्या होत्या, त्यांना ते प्रवचनकार सांगायचे, ''या पृथ्वीतलावर आपण आनंदी असू अशा भ्रमात राहू नका. ही अश्रूंची दरी आहे. तुम्ही यानंतरच्या जगातच आनंदी राहू शकाल.'' अशा रीतीने एव्हिलार्ड ग्राहम यांच्या धोक्यांच्या सूचना, ज्या गुंतवणूकदारांनी ऐकल्याच पाहिजेत आणि प्रतिकूलतेला तोंड द्यायला तयार राहिले पाहिजे, ऐकायला मानसिकदृष्ट्या तयार झाले होते.

ग्राहम यांच्या आनंदाच्या दिवसांत, यूएसमध्ये अडचणीत आलेली संपत्ती एवढी होती की त्यांना परदेशांकडे सौदेबाजीसाठी पाहावे लागले नाही. पण एव्हिलार्ड यांनी त्यांची नक्कल केली आणि त्यांच्या धोरणांमध्ये निराळ्या कालखंडासाठी सुधारणा केल्या. त्यांनी जगभर अशा शेअर्सचा शोध घेतला जे त्यांनाही अंदाज केला होता त्याच्यापेक्षा ३० ते ४०% कमी किमतीला उपलब्ध आहेत. त्यांनी त्यांचे मूल्यमापन सावधानतेचा पवित्रा घेऊन– की सर्वसाधारण विकत घेणारा रोख रकमेत संपूर्ण कंपनी विकत घ्यायला किती पैसे देईल यावर आधारित घेतला होता. ग्राहम यांचे वचन उसने घ्यायचे म्हटले तर हा दृष्टिकोन आशावादावर नाही तर गणितावर आधारित होता. चांगल्या मोजमापाकरिता, एव्हिलार्ड नेहमीचे म्हणून १०० पेक्षा अधिक (कंपन्यांचे) शेअर्स आपल्या मालकीचे ठेवायचे. बफे आणि मुंगेर यांना अधिक केन्द्रित खाती बाळगायची सवय होती, पण एव्हिलार्ड तसे करू शकले

नाहीत. ते कबूल करतात, ''माझ्या कौशल्याबद्दल मी बराच संशयवादी आहे. आणि मला नेहमी याची जास्त काळजी वाटते की हे सर्व एक दिवस उडून जाईल. *

*(मी जेव्हा एव्हिलार्ड यांना विचारले की ते अजून कॅथालिक धर्माप्रमाणे वागतात का, तेव्हा त्यांनी उत्तर दिले, ''मी नक्कीच त्यावर विश्वास ठेवतो, पण चर्च मला त्रास देते.'' ते कोणत्याही टोळीचे नसलेले, बाहेरचे आहेत, केवळ गुंतवणूकदार म्हणूनच नव्हे तर त्यांच्या धार्मिक जीवनातही.)

त्यांचे धोरण यशस्वी झाले आणि त्यांनी जास्त परतावे आणि कमी धोके यांबाबत लौकिक मिळवला. बिझनेस वीक आणि मॉर्निंग स्टार यांनी त्यांचा गौरव केला. आर्थिक आखणी करणारे आणि दलाल आपल्या ग्राहकांच्या संपत्ती घेऊन पूर यावा तसे त्यांच्याकडे धावत आले. त्यांनी मग विश्लेषकांचा गट तयार केला आणि दोन नवीन फंड्स चालू केले. तरीही त्यांनी आपली भेटीची भावना कधी बाजूला केली नाही. जसजसे त्यांचे निधी वाढत गेले, एव्हिलार्डना याचे ओझे वाटू लागले की शेकडो-हजारो गुंतवणूकदारांच्या निधीचे व्यवस्थापन सांभाळणे, असे निधी की जे ठेवणाऱ्यांनी त्यांच्या निवृत्तीसाठी किंवा मुलांच्या शिक्षणासाठी जपून ठेवले होते. ते म्हणायचे, ''हे असे पैसे आहेत की ते घालवणे ठेवणाऱ्यांना परवडण्यासारखे नाही. मी जर काही खराब काम केले तर मी या वस्तुस्थितीला पूर्णतः जाणत होतो की माझ्या गुंतवणूकदारांचे दैनंदिन जीवन अधिक कठीण करणार होतो. त्यामुळे मी सावधगिरीने काम करण्याकडे ढकलला गेलो.''

एव्हिलार्ड यांच्या मूल्यमापनाविषयीच्या कठोर दृष्टिकोनामुळे त्यांचे शेअर होल्डर्स सुरक्षित राहिले. उदाहरणार्थ, १९८०च्या दशकाच्या शेवटी, जपानविषयी गुंतवणूकदार चांगलेच मोहित झाले होते. यामुळे संपत्तीच्या किमती आर्थिक वस्तुस्थितीला धरून नव्हत्या. १९८९पर्यंत, जपानमध्ये जगाच्या शेअर बाजाराचे ४५% भांडवलीकरण झाले होते – यूएस आणि यूके यांच्या संयुक्त टक्केवारीपेक्षाही अधिक – आणि जगातल्या बहुतेक सर्वांत मोठ्या कंपन्या जपानी होत्या. १९८८मध्येच एव्हिलार्ड जपानच्या बाहेर पडले, कारण त्यांच्या मूल्यमापनाच्या निकषामध्ये कोणत्याही जपानी कंपनीचा शेअर बसत नव्हता. १९८९मध्ये तो बुडबुडा फुटला आणि जपानी शेअर बाजार एक तपाच्या मृत्यूच्या चक्रात अडकला. २००९मध्ये सर्वांत नीचांक, निक्केई स्टॉक इंडेक्स २० वर्षांत ८० टक्क्यांनी घसरला. आमच्या एका चर्चेच्या दरम्यान, एव्हिलार्ड आश्चर्यचकित झाले की २०२०मध्ये जपानी शेअर बाजार अजूनही ३०% कमी होता, ३० वर्षांपूर्वी तो जिथे होता त्या पेक्षाही.

Intelligent Investor साठी लिहिलेल्या प्रस्तावनेत बफे यांनी लिहिले आहे, ''आयुष्यभर यशस्विरीत्या गुंतवणूक करण्यासाठी तुमचा बुद्धी निर्देशांक (IQ) फार उच्च पातळीचा असायलाच हवा असे नाही; तसेच असामान्य व्यावसायिक अंतर्दृष्टीही आवश्यक आहे असे नाही, आणि मजबूत अंतर्गत माहितीचीही

आवश्यकता नाही. आवश्यक आहे ती निर्णय घेण्यासाठी आवश्यक अशी मजबूत बौद्धिक चौकट आणि त्या चौकटीतील भावना गंज चढवणार नाहीत ना याची काळजी घेणारी क्षमता.'' या निकषावर एव्हिलार्ड कुठे आणि कसे बसतात? त्यांची बौद्धिक चौकट त्यांच्या मार्जिन ऑफ सेफ्टीवरच्या वेळेच्या निकषावर टिकलेल्या जोराच्या साहाय्याने मजबूत होती. त्यांच्याकडे गर्दीपासून चार हात दूर राहायची भावनिक ताकद होती, ते त्यांच्या मानकांना, जेव्हा इतर लोक त्यावर जोर देत असतील, त्या वेळी बाजूला ठेवण्याच्या मोहापासून दूर राहण्याबाबत ठाम होते. काही काळाकरिता त्यांनी एक गंभीर फायदाही घेण्याचे सुख अनुभवले. त्यांच्याकडे आपल्या स्वत:च्या मार्गाने पुढे जायची संस्थात्मक भूमिका होती, अंशत: यामुळे की ते त्यांच्या मुख्यालयापासून ४००० मैल दूर काम करत होते. आणि ते जे परतावे देत आहेत ते पाहता त्यांच्या कामात कोणी तक्रार करेल किंवा लुडबुड करेल याचीही शक्यता नव्हती.

उत्तम कामगिरीसाठी ही पूर्व तयारी होती. पण लवकरच एव्हिलार्ड यांना शोध लागला तसे की असे काही प्रभाव असतात जे विनाअडथळा कट रचतात, कमजोरपणा आणण्यासाठी आणि किरकोळ परतावे मिळतील हे पाहण्यासाठी. आपल्याला असे प्रभाव जाणून घेणे आवश्यक असते कारण ते स्थितिस्थापकत्वाचे निर्दय शत्रू असतात. या प्रकरणात आपण पाहू की एव्हिलार्ड आणि त्यांचे हुशार उत्तराधिकारी, मॅथ्यू मॅकलेनन यांनी त्या भूसुरुंगाने भरलेल्या मार्गातून वाट कशी काढली आणि चार दशकांत नेत्रदीपक कारकिर्द कशी करून दाखवली. त्यांच्या विचारातून अनेक धडे शिकायला मिळतात, तुमच्या गुंतवणुकीवर प्रचंड यश कसे मिळवता येते,आणि टिकवताही; आणि तेही आयुष्यभर.

## मागे राहणे म्हणजे दु:ख भोगणे.

१९९७ साली एव्हिलार्ड यांच्या अडचणींना सुरुवात झाली. तोपर्यंत त्यांच्याकडे १८ वर्षांची धोके टाळण्याची आणि शेअर बाजारावर मात करण्याची नेत्रदीपक कामगिरी होती. त्यांच्या अगदी खराब वर्षात – १९९० साली – SoGen International यांना फक्त १.३% तोटा झाला. त्यांच्या मार्गाने जाताना त्यांच्या व्यवस्थापनाखाली कंपनीची संपत्ती ६ बिलिअनपर्यंत पोहोचली. अनपेक्षितपणे त्यांच्या आर्थिक किल्ल्यावर संकट आले ते बाजार वितळल्यामुळे नव्हे तर उन्मादपूर्ण अटकळींमुळे आले.

जानेवारी १९९७ ते मार्च २०००, तंत्रज्ञानाने भरलेला Nasdaq Index २९०% वाढला. त्याला कारण होते इंटरनेट आणि टेलिकॉम क्षेत्रातील शेअर्सचे पसरलेले खूळ. त्या वेळचा मूर्खपणाचा थरार समजून घ्यायचा असेल तर, Globe.Com चा उदयास्त पाहावा. १९९८मध्ये सामाजिक समाजमाध्यमांचे स्थान सार्वजनिक झाले.

त्यामुळे पहिल्याच दिवसाच्या शेअर्सच्या व्यापारात ६०६% वाढ झाली. आणि २००१मध्ये जेव्हा तिचे शेअर्स १च्याही खाली गेले तेव्हा Nasdaq मधून तिचे नाव वगळण्यात आले. किंवा e Toys चे नशीब पाहा. ऑनलाइन किरकोळ विक्री करणारी ही कंपनी १९९९मध्ये सार्वजनिक झाली त्या वेळी तिच्या प्रतिशेअर भाव होता २०, त्या वर्षीच्या ऑक्टोबरमध्ये तो टोकाला ८४ पर्यंत पोहोचला. आणि नंतरच्या १८ महिन्यांनी ती कंपनी दिवाळखोरीत गेली. किंवा Cisco Systemsचे उदाहरण पाहा. या नेटवर्किंग कंपनीचे बाजारमूल्य ५०० पेक्षाही कमी दिवसांत १०० बिलिअनवरून ५०० बिलिअनपर्यंत वर गेले. आणि काही काळ ती जगातील सर्वांत मोठी कंपनी ठरली. पण मग तिचा बुडबुडा फुटला आणि शेअरची किंमत ८६ टक्क्यांनी घसरली.

एव्हिलार्ड, जे जगण्याकरिता धडपडत होते, त्यांनी अशा या रोलर कोस्टरवर स्वारी घेण्यास नकार दिला. विश्लेषणाच्या दृष्टीने तो काही फार कठोर निर्णय नव्हता, याचा विचार करता की हास्यास्पद मूल्यमापन आणि कटकटीची अडचण; याचे भाकीत करण्यात की कोणत्या तंत्रज्ञानाधिष्ठित कंपन्या या परिस्थितीत टिकून राहतील आणि कोणत्या विलयास जातील. पण त्यांनी एक टोकाचा निर्णय घेतला तो म्हणजे कोणत्याही तंत्रज्ञानाधिष्ठित कंपनीची मालकी मिळवायची नाही. निधी व्यवस्थापकांना (फंड मॅनेजर्स) या बाबत खरे शौर्य दाखवावे लागते ते बाजार निर्देशांकापासून (मार्केट इंडेक्स) मूलतः किती दूर जायचे ते ठरवण्यासाठी. कारण ते चुकीचे सिद्ध झाले तर त्यांची संपूर्ण व्यवसायिक कारकिर्द अडचणीत येऊ शकते. विशेषतः जर तुम्ही विवाहित असलात, तुम्हाला मुले असली किंवा तुमची सध्याची चैनीची जीवनपद्धती टिकवायची असेल तर असे होणे तुम्हाला आकर्षक वाटत नाही. याला सर्वांत सोपा पर्याय असतो तो म्हणजे काही शेअर्सना किंवा क्षेत्रांना कमी महत्व आणि भर द्यायचा, त्यांना अजिबात चुकवण्याऐवजी. धोक्याच्या कारकिर्दीचा विचार करता हे स्पष्ट करता येते की काही निधी (फंड्स) निर्देशांकांना (इंडेक्स) मिठी का मारतात, अपवादात्मक परताव्या बाबत दूषणे स्वीकारूनसुद्धा; पण अपवादात्मक दुःखापासून स्वतःला वाचवण्यासाठी.

एव्हिलार्ड, ज्यांच्याकडे दुर्दम्य जिद्दीचा प्रवाह होता, त्यांनी सोपा पर्याय निवडला नाही. परिणाम म्हणून ते लांब काळाच्या तीन वर्षांत शेअर बाजारात बरेच मागे पडले जेव्हा तंत्रज्ञानाचे समभाग वेड्यासारखे वर चालले होते. १९९८ या एका वर्षात, नॅसडॅक निर्देशांकाने ३९.६% उसळी घेतली होती आणि MSCI जागतिक निर्देशांक २४.३ टक्क्यांवर गेला. मात्र SoGen ला ०.३% तोटा झाला. पुढच्या वर्षी, SoGen International डरकाळी फोडत वर गेले, १९.६% फायदा मिळवून. फारच छान, हो ना! चूक. त्या वर्षी नॅसडॅकने ८५.६ टक्क्यांची उसळी घेतली. एव्हिलार्ड यांचे परतावे किरकोळ वाटायला लागले, अशा कालखंडात की

जेव्हा एखाद्या विदूषकालाही जॅकपॉट लागला असता. आणि त्यांचे शेअर होल्डर्सही त्यांना जबाबदारीने काम केल्याबद्दल त्यांचे आभार मानायच्या मनःस्थितीत नव्हते. उलट त्यांचा विवेक म्हणजे एक मंद गतीने होणारी व्यवसायिक आत्महत्या आहे असे ते समजत होते.

एव्हिलार्ड म्हणतात, ''मागे पडणे म्हणजे त्रासाला तोंड देणे. ते मानसिकदृष्ट्या दुःखकारक असतेच, पण आर्थिकदृष्ट्याही दुःखदायक असते. एक वर्षानंतर तुमचे शेअर होल्डर्स त्रासिक होतात. दोन वर्षांनंतर ते संतप्त होतात, तिसऱ्या वर्षानंतर ते (तुम्हाला सोडून) गेलेले असतात. खरोखरच, त्यांचे ७०% शेअर होल्डर्स SoGenला तीन वर्षांत सोडून गेले. आणि त्यांच्या व्यवस्थपनाखालील संपत्ती पार घसरून ६ बिलिअनवरून २ बिलिअनवर आली.

त्यांच्या साहेबांना यामुळे आश्चर्य वाटले नाही हे समजून येण्यासारखे होते. त्यांचे मालक, सोसायटी जनरल, यांनी क्वचितच कोणाला नोकरीतून काढले होते. त्यांना जर वाटले की तुम्ही यापुढे नेमून दिलेले काम व्यवस्थित करू शकणार नाही तर ते तुम्हाला एका छोट्या कार्यालयात बसवतील, काहीही काम न देता; तरीही १९९९ साली एव्हिलार्ड असा विचार करू लागले की जो कधी मनातही आला नसता, 'ते मला नोकरीतून लाथ मारून काढून टाकतील.'

म्यूचुअल फंडचा व्यवसाय अद्भुतरीत्या फायद्याचा होऊ शकतो. तो भांडवलाधिष्ठित नसतो. आणि त्याचे कार्यकारी मार्जिन्स असाधारणपणे मोठे असतात. कै. मार्टी व्हिटमन, एक प्रसिद्ध गुंतवणूकदार, यांना सत्य सांगण्याची ईश्वरी देणगी होती. ते मला एकदा म्हणाले, ''निधी व्यवस्थापक (फंड मॅनेजर्स) हे सर्व प्रकारे स्पर्धात्मक असतात-अपवाद फक्त त्यांची फी कमी करण्याचे सोडून. कार्यकारी अधिकारी जे म्यूचुअल फंड चालवतात, त्यांना संपत्ती जमा करण्याबाबत सबळ प्रोत्साहन मिळते. ते मूर्ख नसतात आणि खलनायकही नसतात. ते व्यावहारिक व्यावसायिक लोक असतात. ते विक्री आणि विपणन यांवर अधिक लक्ष केंद्रित करतात. एव्हिलार्डसारखे इतरांवर मात करणारे हे चांगल्या काळात बक्षीसपात्र संपत्ती असतात. पण खराब काळात, त्यांना कट्टर समजणे सोपे असते, ज्यांच्या टोकाच्या वागण्याने इतरांचा बोनस धोक्याचा बनतो. जर विश्वासार्ह गुंतवणूकदारांना पाहिजे असेल की त्यांनी डॉटकॉम कंपन्यांचे शेअर्स विकत घ्यावेत, तर ते त्यांना पाहिजे असतील तर का देऊ नयेत? बदकांना खायला का घालू नये, जेव्हा ते थरथरत असतील तेव्हा?

दबाव स्पष्ट होता. एव्हिलार्डच्या कानांवर आले की एका ज्येष्ठ अधिकाऱ्याने त्यांच्या पाठीमागे असे म्हटले होते की ते अर्धे म्हातारे आहेत. एव्हिलार्ड जे केवळ ५९ वर्षांचे होते, त्यांनी हा प्रसंग आपल्या बायको एलिझाबेथ हिला सांगितला. ती एक मुरलेली गुंतवणूक बँकर होती. ते म्हणतात, ''माझी बायको मासिक वाचत

बसली होती. तिने डोळे वर करून माझ्याकडे बघितलेही नाही, ती म्हणाली, 'काय फक्त अर्धे?''' दुसऱ्या एका अधिकाऱ्याने धोक्याची सूचना देणारे जरा जास्तीतच रिडम्शन्स (पैसे ठेवीदारांना परत करणे) SoGens निधीतून होत असलेली पाहिली आणि असा दावा केला की ते अचूक ती तारीख सांगू शकतात की ज्या दिवशी कंपनीकडे व्यवस्थापन करण्यासाठी काही निधीच उरणार नाही.

एव्हिलार्डना वाटले की आपल्या भोवती वेढाच पडला आहे. ''अगदी फंडाचे संचालक मंडळ माझ्या विरुद्ध गेले.'' ते मला म्हणाले, ''जे इतर सर्व जण बघताहेत ते तुम्ही का पाहू शकत नाही? जसे तुम्ही तंत्रज्ञान, माध्यमे आणि दूरसंचार यांच्या शेअर्समध्ये असायला हवे.'' त्यांनी सर्वांना स्पष्ट करून सांगायचा प्रयत्न केला की त्यांची गुंतवणूक करण्याची पद्धत जलदगत्या बदलत जाणाऱ्या क्षेत्रात काम करण्यास योग्य नाही, जिथे आवेशात असलेल्या कंपन्या तर्कहीन पद्धतीच्या मूल्यमापन पद्धतीने स्पर्धा करीत आहेत, पण त्यांना एव्हिलार्डचे म्हणणे अशा व्यक्तीचे वाटले जी सत्य परिस्थितीपासून दूर आहे. ते म्हणजे असा एक अवशेष आहेत ज्यांना नवीन अर्थव्यवस्थेतील आश्चर्यकारक नवनिर्मिती अजिबात माहीत नाही.

त्यांनी नेहमीच हे अपेक्षित धरले होते की त्यांना कमी कामगिरीमुळे लोकांचे ऐकून घ्यावे लागणार आहे. भूतकाळात त्यांनी अनेक महिने बाजारपेठेचा मागोवा घेतला होता. पण तीन वर्षे? ते इतके वर्षे चालत राहिले होते की काही वेळा मला वाटायचे, ''मी मूर्ख आहे का?'' ते कबूल करतात. खरे सांगायचे तर तुम्हीच स्वतःवरच संशय घेऊ लागता. – प्रत्येक जण प्रकाश बघत असतो. मग मलाच तो का दिसत नाही?

हे शक्य आहे का की शेअर बाजारपेठ कळू न येण्यापलीकडे बदलली आहे. आणि त्यांची गुंतवणुकीची पद्धत यापुढे लागू होत नाही? जुलियन रॉबर्टसन, हेज फंडमधील आख्यायिका झालेला, ज्यांनी दोन तपांमध्ये जबरदस्त परतावे, कमी मूल्यमापनाच्या समभागांवर पैजा लावून आणि जास्त मूल्यमापनाच्या शेअर्सवर कमी लक्ष देऊन, त्यांना २००० सालच्या सुरुवातीला आपला फंड बंद करावा लागला. तर्कशुद्ध वातावरणात हे धोरण उत्तम काम करते. रॉबर्टसन यांनी कुरकुर केली. पण तर्कहीन शेअर बाजारात, जिथे उत्पन्न आणि किमती यांचे विचार हे मागे पडतात, संगणकाच्या माउसच्या क्लिक आणि चालना यांच्या पुढे. हे तर्कशास्त्र, जसे आपण पूर्वी जास्त शिकलो.

एव्हिलार्ड तरीही धडपडत राहिले, आपल्या तर्कशास्त्राला सोडून द्यायला नकार देत आणि, किंवा सेवानिवृत्ती उपयोगी ठरत नाही. व्हायला तयार होऊन. त्यांच्या आईने त्यांना एकदा सांगितले होते की, त्यांनी हा एक असा व्यवसाय पाहिला आहे की ज्यामध्ये तो बऱ्यापैकी यशस्वी होऊ शकेल. ते म्हणाले, ''मला वाटते ती कदाचित बरोबर आहे त्यावर मला हेही माहीत आहे की मूल्याधिष्टित गुंतवणूक कशी करावी. मी निराळ्या प्रकारे काम करू शकत नाही.''

शेवटी सोसायटी जनरलने त्यांच्यापासून सुटका करून घ्यायचा चातुर्यपूर्ण मार्ग पाहिला. त्यांनी त्यांचा फंड गट एका छोट्या इन्व्हेस्टमेंट बँकेला विकला. तिचे नाव होते Arnold S. Bleich Roeder. एव्हिलार्ड ज्यांची या फंड बिझनेसमध्ये १९.९% मालकी होती. आणि १९६२ पासून ते त्याच कंपनीत काम करीत होते. आता, तीन वर्षांनंतर, उद्वेगपूर्ण कमी कामगिरीनंतर त्यांचा जणू दुसऱ्या एका चमूबरोबर व्यापार झाला होता जसा एखादा थकला भागलेला धावपटू असावा तसा.

हा विक्रीचा प्रकार जवळजवळ विनोदी पद्धतीने चुकीचा वेळी केला गेला. त्याची घोषणा ऑक्टोबर १९९९ला केली गेली आणि जानेवारीमध्ये हा व्यवहार पूर्ण झाला. त्यानंतर दोनच महिन्यांनी १० मार्चला तो तंत्रज्ञानाचा बुडबुडा फुटला.

एव्हिलार्ड यांच्या सौदेबाजी करून ठरवलेल्या किमतीतील समभागांनी उत्तम कामगिरी केली जेव्हा तर्कशुद्धतेने पुन्हा एकदा ठामपणे त्यांचा बाजूने कल दिला. त्यांची आघाडीची गुंतवणुकीमधली कंपनी, जिचे नाव आता First Eagle Global Fund असे करण्यात आले होते, हिने नॅसडॅकवर २००० मध्ये ४९ टक्क्यांनी आघाडी घेतली. २००१ मध्ये ३१% आणि २००२मध्ये ४२% अशी आघाडी राहिली. मॉर्निंगस्टारने एव्हिलार्ड यांना २००१ चे International Stock Fund Manager म्हणून गौरवले. २००३ मध्ये पुन्हा एकदा Morningstarने त्यांना नव्यानेच सुरू केलेल्या पुरस्काराच्या पहिल्याच वर्षी त्यांची निवड केली तो होता त्यांच्या दीर्घकालीन सर्वोत्कृष्ट कामगिरीबाबतचा 'जीवन गौरव पुरस्कार' (Lifetime Achievement Award ). तो देताना आपल्या शेअर होल्डर्ससंबंधी उत्तम स्वारस्य दाखवणे आणि एकमताच्या अनुमानाविरूद्ध मत मांडण्याचे आणि त्यानुसार आचरण्याचे धैर्य दाखवणे या त्यांच्या कार्यपद्धतीचाही विचार केला होता.

गुंतवणूकदार म्हणजे चंचल मनांचा गठ्ठा असतो. एका वर्षी, एव्हिलार्ड म्हणजे एक जीवाष्म आणि मूर्ख होते. पुढच्याच वर्षी ते ऋषी झाले, सर्व जण त्यांना आदरणीय मानू लागले. थोड्या कालावधीतच इतके पैसे त्यांच्याकडे येऊ लागले की त्यांची संपत्ती १०० बिलिअनच्या घरात जाऊन बसली. ते म्हणतात, "त्यांच्या पूर्वीच्या मालकांनी,जेव्हा व्यवसाय तळात होता तेव्हा तो आजचे त्याचे मूल्य आहे त्याच्या केवळ ५% किमतीला तो विकला होता, आणि त्या वेळी नाराजी, दु:ख आणि समाधान यांचे मिश्रण त्यात होते. नंतर मला कोणीतरी सांगितले की आता ते जणू तोंडात बोट घालून अचंब्याने सर्व प्रकार पाहत होते."

बेंजामिन ग्राहम यांनाही वैभवाकडे कूच करण्याच्या मार्गावर असताना त्रास झाला होता. आता एव्हिलार्ड यांची चढउतारातील कामगिरी आणि त्यांचा झालेला गौरव याचे त्यांना आश्चर्य वाटले नसते. ग्राहम यांनी आपल्या Security Analysis पुस्तकाची सुरुवात रोमन कवी होरास यांच्या वचनाने केली आहे, 'आता जे खाली

पडले आहेत त्यांच्यापैकी अनेकांना पुनर्स्थापित केले जाईल आणि आता ज्यांचा गौरव केला जात आहे त्यापैकी अनेक जण खाली पडतील.'

## अनोळखी लोकांचा निर्दयीपणा

एव्हिलार्ड यांनी सर्व गोष्टी योग्य त्याच केल्या होत्या तरीही त्यांची कारकिर्द जवळजवळ उद्ध्वस्त करण्यात आली होती. मग त्यांच्या या कहाणीवरून काय धडा शिकायचा? सर्वांत महत्त्वाचा म्हणजे, यातून हे स्पष्ट होते की अनेक तपांचा विचार करता टिकाऊ गुंतवणूक यश मिळवणे हे किती कठीण असते, ज्यात अस्थिर करणारे प्रभाव आणि त्या मार्गावर ज्यांचा अंदाज करता येत नाही अशी अनेक संकटे कशी येत राहतात.

त्यांच्या अनेक समवयस्कांच्या विरुद्ध एव्हिलार्ड यांच्याकडे काही शक्तिमान फायदे होते. त्यांना ग्राहम यांच्या मूल्याधिष्ठित तत्त्वांवर विचार करण्याचे भाग्य मिळाले, त्यातून त्यांना विश्लेषणात्मक विचार करण्याची धार मिळाली. त्यांच्याकडे त्या तत्त्वांना भल्याबुऱ्या परिस्थितीत चिकटून राहून काम करण्याची आणि अधिक मूल्यमापन केलेल्या समभागांच्या मागे न धावण्याची शिस्त होती, शिवाय त्यांच्याकडे भावनिक धैर्य होते ते त्यांचा सहकाऱ्यांनी केलेल्या हवामानाला सहन करण्याचे आणि स्वत:च्या संशयांना बाजूला सारण्याचे. थोडक्यात ते एका लहान अल्प मतातील गटापैकी होते, जो बौद्धिकदृष्ट्या आणि स्वभाव धर्मानुसार दूरवरच्या काळाचा विचार करताना सर्वोत्कृष्ट कामगिरी करेल. तरीही ही महान ताकद त्यांना लवचीक गुंतवणूकदार बनवायला पुरेशी नव्हती. ते कसे?

त्रास हा होता की एव्हिलार्ड हे अशा स्थानावर काम करीत होते की जे रचनात्मकदृष्ट्या असमाधानकारक होते.

पहिले म्हणजे ते त्यांच्या गुंतवणूकदारांच्या दयेवर काम करीत होते, कारण ते त्यांचे शेअर्स रोज़ही विकू शकत होते, त्यामुळे एव्हिलार्ड यांना अगदी स्वस्त किमतीही शेअर्स विकावे लागत होते, विकत घेण्याच्या ऐवजी. त्यांच्या लहरी भावना आणि अनियमित निर्णय हे एक बाह्य संकट निर्माण करीत होते ज्यावर एव्हिलार्ड यांचे काहीही नियंत्रण नव्हते.

दुसरे म्हणजे त्यांच्या स्वत:च्या कंपनीतील अंतर्गत प्रभावाखाली येण्यास ते बाध्य होते, विशेषतः त्यांच्या सहकाऱ्यांचीच चिंता की एव्हिलार्ड तंत्रज्ञानाधिष्ठित शेअर्स न घेण्यासंबंधी भूमिका घेऊन; त्यांच्या आर्थिक स्वारस्यावर गदा आणत आहेत, त्यापेक्षाही वाईट म्हणजे, ते त्यांच्या कंपनीच्याच उच्च अधिकाऱ्यांच्या मर्जीवर (किंवा नाराजीवर) सेवा करत होते. काही बदल करावा अशा स्थितीत ते नव्हते.

विक्षेपित बाजारात तर्कशुद्ध निर्णय घेणे हे कठीण असते. असा बाजार, ज्याने परंपरागत मूल्यमापन पद्धतीला तिलांजली दिली आहे. हे अमर्यादितरीत्या कठीण आहे की, जेव्हा तुम्ही विक्षेपित शेअर होल्डर्सच्या जहाजातून उडी मारण्याच्या प्रवृत्तीच्या बाह्य प्रभावाखाली असता आणि त्यांची स्वत:ची म्हणून काही व्यापारी कार्यसूची असते आणि शिवाय तुमचे साहेब, जे नक्की अगदी चुकीच्या वेळी तुमच्या वरील श्रद्धेला मूठमाती देतात. एव्हिलार्ड यांना झालेल्या या सर्व त्रासामुळे तुमच्या लक्षात आले असेल की नाजूकपणा बऱ्याच प्रकारे येत असतो. त्यावरून हे आपोआपच येते की आर्थिक लवचिकता हीसुद्धा बहुआयामी असावी लागते.

हे उघड आहे की बफे आणि मुंगेर यांनी बर्कशायर हॅथवेला सर्व प्रकारे लवचीक केले आहे. उदाहरणार्थ, यांनी अशी शपथ घेतली आहे की २० मिलिअनपेक्षा कमी रोकड रक्कम ठेवायची नाही. त्यामुळे त्यांना भांडवलाच्या कमतरतेला कधी तोंड द्यावे लागत नाही. जेव्हा कोविड १९मुळे २०२० साली शेअर बाजार कोसळला, बर्कशायरकडे १३७ बिलिअन रोकड रक्कम उपलब्ध होती. त्यामुळे अभूतपूर्व अनिश्चितता असतानाही त्यांना कोणी नष्ट करू शकले नाही. बफे आणि मुंगेर नेहमी उच्च दर्जाचे व्यवसाय विकत घेतात, जे दशकानुदशके भरभराटीत राहतील, अगदी कमालीचे गोंधळाचे वातावरण असो अथवा चलनवाढ आणि त्यांचे विमाक्षेत्रातील व्यवहार हे मोठ्या प्रमाणात अति भांडवलाधिष्ठित आहेत, त्यामुळे ते मोठ्या आपत्तींनाही तोंड देऊ शकतात, ज्या दुर्बल कंपन्यांना पुरून टाकतात.

बर्कशायर कंपनीला एक रचनात्मक फायदा हा आहे की ती सार्वजनिक कंपनी आहे, निधी (Fund) नाही. त्यामुळे ते स्थायी कायमचे भांडवल गुंतवतात जे कधीही घाबरून गेलेल्या शेअर होल्डर्सच्या मर्जीप्रमाणे कधीही वाहून दिले जाणार नाही. एव्हिलार्ड म्हणतात की, जर तुम्ही म्यूचुअल फंड चालवत असाल तर तेव्हा तुम्ही सर्व काळ चिंतेत असता की तुमचे शेअर होल्डर्स तुम्हाला सोडून जातील, जर तुम्ही तात्पुरत्या कारणांसाठी चांगली कामगिरी करीत नसाल तर. काही मर्यादेपर्यंत, बफे यांच्या बर्कशायरमध्ये आहे तो एक क्लोज्ड एन्ड फंड आहे. त्यामुळे ते पैसे मोकळे करण्याच्या गुंतवणूकदारांच्या मन:स्थितीमुळे अडचणीत येत नाहीत.

आर्थिक आणीबाणीच्या काळात बर्कशायरच्या शेअर्सना धक्का बसला. सप्टेंबर २००८ ते मार्च २००९च्या दरम्यान बर्कशायरच्या शेअर्सना धक्का बसला आणि ते ५०.७ टक्क्यांनी खाली आले. पण बफेंवर या परिस्थितीचा त्यांच्या व्यवसायाच्या दूर पल्ल्याच्या मूल्यांवर काही परिणाम झाला नाही. उलट अल्प काळाच्या या परिस्थितीचा उपयोग त्यांच्या बर्कशायरची मूल्य वृद्धी करण्यासाठी करून घेतला. त्यासाठी त्यांनी काही बिलिअन डॉलर्स प्राधान्याच्या अटीवर काही जखमी महाकंपन्यांना जसे गोल्डमन सॅक्स, जनरल इलेक्ट्रिक, आणि बँक ऑफ

अमेरिका, यांना देऊन त्यांना आधार दिला. गे स्पिअर, ज्यांच्या हेज फंडाने बर्कशायर हॅथवेची २० वर्षांहूनही अधिक काळ मालकी घेतली होती, ते म्हणतात, की बफे यांनी पद्धतशीरपणे स्वत:ची 'ताठ उभा असलेला शेवटचा माणूस' अशी प्रतिमा निर्माण करून घेतली आहे.

A Streetcar Named Desire मध्ये ब्लांके दुब म्हणतात, ''मी नेहमीच अनोळखी लोकांच्या चांगुलपणावर अवलंबून राहिलो आहे. ही एक गोड संवेदना आहे, अपवाद एवढाच आहे की ती वेडी झाली आहे आणि डॉक्टरांशी बोलते आहे जे तिला बंदिस्त खोलीत कुलूपबंद करण्यासाठी घेऊन जाण्यासाठी आले आहेत. २०१८ सालच्या आपल्या शेअर होल्डर्सना लिहिलेल्या पत्रात बफे यांनी आपली स्वत:ची एक निराळीच फिरकी घातली आहे. ते वचन देताना लिहितात, ''चार्ली (मुंगेर) आणि मी बर्कशायर अशा रीतीने चालवू की ज्यात अनोळखी लोकांच्या दयाळू वृत्तीवर आम्ही अवलंबून असू. – किंवा अगदी आमच्या मित्रांवर ज्यांचे स्वत:चे तरलतेचे प्रश्न आहेत. आम्ही जाणीवपूर्वक बर्कशायरची रचना अशा पद्धतीने केली आहे की ज्यात आरामात आर्थिक अखंडता, अगदी टोकाच्या परिस्थितीसह ज्यात बाजार बंद पडेल, तोंड द्यायला ती समर्थ असेल.''

आमचे ध्येय जर आर्थिक लवचिकता हे असेल तर बफे यांची नक्कल करणे उत्तम होईल, न की ब्लांके यांची. म्हणजे आपल्याला याची खात्री करून घ्यायला हवी की आपणसुद्धा अनोळखी लोकांच्या दयेशिवाय एकटे पुढे जाऊ शकू. निधी व्यवस्थापक म्हणून एव्हिलार्ड इतरांवर अवलंबून राहण्याच्या परिस्थितीतून स्वत:ची सुटका करून घेऊ शकले नाहीत. पण वैयक्तिक गुंतवणूकदारांना एक लक्षणीय फायदा असतो. ते बंदुकीच्या चापावर बोट ठेवून असलेल्या शेअर होल्डर्सना किंवा अन्य कोणा असंतुष्ट टीकाकारांना (आपल्या स्वत:च्या कुटुंबीयांना सोडून), उत्तर देण्यासाठी बांधील नसतात.

व्यक्ती मग वैयक्तिकरीत्या आपली अगतिकता कमी करणे आणि लवचिकता वाढवणे कसे करू शकतील? बफे यांचे उदाहरण समोर ठेवून आपण नेहमी काही रोकड रक्कम शिलकीत ठेवली पाहिजे ज्यामुळे आपल्याला आपल्याकडील शेअर्स किंवा अन्य संपत्ती पडत्या भावात विकणे भाग पडणार नाही. आपण गरजेपेक्षा अधिक कधीही उसने घेऊ नयेत; जसे एव्हिलार्ड धोक्याची सूचना देतात. कर्जे आपली टिकून राहण्याची ताकद कमी करतात त्यांच्याप्रमाणे आपणही, आपण तेजीत असलेले समभाग विकत घेण्याच्या मोहात पडू नये. त्यांच्या गौरवशाली वाढीची फुलवलेली माहिती देतात पण सुरक्षिततेच्या मार्जिनसंबंधी काही बोलत नाहीत. आपण दुर्बल ताळेबंद (बॅलन्स शीट) असलेल्या किंवा ज्यांना बाह्य निधीची गरज आहे अशा उद्योग व्यवसायांना टाळावे कारण ते अडचणीच्या काळात गायबही व्हायची शक्यता असते.

हे सर्व काही मेंदूच्या शस्त्रक्रियेपैकी काही नाही. पण आपल्याला विस्मृतीच्या गर्तेत गेलेली आज्ञा लक्षात ठेवायला हवी, तुम्ही अनोळखी लोकांच्या दयेवर अवलंबून राहता कामा नये.

## लांब खेळ

हेही उपयोगी ठरते की आपण झटपट श्रीमंत व्हायच्या अति घाई-गडबडीत नसावे. २०१४ साली मी आयर्विंग कॉहून यांना त्यांच्या असामान्य दीर्घ कारकिर्दीबाबत काही अत्यंत महत्त्वाचे धडे कोणते हे सांगायची विनंती केली. त्या वेळी ते १०८ वर्षे वयाचे होते आणि त्यांनी वॉल स्ट्रीटवर १९२८ सालापासून काम केले होते. गुंतवणुकीच्या व्यवसायातील गोंधळात अन्य कोणीही त्यांच्याइतके टिकून कोणी राहिले नसेल. म्हणून मी त्यांना आर्थिक (आणि जैविक) क्षेत्रातील जिवंत मूर्त स्वरूप मानतो. (जैविकदृष्ट्या कॉहून हे एक भव्य नमुना आहेत. त्यांनी क्वचितच व्यायाम केला असेल, त्यांची लाल मांसा विषयीची (रेड मीट) अतृप्त आवड आहे आणि वयाच्या ५० व्या वर्षापर्यंत ते धूम्रपान करीत होते. तरीही त्यांनी १०९ वयापर्यंत मजल मारली. तुम्हाला कदाचित आश्चर्य वाटत असेल की जर त्यांनी आपली चांगली काळजी घेतली असती तर ते किती काळ जिवंत राहू शकले असते. त्यांचे चिरंजीव थॉमस म्हणतात की आयर्विन यांच्या जिज्ञासू मनामुळे त्यांना तरुण राहण्यात मदत केली आहे. पण त्यांचा वांशिक वारसाही नेत्रदीपक आहे. हे चार भावंडांपैकी एक आहेत, जे सर्व १०० वर्षांपेक्षाही अधिक काळ जिवंत राहिले.)

कॉहून यांची त्यांच्या नाजूक प्रकृतीमुळे मी प्रत्यक्ष भेट घेऊ शकलो नाही. पण त्यांचे नातू अँड्र्यू - त्यांच्या कुटुंबाच्या मालकीच्या गुंतवणूक कंपनीत - कॉहून ब्रदर्समध्ये विश्लेषक आहेत - यांनी त्यांना माझे प्रश्न वाचून दाखवले आणि त्यांची उत्तरे लिहून पाठवली. नंतर असे कळले की तो कॉहून यांची शेवटचीच मुलाखत होती. नंतर केवळ तीन महिन्यांतच त्यांचे वयाच्या १०९व्या वर्षी निधन झाले.

कॉहून हे कोलंबिया विद्यापीठात ग्राहम यांचे शिक्षक सहायक १९२०च्या सुमारास होते. आणि नंतर ते दोघे अनेक तपे जवळचे स्नेही राहिले. मला हे जाणून घ्यायचे होते की ते ग्राहम यांच्याकडून असे काय शिकले, ज्याचा त्यांना ८६ वर्षे आर्थिक बाजारात त्यांची भरभराट होण्यासाठी उपयुक्त ठरले. कॉहून यांचे उत्तर होते, ''गुंतवणूक म्हणजे अन्य काही गोष्टीपेक्षा काही जतन करणे याप्रमाणे आहे. तो तुमचा पहिला विचार हवा, मोठ्या उपलब्धीकडे न पाहता. जर तुम्ही योग्य असे परतावे मिळवले आणि तुमचे तोटे कमीतकमी झाले तर तुम्ही श्रीमंत व्यक्ती व्हाल आणि तुमचे जर कोणी जुगार खेळणारे असतील त्यांना मागे टाकून तुम्ही पुढे जाल. तुमच्या झोपेच्या काही समस्या असतील तर त्यावरही हा उत्तम उपाय आहे.''

कॉह्न यांनी सांगितले तसे, गुंतवणुकीचे गुपित एका शब्दात मांडता येते. सुरक्षितता. आणि गुंतवणुकीतील हुशारीचे निर्णय घेण्यासाठी नेहमी हा प्रश्न विचारला पाहिजे, ''मी यात किती घालवू शकतो?'' त्यांनी स्पष्ट केले, गुंतवणूकदारांनी करावयाची एकमेव महत्त्वाची गोष्ट म्हणजे नकारात्मक बाजूंचा विचार करीत राहणे. उपलब्धीसाठीच्या कोणत्याही विचारापूर्वी ह्या कामाचा आधी विचार केला पाहिजे. सध्याची समस्या ही आहे की ते फार हुशार आहेत कारण त्यांना वाटते की ते वेगाने काही गोष्टी करू शकतात. तुम्ही घोड्याला रपेटीसाठी घेऊन जाऊ शकता पण तुम्हाला खात्री आहे का की तुम्ही जाताय तो मार्ग योग्य आहे ना? तुम्ही कुठे जाताय हे तुम्ही पाहू शकता का?

कॉह्न यांची ही बचावात्मक मानसिकता मला वैद्यकीय क्षेत्रातील विद्यार्थ्यांच्या डोक्यावर मारा केला जातो त्या धोक्याच्या सूचनेसारखी वाटते. पहिले म्हणजे कोणाची हानी करू नका. गुंतवणूकदारांकरिता, या सूचनेत एक लहानशी सुधारणा आवश्यक आहे, पहिले म्हणजे स्वत:ची काही हानी करू नका. जेव्हा आपण गुंतवणुकीतील यशाबद्दल स्पष्टीकरण देतो, तेव्हा आपण या खेळातील स्पर्धेच्या बाजूकडे ओढले जातो. हे सांगण्यात मजा असते की एखाद्या धिटाईच्या पैजेत बिलिअन्स कसे कमावले हे सांगणे चांगले, न की जे अपघात कधीच झाले नाहीत त्यांच्या विषयी बोलत राहणे. पण अपघात टाळणे महत्त्वाचे आहे, कारण आपत्तीतून सुखरूप बाहेर येणे कठीण काम असते. आर्थिक तोट्याच्या क्रूर गणिताकडे पाहा. जर तुम्ही चुकीच्या विचाराने केलेल्या पैजेचा व्यवहारात ५०% गमावलेत तर तुम्हाला १००% प्राप्ती इतरत्र व्हायला हवी, ज्यायोगे तुम्ही जिथून चालू केलेत तिथे पोहोचू शकाल.

एव्हिलार्ड हे जागतिक गुंतवणुकीतील टिकाऊ महाकाय कशामुळे झाले तर त्यांनी तोटे होणे टाळले, त्यासाठी त्यांनी पुन:पुन्हा त्यांच्या मार्गातील भयानक आणि प्रचंड धोके दूर करायचा प्रयत्न केला. हा टाळण्यावरचा विजय होता, न की त्यात गुंतवून घेण्याचा. त्यांच्या SoGen आणि First Eagle मधील कारकिर्दीवर नजर टाकीत, वळून पाहताना ते म्हणतात, ''आम्ही काही तपे अत्यंत यशस्वी होतो ते मुख्यत्वेकरून आमची ज्याच्यावर मालकी नव्हती त्याच्यामुळे होतो. १९८०च्या दशकाच्या शेवटी आमच्याकडे जपानी शेअर्सची मालकी नव्हती, १९९०च्या अखेरीस आमच्याकडे माहिती तंत्रज्ञानाच्या क्षेत्रातील शेअर्स नव्हते आणि आमच्याकडे २००० ते २००८च्या दरम्यान आर्थिक क्षेत्रातील शेअर्स नव्हते.'' त्यांची क्षमता, या तिन्ही क्षेत्रांना तीन दशकांत त्यांनी काहीही गुंतवणूक केली नाही आणि अपयश आणि यश यातील फरक त्यामुळे पडला, यात स्पष्ट झाली.

### सर्व गोष्टी निस्तेज बनतात, कोमेजतात.

एव्हिलार्ड २००८ साली निधी व्यवस्थापक (फंड मॅनेजर) म्हणून निवृत्त झाले, आणि ज्येष्ठ सल्लागार म्हणून First Eagleमध्ये रुजू झाले. त्यांनी आपली मशाल मॅथ्यू मॅकलेनन यांच्या हातात दिली, जे ३९ वर्षाचे ऑस्ट्रेलियन होते. त्यांनी आपले काम लेहमन ब्रदर्स दिवाळखोरीत जाण्याच्या आणि जागतिक आर्थिक परिस्थिती विस्कळीत होण्याची सुरुवात व्हायच्या एक आठवडा आधी चालू केले. आज त्यांची संपत्ती १०० बिलिअनच्या घरात आहे आणि त्यांच्या निधी विभागात (फंड्स) दशलक्षावधी शेअर होल्डर्स आहेत, आणि ते जगातील एक प्रभावी आणि अत्यंत विचारवंत गुंतवणूकदार झाले आहेत.

पहिल्याच दर्शनात, ते त्यांचे पूर्वाधिकारी, एव्हिलार्ड यांच्यापेक्षा काही फार निराळे वाटत नाहीत. त्यांच्या चेहऱ्यावरील भावात थोडासा लज्जेचा अंश असतो, आणि उदास जागतिक दृश्य असते. त्यांना पाहून मला Winnie-the-Pooh मधल्या Eeyore ची आठवण येते. ते एक खिन्न व्यक्तिमत्त्व असते आणि नकाशावर ज्याचा उल्लेख 'ईयोरची खिन्न जागा' असा केलेला असतो अशा ठिकाणी ते राहत असते, दलदलीचा आणि दुःखी प्रदेश. मॅकलेनन सुमारे तीन तपांनी तरुण, त्यांच्या तजेलदार डोळ्यांतून उत्साह आणि सहजतेची मोहकता ओसंडून वाहत असते. ते उच्चारत असलेल्या प्रत्येक वाक्यात त्यांचे स्मितहास्य त्याच्या बरोबर प्रकट होत असते.

पण गुंतवणूकदार म्हणून एव्हिलार्ड आणि मॅकलेनन यांच्यात बरेच साम्य आहे. २००८ साली ते जेव्हा पहिल्यांदा भेटले तेव्हा त्यांनी युद्धाच्या गोष्टी, तंत्रज्ञानाचा बुडबुडा, वगैरे परस्परांशी चर्चेत मांडले. मॅकलेनन हे गोल्डमन सॅक्समध्ये मूल्याधिष्ठित जागतिक गुंतवणुकीचे खाते सांभाळत होते. आणि त्यांच्या या पहिल्या भेटीत त्यांनी ज्यात सुरक्षिततेचे मार्जिन नव्हते अशा गुंतवणुकीच्या उन्मादात भाग घ्यायचे साफ नाकारले होते, त्याची माहिती सांगितली. एव्हिलार्ड यांनी त्या बाबत त्यांना संमती दर्शवली. मॅकलेनन म्हणाले की, त्यांना या बाबतीत आरामदायी वाटत होते की मी मला सामाजिक मान्यतेबाबत छोटे राहण्याची आणि कळपापासून दूर राहण्याची इच्छा आहे. काही वेळा जर त्या क्षणीच्या लहरींचा तुम्ही भाग नसला तर तुम्ही एकाकी पडता, आणि म्हणून आमच्या दोघांच्यात एक बंधन निर्माण झाले.

मॅकलेनन यांची अपारंपरिक पार्श्वभूमी हे स्पष्ट करण्यास मदत करते की त्यांना ज्या रस्त्याने फारसे कोणी जात नाही असा रस्ता प्रवासासाठी निवडणे आवडते. १९६९ साली त्यांचा जन्म झाला. आपली आयुष्याची पहिली सहा वर्षे त्यानी पापुआ न्यू गिनीमध्ये घालवली. तिथे त्यांचे वडील (भू सर्वेक्षक) आणि आई (फिजिओथेरपिस्ट आणि कलाकार) साहसाच्या शोधात गेले होते. मी जेव्हा विनोद केला की ते पापुआचे सर्वांत प्रसिद्ध गुंतवणूकदार आहेत, तेव्हा त्यांनी उत्तर दिले,

''नमुन्याचा आकार फक्त एक. त्यांचे पालक, ज्यांना ते मुक्त विचाराचे मानतात, यांना वाटायचे की पारंपरिक पद्धतीने संपत्ती गठन करण्याच्या खुणा असण्याचे काही गरज नाही.'' त्यांनी नंतर ऑस्ट्रेलियात एक रमणीय जागा विकत घेतली, जिच्या एका बाजूला पावसाळी जंगल होते. त्यांना इलेक्ट्रिकचा पुरवठा परवाना मिळू शकला नाही, त्यामुळे मॅकलेनन यांचे बहुतेक युवा आयुष्य अनेक सुखसोयींशिवाय, ज्या नेहमी गृहीत धरल्या जातात, त्याप्रमाणे गेले.

घरामध्ये भरपूर पुस्तके होती पण नळाचे पाणी नव्हते. त्यामुळे ते झाडांच्या खाली, झाडांना पाणी घालायच्या नळाच्या फवाऱ्यात अंघोळ करायचे, घरात फ्रिज नव्हता. घर गरम ठेवण्यासाठी लोखंडी स्टोव्ह वापरला जायचा. त्याच्या धुरांमुळे त्यांना बऱ्याच वेळा सकाळी जाग येऊन बाहेर जावे लागायचे. ते सांगतात, ''आमच्याकडे कित्येक वर्षे टीव्ही नव्हता. नंतर आम्हाला एक टीव्ही मिळाला ज्याला मोटारगाडीच्या बॅटरीला लावून चालू करता यायचे. तो फार काळ टिकला नाही कारण वडिलांनी एकदा गाडी रिव्हर्समध्ये घेताना तो बॅटरीपासून अलग करायचे विसरले आणि तो गाडीबरोबर फरफटत पुढच्या दारातून गेला आणि मोडला.

मॅकलेनन यांनी त्यांचा बराचसा वेळ हा वाचनात घालवला, गॅसच्या दिव्याच्या प्रकाशात. ते त्यांच्या आजोबांबरोबरही रेंगाळायचे, जे खरे विचारवंत होते. ते शेअर्स विकत घ्यायचे, वाइनचा संग्रह करायचे, गुलाबांची बाग फुलवायचे, आणि एका भू-भौतिक मोहिमेत ते डॉक्टर म्हणून अंटार्क्टिकामध्ये राहिले होते त्याच्या आठवणी सांगायचे. मॅकलेनन यांनी त्यांच्या कुटुंबीयांचा बौद्धिक संशोधनाच्या आवडीचा वारसा घेतला. त्यांच्या बरोबरच्या चर्चेत नेहमी महान विचारवंतांचे संदर्भ येतात - Heraclitus Vo Thucydides , Montesquieu Vo Schrodinger, त्यांना मनाच्या जीवनाशिवाय अन्य कशातही जास्त सुख वाटत नाही. ''जेव्हा माझ्या मनात काही विचार येतो, किंवा मी काही गोष्टींकडे पाहत असतो ज्या मला खऱ्या वाटतात, त्यावेळी मिळणारा आनंद हा एखाद्या लाटेसारखा माझ्यावर स्वार होतो,'' असे ते म्हणतात.

मॅकलेनन यांच्या एखाद्या बुभुक्षितासारख्याच्या वाचनवेडाने ग्राहम आणि एव्हिलार्ड यांनी काढलेल्या निष्कर्षाकडे घेऊन गेले- जो होता, भविष्यकाळ. हा मूलतः इतका अनिश्चित आहे की गुंतवणूकदारांनी कायमचे तोटे होत राहणे होणे टाळावे यासाठी त्यावर लक्ष केंद्रित करावे आणि अशी खाती ठेवावीत जी जगाच्या निरनिराळ्या परिस्थितीला सहन करू शकतील. मॅकलेनन जसे पाहतात तसे आपण आपली व्यापक ध्येये निश्चित करावीत, जी आपल्या सर्व गुंतवणुकीतील निवडीने लागू पडतील. सेनेका या रोमन तत्त्ववेत्त्याचे वचन आपल्या म्हणण्याच्या पुष्टीकरिता अधोरेखित करतात, जर आपण कुठल्या बंदराकडे जाण्यासाठी निघालो आहोत हे समुद्रसफारीपूर्वी निश्चित नसेल तर कोणताही वारा तुमच्या बाजूने अनुकूल असणार

नाही. मॅकलेनन यांच्याकरिता त्यांचे गंतव्य स्थान निश्चित होते. आमचे उद्दिष्ट आहे ते घाई करून श्रीमंत व्हायचे नाही. ते लवचीकपणे संपत्ती निर्माण करण्याचे आहे. आपल्यापैकी बहुतेक सर्वांसाठी, हे एक शहाणपणाचे उद्दिष्ट ठरेल, शेअर बाजाराला झोडपण्यापेक्षा.

मॅकलेनन यांचा अनिश्चिततेविषयीचा आदर हा त्यांच्या इतिहासाच्या अभ्यासावरून येतो. १९००च्या दशकाच्या सुरुवातीच्या काळातील पर्यायाने शांत कालखंडाचे त्यांना आकर्षण होते. ते निर्देशित करतात की जे गुंतवणूकदार १९०८-११च्या दरम्यान जगाची पाहणी करीत होते त्यांना भविष्याविषयी विश्वास बाळगण्यास पुरेशी कारणे होती. जागतिक अर्थव्यवस्थेने अपूर्व अशा वाढीचा मोठा कालखंड पाहिला होता. संपत्तीचे मूल्यमापन सुयोग्य दिसत होते. आणि मोठ्या प्रमाणावर असा विश्वास व्यक्त होता की चलनवाढीचा पराभव झाला आहे. मग काळजी कशाला? मग सर्व काही ढिले पडले.

कधीही बुडू न शकणारी टायटॅनिक ही बोट १९१२ साली बुडाली. मानवाला ती एक आठवण करून देणारी घटना होती की मानव निसर्गावर विजय प्राप्त करू शकत नाही. एका बोस्टनियन क्रांतिकारकाने केलेल्या खुनातून प्रतिक्रियेची मालिकाच चालू झाली आणि त्यातून १९१४ साली पहिल्या जागतिक महायुद्धाची सुरुवात झाली. या महायुद्धाच्या काळात न्यू यॉर्क शेअरबाजार चार महिने बंद होते, आणि अन्य महत्त्वाचे युरोपिअन शेअरबाजार बंद पडले. १९१८-१९ च्या फ्ल्यूच्या महामारीने ५ कोटी लोकांचा बळी घेतला. १९२२ साली अति चलनवाढीने जर्मनीला ग्रासले. त्यातून हिटलरचा सत्तेच्या दिशेने उदय १९२३पासून चालू झाला. १९२९ साली शेअर बाजार कोसळले आणि त्यातून महामंदीची सुरुवात झाली. दुसऱ्या जागतिक महायुद्धाने जगाला १९३९ ते १९४५ या कालावधीत होरपळून काढले. अशा रीतीने शांत सुबत्ततेच्या कालावधीनंतर तीन दशके आपत्तींना सामोरे जावे लागले. जगातील घडामोडींनी करवतीने कापावे तसे, १९२६ ते १९४५ हा कालावधी उग्ररीत्या अस्थिर होता. त्यातून एक गुंतवणूकदारांच्या पिढीला रेंगाळणाऱ्या भीतीने ग्रासले होते. (Against the Gods: The Remarkable Story of Risk या पुस्तकात पीटर बर्नस्टाईन लिहितात की १९२६ ते १९४५ या कालावधीत एकूण परतावे ७% होते. या दरम्यान वार्षिक परताव्याचे प्रमाणभूत विचलन (सरासरीपेक्षा फरक किती आहे याचे मोजमाप) प्रतिवर्ष ३७% होते. हे एक विचित्र एकीकरण होते. सुमार परतावे आणि त्रासदायक अस्थिरता यांचे.)

एक धोकादायक चूक गुंतवणूकदार पुनःपुनः करतात ती म्हणजे हे गृहीत धरणे की भावी काळ हा त्यांनी नुकत्याच अनुभवलेल्या भूतकाळासारखाच असेल. मॅकलेनन म्हणतात, ''पण भविष्यकाळ हा अविश्वसनीयतेने निराळा असू शकतो. भावी पिढीला जीवनातील अनुभव हा अत्यंत निराळा, मागील पिढीपेक्षा असेल. (खरोखरच,

१९४५ नंतरच्या दशकांनी गुंतवणूकदारांच्या दृष्टीने वैभवशाली कालखंड असल्याचे सिद्ध केले. ज्यांनी १९२६ ते १९४५ या कालखंडात असे शिकले असेल की शेअर्स त्यांना हातही लावू नये इतके विश्वासघातकी असतात त्यांनी बरेच काही गमावलेले असते कारण डाऊ जोन्स इंडस्ट्रीअल ॲव्हरेज १९४५मधील १५० पासून १९६६मध्ये जवळपास १०००पर्यंत पोहोचले होते. बर्नस्टाईन यांनी अशी नोंद केली आहे की सर्व परताव्याचे १९४५ ते १९६६ या कालखंडातील प्रमाणित विचलन (Standard Deviation) १९२६ ते १९४५ या कालावधीत होते त्यापेक्षा, १/३ ने घसरले. हे एक विचित्र एकीकरण होते. भव्य परतावे आणि सौम्य अस्थिरता. यातून मिळालेले धडे गुंतवणूकदारांकरिता विलक्षण महत्त्वाचे होते, जर तुम्ही कधीकाळी अशी अपेक्षा करीत असाल की जग स्थिर राहील किंवा आर्थिक बाजार एका सातत्याच्या मार्गानेच (चांगल्या अथवा वाईट )वाटचाल करीत राहतील तर स्वत:लाच आठवण करून द्या, त्या तीन निरनिराळ्या कालखंडांची - १९०८-११, १९१२-४५, आणि १९४५-६६, बदल हाच नियम आहे. आत्मसंतुष्टता हा शत्रू आहे.)

बफे यांनी असाच मुद्दा ९/११ नंतर मांडला, ज्यामुळे बर्कशायरला विम्याच्या व्यवसायातील तोट्यामुळे काही बिलिअन डॉलर्स गमवावे लागले. २००२मध्ये आपल्या शेअर होल्डर्सना लिहिताना त्यांनी कबूल केले की आम्ही एक तर दुर्लक्ष केले किंवा ही शक्यता फेटाळून लावली की दहशतवाद्यांमुळे मोठ्या प्रमाणावर तोटे होऊ शकतात. थोडक्यात उद्योग व्यवसायातील आम्ही सर्वांनी एक मूलभूत चूक हमी देण्याची केली की आम्ही अनुभवावर लक्ष केंद्रित केले, न की असुरक्षिततेवर. हा धडा मनात ठेवून, मॅकलेनन असुरक्षिततेवर अधिक लक्ष केंद्रित करतात. आणि त्या भविष्यकाळाकरिता सज्ज राहण्यावर जो त्यांच्या अलीकडच्या अनुभवासारखा दिसणार नाही.

२०१७ सालच्या उन्हाळ्यात, त्यांच्या मॅनहॅटनमधील गोंडस कार्यालयात आम्ही जेव्हा पहिल्यांदा चर्चा केली तेव्हा त्यांनी गुंतवणूकदारांना ज्या धोक्याच्या पूर्वसूचनेला सामोरे जावे लागते त्यांची एक यादीच सादर केली. उदाहरणार्थ, त्यांनी सूचित केले की यूएसला आता मोठे कर्ज आहे, एकूण स्थूल राष्ट्रीय उत्पादनाच्या (GDP) संबंधात, जे २००८ सालच्या आर्थिक संकटाच्या कालावधीपेक्षा जास्त आहे. व्याजदर इतके कमी होते की सारासार विचार करणाऱ्यांना दंड केला जात होता. स्वयंचलनाचा (Automation )उदय झाल्यामुळे सामाजिक आणि राजकीय उलथापालथ होत होती. भौगोलिक, राजकीय पार्श्वभूमी संघर्षाच्या धोक्यामुळे भय ग्रस्त होती, चीनच्या यूएसला प्रतिस्पर्धी म्हणून उदय होण्याच्या भीतीने नव्हे. आणि भांडवल कमी खर्चात मिळत असल्याने संपत्तीच्या किमती भरमसाठ वाढत चालल्या होत्या, अशा वेळी असे शेअर्स मिळणे की जे सुरक्षिततेची कमाल हमी देतील, कठीण होत चालले होते. त्यांनी या घटनेचे वर्णन 'नाजूकपणा आणि कमजोरपणा

याचे प्रकार जे इतिहास आपल्या दर्शवतात त्यांच्याकडे करणे अत्यंत धोक्याचे आहे,' असे केले.

मॅकलेनन, जे बाजाराच्या अंदाजाकडे 'हे मूर्खांचे काम आहे' अशा नजरेने पाहतात. पुढे काय येणार आहे याचे त्यांना काही ढोंग करता येत नाही. मात्र हॉवर्ड मार्क्सप्रमाणे ते असा विचार करतात की हे मान्य करणे महत्त्वाचे आहे की धोक्याच्या किमतीचा अंदाज करणे हे मोठ्या चक्रातून जाते. तुम्हाला गुंतवणुकीसाठी भांडवल देण्याचे मान्य करणे तेव्हा योग्य वाटते जेव्हा धोक्याची तरतूदही किमतीत विचारात घेतली आहे. जसे २००८-०९ मध्ये झाले होते. आणि जेव्हा धोक्याचा विचार किमतीत केलेला नसेल त्या वेळी तुम्हाला अधिक सावध व्हावे लागते जसे १९९९,२००७ व्हावे लागले किंवा कदाचित आजही व्हावे लागेल.

त्यांना अशी परिस्थिती सॅनफ्रॅन्सिस्कोमधील फॉल्ट लाइनवर राहण्यासारखे आहे अशी वाटते. कदाचित आपल्याला पुढची महान दहा वर्षे आहेत आणि भूकंप होणार नाही. पण अशी काही धास्ती बाळगण्याचे कारणच नाही, ती अस्तित्वातच नाही, अशा भ्रमातही राहता कामा नये. ''आम्हाला याची दखल घ्यावयाची आहे- अशा काही गोष्टी आहेत की ज्या भविष्यकाळात चांगल्या प्रकारे काम करणार नाहीत.'' त्यांनी मला सांगितले, 'तुम्हाला असे संरचित व्हायला हवे की तुम्हाला मानवतेच्या आगेकूचीमध्ये सामील व्हायचे आहे, पण वाटेवरच्या गटांगळ्यातही तरून जायचे आहे. गुंतवणूक आणि जीवन याकरिता अधिक उपयुक्त असे हे उदाहरण आहे.''

जेव्हा भीती शेवटी प्रत्यक्षात उतरली, तेव्हा ती महामारी होती, भूकंप नव्हता ज्यामुळे २०२० मध्ये बाजार पार कोसळला. कनेक्टिकटमधील ग्रीनविच येथील घरातून जूनमध्ये बोलताना मॅकलेनन म्हणाले, ''महामारीच्या काळात मी मॅनहॅटनमधून निसटण्यासाठी एक भाड्याची जागा घेतली होती. त्या वेळचे बाजाराचे कोसळणे, जे अशा वेळी झाले होते की सुमारे एक तपाच्या काहीही त्रास न होता झालेल्या वाढीमुळे आलेल्या आत्मसंतुष्टतेमुळे त्यांच्या विश्वासाला अधिक प्रकट केले की शेअर बाजार म्हणजे गुंतागुंतीच्या पर्यावरण पद्धतीचा एक भाग आहे, अशी पद्धती की जी जात्याच अप्रत्याशित आहे. तुम्हाला माहीत आहेच की डिसेंबर २०१९मध्ये कोणीही अर्थ तज्ज्ञ नव्हता असे सांगणारा की कोविड १९ मुळे उद्योग व्यवसायाच्या चक्रात काही व्यत्यय येणार आहे. लवचीकतेकरिता एक चावी ही आहे की विवेकाने वागणारे असाल तर जेव्हा गोष्टी चांगल्या असतात, कारण भविष्यकाळ अनिश्चित आहे आणि तो अशा घटना घडवू शकतो, तेव्हा याची खात्री करून घेणे.''

मॅकलेनन यांनी आपले ध्येय साध्य करण्यासाठी, खात्याची रचना कशी केली जे होते, स्थितिस्थापक (लवचीक) संपत्ती निर्माण. त्यांनी अशी कल्पना करून

सुरुवात केली की जागतिक बाजार म्हणजे संगमरवराचा प्रचंड मोठा धोंडा आहे. मग त्यातून त्यांना नको असलेला प्रत्येक तुकडा छिन्नीने तोडून ते बाजूला करतात. ते ज्यामुळे कमजोरपणा वाढतो ते बाजूला करतात, आणि उत्तम निर्णय येण्यासाठी आवश्यक तेवढे शिल्प तयार करतात. यामागचे मार्गदर्शक तत्त्व हे आहे की चुकांना टाळणे किंवा बाजूला करणे. मॅकलेनन स्पष्ट करतात त्याप्रमाणे अशा प्रकारच्या विचार शैलीत मूलभूत असुरक्षितता असते. त्यातून त्यांची ही ओळख स्पष्ट होते की आपल्याला हानिकारक ठरतील अशा अनेक गोष्टी असतात, आणि लवचिकता त्यांना आपल्यापासून दूर ठेवू शकते.

मॅकलेनन यांच्याकडे जगभरात कुठेही आपल्यासाठी संधी शोधायची लवचिकता आहे, कारण ते एका जागतिक आणि आंतरराष्ट्रीय निधीचे (Global Fund )चे व्यवस्थापन पाहतात. बहुतेक गुंतवणूकदार आपल्या कामगिरीत एखाद्या विषयासंबंधीचे गरम कप्पे शोधण्याचा प्रयत्न करतात, जसे अद्ययावत पैजा, २०१०मधील ब्राझीलमधले शेअर्स, २०१७मधील समाज माध्यमांच्या कंपन्या किंवा २०२०मधील विजेवर चालणाऱ्या मोटारगाड्या यासारखे. त्यांच्या अलीकडील अनुभवाच्या प्रभावाखाली, गुंतवणूकदार बव्हंशी ज्यांची कामगिरी आता चांगली आहे त्यांच्यावर बाजी लावतात. पण विशाल अपेक्षा – सातत्याच्या यशाच्या – किमती फुगवण्याकडे घेऊन जातात. याहून अधिक म्हणजे, उच्च वाढीचे क्षेत्र शेवटी कमालीच्या स्पर्धेला आकर्षित करते. मार्क्स म्हणतात तसे, ''यश आपल्या बरोबर अपयशाची बीजे घेऊन येते.''

जर तुमचे ध्येय लवचीक संपत्तीचे निर्माण हे असेल तर तुम्ही एखाद्या उष्णतेची गरज असलेल्या क्षेपणास्त्रासारखे काम करू शकत नाही. धोके कमालीचे टोकाचे असतात, कारण सर्वांत लोकप्रिय संपत्ती सुरक्षिततेचे मार्जिन पुरवू शकत नाही. म्हणून मग मॅकलेनन ज्या गोष्टी लहरीसारख्या वाटतात त्यांना छिन्नीने तासून काढावे तसे बाजूला करतात. यात ते देश आणि ते विभाग असतात ज्यांनी अविवेकी पद्धतीने भांडवलाला आकर्षित करून घेतले आहे. त्याच्या सवयीमुळे त्यांच्या शेअर होल्डर्सना संरक्षण मिळाले जेव्हा लोकप्रिय BRIC देश (ब्राझील,रशिया,इंडिया आणि चीन) अडखळले आणि ब्राझील तर उडून गेले.

त्याप्रमाणे, मॅकलेनन परिस्थितीतील अशा कंपनीला तोडून टाकतात ज्या त्यांच्या मते त्यांच्या खात्याला नाजूक परिस्थितीत नेऊन ठेवतात. उदाहरणार्थ, ते असे व्यवसाय प्रारूप टाळतात, जे तंत्रज्ञानातील बदलामुळे असुरक्षित होतात. ते अशाही कंपन्यांबाबत उत्साही नसतात जिथे त्यांचे ताळेबंद पारदर्शक नसतात, त्यांची पत चांगली नसते किंवा व्यवस्थापन नामर्द, दुर्बल असते किंवा बऱ्याच मोहिमा राबवते. यामुळे त्यांना काही टाइम बॉम्बपासून संरक्षण मिळले जसे एन रॉन, फॅनी माये आणि अशा सर्व बँका ज्या आर्थिक संकटात अडचणीत आल्या.

यशस्वी व्यवसाय सातत्याने वाढत राहतील असे गृहीत धरण्याऐवजी, मॅकलेनन त्यांना जादा काळ्या भिंगामधून पाहतात, जे त्यांनी शास्त्राकडून उसने आणले आहे. ते म्हणाले, ''मी असा विश्वास धरून चाललो होतो की परंतु एक गोष्ट ही विरून जायच्या मार्गावर आहे. जर तुम्ही उत्क्रांतीचा विचार करीत असाल तर आजपर्यंतचे जिवंत असलेले ९९% जीवाणू आज नामशेष झाले आहेत. आणि उद्योग व्यवसाय त्याला अपवाद नाहीत.''

ते अर्थव्यवस्थेला पर्यावरण शास्त्र मानतात, ज्यात आजचे जंगलाचे राजे विध्वंसक तंत्रज्ञानामुळे आणि नव्या स्पर्धकांमुळे नामशेष होतील, ते म्हणतात, ''जे उद्योग व्यवसाय आज मजबूत आहेत ते भविष्यकाळात तसे नसतील. अनिश्चितता ही प्रणालीच्या अंतर्गत आहे. ती एन्ट्रॉपी – थर्मोडायनॅमिक्स चा दुसरा नियम – आहे. मूलतः, कालमानानुसार गोष्टी अराजकतेकडे वळतात आणि रचना तसेच दर्जा आपापल्या जागेवर राहत नाहीत. म्हणून, तत्त्वज्ञानाचा विचार करता, आपल्याला या गोष्टींबद्दल मोठाच आदर आहे की नैसर्गिकरीत्या रचनांचा विचार करता गोष्टी कायमच्या नसतात, त्या विरून जातात.''

या समजण्याचे गहन परिणाम समभाग निवडताना होतात. बहुसंख्य गुंतवणूकदारांना मोहक कंपन्या, ज्यांची वाढीची शक्यता आकर्षक आहे, अशांमध्ये गुंतवणूक करावीशी वाटते. मॅकलेनन त्याऐवजी त्याहून निराळ्या बाबींवर या बाबत लक्ष केंद्रित करतात, ती म्हणजे, थोडेसे नकारात्मक उद्दिष्ट विरून जाण्याला चुकवणाऱ्या कंपन्या. कसे? ते सातत्याने चालणारे व्यवसाय निवडतात, जे गुंतागुंतीच्या स्पर्धात्मक प्रभावांना बळी पडण्याची शक्यता नसते. याचा 'एंट्रॉपीविरुद्धचे धोरण' असा विचार करा. (Entropy is a measure of unavailability of energy for conversion into Mechanical work in a Thermodynamic system due to random motion of molecules).

एक व्यवसाय जो ती अपेक्षा करतो की सातत्य राखेल तो म्हणजे फानुक कॉर्पोरेशन (FANUK Corp). जी एक जपानी कंपनी आहे. तिने उल्लेख पूर्ण स्थैर्य टिकवून ठेवण्याची किमया रोबोटिक्स उत्पादनाबाबत जागतिक पातळीवर केली आहे. त्यात सर्वो मोटर्स हे उत्पादन प्रामुख्याने येते. मॅकलेनन म्हणतात की, तुम्ही यूएसमध्ये तयार झालेली कोणतीही मोटारगाडी घ्या, ती निश्चितच फानुकच्या रोबोने रंगवलेली असते. या कंपनीकडे असा ग्राहकपाया आहे की जो तिच्या उत्पादनात जणू अडकून राहिला आहे. ती ग्राहकांची अद्ययावत माहिती सातत्याने गोळा करते आणि या बाजारपेठेविषयीच्या सर्वोत्कृष्ट ज्ञानाचा उपयोग आपल्या स्पर्धकांवर आपली बांधता कायम ठेवण्यासाठी करते. फानुकला तंत्रज्ञानातील बदलामुळे तोटा होण्याऐवजी, उत्पादनातील स्वयंचलन (Automation) नवीन कलांचा फायदा होतो, तिची अर्थव्यवस्था मजबूत आहे. तिच्या ताळेबंदात एकूण रोकड रक्कम

दिसते. आणि तिचा कारभार दूरदृष्टी असलेल्या व्यवस्थापकीय संघाद्वारा केला जातो. हा संघ प्रामुख्याने आपली कंपनी सातत्याने अस्तित्वात राहील यासाठी प्राधान्य देतो आणि तसे बोलत राहतो. हे सर्व असले तरी अशी खात्री नाही की ही कंपनी एंट्रॉपीपासून सुरक्षित आहे आणि राहील, पण मॅकलेनन यांचा विश्वास आहे की तिला तिच्या स्थानावरून तिला हटवणे आघाडी आहे.

दुसरे एक प्रबळ व्यवसायाचे उदाहरण, ज्याला ते लवचिकतेकरिता बांधलेला आणि वाढवलेला व्यवसाय म्हणतात, म्हणजे उपभोक्ता उत्पादनातील (Consumer Goods) कंपनी Colgate Palmolive ही होय. ही कंपनी १८७० पासून दंत मंजन – टूथपेस्ट – विकत आहे आणि या क्षेत्रातही जगाच्या व्यापाराच्या ४० टक्क्यांवर तिचे नियंत्रण आहे. हे एक खर्चीक आणि नेहमीच्या सवयीचे उत्पादन आहे, व्यत्ययाला प्रतिरोधक आहे. याला असंभव अपवाद एकच असू शकतो तो म्हणजे यातील एखादा घटक कर्करोगासारख्या एखाद्या रोगाचे मूळ कारण होऊ शकेल. २००२ किंवा २०२०च्या आर्थिक अडचणींच्या काळातही त्यांचा व्यवसाय चालूच राहतो. मॅकलेनन म्हणतात, ''आणि फानुकप्रमाणेच, त्यांचा व्यवसायाचा आकार आणि ग्राहकांना टिकवून ठेवण्याचे कौशल्य यांमुळे चांगली मार्जिन्स आणि त्यामुळे चांगला कॅश फ्लो निर्माण करतात.''

ही कंपनी म्हणजे काही अद्भुतता नाही किंवा तिच्यात लैंगिक आकर्षण निर्माण होईल असे काही नाही. तरीही तिच्या व्यावसायिक प्रारूपाची नक्कल करणे इतके अवघड आहे की तिच्याकडे असे काही आहे ज्याला मॅकलेनन म्हणतात तशी ऐहिक टंचाई. या कल्पनेत अंतर्ज्ञानी सुरेखपणा आहे तो म्हणजे जेव्हा गुंतवणुकीचा प्रश्न येतो तो म्हणजे सौंदर्य नेहमी संसारिकतेत असते, केवळ अत्यंत आकर्षक सौंदर्यात नसते. गेल्या अनेक वर्षांत, त्यांनी लपलेले आकर्षण काही कंपन्यांत पहिले आहे – एका इमारती लाकूड पुरवणाऱ्या कंपनीपासून – जी त्यांनी चक्रीय मंदीच्या काळात आपल्या मालकीची केली – ते अशी कंपनी की जी गणवेश पुरवते. (Texla नव्हे.)

त्याचप्रमाणे जेव्हा मार्च २०२०मध्ये समभाग घसरले, मॅकलेनन यांनी होशीझाकी या जपानी कंपनीत गुंतवणूक केली. आणखी एक खास करून सातत्याचा सांसारिक व्यवसाय. त्याला ते रेस्टॉरंटकरिता बर्फ तयार करण्याच्या उपकरणांमधील मधील जागतिक नेता मानतात. ते स्पष्टीकरण देतात की रेस्टॉरंट्स नेहमीच येतात आणि जातात, पण त्यांना नेहमी अशीच उपकरणे हवी असतात. त्यामुळे अशा उपकरणांच्या निर्मात्या कंपनीत गुंतवणूक करणे हे एखाद्या रेस्टॉरंटमध्ये गुंतवणूक करण्यापेक्षा अधिक चांगली पैज लावण्यासारखे आहे.

मॅकलेनन असाही आग्रह धरतात की ते विकत घेत असलेल्या कोणत्याही शेअर्सबाबत हे पाहिले पाहिजे की, कंपनी विलयास गेली तर किंमत काय असेल.

दुसऱ्या शब्दात, मूल्यमापन एवढे कमी पाहिजे की त्यांच्या या अनुमानाला भरपाई मिळाली पाहिजे की अन्य कोणत्याही व्यवसायाप्रमाणे ही कंपनी असंबद्धतेच्या मार्गाने जाऊ शकते. सामान्यत: कंपनीच्या अंगभूत मूल्याच्या त्यांच्या अंदाजाच्या ३०% कमी किमतीला गुंतवणूक करण्याचे त्यांचे धोरण असते. जर व्यवसाय लयाला गेला नाही, आणि त्याऐवजी वाढतच राहिला तर आपण अशी वाढ फुकटात मिळवतो.

मॅकलेनन यांच्या ह्या कष्टप्रद निर्मूलन प्रक्रियेमुळे नंतर काय राहते? आंतरिक गाभा असाधारण टिकाऊ, पारंपरीकरीत्या व्यवस्थापन असलेला, चांगले भांडवल असलेला, कमी मूल्यमापन केला, व्यवसाय, जो किंवा असे अन्य अनेक जे, डार्विनच्या पर्यावरण सिद्धांताप्रमाणे – काहीही अनंत काळ टिकून राहत नाही – विलयास न जाता, टिकून राहतील, भरभराटीस येतील.

सर्वसाधारणपणे ते अशी स्थिती एका तपाच्या उत्तम भागांमध्ये ठेवतात, त्यांच्यात काटछाट करून किंवा भर टाकून, त्यांचे मूल्यमापन बदलत राहील त्याप्रमाणे. मॅकलेनन हे ओळखतात की हे सर्व व्यवसाय हे अपूर्ण आहेत, आणि त्यातले काही निराश करतील. त्यामुळे ते लवचिकतेचा आणखी एक थर त्यात देतात, त्यापैकी १४० व्यवसायांची मालकी आपल्याकडे घेऊन. ग्राहम आणि एव्हिलार्डप्रमाणे, ते विविधीकरण म्हणजे चुकांना सहन करणाऱ्या धोरणांचा एक महत्त्वाचा भाग समजतात. ते धोरण मग आपल्या स्वत:च्या चुकां, कमनशिब आणि भविष्याकडे न पाहण्याची असमर्थतता टिकून राहील. (हेही मान्य करणे उचित होईल की निधी व्यवस्थापक, ज्यांच्याकडे १०० बिलिअनची संपत्ती आहे, हे एकवटलेले खाते चालवू शकत नाहीत. मोहनीश पाबराय, ज्यांचा बहुतेक सर्व पैसे मोजक्या शेअर्समध्ये आहे, हे विविधीकरणाकडे सुमार परताव्यासाठीची पाकक्रिया मानतात. पण उत्कृष्ट कामगिरी आणि तग धरून जिवंत राहणे यात फरक आहे. मॅकलेननपेक्षा पाबराय हे अधिक चमकदार परतावे मिळवण्याची शक्यता अधिक आहे. पण शक्यता ही आहे की ते आपले बहुतेक निधी देशापलीकडे हवाई मार्गाने घेऊन जातील. मॅकलेनन भर घालतात की, १९२६ पासून शेअर बाजाराची बहुतेक सर्व कामगिरी ही सुमारे ४% शेअर्समधून आली आहे. जर तुम्ही फार केंद्रित राहण्याचा प्रयत्न केलात तर तुमची त्या चार टक्क्यांत यायची शक्यता फारच कमी राहील.)

चांगले व्यवसाय चांगल्या किमतीला विकत घ्यायच्या संधी अनियमितपणे वाढण्याची शक्यता असते, बहुतेक वेळा अनियमितपणाच्या उद्रेकामुळे. पण मॅकलेनन बहुधा आनंदाने ५ ते १० वर्षे त्यांच्या निरीक्षणाखालच्या यादीतील कंपनीकरिता वाट पाहू शकतात, त्यांच्या मूल्यमापनाच्या अडथळ्यांच्या पूर्ततेसाठी. मधल्या काळात त्यांची शिस्त असते ती रोकड रकमेचा ढीग वाढत राहू द्यायची, याच्या ऐवजी त्यांना अशी भावना यावी की ते गुंतवणुकीकरता बाध्य होतील. कारण

किमतीच्या स्वास्थ्याचा विचार केला तर फार वर गेल्या आहेत. खरोखर, सर्वांत कळीची कल्पना ते त्यांच्या विश्लेषणात राबवण्याचा प्रयत्न करतात, ती म्हणजे नाही म्हणण्याचे महत्त्व ओळखणे - हटवणे - हे अवघड आहे.

जेव्हा बाजार खूप उत्साही असतात, आणि सौदेबाजी त्यांना भुरळ घालते, तेव्हा मॅकलेनन यांची नाही म्हणायची क्षमता सकारात्मकरीत्या आवश्यकता भासते. १९ फेब्रुवारी २०२०ला, कोविड १९ची पडझड चालू झाली त्या दिवशी, First Eagle Global ची फक्त ७१% संपत्ती शेअर्समध्ये होती, त्यात १५% रोकड आणि सार्वभौम कर्जामध्ये सुरक्षित होती. हे त्यांच्या मोठ्या मूल्यमापनाच्या संबंधी आणि २०१७मध्ये वर्णन केल्या तशा मोठ्या धोक्यांची शक्यता या बाबतच्या काळजीचे प्रतिबिंब होते. ते निरीक्षण करतात, हे सत्य आहे की आम्ही भांडवलाला त्या वेळी कामाला भाग पाडले नाही, जेव्हा किमती गुंतवणुकीसाठी योग्य नव्हत्या. असे करणे आम्हाला उपयोगी वाटते कारण की जेव्हा घसरण चालू होते त्या वेळी आम्ही लवचीक राहू शकतो.

मॅकलेनन यांनी त्यांची १४% निधी संपत्ती सोन्यामध्ये ठेवली आहे. तिला ते दूर पल्ल्याचे कुंपण समजतात, जे बाजार घसरणे, भौगोलिक आणि राजकीय गोंधळ, किंवा कागदी चलनावरील विश्वास उडणे अशासाठी उपयुक्त ठरते. ते म्हणतात की, सोन्याचा शेअर्सशी नकारात्मक सहसंबंध आहे, खरोखरच अगदी टोकाच्या खराब परिस्थितीत, शिवाय तो एक अत्यंत दुर्मीळ आणि लवचीक असा घटक आहे, जो गंजत नाही, तो कुजत नाही, आणि तो व्यवसाय किंवा एखादे शासन याप्रमाणे विरून जात नाही. मानवनिर्मित अस्थिरतेत ते असे मत मांडतात की सोने हे नैसर्गिक लवचिकता त्यांच्या सर्व प्रकारच्या हवामानाला टक्कर देणाऱ्या त्यांच्या खात्यांना लवचिकता प्राप्त करून देते आणि त्यांना मदतही करते की अनपेक्षित खड्ड्यांना चुकवता येईल. शेवटी काही झाले तर, कंपनी लयाला जाईल पण सोने टिकून राहते.

त्यांच्या खऱ्या स्वरूपानुसार, ग्लोबल फंडने २०२०च्या गोंधळात, त्याच्या रोकड रकमेचा खजिना आणि सोन्यामुळे चांगला टिकाव धरला. मॅकलेनन म्हणतात की, हे एक उत्तम उदाहरण आहे जे सांगते की पाऊस येण्यापूर्वी तुम्ही छत्री विकत घ्यायला हवी. एखाद्या वादळाच्या दरम्यान जर तुम्ही छत्री शोधात बसलात, तर तशी ती मिळणे हे अवघड असते. म्हणून योग्य अशी मनोरचना आधीच तयार असणे हे इथे जास्त गांभीर्याचे असते, जेव्हा इतरांच्यात घबराट पसरली होती, तेव्हा ते मार खाल्लेल्या समभागात गुंतवणूक करायला तयार होते. त्या वेळी त्यांच्या किमती अगदी किरकोळ होत्या. त्यांचे निरीक्षण आहे की, केवळ पुराणमतवादी असणे पुरेसे नसते. तुम्ही रोकड रकमेला काम करायला लावायला तयार असले पाहिजे जेव्हा तसे करण्यास तेवढे आरामदायक.

मॅकलेनन यांचा लवचीक दृष्टिकोन हा बहुतेक सर्व गुंतवणूकदारांच्या वागण्याच्या अगदी विरोधी प्रकारचा नसतो. तो नाजूकपणा घालवण्यासाठी त्यांचा पद्धतशीर दृष्टिकोन त्यांना साहजिकपणे येणारे वागणुकीतले दोष जे इतर दर्शवतात ते टाळण्यास उपयुक्त ठरतो. उदाहरणार्थ, ते योग्य अशी खरेदीची किंमत ठरवण्याबाबत फारच अधीर असतात. समभाग आपल्या मालकीचे दीर्घ काळ ठेवण्याऐवजी त्यांना ते भाड्याने देतात. ते अंहकारी भ्रमाने ग्रासलेले असतात ज्यामुळे त्यांना वाटते की ते भविष्यकाळाचे भाकीत करू शकतात. अशा वेळी ते त्यांच्या ज्ञानाच्या मर्यादांना नीट ओळखत नाहीत. आणि ते आंधळेपणाने एखाद्या उन्मादात उडी घेतात, त्यांचे निर्णय अशा धुक्यात अडकतात की त्यांना परताव्याचा मत्सर आणि आपण कशालातरी मुकू याचा भीतीने ग्रस्त केलेले असते.

ज्या एका पुस्तकाने त्यांच्यावर या बाबत प्रभाव टाकला आहे की लोक असे स्वत:चाच नाश करणारे निर्णय घेत असतात, ते म्हणजे History of Peloponnesian War. २४०० वर्षांपूर्वी लिहिलेल्या या पुस्तकाचे लेखक आहेत अथेन्समधील जनरल थूसीडीदेस. मॅकलेनन म्हणतात की अथेन्स आणि स्पार्टा हे युद्धात उतरले कारण दोन्ही बाजूंनी घाईमध्ये आणि अहंकाराने भारलेले निर्णय घेतले आणि तेही क्षणार्धात. ते असे कारण देतात की विरुद्ध वैशिष्ट्ये – धीर आणि नम्रता – हे स्वभावजन्य धार देऊ करतात, यावर की आपण एक विवाद सोडवतोय का संपत्ती जमा करतोय. पुन्हा एकदा, कमजोरपणा वाढवणाऱ्या कशाचाही जाणीवपूर्वक प्रतिकार करूनच यशप्राप्ती होत असते.

मॅकलेनन एक असे खाते निर्माण करण्याची प्रक्रिया समजावून सांगतात ज्यायोगे ते दीर्घ काळ भरभराटीत असेल. तेव्हा त्यांना आठवण येते ती त्यांची आई बागकाम करायची जेव्हा ते ऑस्ट्रेलियात वाढत होते. त्या वेळी नेहमी समस्या असायची, ती कोरड्या हवामानाची. कोमेजणाऱ्या वेलींची. किड्यांमुळे संसर्ग होण्याची. त्यांना नेहमी आश्चर्य वाटायचे की असे असूनही हे सर्व ती का करते? जंगल आहे तसेच वाढून देणे फारच सोपे होते, किंवा फक्त थोडी हिरवळ ठेवावी, जिला आठवड्यातून एकदा कापणी केली तरी पुरेसे होते. पण तिने घेतलेल्या काळजीचे परिणाम तीन तपांनंतर दिसून आले. ते पुढे म्हणतात, ''मला जो कित्येक काळ खेळ वाटत होता, ते एक क्रमाक्रमाने विकसित होत गेलेल्या सुंदर बागेचे स्वरूप होते. तसे होण्याला थोडा वेळ लागला. आणि मला वाटते की गुंतवणुकीचा बाबतीत हे एक चांगले रूपक आहे.''

The First Eagle Global Fund हा त्या बागेसारखा आहे. १९७९ साली एव्हिलार्ड यांनी त्याचा ताबा घेतला तेव्हापासून बरेच काही घडलं आहे. शेअर बाजार, बुडबुडे, चलनवाढ, युद्धे, टकरा, गहाण समस्या, आणि महामारी. पण तरीही ती शिस्तबद्ध, धोके टाळणारी धोरणे ही आपल्या जागी होती तशीच आहेत.

याचा परिणाम १९७९पासून, फंडाचे उत्पन्न सरासरी प्रतिवर्ष १२.४६% आहे, MSCI world इंडेक्सच्या ९.३५% च्या तुलनेत. (या आकड्यांत First Eagle Global Fund विकत घेतला त्याच्या विक्रीवरील खर्च विचारात घेतला नाही. जानेवारी १९७९ ते मे २०२० दरम्यानचा कालखंड विचारता घेतला आहे. या फंडाचे एकूण परतावे या दशकांच्या दरम्यान १२,८४५% होते. याविरुद्ध MSCI चे ३,९४५% होते. यातील धडा असा- स्थिरपणे परिणाम गणन - आपत्ती = नेत्रदीपक यश.)

जर तुम्ही ग्लोबल फंडमध्ये १९७९ साली १,००,००० गुंतवले असते तर ते २०२० साली १२.९४ मिलिअन झाले असते, (इंडेक्समध्ये गुंतवले असते तर ते ४.०५ मिलिअन झाले असते. फरक आहे ९ मिलिअन डॉलर्सचा. परिणाम गणन (compounding) चे हे सौंदर्य आहे. छोटेछोटे फायदे काही तपांनंतर प्रचंड विजयात रूपांतरित होतात.

यातला विरोधाभास हा आहे की एव्हिलार्ड आणि मॅकलेनन यांनी कुंपणाबाहेर चेंडू फटकारला, मध्य कुंपणाचा विचार न करता. मॅकलेनन या यशाचे श्रेय सातत्याने लक्ष धोके शमवणे किंवा टाळणे, चुका टाळणे आणि वगळण्याची विवेकी कृती करणे यांना देतात. थोडक्यात हे जिंकणे आहे, हरणे नव्हे.

## जीवन साधे नाही

तरीही संपन्नतेचा मार्ग हा दुःखमुक्त नव्हता. एव्हिलार्ड, आता निवृत्त झाले असून, हे काही गुपित ठेवीत नाहीत की त्यांना भावनिक जखमा झाल्या होत्या ज्या त्यांनी जेव्हा त्यांची कारकिर्द जणू रुळावरून घसरली होती! आपल्या जीवनाकडे पुन्हा मागे वळून पाहताना, त्यांना वाईट वाटते की त्यांना काम आणि कुटुंब यांतला समतोल राखण्यासाठी झगडावे लागले. त्यांचे कार्यक्षेत्र एवढे जखडून टाकणारे आणि काही वेळा मानसिकदृष्ट्या एवढे दुःखकारक होते की त्यांना त्यांच्या दोन्ही मुलींकडे म्हणावे तसे लक्ष देता आले नाही. जर त्यांच्याकडे त्यांनी अधिक लक्ष दिले असते तर ते एक कमी यशस्वी शेअर शोधक झाले असते का? ते म्हणतात, ''मला माहीत नाही, आणि मला ते कधी कळणार नाही. कॅथालिक धर्मगुरू बरोबर सांगत होते, 'जीवन सोपे नाही.'''

असे असले तरी, तरी त्यांनी ज्या उपलब्धी साध्य केल्या त्याबद्दल त्यांना खोल असा अभिमान वाटतो. ते म्हणतात, ''मी इतरांपेक्षा थोडे जास्त काही चांगले केले असेल तर त्याबदल मला आनंद वाटत नाही. पण मला याचे समाधान आणि अभिमान नाही की मी इतरांपेक्षा काही चांगले केले असेल, पण याचा आहे की मी दीर्घ काळ परतावे दिले जे इंडेक्स फंडपेक्षा कितीतरी अधिक होते. हा असा खेळ आहे की ज्यात आकडे खोटे बोलत नाहीत.''

मॅकलेनन यांना, आपल्यासारख्या इतरांप्रमाणे, त्यांचे म्हणून उंच जायचे आणि खाली कोसळायचे जीवनातले प्रसंग होतेच. मी जेव्हा त्यांना विचारले की एंट्रॉपी आणि नश्वरतेचे प्रभाव यांनी त्यांच्या जीवनावर काय परिणाम केला, तेव्हा त्यांनी उत्तर दिले, ''ओह, मी व्यक्तिगतरीत्या त्यांचा अनुभव घेतला आहे. तुम्हाला माहीत आहे की माझी पत्नी होती.'' अनेक वर्षांनंतर ते विभक्त झाले, ज्या वेळी त्यांना तीन मुले होती. त्यानंतर ते परत प्रेमात पडले आणि त्यांनी पुन्हा लग्न केले, त्यांना एक मूल झाले – मुलगी, तिचे नाव टेन्निसन.

व्यावसायिकदृष्ट्या आणि वैयक्तिकदृष्ट्या मॅकलेनन म्हणतात की, त्यांना नेहमी असे जाणवले की अत्यंत दुःखाच्या क्षणापाठोपाठ नवीन सुरुवात आणि अत्यंत अनुकूल संधी चालून आल्या. उदाहरणार्थ, १९९०च्या दशकाच्या अखेरचा काळ मूल्याधिष्ठित गुंतवणूक करणाऱ्याना अत्यंत कठीण काळ होता जसे मी आणि एव्हिलार्ड. पण २०००च्या सुरुवातीला सोनेरी काळ चालू झाला. म्हणून तुम्ही जर सहन करू शकला तर विरुद्ध बाजू प्रचंड लाभदायी होती.

बाजारात आणि जीवनातही बरेच काही आपली क्षमता खड्ड्यात पडल्यावर वाचण्याची किती आहे यावर अवलंबून असते.

मॅकलेनन यांनी गोल्डमन सॅक्समध्ये १४ वर्षे काढली. त्यात त्यांनी वॉल स्ट्रीटवरच्या काही अत्युत्कृष्ट कामगिरी करणाऱ्यांबरोबर काम केले. सुरुवातीला आश्चर्य वाटले की ज्येष्ठ अधिकाऱ्यांकडे काही विशेष हुशारी असते का की ज्यामुळे ते त्यामुळे ते बाजूला होतात. मी वेळ जात होता तसे हे शिकलो की बऱ्याच वेळा लोक माघार घेत नाहीत, ते शिकत राहतात, ते विकसित होत राहतात, तत्त्वाला चिकटून राहतात आणि त्यांची प्रतिकूल परिस्थितीतही टिकून राहायची तयारी असते. त्यांना असेच गुणवैशिष्ट्य गुंतवणूकदारातही दिसते. ते हार मानत नाहीत. ते नेहमी सांकेतिक शब्दांचा अर्थ काढण्याच्या प्रयत्नात असतात. आणि त्यांच्याकडे ताकद असते निराशेच्या अटळ कालखंडात टिकून राहण्याची.

मॅकलेनन यांना माहीत आहे की भविष्यकाळ हा आणखी त्रास, आणखी अस्थिरता, अधिक कमजोरी घेऊन येणार आहे. काही झाले तरी एन्ट्रॉपी हा विश्वाचा लोहाच्छादित नियम आहे. पण ते स्वतःला माहीतगार वस्तुनिष्ठ समजतात, न की निराशावादी. ते म्हणतात, ''मी मानवाच्या क्षमतेवर विश्वास ठेवणारा आहे, पण मला माहीत आहे की रस्ता सरळ नाही. त्याला प्रासंगिक व्यत्ययामुळे छिद्रे पडतात. म्हणून जर तुम्ही तुमचे खाते आणि विचार करण्याचा मार्ग या प्रासंगिक व्यत्ययातून निभावून नेण्यासाठी सज्ज कराल तर तुम्हाला निश्चितच कालमानानुसार मानवजातीच्या वाटचालीत अनंत काळापर्यंत पुढे जात येईल, जर ते चांगले चालले आहे यावर अवलंबून राहिलात तर.''

## लवचिकतेचे ५ नियम

क्षणभर काही पावले मागे जाऊ आणि काही व्यवहार्य धडे घ्यायचा प्रयत्न करू. ते ग्राहम, कॉहून, बफे, एव्हिलार्ड आणि मॅकलेनन यांच्याकडून असतील. विषय असेल गुंतवणूकदार म्हणून आपली लवचिकता अधिक बलवान कशी करता येईल? माझ्या दृष्टीने विचार करता, पाच मूलभूत कल्पना आहेत ज्या विसरणे मला परवडणार नाही.

पहिले– आपण अनिश्चिततेचा आदर केला पाहिजे. जरा विचार करा, ग्राहम आणि कॉहून यांनी गेल्या शतकात काय गोंधळ पाहिला. आणि तुम्हाला खात्री पटेल की अव्यवस्था, गोंधळ, अस्थिरता आणि आश्चर्ये, ते यंत्रणेतील ढेकूण नव्हते तर वैशिष्ट्ये होती. अशांच्या वेळेचे भाकीत आपण करू शकत नाही, पण आपण ते असतील अशी अपेक्षा ठेवायला हवी, आणि त्यासाठी स्वयंसिद्ध व्हायची तयारी करायला हवी, ज्यामुळे त्यांच्यामुळे होणाऱ्या वेदना कमी होतील. कसे? त्यांना ओळखून, त्यांच्यामुळे येणाऱ्या भेद्यतेला घालवून देऊन किंवा कमी करून. Antifragile : Things That Gain From Disorder मध्ये नसीम निकोलस तालेब लिहितात त्याप्रमाणे, ''हे अत्यंत सोपे आहे की काही गोष्टी नाजूक असतात हे पाहणे. पण अशा प्रसंगाचे भाकीत करणे की जेव्हा त्यांच्यामुळे नुकसान होईल हे पाहणे कठीण आहे.''

दुसरे– लवचिकता साध्य करणे. हे अत्यावश्यक आहे की कर्ज कमी करणे, लिव्हरेज टाळणे, आणि जास्त खर्चाबद्दल जागरूक असणे. कारण हे सर्व आपल्याला अपार चिंतांच्या दयाळूपणावर अवलंबून राहण्यास भाग पाडतात. यासाठी दोन गंभीर प्रश्न विचारले पाहिजेत. 'जर, समजा. मी नाजूक कुठे आहे? आणि मी हा नाजूकपणा कसा कामी करू शकेन?' जर समजा, तुमचे सर्व पैसे एकाच बँकेत आहेत, एकाच दलालाकडे आहेत, एकाच देशात आहेत, एकाच चलनात आहेत, एकाच संपत्तीच्या प्रकारात आहेत, किंवा एकाच निधीत आहेत, तर तुम्ही दारूगोळा भरलेल्या बंदुकीबरोबर खेळत आहात. नशीब असेल तर थोड्या कालावधीत तुम्ही सुटून जाऊ शकता. पण वेळ जाईल तसे, शक्य ता वाढते की तुमची भेद्यता अनेक अकल्पनीय प्रसंगामुळे उघड्यावर पडेल.

तिसरे– कमी कालावधीतील उपलब्धीवर केंद्रित करण्याऐवजी किंवा एखाद्या मापाच्या आधाराला चिकटून राहण्याऐवजी आपण धक्क्यांना प्रतिकार करणारे होण्यावर आणि काम करीत राहण्यावर भर द्यावा. काही प्रमाणात तेजी, चलन व्यवस्था जशी वाढत जाईल, उत्पादकता सुधारेल, लोकसंख्या वाढेल, आणि परिणाम गणन (Compounding ) आपली जादू चालवेल तशी आपली काळजी घेत राहील. पण जशी कॉहून यांनी धोक्याची सूचना दिली की, आपण घसरणीला दुर्लक्षित करून चालणार नाही.

चौथे- फाजील आत्मविश्वास आणि अल्पसंतुष्टता यांपासून सावध राहा. ॲरिस्टॉटल यांनी निरीक्षण केले आहे की, संपत्तीपासून निर्माण होणारे चारित्र्य हे एका श्रीमंत मूर्खाचे असते. व्यक्तिगतरीत्या, मी जर कशाविषयी खात्री बाळगत असेन तर ती म्हणजे मी तर्कहीन अज्ञानी आहे, भ्रामक आहे आणि वागणुकीच्या सर्व चुकांबाबत प्रवण आहे, ज्या इतरांनी केल्या तर मी त्यांना हसतो. यात धोकादायक सवय ही की इतरांनी केलेल्या माझ्यासारख्या चुकांकरिता मी त्यांना हसतो आणि यावर विश्वास ठेवण्याचा छंद भविष्यकाळ हा नुकत्याच संपलेल्या भूतकाळासारखाच असेल, याचाही समावेश आहे.

पाचवे- माहीतगार वास्तववादी म्हणून आपण उत्सुकतेने जाणकार असायला हवे की आपल्याला धोक्याला सामोरे जावे लागेल आणि म्हणून आपल्याकडे सुरक्षिततेबाबत तरतूद हवी. पण त्या बाबत एक महत्त्वाचा इशारा आहे. आपण आपल्या धोक्याबाबतच्या जाणिवेला आपल्याला घाबरत, निराशावादी, मनोवैज्ञानिक बनायला लावू नये. निएटझसचे धोक्याची सूचना देतात की, तुम्ही खोल विवराकडे अधिक काळ बघत बसलात तर तुम्हीच खोल विवर होता. मॅकलेनन यांनी महामारीच्या काळात दाखवून दिले त्याप्रमाणे, लवचीक गुंतवणूकदार असणे ही ताकद आहे, आत्मविश्वास आहे आणि भविष्यावर श्रद्धा ठेवणे आहे. त्यामुळे जेव्हा लवचीक नसलेले गुंतवणूकदार गोंधळतात, तेव्हाच्या संधी आपण साधू शकतो. संरक्षण एकाएकी आक्रमणात रूपांतरित होते. व्यत्यय नफा मिळवून देतो.

५

# साधेपणा हाच अंतिम सुसंस्कृतपणा

## लांब आणि वळणावळणाचा शोध, गगनचुंबी परताव्यांसाठीचा साधासोपा मार्ग

''आपले जीवन अति तपशिलामुळे वाया जाते - ते सोपे करा, सोपे करा.''

–हेन्री डेव्हिड थोरो

''या उल्लेखनीय कालखंडाचा एक मोठा विरोधाभास म्हणजे आपल्या अवतीभोवतीचे जग जितके गुंतागुंतीचे होते, तितके आपण जास्त साधेपणाकडे वळले पाहिजे. त्यामुळे आपली आर्थिक ध्येये साध्य व्हायला मदत होईल. साधेपणा ही खरोखरच आर्थिक यशाची गुरूकिल्ली आहे.''

–जॅक बोगले

दमटपणामुळे गुदमरून जायला होते आहे. अशा प्रकारच्या उन्हाळ्यातील दिवसांत, अगदी पक्का न्यू यॉर्करही या महानगरातील गगनचुंबी इमारतींच्या जाळ्यात सापडलेल्या उष्णतेला अनुभवून त्यापासून दूर जायची स्वप्ने पाहत असतो. वॉल स्ट्रीटवर इच्छुक धनिक लोक, त्यांच्या सुटाबुटात गुरफटून घेत, स्वच्छ हवेसाठी धापा टाकीत असतात.

१०० मैल दूर, जोएल ग्रीनब्लॅट यांनी महानगरापासून सुटका करून घेऊन त्याच्या समुद्रकिनाऱ्यावरील घरात आसरा घेतला आहे. आज ते हॅम्पटनमधील या

घरातून काम करीत आहेत. त्यांच्या छान सजवलेल्या घरातील फरसबंदी केलेल्या आणि सजवलेल्या छपरी अंगणात आम्ही बसलो आहोत. तिथली थंड वाऱ्याची झुळूक आणि अटलांटिकचे भव्य व नयनरम्य दृश्य मनाला सुखावते. त्या घरामध्ये पोहण्याचा तलाव आहे, बास्केटबॉल खेळाचे कोर्ट आहे, सॉकरच्या खेळाचे मैदानही. शेजारच्याच भिंतीला लागून अनेक सर्फ बोर्ड्स ठेवलेले आहेत. समुद्राच्या पृष्ठभागावर सूर्यकिरणे चमकत आहेत.

सूर्यस्नानामुळे करडी कातडी झालेले आणि निवांत असे ग्रीनब्लॅट जीनची पॅन्ट आणि पायमोज्याशिवाय घातलेले कातडी बूट घालून, त्यांच्या शर्टाच्या बाह्या वर सरसावून बसले आहेत. ते एक चांगले टेनिस खेळाडू आहेत आणि साठीच्या उंबरठ्यावर असूनही ते सडसडीत आणि मजबूत दिसत आहेत. गुंतवणुकीच्या क्षेत्रातील महामेरूंना सामाजिक कौशल्ये भरपूर प्रमाणात असतातच असे नाही. पण ग्रीनब्लॅट, महाजनांतील महान, यांना मोहक शिष्टाचारांचा आणि दिलखुलास हास्याचा जणू वरद हस्तच लाभला आहे. यावर कडी म्हणजे, त्यांच्यात एक शांत असा आत्मविश्वास आणि समतोल आहे, अशी एक भावना जी कोणाच्या पसंतीची वाट पाहत थांबत नाही. ते जसे आहेत तशात ते आरामदायी आहेत आणि त्यांनी आजवर प्राप्त केलेल्या ज्ञानसागरामुळे ते संरक्षित आहेत.

कदाचित त्यांच्या आजवरच्या उपलब्धीचा विचार करता यात आश्चर्य वाटावे असे काही नाही. ग्रीनब्लॅट यांचे गुंतवणुकीवरील परतावे म्हणजे एक आख्यायिकाच बनली आहे. १९८५ साली अगदी २७ वर्षांच्या तरुण वयात, त्यांनी Gotham capital ची स्थापना केली आणि ७ मिलिअन संपत्ती असलेल्या Hedge Fund ची सुरुवात केली. १९८९ साली, रॉबर्ट गोल्डस्टाईन त्यांच्या बरोबर काम करू लागले आणि नंतर ते गेली तीन तपे त्यांचे भागीदार म्हणूनही राहिले आहेत. त्यांच्या पहिल्या १० वर्षांत, त्यांच्या या फंडाने प्रतिवर्ष ५०%(खर्च वजा जाता पण देय फी पूर्वी) परतावे मिळवले आहेत. २० वर्षांच्या कालखंडांचा विचार करता, त्याची सरासरी नेत्रदीपक अशी ४०% राहिली आहे. या दराने, १ मिलिअन वाढून ८३६ मिलिअन होतात. (निफ्टीची युक्ती.)

५ वर्षांनंतर Gotham ने त्यांच्याकडील गुंतवणूकदारांचे ५०% पैसे परत केले. आणि १० वर्षांनंतर उरलेलेही परत करून टाकले. ग्रीनब्लॅट आणि गोल्डस्टाईन त्यामुळे त्यांचे स्वतःच्या नशीबाचे व्यवस्थापन करण्यास मुक्त झाले. बहुतेक फंड व्यवस्थापक हे त्यांच्या गुंतवणूकदारांची मर्जी आणि लहरीवर विसंबून असतात. पण या दोघांना कमालीचे सुख होते की ते कोणाला उत्तर देण्यास बांधील नव्हते.

जिथे जिथे ते गेले, तिथे तिथे त्यांचे कुतूहल शमवण्यास मुक्त असण्यासाठी त्यांनी स्वतःचा अप्रत्याशित मार्ग चोखाळला. बऱ्याचशा गुंतवणूकदारांचे स्वारस्य संकुचित असते, कारण सर्वोकृष्टता येण्यासाठी लक्ष केंद्रित असावे लागते. पण

ग्रीनब्लॅट यांचे जीवन श्रीमंतीत आणि विविधतेने नटलेले गेले. सुरुवात करायची तर ते एक उत्साही कुटुंबवत्सल गृहस्थ आहेत. त्यांची पत्नी, ५ मुले आणि २ कुत्रे असा त्यांचा परिवार आहे. ते एक प्रतिभावंत लेखकही आहेत. त्यांनी गुंतवणूक या विषयातील ३ पुस्तके लिहिली आहेत, त्यात त्यांचा स्वतःचा म्हणून लेखनाचा निराळा मार्ग आहे, त्यात मौलिक सल्ले आहेत, काही बोचरी गुपिते आहेत (जगात ३ प्रकारची माणसे असतात– जे मोजू शकतात आणि जे मोजू शकत नाहीत), शब्दांचा विपुल खेळ आहे (ipsofacto चे स्पेलिंग ipsofasto करणे वगैरे.) आणि त्यांच्या तरुण वयातील अनेक दुःसाहसांच्या गोष्टी आहेत, जसे ग्रेहाऊंड कुत्र्याच्या ओकारीची नक्कल करणे किंवा ग्रेहाऊंड कुत्रांच्या शर्यतीत पैजा लावणे वगैरे. (ग्रीनब्लॅट यांच्या या हुशारीच्या किश्श्यांचे एक सुख म्हणजे हे सर्व अहेतुक आहे. उदाहरणार्थ त्यांच्या You Can Be - Stock Market Genius पुरवणी शब्दकोशात पुढील व्याख्या जोडतात, Village Idiot म्हणजे तो की जो गुंतवणुकीवरील पुस्तकांवर २४ डॉलर्स खर्च करतो आणि असे समजायला लागतो की तो आता शेअर बाजारावर ताण करेल (फक्त मज्जा बरं का!)

त्यांचे पहिले पुस्तक You Can Be Stock Market Genius (Even If You are Not Too Smart ) हे सर्वसाधारण वाचकांकरिता होते पण ते हेज फंड व्यवस्थापकांकरिता (Hedge Fund Managers) आहे.

ज्यांना काही वरचढ करायचे होते, त्यांना हे पुस्तक जणू बायबल झाले. त्यांचे दुसरे पुस्तक The Little Book That Beats The Market हे त्यांच्या लहान मुलांकरिता त्यांचे गुंतवणुकीतील गूढ नाहीसे करण्याकरिता होते

पण त्याच्या ३ लाख प्रती विकल्या गेल्या आणि मायकेल प्राईस यांनी त्याची गणना 'गेल्या ५० वर्षातील गुंतवणुकीवरचे महत्त्वाचे उत्कृष्ट पुस्तक' यात केली. त्यांचे तिसरे पुस्तक, The Big Secret For Small Investor, हे त्या मानाने कमी खपले. ग्रीनब्लॅट विनोदाने म्हणतात, ''ते अजूनही गुपित आहे कारण ते कुणी वाचलेच नाही.''

१९९६ पासून त्यांनी कोलंबिया बिझिनेस स्कूलमध्ये -Value and Special Situation Investment – हाही अभ्यासक्रम शिकवणे चालू केले आहे. आत्तापर्यंत त्यांनी अत्यंत हुशार अशा सुमारे ८०० विद्यार्थ्यांना शिकवले असून त्यात त्यांनी ज्या बौद्धिक चौकटीत काम करून बाजारावर मत करणे जमवले त्याची माहिती दिली. ग्रीनब्लॅट आपल्या अभ्यासक्रमाची सुरुवात हे सांगून करतात की जी कौशल्ये ते शिकवणार आहेत त्यामुळे ते अत्यंत श्रीमंत होतील, पण त्यांना अशीही धोक्याची सूचना देतात की या उद्योग व्यवसायात तितकीच सामाजिक मूल्ये आहेत जेवढी Value and Special Situation Investment एखाद्या घोड्यावर शर्तीत पैज लावण्यास असतात तशी. हा इशारा मनात ठेवून ते त्यांना समाजाला परत काही देण्याचा मार्ग शोधण्यास सांगतात.

ग्रीनब्लॅट यांना लेखन आणि शिकवणे यामुळे समाजाला परत करण्याचे दोन लाभदायक मार्ग सापडले आहेत. स्वार्थी आणि चुकीचा सल्ला देणाऱ्यांचा सुळसुळाट असणाऱ्या क्षेत्रात तुमच्या आर्थिक स्वास्थ्याला हानिकारक ठरेल असा सल्ला मिळू शकतो, म्हणून त्यांनी उत्तम परंपरा असलेल्या बेन ग्राहम, वॉरन बफे आणि हॉवर्ड मास्क यांचे अनुकरण केले आणि जे कार्यशैलीने सिद्ध झाले आहे असे ज्ञान त्यांनी विद्यार्थ्यांना शिकवणीतून दिले. मध्यंतरीच्या काळात एक परोपकारी व्यक्ती म्हणून ग्रीनब्लॅट यांनी एक महत्त्वाची भूमिका ४५ शाळांचे जाळे तयार करण्यात बजावली. या सार्वजनिक सनदप्राप्त शाळा असून त्या न्यू यॉर्क परिसरातील १८००० विद्यार्थ्यांना सेवा पुरवतात. बहुसंख्य विद्यार्थी हे कमी उत्पन्न गट आणि अल्पसंख्यांक समाजातील ब्रॉन्क्स आणि हार्लेमसारख्या भागातील असतात.

अलीकडच्या काळात ग्रीनब्लॅट यांनी बाहेरच्या पैशाचे व्यवस्थापन करण्याच्या क्षेत्रातही प्रवेश केला आहे. ते आणि गोल्डस्टाईन यांनी एक मोठ्या आणि छोट्या म्यूचुअल फंडांचे कुटुंबच तयार केले आहे. ज्या धोरणांनी त्यांना तारा होण्याच्या पदावर पोहोचवले त्यापासून हे रंजक आणि अनपेक्षित असे क्षेत्र आहे. ग्रीनब्लॅट, ज्यांच्याकडे भक्कम अशी उद्योजकीय मानसिकता आहे, यांना अशी नवी धाडसे चालू करण्यात प्रेम वाटते. ते म्हणतात, ''मी पैसे कमवायच्या विरुद्ध नाही. पण त्यामुळे मला प्रेरणा अशी मिळत नाही. माझ्याकडे भरपूर पुरेसे आहे.''

किंबहुना त्यांना मूलभूत प्रेरणा मिळाली ती जिंकण्यासाठी काही कल्पक मार्ग निवडून सामना जिंकणाऱ्या एखाद्या खेळाडूच्या आनंदाची. ते म्हणतात, ''मला ज्यांच्याविषयी आकर्षण आहे अशा गोष्टी शोधणे याचे मला आव्हान वाटते, आणि ज्या अर्थी जगातील प्रत्येक जण असे शोधत असतो, त्या अर्थी असे कोडे सोडवण्यात येणारी भावना ही आनंदाची असते.'' खरोखरच मी ग्रीनब्लॅट यांना एक संकेत शब्द शोधून काढणारा समजतो, जो प्रचलित पद्धतीवर मात करण्यासाठी लागणारे बौद्धिक आव्हान देण्याकडे झुकलेला असतो.

मला हे जाणून घ्यायचे होते की त्यांनी तीन दशकांत शेअर बाजाराचे कोडे सोडवण्यासाठी, प्रतिस्पर्ध्यांवर मात करण्यासाठी केलेल्या प्रयत्नांत त्यांना काय सापडले. मला लवकरच समजले तसे त्यांच्या धोरणात अवलंबली जाणारी तत्त्वे तशी अगदी साधी आहेत. वस्तुतः ग्रीनब्लॅट यांना गुंतवणुकीतील इतके चमकदार मार्गदर्शक ज्यामुळे बनता आले ते त्यांना मिळलेल्या भेटीने एका गुंतागुंतीच्या खेळाला एका शुद्ध सारामध्ये बदलण्याच्या कौशल्याने. उदाहरणार्थ, मध्यवर्ती मॅनहॅटनमधील त्यांच्या कार्यालयात आमच्या चर्चेत त्यांनी मला सांगितले- शेअर्स निवडण्यातल्या त्यांच्या यशामागे असलेले गुपित होते, 'काय योग्य आहे ते पाहा आणि त्याकरिता जमेल तितके कमी पैसे द्या.'

हे खरोखरच इतके सरळ आहे का? आपण पाहू या!

पण पाहिल्यांदा आपण एक छोटीशी चक्कर मारू, हे स्पष्ट करण्याकरिता की काही मूलभूत तत्त्वे, जी सर्वसाधारणतः खरी असतात, त्यांना ओळखणे हे महत्त्वाचे का आहे? मग ग्रीनब्लॅट आणि अन्य काही आर्थिक क्षेत्रातील दिग्गजांकडून आपण काही विशिष्ट मोजक्या तत्त्वांना उल्लेखित करू जी आपल्याला येणाऱ्या काही काळापर्यंत योग्य मार्गावर घेऊन जातील - आपले ध्येय. या आपल्या अत्यंत गुंतागुंतीच्या जगात आपण एक साधासोपा, तर्कशुद्ध आणि अवलंबून राहता येईल असा सर्वश्रेष्ठ परताव्यांचा मार्ग शोधून काढू.

## गुंतागुंतीच्या दुसऱ्या बाजूला असणारा साधेपणा

१९७०च्या आसपास लंडनमध्ये वाढत असता मला फक्त तीन टीव्ही चॅनेल्स वरील कार्यक्रमांची निवड करता यायची. १९८२मधील ती जादूभरी संध्याकाळ मला अजून आठवते, जेव्हा माझ्या मातृभूमीला चौथ्या टीव्ही चॅनेलच्या आगमनाचे भाग्य मिळाले. या चॅनेलने टीव्हीवरील आश्चर्याची अमर्यादित मेजवानी देण्याचे वचन दिले होते. आज २१व्या शतकातील न्यूयॉर्कमध्ये माझ्याकडे किमान १०० चॅनेल्स आहेत. पण मी आता क्वचितच माझा टीव्ही चालू करायचे कष्ट घेतो. याला अपवाद फक्त इंग्लंडचा सॉकरचा संघ. दर चार वर्षांनी येणाऱ्या जागतिक करंडकाच्या स्पर्धेत हरताना पाह्यचा खात्रीपूर्ण निराशेचा कार्यक्रम.

आपण नेहमी असे गृहीत धरतो की अधिक पर्याय आपल्याला अधिक आनंदी बनवतील. काही मर्यादेपर्यंत ते कदाचित खरेही असेल. पण मी क्वचितच एकटा असेन की जो ही वाढलेली गुंतागुंत अत्यानंदाची आहे असे मानतो. मानसशास्त्रज्ञ बॅरी स्वार्ट्झ The Paradox Of Choice : Why More Is Less या आपल्या पुस्तकात असा वाद घालतो की बहुतेक सर्व दुकानदारांना तेव्हा लकवा आला जेव्हा त्यांनी सुपर मार्केटमधील फडताळांवर २४ प्रकारचे खाण्याचे जॅम पाहिले.

गुंतवणुकीचा विचार करताना निवडीच्या प्रकारांचा प्रसार पाहिला की आपले डोके गरगरायला लागते.

तुम्ही वैयक्तिक शेअर्स विकत घ्यावेत का? का ETFs, हेज फंड्स किंवा म्यूचुअल फंड्स? सक्रियरीत्या व्यवस्थापन केलेले फंड्स का इंडेक्स फंड्स? तुम्ही गुंतवणुकीची एकच पद्धत वापरावी का मिश्रणाची. आणि मग या सर्व प्रकारात वाढ, मूल्य, योग्य किमतीला वाढ, सखोल मूल्य, चालना, दीर्घ का तटस्थ बाजार? आणि तुम्ही तुमचे पैसे कसे विभागावेत, आंतरदेशीय का परदेशी शेअर्समध्ये, बॉण्ड्स, रोकड आणि पर्यायात जसे खाजगी भांडवलात, धाडसी भांडवलात (Venture Capital), REITs, सोने आणि अन्य प्रकारात?

व्यावहारिक बाबींचा विचार करता गुंतागुंत कमी करण्याची क्षमता हे अत्यंत मोलाचे असते. जरा क्षणभर ओल्ड टेस्टामेन्टचा विचार करा. त्यामध्ये ६१३ हून अधिक आज्ञा आहेत. इतके सर्व नियम कोण लक्षात ठेवेल? मग ते अमलात आणणे बाजूलाच राहू दे. कदाचित म्हणूनच आपल्याला त्यातील सर्वांत महत्त्वाच्या १०ची यादी लागेल. पण मी ते कोणते १० याची यादी करायला बसलो, तेव्हा त्यातले मला योग्य आणि बरोबर असे सापडले. आणि तेही काही अविश्वासू प्रतवारी करून.

तरीही मी हे लक्षात ठेवतो : सुमारे २००० वर्षांपूर्वी हिल्लेल नावाच्या संताला एक पायावर उभा राहून संपूर्ण ओल्ड टेस्टामेन्ट वाचायला सांगण्यात आले. त्यांनी उत्तर दिले, ''तुम्हाला स्वतःला जे द्वेषपूर्ण वाटते, ते तुम्ही तुमच्या शेजाऱ्याला करू नका. बाकी सर्व आहे ते यावरचे भाष्य आहे.'' ओल्ड टेस्टामेन्टमध्ये हे सर्व सांगण्यासाठी केवळ तीन शब्द लागतात, Veahavta Ireacha Kamocha. त्याचे हिब्रूतून केलेले भाषांतर असे होईल, 'आणि तुम्ही तुमच्या शेजाऱ्यावर, स्वतःवर कराल असे प्रेम करा.

त्याचप्रमाणे, येशूंना जेव्हा विचारण्यात आले की सर्व आज्ञांमधील सर्वांत महत्त्वाच्या आज्ञा कोणत्या, त्यांनी अगदी साधेपणाचा पर्याय निवडला आणि जाहीरपणे सांगितले, ''तुम्ही तुमच्या देवावर तुमच्या हृदयापासून, तुमच्या सर्व आत्म्यापासून आणि तुमची सर्व शक्ती वापरून, तुमच्या मनापासून आणि तुमच्या शेजाऱ्याला तुमच्यासारखे वागवून प्रेम करा.''

मीसुद्धा एक प्रकारे अंशतः गौतम बुद्धांच्या या आश्चर्यकारक मोजक्या शिकवणीबाबत त्यांच्या बाजूचा आहे, ''जे अस्वस्थ वाटते त्यापासून दूर राहा. चांगले काही करा. मनाला शुद्ध करा.'' हे जणू जीवनाचे मार्गदर्शक हस्तलिखित आहे. या शब्दांपेक्षा जास्त असे आपल्याला काय हवे असते? हिल्लेल आणि येशूप्रमाणे अंदाज आहे की बुद्धांनी हे ओळखले असावे की आपण मर्त्य लोक हे गोंधळलेले होण्यास बाध्य असतो, जेव्हा गुंतागुंतीचा प्रश्न येतो. आणि मग कमीतकमी संख्येची मार्गदर्शक ठिकाणे आपल्या परिणामकारकरीत्या निर्वाणाच्या दिशेने घेऊन जातील.

साधेपणा हे तितकेच महत्त्वाचे धोरण आहे, जेव्हा या मर्त्य जगातील शास्त्र आणि उद्योग व्यवसायाचे क्षेत्र येते. उदाहरणार्थ, शास्त्रज्ञ नेहमी ओक्कामच्या 'वस्तरा' तत्त्वाला आवाहन करतात. हे १४व्या शतकातील इंग्लिश तपस्वी आणि तत्वज्ञ – त्यांचे नाव विल्यम ऑफ ओक्काम असे आहे – यांचे आहे. त्यांचे तत्त्व असे सांगते की, सर्व गोष्टी सारख्याच असतील तर सर्वांत सोपी उकल ही सर्वोत्तम असते.

ओक्काम यांची वस्तऱ्याची प्रतिमा या गंभीर कल्पनेला पकडते की आपल्याला अचूक उत्तर मिळायची शक्यता तेव्हा जास्त असते जेव्हा आपण अनावश्यक तपशील (वस्तऱ्याने) बाजूला करू.

अल्बर्ट आइन्स्टाईन यांनी हे मान्य केले आणि असे सांगितले की, सर्व पदार्थविज्ञान शास्त्रांचे सिद्धान्त, त्यांचे गणिती स्पष्टीकरण बाजूला ठेवले तर, स्वत:ला इतके साधे सोपे वर्णन करून बनवतात की अगदी लहान मुलालाही ते सहज समजेल लॉर्ड अर्नेस्ट रूदरफोर्ड, अणू पदार्थविज्ञान शास्त्राचे पितामह, यांनीही असेच अनुमान काढले, 'जर पदार्थविज्ञान शास्त्राचा एखादा भाग मद्यपानगृहातील काम करणाऱ्या मुलीलाही समजावता आला नाही, तर तो चांगल्या पदार्थविज्ञान शास्त्राचा भाग म्हणता येणार नाही. (शास्त्रातील साधेपणाचे माझे आवडते उदाहरण डॉ. डीन ओर्निश यांच्याकडून येते. त्यांना 'जीवनशैलीच्या औषधाचे पितामह' मानले जाते. त्यानी मोजक्या शब्दांत, जे त्यानी चार तपांच्या आरोग्य आणि पोषण या विषयात संशोधन केले, त्याचे सार मांडले आहे,ते असे- 'उत्तम खा, जास्त हालचाल करा, कमी ताण घ्या, जास्त प्रेम करा.' त्यांनी मला अलीकडेच सांगितले की जर तुम्हाला खरोखरच काही सखोल असे कळले तर तुम्ही तुमचे सर्व जीवन काहीतरी करण्यासाठी व्यतीत केलेत, तर तुम्ही ते साधे सोपे करू शकाल. हे तुम्ही त्यांच्या सारात कमी करू शकता. आणि हेच सार आहे. मी त्यांच्या उल्लेखनीय पुस्तकाची शिफारस करेन, Undo It! How Simple Lifestyle Changes Can Reverse Most Chronic Diseases. ते कदाचित तुमचे जीवन वाचवेल.)

साधेपणा हा कित्येक वेळा सर्वांत यशस्वी, बहुतेक व्यवसायात महत्त्वाची भूमिका बजावतो. गुगलचे होम पेज घ्या. त्यात प्रामुख्याने त्याच्या व्यवसायाची खूण (Logo) आणि एक छोट्या आकाराची जागा असते ज्यात तुम्ही तुमचे ज्यांचा शोध घ्यायचा आहे ते शब्द (Search Words) टाकू शकता. किंवा स्टीव्ह जॉब्स यांचा गोंडस, समूह लालित्य असलेले बोधचिन्ह त्यांनी ॲपलसाठी निवडले; झेन बुद्धिझममधील किमान सौंदर्य असलेल्या शिकवणीतून प्रेरणा घेऊन. जॉब्स नेहमी समजावून सांगायचे तसे, त्यांची साधेपणाबाबतची समर्पितता ही खास घडवून आणण्या पलीकडची होती. आम्ही ज्या पद्धतीने कंपनी चालवतो, उत्पादनाची रचना, जाहिरात, हे सर्व शेवटी यात येते. 'चला हे आपण अगदी साधे करू, खरोखर साधे.' फार पूर्वी, म्हणजे १९७७ साली त्यांच्या कंपनीचे पहिले विपणनाचे माहितीपत्रक प्रसिद्ध केले, त्यात फक्त एका चमकदार सफरचंदाचे चित्र होते, आणि त्याखाली ओळ होती, 'साधेपणा हा अंतिम सुसंस्कृतपणा आहे.' (हे वचन लिओनार्दो दा व्हिन्सी यांचे असल्याचे सांगितले जाते. पण त्यांनी हे खरोखरच उच्चारले होते का ते अद्याप स्पष्ट नाही.)

आर्थिक सेवा देणाऱ्या उद्योग व्यवसायांचा साधेपणाला तितकीशी अनुकूलता देण्याकडे कल नाही. त्यामुळे मनाला भुरळ घालणारी नव निर्मिती जसे- Collateralized debt Obligations, Structured Investment Vehicles, आणि Credit Default Wraps, जे सर्व २००८ साली जागतिक अर्थव्यवस्था

नेस्तनाबूत करायला एकत्र आले. कै जॅक बोगले, ज्यांनी १९७५मध्ये व्हॅनगार्ड गटाची स्थापना केली आणि एक वर्षानंतर पहिला इंडेक्स फंड चालू केला. यांनी त्यांचे पुस्तक Enough मध्ये असे निरीक्षण नोंदवले आहे की आर्थिक संस्था-संघटना काहीशा ओक्कामच्या वस्तरा सिध्दांताच्या विरुद्ध काम करतात. त्या गुंतागुंतीच्या आणि खर्चीक रचनेला जास्त प्रोत्साहन देतात, साध्या आणि स्वस्त रचनेपेक्षा. हे काहीसे जे गुंतवणूकदारांना आवश्यक आहे आणि पाहिजेच असते, त्याच्या विरुद्ध आहे. (२०१६ सालच्या बर्कशायरच्या शेअर होल्डर्सना लिहिलेल्या पत्रात बफे लिहितात, ''अमेरिकन गुंतवणूकदारांसाठी ज्यांनी सर्वांत जास्त काम केलेल्या गृहस्थाचा पुतळा उभारायचा झाला तर सर्वांत आधी निवड जॅक बोगले यांचीच करावी लागेल.'' त्यांच्या सुरुवातीच्या काळात जॅक यांची गुंतवणूक व्यवस्थापन उद्योगाने चेष्टा केली. मात्र आज त्यांना हे जाणून समाधान वाटेल की त्यांनी लक्षावधी गुंतवणूकदारांना त्यांच्या बचतीवर त्यांना एरवी मिळाले असते त्यापेक्षा मोठे परतावे मिळावे म्हणून भरपूर मदत केली. ते आज त्यांचे आणि माझेसुद्धा महा नायक आहेत. २०१९ साली जॅक यांचे निधन झाले.)

मी जेव्हा २००१ साली बोगले यांची मुलाखत घेतली, त्यांनी मला दाखवून दिले की त्यांच्या सिद्धांतापेक्षा काहीही अधिक सोपे नसेल की कमी खर्चाचे इंडेक्स फंड्स हे सक्रियरीत्या व्यवस्थापन केलेल्या फंडांना गट म्हणून वरचढ ठरतील कारण या दुसऱ्या फंडांचा व्यवस्थापन खर्च आणि व्यवहाराचा खर्च अधिक असतो. ते म्हणाले, ''जेव्हा व्यवहारात आर्थिक मध्यस्थ असतो, तेव्हा बाजारातील परताव्याचा मोठा हिस्सा ते घेतात.''

म्हणून इंडेक्स फंड्सना जिंकावेच लागते. हे फार गुंतागुंतीचे नसते. ही अगदी प्राथमिक अंतर्दृष्टी, इंडेक्स फंडाच्या गणिती फायद्याची, इतकी प्रभावी ठरली की वांगार्डची संपत्ती तेव्हापासून आजतागायत ६.२ ट्रिलिअन झाली आहे. (१९७६ साली बोगले यांनी पहिला इंडेक्स फंड चालू केला, त्यांच्याकडे ११.४ मिलिअन इतका निधी आकर्षित होऊन आला. त्यांची महत्वाकांक्षा होती बाजारातील परताव्याच्या फक्त बरोबर एवढे करणे, ही अगदी सामान्य कल्पना म्हणून काढून टाकण्यात आली (१७.५ मिलिअन). पण बोगले याना सखोल सत्य माहीत होते. कालमानाप्रमाणे प्रचंड फी आणि खर्च जे सक्रिय व्यवस्थापकांनी लावले होते, यांचा सर्व नाशक प्रभाव गुंतवणूकदारांच्या परताव्यावर पडला. इंडेक्सिंगच्या नवोदित कल्पनेचे विपणन करण्यासाठी बोगले यांनी एक तक्ता तयार केला ज्यात दाखवले होते की १ मिलिअन १०% दराने जर ठेवले तर ३० वर्षांत ती रक्कम १७.५ मिलिअन एवढी होईल. या विरुद्ध सक्रिय गुंतवणूकदार, जर त्याने प्रतिवर्ष १.५% जर खर्चात घालवले, (ज्यामुळे त्याचे १०% हे ८.५% होतील) तर ३० वर्षांत १ मिलिअनचे ११.५ मिलिअन होतील. दुसऱ्या शब्दात सांगायचे तर दरवर्षी

१.५% खर्चात वाचवण्याने. तर खर्चाविषयी सतर्क असलेला गुंतवणूकदार जादा ६ मिलिअन मिळवू शकेल. बोगले यांनी मला सांगितले तसे मला फक्त एवढेच माहीत होते की गुंतवणुकीचे गणित हे शाश्वत आहे.)

साधेपणाचा एक अत्यंत विचारी प्रचारक म्हणजे जोश वाईट्झकीन, ते साधेपणाचे एक विचारवंत प्रचारक आहेत. आणि शिवाय ते निरनिराळ्या क्षेत्रांत जसे बुद्धीबळ, मार्शल आर्ट्स आणि गुंतवणूक, तिथल्या अत्युच्च कामगिरीचे तज्ज्ञ आहेत. ते बुद्धीबळाचे राष्ट्रीय अजिंक्यपद विजेते होते, Searching for Bobby Fischer या सिनेमाचे ते विषय झालेले होते. प्रौढ वयात ते ताई ची चुन या खेळातील जागतिक विजेते होते, हेज फंड व्यवस्थापकांचे प्रशिक्षक होते आणि एक आकर्षक पुस्तक The Art Of Learning . An Inner Journey To Optimal Performance याचे ते लेखक होते.

वाईट्झकीन हे या महत्त्वावर भर देतात की गुंतागुंतीच्या आव्हानांना छोट्या छोट्या घटकांत मोडावे. जेव्हा ते बुद्धीबळ शिकवित होते ते तीन सोडून (दोन राजे आणि एक प्यादे) बाकीची बाहेर काढत, ते त्या खेळातील आवश्यक तत्त्वे स्पष्ट करण्यासाठी आणि तेही कमी झालेल्या गुंतागुंतींसह, तो खेळ शिकवताना करायचे. त्याचप्रमाणे त्यांनी ताई इची या खेळातही गुंतागुंत कमी करण्यासाठी सर्वांत साध्या हालचाली करायला सांगायचे जसे तुमचा हात हवेतून सहा इंच वर उचलणे; अशा सोप्या केलेल्या हालचालीच्या त्यांच्या आवडीमुळे त्यांनी मार्शल आर्ट्सची तत्त्वे क्रमाक्रमाने शिकवली. जसे मन, श्वासोच्छ्वास आणि शरीर यातील समन्वय. ते असे सांगून समारोप करतात, ''आपल्याला सर्वोच्च ठिकाणी नेणारे कोणतेही जादूचे तत्त्व नाही. पण गहन रहस्य आहे की मूलभूत कौशल्याचा संच काय असू शकतो.

ही एक निर्णायक अंतर्दृष्टी आहे जी अगदी हुशार गुंतवणूकदारालाही लाभ प्राप्त करून देईल. काही झाले तरी, गुंतागुंत म्हणजे एका हुशार गुंतवणूकदारांकरिता मोहक सापळा आहे. शाळेमध्ये गुंतागुंतीचे प्रश्न सोडवण्यासाठी त्यांना बक्षिसे दिली जायची, त्यामुळे ते गुंतागुंतीच्या समस्यांकडे आकर्षित होतात यात आश्चर्य नाही. विशेषतः जेव्हा गुंतवणुकीतील गुंतागुंतीची कोडी सोडवायची असतात त्या वेळेला. पण आर्थिक बाजारपेठेत, मार्शल आर्ट्सप्रमाणेच, विजय हा केवळ गूढ तंत्रांचे सादरीकरण करणे यावर अवलंबून नसतो. तो त्या खेळातील ठाम तत्त्वांवर तुमची किती पकड आहे आणि मूलभूत कौशल्यावर तुमचे किती प्रभुत्व आहे यावरून ठरतो. बफे सांगतात तसे, बिझनेस स्कूल्स कठीण, गुंतागुंतीच्या वागणुकीला अधिक पुरस्कार देतात, न की साध्या वागणुकीला. पण साधी वागणूक ही अधिक परिणामकारक असते.

बफे स्वतः हे सरळीकरणाचे महान गुरू आहेत. १९७७ साली त्यांच्याच शेअर होल्डर्सना लिहिताना ते शेअर्सच्या निवडीसाठी ते वापरत असलेले चार निकष सांगतात की आम्हाला असा व्यवसाय पाहिजे की जो, १) आम्हाला समजू शकेल.

२) अनुकूल लांब पल्ल्याच्या संभावना असाव्यात. ३) तो प्रामाणिक आणि सक्षम लोकांनी चालवावा. ४) तो अत्यंत आकर्षक किमतीत उपलब्ध असावा. तुम्हाला ही फार भूकंप व्हावा आणि भूमंडळ डगमगावे अशी तत्त्वे वाटत नसतील. पण या शाश्वत सत्यावर मात करावी की शेअर्स घ्यावेत असे कशामुळे वाटते, हे सांगणे तसे कठीण आहे. आता ४० हून अधिक वर्षे गेलीत. पण बफे यांची ही चार तत्त्वे आजही तितकीच समर्पक आणि उपयुक्त वाटतात.

मी पुनःपुन्हा अवाक होतो ते सर्वोत्तम गुंतवणूकदारांच्या क्षमतेमुळे, की कित्येक वर्षांच्या शिकण्याला ते थोड्या कळीच्या तत्त्वात संक्षिप्तपणे मांडतात. हा काही गोष्टी गळ्यात मारण्याचा किंवा असे समजण्याचा की गुंतागुंत किंवा मतभिन्नता अस्तित्वातच नाही असा भाग नाही. हे एका अत्यंत संपन्न आणि सूक्ष्म विषयाच्या तपशिलाला एकत्र आणायचे काम आहे. यावरून मला आठवण होते एका शेऱ्याची जो सुप्रीम कोर्टाचे न्यायाधीश ऑलिव्हर वेन्डेल होल्म्स यांच्या नावाने प्रसिद्ध आहे, 'जो साधेपणा गुंतागुंतीच्या या बाजूला आहे त्याला मी दंड देणार नाही, पण जो साधेपणा गुंतागुंतीच्या दुसऱ्या बाजूला असेल त्याच्यासाठी मी माझे प्राणही देईन.' (गैरसोयीचे वाटेल पण मला संशय आहे की होल्म्स यांनी हे शब्द कधी उच्चारलेच नाहीत. पण १९०२ साली त्यांनी लेडी जॉर्जियांनी पोलॉक यांना लिहिलेल्या पत्रात ते त्या वाक्याच्या जवळपासच आले होते, 'फक्त त्या साधेपणासाठी, मी तुच्छ वस्तू देईन जी गुंतागुंतीच्या दुसऱ्या बाजूला असेल. अशी नाही की जी कधी दैवी होती. एवढे बोलून मी थांबतो.')

काही मूलभूत तत्त्वांवरच गुंतवणुकीला मर्यादित करणे हे एवढे मौल्यवान का आहे? सुरुवात म्हणून ते आपल्याला आपण ज्याच्यावर खऱ्या अर्थाने विश्वास त्याविषयी विचार करायला भाग पडते; अशी खात्री करून घेणे, विशेषकरून तेव्हा अत्यंत उपयोगी पडते जिथे मोहात पडणाऱ्या वेळी जेव्हा आपण अनिश्चितता, संशय आणि भीती यांनी ग्रासून गेलेलो असतो. जरा विचार करा, आपण २०२०च्या सुरुवातीला कसे दिशाहीन झालो होतो, जेव्हा कोविड १९ने एकट्या यूएसमध्ये एक लाखांहून अधिक लोकांचे बळी घेतले होते, लक्षावधी लोकांना बेरोजगारीचा सामना करावा लागला होता आणि काही आठवड्यांतच शेअर बाजार १/३ने घसरला होता.

पण चांगल्या दिवसांतही असेच खाली जायला लागणे तितकेच संभव आणि सोपे आहे. बातम्यांमध्ये काळजी आणि चिंता वाढवणाऱ्या बातम्यांचा आवाज येत असतो. सुमार गुंतवणुकीच्या आणि संशयास्पद अनुभव असणाऱ्या उत्पादनांची विक्री आणि करणाऱ्या फेरीवाल्यांचे आवाज ऐकू येतात. इतक्या मोह पाडणाऱ्या परिस्थिती येतात ज्यात अद्ययावत पद्धतीच्या(फॅशनच्या) धोरणांना किंवा संपत्तीच्या उबेने जास्तच गरम झालेल्या वर्गाचे समूह इतरांनाही आपल्या निराळ्या ढंगाने श्रीमंत बनवतात.

उत्कृष्ट गुंतवणूकदारांची म्हणून एक शिस्त असते, की ते अशा विचलित करणाऱ्या गोष्टींच्या मागे जात नाहीत. ग्रीनब्लॅट म्हणतात, ''ज्या गोष्टीत मला काही तथ्य वाटते त्यांच्याकडे बघायचा माझा साधा मार्ग असतो. आणि मी त्याला बऱ्यावाईट कोणत्याही परिस्थितीत चिकटून राहतो. बस एवढेच.''

## विल डॅनऑफ यांचे गुप्त सॉस

साध्या, गुंतवणुकीतल्या विश्वासाचे गुण मला विशिष्ट प्रभावाने लक्षात आले, जेव्हा मी विल डॅनऑफ यांची मुलाखत Fidelity Investmentsच्या बोस्टनमधील मुख्य कार्यालयात घेतली. डॅनऑफ यांच्याकडे दिखाऊपणा नाही. ते मनमिळाऊ आणि जात्याच वर्कहोलिक आहेत. दातात थोडी फट आहे पण त्यातून त्यांचे स्मित हास्य येते आणि त्यांच्याकडे विनोदाचे अंग आहे. ते जास्ती करून एखाद्या सुरकुतलेल्या, झोप उडालेल्या मध्यम स्थानावरील व्यवस्थापकासारखे दिसतात जरी ते प्रत्यक्षात जणू विश्वाचे मालक आहेत.

तरीही, १९९० साली त्यांनी Fidelity Contra fundचा कारभार हाती घेतला आणि त्यातून ११८ बिलिअनची संपत्ती असलेला प्रचंड फंड उभा केला जो यूएसचा सर्वांत मोठा सक्रियरीत्या व्यवस्थापन असलेला फंड आहे आणि तोही एका व्यक्तीने कारभार सांभाळलेला सर्व मिळून. ते २०० बिलिअनचे व्यवस्थापन सांभाळतात.

बाजारात अतुलनीय कामगिरी करणे आणि तीही महाकाय फंडाद्वारा- हे अत्यंत अवघड आहे. पण २०१७ साली आम्ही भेटलो, तेव्हा डॅनऑफ यांच्याकडे नोंदणी करावी अशी अतुलनीय कामगिरी होती, की त्यांनी SP ५०० वर एक, तीन, पाच, दहा आणि वीस वेळा मात केली होती. मला त्यांच्या या गुप्त सॉसमधील सूक्ष्म घटक कोणते आहेत हे जाणून घ्यायचे होते. पण त्यांनी त्यांच्या गुंतवणुकीच्या सिद्धांतांना केवळ मोजक्या शब्दांत मांडले, 'कमाई पाठोपाठ शेअर्स जातात' (Stocks Follow Earnings), हे तत्त्व मनात ठेवून, ते अथक परिश्रम करून, उत्तमातील उत्तम निपज असलेला व्यवसाय (Best Of Breed Business), जो त्यांच्या मते पुढील वर्षांतपण अधिक मोठा होईल, असा शोधतात. का? कारण जर कंपनीने पाच वर्षांत प्रतिशेअर कमाई दुप्पट केली, तर शेअरची किंमतही जवळपास दुप्पट व्हायची शक्यता आहे असा त्यांचा विश्वास आहे. हे सामान्यीकरण खारीज करणे तसे सोपे आहे कारण ते संशयास्पदरीत्या सोपे असल्यासारखे वाटते. पण हे लक्षात ठेवा : गुंतवणूक करणे म्हणजे ऑलिंपिकमध्ये पोहण्याच्या शर्यतीत सूर मारण्यासारखे नाही, जिथे परीक्षक गुण देतात ते असा सूर अधिक कठीण पद्धतीने कोण मारतो त्यावर.

डॅनऑफ हे त्यांच्या एकाकी मनाने केंद्रित केलेल्या कमाईच्या वाढीची संभाव्यतेबद्दल क्षमाशील नाहीत. या पुस्तकातील अन्य गुंतवणूकदारांच्या विरुद्ध ते

किमतीच्या पातळीबाबत ते फारसे चिंताग्रस्त नसतात, फक्त जेव्हा ती हास्यास्पद होते. ते विचारतात, "तुम्हाला हा सामना तुमच्या शेअर होल्डर्सकरिता, स्वत:च्या कंपन्यांकरिता जिंकायचा आहे का? कधीकधी, एखाद्या मोठ्या कंपनीची मालकी तुमच्याकडे असताना, तुम्हाला योग्य किंमत मोजावीच लागते."

या मानसिकतेने त्यांना प्रचंड, दीर्घ काळ टिकवलेले प्रबळ स्थान, उत्तम प्रकारचे व्यवस्थापन असलेल्या व्यवसायात जसे बर्कशायर हॅथवे, (१९९६पासून प्रमुख शेअर होल्डिंग), मायक्रोसॉफ्ट, अल्फाबेट (ते एक मोठे गुंतवणूकदार २००४ च्या गुगलच्या IPO होते आणि ते स्थान जाही ते टिकवून आहेत). अमेझॉन (त्यांचे स्थान सर्वांत मोठे आहे) आणि फेसबुक (IPO मधले ते सर्वांत मोठे खरेदीदार होते.) ते म्हणतात, "हा अगदी प्राथमिक मामला आहे. माझी गुंतवणुकीबाबतची मनोधारणा अशी आहे की, सर्वोत्कृष्ट जे असेल त्यात गुंतवणूक का बरे नाही करायची?"

त्यांच्या विचारांचा मार्ग स्पष्ट करताना डॅनऑफ मला फाटलेल्या आणि कॉफीचे डाग पडलेल्या नोंदीची थप्पी दाखवतात, त्या जणू त्यांच्या गेल्या तीन दशकांतील हजारो कंपन्यांबरोबर झालेल्या बैठकांची जंत्रीच आहे. ते त्यांचे एक आवडते स्मृतिचिन्ह दाखवतात, ते असते त्यांची दोन पानांची गिचमिड हस्ताक्षरातील टिपणे, त्यांची हॉवर्ड शुल्ट्झ- एक दूरदर्शकी व्यक्तिमत्त्व ज्यांनी स्टारबक्स या ब्रँडला जागतिक ब्रँड बनवले, त्यांच्याबरोबरच्या बैठकीची. ते दोघे १९९२ मध्ये भेटले बरोबर एक आठवडा आधी, ती कंपनी सार्वजनिक व्हायच्या आधी, आणि त्या वेळी तिचे बाजारमूल्य होते २५० मिलिअन. आज तेच बाजारमूल्य १२० बिलिअन आहे.

त्या वेळच्या त्या बैठकीच्या नोंदी पाहताना, डॅनऑफ मला म्हणाले की, तुम्हाला ज्या गोष्टीची माहिती आवश्यक असते, ती यात नोंदलेली आहे. तिथे एक फार मोठी संधी होती. उदाहरणार्थ, शुल्ट्झ मला म्हणाले की एकट्या इटलीमध्ये दोन लाख कॉफी बार्स आहेत. त्या तुलनेत स्टारबक्सचे फक्त १३९. पण ही सिॲटलस्थित कंपनी आक्रमक धोरण स्वीकारून इतर शहरात विस्तारत होती, नवीन कॅफे उघडत होती प्रत्येकी २,५०,०० गुंतवून. उद्घाटनानंतर तिसऱ्या वर्षातच असा कॅफे १,५०,००० नफा कमावू लागत होता, सुरुवातीच्या गुंतवणुकीवरचे ६०% परतावा देऊन. ते म्हणतात, "याला कळीची बाब म्हणजे प्रत्येक कॅफे हा चांगला जास्त होता. त्यामुळे कंपनी, बाहेरची काही आर्थिक मदत न घेता, झपाट्याने वाढत होती."

डॅनऑफ म्हणतात की, ते जेव्हा शुल्ट्झ यांना पहिल्यांदा भेटले तेव्हा ते फारसे प्रशंसा करावी असे वाटले नव्हते. पण नंतर स्टारबक्स हे कॉंट्रा फंडचे सर्वांत मोठे होल्डिंग असलेले झाले. या मार्गावर, कंपनीने यांचे उदाहरणे घालून दिले होते की दूर पल्ल्याचा विचार करताना अशा महान व्यवसायात गुंतवणूक करणे कसे मौल्यवान असते, जिचा वाढीचा वेग हा उच्चतम असतो. त्यांनी मला एक

आलेख दाखवला. त्यात त्या कंपनीचा दोन तपांचा प्रचंड वाढीचा वेग दाखवला होता. २० वर्षांच्या कालावधीत तिचा प्रतिशेअर उत्पन्नाच्या वाढीचा वेग प्रतिवर्ष २७.४५% होता आणि शेअरची किंमत प्रतिवर्ष २१.३२ टक्क्यांनी वाढत होती. त्याच कालावधीत, SP ५०० ची कमाई प्रतिवर्ष ८.४ टक्क्यांनी वाढली होती आणि निर्देशांक (इंडेक्स) ७.९ टक्क्यांनी वाढला होता.

डॅनऑफ काही उत्कंठापूर्ण बोटे फिरवतात आणि मला विचारतात की यातून काय धडे मिळतात. मी उत्तर देतो, ''शेअरच्या किमती या अखेरीस कमाईच्या मागोमाग जाताहेत.'' त्यांचे डोळे ते विस्तारतात आणि माझ्याकडे पाहत एक आनंदी हास्य करतात, ''अगदी बरोबर! बिंगो! हेच मी शिकलो. शेअर्स कमाईच्या पाठोपाठ जातात.''

त्यांचा मंत्र फार गहन वाटत नाही, पण त्यांचे यश हे काही अंशी यात आहे की ते अति गुंतागुंतीला सातत्याने नकार देतात. त्यांचे मित्र- बिल मिलर, जे गुंतवणुकीच्या क्षेत्रातील अंतर्दृष्टी असलेले विचारवंत आहेत, ते म्हणतात की डॅनऑफ जाणीवपूर्वक अशा प्रश्नावर लक्ष केंद्रित करतात जे अत्यंत महत्त्वाचे असतात. ते मन विचलित करणाऱ्या अनावश्यक तपशिलात जात नाहीत. बिल एकदा मला म्हणाले खोटे खोटे हसत, ''असे पाहा, मी काही तितकासा हुशार नाही आणि तिथे बरीच काही माहिती आहे. म्हणून मी जेव्हा एखाद्या कंपनीकडे पाहतो, तेव्हा मी स्वतःलाच विचारतो, गोष्टी अधिक चांगल्या होताहेत का अधिक खराब? जर त्या अधिक चांगल्या होत असतील तर तर मला जाणून घ्यायचे आहे की तिथे काय चालू आहे.''

मिलर यांनीही त्यांची गुंतवणुकीची प्रक्रिया सोपी करण्याचे शिकून घेतले आहे. ''मी पूर्वी पाहत होतो की अशा अनावश्यक तपशिलापासून मी आता दूर जात आहे.'' ते म्हणतात. उदाहरणार्थ, ते विश्लेषण करीत असलेल्या प्रत्येक कंपनीतील गुंतागुंतीची माहिती घेण्यासाठी ते सविस्तर आर्थिक प्रारूप मांडायचे. ''आता मी तशी प्रारूपे मांडत नाही. ते मूर्खपणाचे आहे. त्यात काही अर्थ नसतो.'' त्याऐवजी ते ३ किंवा ४ महत्त्वाच्या बाबींवर लक्ष केंद्रित करतात, जे त्यांचा विश्वास आहे की व्यवसाय पुढे नेतात. ते म्हणतात, ''प्रत्येक कंपनीत काही गुंतवणूक चल (Variables) असतात आणि बाकी असतो तो नुसता गोंगाट.''

यातला ढाचा स्पष्ट आहे. त्यांच्या आपापल्या मार्गाने, ग्रीनब्लॅट, बफे, बोगले, डॅनऑफ आणि मिल्लर हे सर्व साधेपणाचे साधक आहेत. बाकी आपण सर्वांनी त्यांचा मार्ग चोखाळला पाहिजे. आपल्यापैकी प्रत्येकाचे साधे आणि सातत्य असणारे गुंतवणुकीचे धोरण हवे, जे येत्या काळात कार्य करीत राहील- असे की जे आपल्याला नीट समजते आणि आपण ठामपणे यावर विश्वास ठेवू की आपण त्याला प्रामाणिकपणे चांगल्या आणि वाईट दिवसांत चिकटून राहू. आपण या कल्पनेकडे

पुन्हा येऊ कारण ती अत्यंत महत्त्वाची आहे. पण आत्ता आपण ग्रीनब्लॅट यांच्या मनाच्या अंतरंगात जाऊ आणि जाणून घेऊ की गुंतवणुकीचे कोडे कसे सोडवावे याबाबत त्यांचे मत काय आहे?

## कार्यक्षम बाजारपेठ, धोक्याचे लोक आणि विस्फोटक पदार्थ

ग्रीनब्लॅट १९७०मध्ये व्हार्टन येथे जेव्हा पदवीपूर्व अभ्यासक्रमात होते तेव्हा त्यांच्या प्राध्यापकांनी आग्रह धरला की बाजारपेठेवर विजय मिळवण्याचा प्रयत्नही करण्यात काही अर्थ नाही. कार्यक्षम बाजारपेठ धोरण याचे ते पुरस्कर्ते होते, आणि म्हणून त्यांनी असा दावा केला की शेअर्सच्या किमतीत जाहीरपणे उपलब्ध सर्व माहितीचा समावेश असतो. त्यांनी पाहिले तसे जाणकार शेअर खरेदी करणारे आणि विक्री करणारे यांच्यातील परस्पर संवादाचा परिणाम शेअर्सच्या किंमती त्यांच्या योग्य मूल्याला ठेवण्यात होतो, ज्याचा अर्थ सौदेबाजी करणे हे व्यर्थ आहे असा होतो.

बौद्धिकदृष्ट्या हा एक सुसंस्कृत सिद्धान्त आहे- एक प्रमाणपत्र गर्दीच्या सर्वसमावेशक शहाणपणाचे. यापेक्षाही अधिक म्हणजे, याचा एक सकारात्मक परिणाम म्हणजे अनेक नियमित गुंतवणूकदारांना इंडेक्स फंडकडे वळवण्यात होईल. त्यांची जडणघडण निराशाजनक पण वास्तववादी समजुतीवर आधारित असते की जर तुम्ही बाजारपेठेवर मात करू शकत नसाल तर तुम्ही याच्यावर लक्ष केंद्रित करा की परतावे कमीतकमी शक्य अशा किमतीला साजेसे असतील. बहुसंख्य गुंतवणूकदारांकरिता निर्देशांक निश्चिती (इंडेक्सिंग) हे अन्य कशापेक्षाही सर्वांत तर्कशुद्ध आणि सर्वांचे साधे सोपे धोरण आहे.

पण ग्रीनब्लॅट यांनी आपल्याला ज्या प्रकारे शिकवले गेले त्या पद्धतीने शेअर्स विकत घेतले नाहीत. ते म्हणतात, "मला कार्यक्षम बाजारासंबंधी मी जे शिकत होतो त्या संबंधीचा अंतर्मनातील प्रतिसाद निराळा होता. वृत्तपत्रांवर नजर टाकून आणि काय घडते आहे ते वाचून मला प्राथमिक पातळीवरीलही काही जाण येत नव्हती."

सुरुवात करण्यासाठी त्यांनी हे निरीक्षण केले की शेअर्स नेहमीचे म्हणून ५२ आठवड्यांत सर्वोच्च आणि सर्वांत नीचांक पातळीवर मोठ्या प्रमाणावर झोके घेत होते. जर एखादा शेअर फेब्रुवारीमध्ये ५०च्या भावात असेल आणि नोव्हेंबर मध्ये ९०पर्यंत वर जात असेल तर या दोन टोकांच्या किमतीत त्यांचे योग्य मूल्य कसे ठरवावे? आणि मग अगदी त्यातले जे अधिक मागणीचे असतील जसे निफ्टीफिफ्टी, जे एकाएकी आगीत जळून जातात त्यांचे काय? उदाहरणार्थ, सगळ्यांना स्पष्ट माहीत असलेली अशी पोलोरॉइडची १९७२ मध्ये १५० अशा प्रतिशेअर असलेली किंमत आणि तीच १९७४ मध्ये १४ हे कसे? असे दिसते की हे असंभव आहे.

ग्रीनब्लॅट यांनी हेही निरीक्षण केले की शेअर बाजार हा अनियमितपणे एका टोकापासून दुसऱ्या टोकापर्यंत झोके घेत असतो. अत्यानंद दर्शक भरभराट आणि त्रासदायक घसरण - १९७२-७४ ची - यांनी एक ढाचा स्थापित केला - डोकेदुखी करणारी अस्थिरता जी ते त्यांच्या पुढच्या सर्व कारकिर्दीत अनुभवणार होते.

ते निर्देशित करतात की SP ५००, १९९६ ते २००० यादरम्यान दुप्पट झाला, २००० ते २००२ दरम्यान निम्मा झाला, २००२ ते २००७ पुन्हा दुप्पट झाला २००७-२००९ या काळात परत अर्धा झाला, आणि २००९ ते २०१७ दरम्यान तिप्पट झाला. गुंतवणूकदार तर्कशुद्ध आणि सक्षम पद्धतीने शेअर्सच्या किमती जेव्हा त्या वर गेल्या, पुन्हा खाली गेल्या आणि परत वर झेपावल्या तेव्हा ठरवत होते का? का ते शैक्षणिक सिद्धान्त मांडणाऱ्यांना त्यांनी विश्वास ठेवावा असे वाटत होते त्यापेक्षा फार कमी तर्कशुद्ध होते?

ग्रीनब्लॅट १९७९मध्ये सर्वोच्च डिस्टिंक्शनसह पदवीधर झाले आणि मग त्यांनी व्हार्टन च्या MBA अभ्यासक्रमासाठी प्रवेश घेतला. पण त्यांच्या औपचारिक शिक्षणात बाजारातील रहस्य उलगडण्यासाठी फारसे काही शिकायला मिळाले नाही. त्यांनी गुंतवणूक व्यवस्थापन या विषयावर एक वर्ग घेतला, पण त्यांना त्यात काही आनंद वाटला नाही. विशेषतः रूक्ष विषय जसे Quadratic Parametric Programming. त्यांनी एक विशेष गुणवत्ता मिळवली, ''मी वर्गांमध्ये सर्वात कनिष्ठ श्रेणी मिळवू शकलो,'' असे ते म्हणतात.

ग्रीनब्लॅट यांना 'फोर्ब्स' ने वाचवले. व्हार्टनमधील त्यांच्या कनिष्ठ वर्गात त्यांनी बेंजामिन ग्राहम यांच्या एका छोट्या लेखावर नजर टाकली ज्यात सौदेबाजी करायला योग्य शेअर्स कसे निवडावेत यावरच्या धोरणाविषयी लिहिले होते. त्यावरून मग त्यांना ग्राहम यांची Security Analysis आणि Intelligent Investor वाचायला मिळाली. त्याबद्दल ते म्हणतात की, हे म्हणजे मी वर्गात जे शिकलो त्याच्या विरुद्धच्या सिद्धांताचे होते. ग्राहम यांचा दृष्टिकोन बाजार कसा काम करतो हा इतका सोपा आणि स्पष्ट होता की त्यामुळे मी उल्हसित झालो.

यावरही ग्राहम यांनी त्यांना एक जीवन बदलून टाकणारा धडा शिकवला. ग्रीनब्लॅट सांगतात तसे, शेअर्स म्हणजे व्यवसायाच्या मालकी हक्काचे प्रतीक असतात. त्यांचे तुम्ही मूल्यमापन करता आणि मग ते सवलतीच्या दरात घ्यायचा प्रयत्न करता. यात गुरुकिल्ली ही आहे की अशा स्थितीला ओळखायचे की ज्यात विशेषेकरून एक मोठा विस्तार आहे. किंमत आणि व्यवसायाचे मूल्य यांमध्ये यातून तुम्हाला सुरक्षिततेचा कडा (Margin of Safety ) मिळतो. त्याला ग्रीनब्लॅट (ग्राहम आणि बफेप्रमाणे) गुंतवणुकीतील एक सर्वांत महत्त्वाची संकल्पना म्हणतात.

एकदा तुम्हाला कळले की तुमचे संपूर्ण उद्दिष्ट हे व्यवसायांचे मूल्यमापन करणे आणि त्यांची जी योग्य किंमत असेल त्यापेक्षा त्यांना कमी पैसे देणे हे आहे

की हे तुमचा विश्वास बसणार नाही एवढी मुक्ती मिळवून देते. ग्रीनब्लॅट म्हणतात की, तुम्ही हे साधेपणाने पाहिले आणि तो साधेपणा मनात ठेवलात, तर ते तुम्हाला आकर्षक वाटेल आणि ज्याला तुम्ही पूर्वी मूर्खपणाचे म्हणत असाल, त्यात काही अर्थ आहे असे जाणवेल. जगाकडे आणि शेअर बाजाराकडे कसे पाहावे असे ज्या कोणी तुम्हाला सांगितले असेल त्यातील ९९% बाबींपासून तुमची सुटका होईल.

अनेक गुंतवणूकदार अशा ताज्या बातमीकडे लगेच आकर्षित होतात की ज्यात सांगितले जाते की ग्रीसमधील कर्जाच्या आणीबाणीमुळे युरोपमधील अर्थव्यवस्थेला धोका आहे. पण ग्रीनब्लॅट म्हणतात की मी याकडे अशा पद्धतीने पाहतो की मी जर मध्य पश्चिमेकडे स्टोअर्सची साखळी उघडणार असेल, तर केवळ ग्रीसमध्ये काहीतरी घडतेय म्हणून मी ती एकाएकी अर्ध्या किमतीला विकायला काढायची का? मला तसे वाटत नाही. पण तुम्ही तेच वृत्तपत्रात वाचता आणि तेच प्रत्येक जण बघत असतो, वाचत असतो. जर तुमच्याकडे मागचापुढचा काही संदर्भ हे सांगण्याला असेल की, छान! याने काही फरक पडणार आहे का, का पडणार नाही? हे फार उपयोगी पडते.

खरोखरच तुम्हाला हे पटू लागते की गुंतवणुकीचे बहुतेक सर्व जग हे निष्फळ मूर्खपणात गुंतलेले असते. वॉल स्ट्रीटवरचे अर्थतज्ज्ञ आणि बाजाराची धोरणे ठरवणारे तळमळीने बोलतात ते समग्रलक्षी अर्थव्यवस्था (Macroeconomic) आणि तिचे डोक्याकडचे वारे आणि शेपटाकडचे वारे ज्याचे कोणीही खात्रीशीररीत्या आणि सातत्याने भाकीत करू शकत नाही. माध्यमातले पंडित या चिंतनात मग्न असतात की अल्प मुदतीच्या किमतीतील फरकाचे – जे यदृच्छया असतात आणि अर्थहीन असतात – महत्त्व काय? दलालांच्या कंपनीतले अत्यंत हुशार विश्लेषक आपला वेळ वाया घालवतात तो अगदी पेनीपर्यंत, पुढच्या तिमाहीचे कंपनीचे उत्पन्न काय असेल याची आकडेमोड करण्यात. हा एक अनुमान काढण्याचा मूर्खपणाचा खेळ आहे जो यशस्वी, दीर्घ मुदतीच्या गुंतवणूकदारांकरिता अप्रस्तुत आणि निरर्थक आहे.

याहून वरचढ, शिक्षणक्षेत्रातील लोक गुंतागुंतीची गणितातली सूत्रे सांगतात आणि खाजगी सांकेतिक भाषेत बोलतात– जसे शार्प रेशो, सोरटिनो रेशो, अल्फा, बीटा, मोदिग्लियानी मेजर आणि इतर रहस्यमय संकल्पना. त्यातून निर्माण होते बाजारातील गोंधळाची शास्त्रीय अचूकता. मधल्या काळात गुंतवणूक सल्लागार तीन शब्दांचे अवडंबर माजविणाऱ्या कल्पना त्यांच्या ग्राहकांना पटवून देण्यासाठी वापरतात, त्या म्हणजे तुमच्या खात्याचे नेहमी सूक्ष्म समायोजन करायला हवे. बफे यांनी या अफाट किमतीच्या, गुंतागुंतीच्या फेरीवाल्यांना अति प्रमाणातील मदतनीस म्हणतात, ज्यांचा सल्ला म्हणजे नेहमी गूढ बकवास असतो.

याच्या विरुद्ध ग्राहम यांनी साध्या भाषेत आणि स्पष्टपणे 'श्रीयुत बाजार' (Mr. Market) विषयी लिहिले आहे. त्यांनी अगदी संकलित संक्षिप्त शब्दांत गुंतवणुकीच्या संपूर्ण खेळाविषयी एका बोधकथेत या गोंधळलेल्या व्यक्तीविषयी सांगितले आहे.

Intelligent Investor मध्ये ग्राहम यांनी सुचवले आहे की तुम्ही अशी कल्पना करा की तुम्ही एका खाजगी व्यवसायात शेअरमध्ये १,००० गुंतवले आहेत. प्रत्येक दिवशी तुमचा हा भागीदार 'श्रीयुत बाजार' तुम्हाला त्या शेअर्सचे मूल्य काय आहे ही माहिती देतो. त्यांचे मूल्य दर दिवशी बदलते, ते यामुळे की त्या त्या दिवशी तो किती उत्साही आहे किंवा घाबरलेला आहे याप्रमाणे. तुम्ही त्याला तुमचा शेअर विकून आनंदी बनू शकता, जेव्हा तो तुम्हाला हास्यास्पद अशी जादा किंमत सांगतो. आणि तुम्ही तितकेच आनंदी होऊ शकता, जेव्हा किंमत कमी असते तेव्हा शेअर त्याच्याकडून विकत घेऊन. उरलेल्या वेळात तुम्ही तुमच्या आसनावर बसून राहू शकता, याची वाट पहात की तो (श्रीयुत बाजार) त्याचे मन परत एकदा पालटेल आणि तुम्हाला आणखी एखादा प्रस्ताव देईल जे तुम्ही नाकारू शकणार नाही.

दुसऱ्या शब्दात, बाजार हे असे कार्यक्षम मशीन नाही जे खात्रीशीरपणे आणि सातत्याने त्याची सुयोग्य किंमत ठरवेल. हे एक चुकांचे विनोदी नाटक आहे, मूर्खपणाचा उत्सव आहे. ग्रीनब्लॅट म्हणतात की, लोक विक्षिप्त आणि भावनाप्रधान असतात, ते गोष्टी विकतात आणि विकत घेतात त्या भावनाप्रधान होऊन तर्कशुद्ध पद्धतीने नव्हे. आणि हेच कारण आहे की आपल्याला संधी का आणि कशा मिळतात याचे. म्हणून मूल्याधिष्ठित व्यवसाय असेल, जो शिस्तबद्ध आहे आणि त्याला काही अर्थ आहे, तर तुम्ही इतर लोकांच्या भावनांचा फायदा करून घेऊन शकता.

यातून एक साहजिक पण निर्णायक प्रश्न उभा राहतो. तुम्हाला एखाद्या व्यवसायाचे मूल्य किती आहे कसे काढायचे हे माहीत आहे का?

''तुमच्या प्रतिसादामध्ये कौतुक करावे किंवा लज्जास्पद असे काही नाही. पण तुम्ही आणि मी या प्रश्नाचे उत्तर प्रामाणिकपणे द्यायला हवे, कारण स्वतःबद्दल भ्रम असणे हे अत्यंत अवघड खेळाच्या बाबतीत खर्चीक सवय होऊ शकते जसे स्काय डायविंग आणि शेअर्स निवडणे. अगदी लहान संख्येतील लोकांना व्यवसायाचे मूल्यमापन करता येते आणि तुम्ही ते करू शकत नसाल तर मला नाही वाटत की तुम्ही केवळ स्वतःच्या जोरावर गुंतवणूक करावी,'' असे ग्रीनब्लॅट म्हणतात. तुम्ही हुशारीने गुंतवणूक कशी करू शकाल जर तुम्हाला कशाचेतरी किमान मूल्य किती आहे हेही माहीत नसेल तर! ते पुढे म्हणतात की, बहुसंख्य लोकांनी इंडेक्स बघायला हवा, कारण आपण काय करतोय हे त्यांना माहीत नसते. (जर तुम्हाला तुमची क्षमता, ताळेबंद आणि उत्पन्नाची निवेदने वाचता येत नसतील तर ग्रीनब्लॅट तुम्हाला काही पुस्तकांची शिफारस करतात जसे बेंजामिन ग्राहम यांचे Interpretation Of Financial Statements, बॅण्डलर्स यांचे How To Use Financial Statements आणि जॉन ट्रॅसी यांचे How To Read - Financial Report.)

''माझ्याकडे तंत्रज्ञांनाचे कौशल्य, धीर, व्यवसायाचे मूल्यमापन करणे यात स्वारस्य नाही. म्हणून माझ्या दृष्टीने मी ते काम बाहेरून, त्यातल्या व्यावसायिकांकडून,

जे अशा कामासाठी अधिक चांगले तयार आहेत, त्यांच्याकडून करून घ्यावे यात मला तथ्य वाटते. या आत्मसंयमामुळे माझी डोकेदुखी कमी होईल असे मला वाटते.'' ग्रीनब्लॅट जसे त्यांचे पुस्तक, The Little Book That Beats Market यात निरीक्षण करतात की, आपण काय पाहायचा प्रयत्न करतोय याची काहीही कल्पना नसताना वैयक्तिकरीत्या शेअर्स निवडणे म्हणजे एखाद्या दारूगोळ्याच्या कारखान्यात हातात काड्यापेटीतील जळती काडी हातात घेऊन फिरण्यासारखे आहे. तुम्ही कदाचित जिवंत राहाल, तरीपण तुम्ही एक मूर्ख असाल.

ते म्हणतात, ''दर काही वर्षांनी मी या धोक्याच्या सूचनेकडे दुर्लक्ष करतो आणि वैयक्तिकरीत्या शेअर्स विकत घेतो, जरी माझ्याकडे बऱ्यापैकी अंदाज असला तरी. माझ्याकडे सध्या तीन (कंपन्यांचे) शेअर्स आहेत. एक बर्कशायर हॅथवे, जे मी बरेच वर्षे बाळगून राहीन अशी अपेक्षा आहे, मला असा विचार करावासा वाटतो की मला कळते की मला तो व्यवसाय छानपैकी माहीत आहे ज्यायोगे त्यातील या दीर्घ काळच्या गुंतवणुकीचे समर्थन करता येईल. मी फारसे बचाव करण्यायोग्य न मानता सांगतो की माझ्याकडे एका खाणीच्या क्षेत्रातील आणि स्थावर मालमत्तेच्या क्षेत्रातील कंपनीचे छोटेसे शेअर्स आहेत. त्यांची शिफारस एका प्रसिद्ध गुंतवणूकदाराने केली होती, त्याचे नाव मी गुप्त ठेवावे अशी त्याची इच्छा आहे, आजपर्यंत कसे कार्य झाले आहे? आज ते शेअर्स ८७% घसरले आहेत. आता मी ते एक दुःखद स्मरण म्हणून ठेवले आहे, अधिक काळजीपूर्वक राहण्यासाठी, आसपासच्या दारूगोळा आणि पेटलेल्या काड्यापेटीपासून. तिसरे शेअर्स हे सेरिटेज ग्रोथ प्रॉपर्टीजमध्ये आहेत, एक परस्पर विरोधी गुंतवणूक ज्याची नक्कल मी मोहनीश पाबराय यांच्यावरून केली, जेव्हा स्थावर मालमत्तेच्या क्षेत्रांत २०२० मध्ये प्रचंड घसरण झाली.

व्यवसायानुसार, ग्रीनब्लॅट चार प्रमाणित मूल्यमापन तंत्रांच्या एकीकरणाचा उपयोग करतात.

पद्धत १ : कंपनीच्या एकूण चालू किमतीचा अंदाज, तिच्या भावी अंदाजे उत्पन्नाच्या आधारे, ते सवलतीचा दरात रोकड प्रवाहाचे विश्लेषण (Discounted cash flow analysis)करतात.

पद्धत २ : ते कंपनीच्या सापेक्ष मूल्याचे (Relative value) मूल्यांकन करतात आणि त्याची तुलना तशाच अन्य व्यवसायाशी करतात.

पद्धत ३ : ते कंपनीच्या संपादन मूल्यांचे अंदाज घेतात आणि माहीतगार ग्राहक त्याकरता किती पैसे मोजेल हे पाहतात.

पद्धत ४ : ते कंपनीच्या दिवाळखोरीच्या वेळेचे किंवा कंपनी बंद करायची झाली तर त्या वेळेचे- जर तिने आपली संपत्ती विकली तर त्या वेळेचे

> मूल्य काय असेल याचे गणित मांडतात. यापैकी कोणतीही पद्धत अगदी अचूक नाही. आणि त्या प्रत्येकीच्या काही मर्यादा आहेत. पण ग्रीनब्लॅट या पायावर आधारित काम करतात की जर शेअर्स पुरेसे स्वस्त असतील तर ते वर जायची शक्यता, ते खाली जायच्या शक्यतेपेक्षा अधिक असते. खरेदीच्या सौद्यांच्या मागची संकल्पना तिचा साधेपणा हीच असते. पण तिच्या अंमलबजावणीची प्रक्रिया तितकीशी सोपी नसते. कारण त्यात गुंतागुंत असते जसे कंपनीच्या भावी उत्पन्नाचा आणि रोकड प्रवाहाचा अंदाज घेणे. यावरून मला एका गुंतवणुकीसंबंधीच्या आक्रमक टिप्पणीची आठवण येते. ती चार्ली मुंगेर यांनी हॉवर्ड मार्क्स यांच्या बरोबरच्या त्यांच्या भोजनाच्या वेळी केली होती, ''हे सोपे आहे असे समजू नये. जो कोणी हे सोपे आहे असे समजतो तो मूर्ख आहे.''

ग्रीनब्लॅट आग्रह धरतात की त्यांचे मूल्यांकनाचे कौशल्य अगदी सामान्य आहे. किंबहुना, त्यांचा फायदा प्रामुख्याने येतो त्यांची संदर्भित करण्याची क्षमता, प्रत्येक गोष्टीची जी ते बाजारात पाहतात तिची- आणि तिला सुसंगत चौकटीत बसवण्याची. त्यांच्या या चौकटीवरची त्यांची श्रद्धा एवढी प्रबळ आहे की ते त्यांच्या कोलंबियामधील विद्यार्थ्यांना ग्वाही देतात : जर त्यांनी व्यवसायाच्या मूल्यांकनाचे काम योग्य स्थळकाळाला साजेसे केले, त्याच्या अंगभूत मूल्याला त्याला विकत घेतले आणि त्याचे चालू मूल्य आणि त्यांनी अंदाज केलेले मूल्य यातली दरी भरून यायची; मग स्थिर बुद्धीने वाट पाहत बसलात की तर बाजार निश्चितपणे तुम्हाला त्याचे प्रतिफळ भरभरून देईल. (बर्कशायर हॅथवेच्या शेअर होल्डर्सकरिता असलेल्या उपयोगकर्त्यांच्या पुस्तिकेत (Owner's Manual) बफे स्पष्ट करतात की अंगभूत मूल्य ही एक सर्वतः महत्त्वाची संकल्पना आहे. ती गुंतवणूक आणि व्यवसाय यांतील तुलनात्मक उपलब्धींना तार्किक दृष्टिकोन देते. अंगभूत गर्भित मूल्य याची सोपी व्याख्या अशी करता येईल- ती व्यवसायाच्या उर्वरित आयुष्यात व्यवसायातून काढून घेता येईल अशा रोकड रकमेचे सवलतीचे मूल्य. कालमानानुसार,शेअर्सच्या किमती अंगभूत मूल्याकडे आकर्षित होत असतात.)

यातली मेख अशी आहे की तुम्ही हे कधीही सांगू शकत नाही की किंमत आणि मूल्य यांतील संगम होण्याची प्रक्रिया किती वेळ घेईल हे तुम्ही कधीही सांगू शकत नाही. तरीही ते म्हणतात की, मी याच्यावर ठाम विश्वास ठेवणारा आहे की ९०% प्रकरणात बाजार २ ते ३ वर्षांत ते मूल्य ओळखेल.

यातून एका मूलभूत सत्याकडे बोट जाते ते म्हणजे आर्थिक विश्वातील ज्यांच्यावर अवलंबून राहावे असे मूलभूत कायदे. छोट्या कालावधीत बाजार हा तर्कहीन असतो आणि सातत्याने शेअरच्या किमती चुकीच्या करतो, पण दूर

पल्ल्याच्या विचार करता, तो आश्चर्यकारकरीत्या तर्कशुद्ध होतो. ग्रीनब्लॅट म्हणतात, ''अखेरीस श्रीयुत बाजार ते बरोबर करतो.''

अयोग्य पैजा आणि कुरूप बदके

व्हार्टन सोडल्यानंतर ग्रीनब्लॅट यांनी जास्त करून प्रत्यक्ष नोकरी टाळण्यासाठी, स्टॅनफोर्ड लॉ स्कूलकडे प्रस्थान केले. त्यांनी तिथले काम एक वर्षानंतर सोडले. त्यांच्या बऱ्याच समवयस्कांनी, कंपन्यांचे वकील व्हायचा किंवा गुंतवणूक बँकर्स व्हायचा, रुळलेला मार्ग स्वीकारला होता. पण त्यांना दर आठवड्याला १०० तास मोठ्या बिन चेहऱ्याच्या कंपनीत पारंपरिक कारकिर्द घडवण्यासाठी घालवण्यात स्वारस्य नव्हते. शेवटी त्यांना ज्यात आनंद लुटता येईल असा मार्ग शोधायचा होता, ज्यातून हुशारीच्या कल्पनांकरिता पैसे दिले जातील, न की हजेरीच्या घड्याळावर रोज कळ दाबून.

मधल्या काळात त्यांनी उन्हाळी दिवसातील नोकरी Bear Stearns मध्ये पत्करली. तिथे त्यांची एका तशा नव्या क्षेत्राशी ओळख झाली. ते होते Options Trading चे क्षेत्र. ते आठवण सांगतात,

''मी लवादाचे व्यापारी धोका नसलेले काम खरोखरच व्यापाराच्या जागी धावपळ करून, एका प्रिंटरवरून प्रत काढून, पुन्हा धावत पळत माझ्या टेबलापाशी येऊन करीत होतो. आणि ज्या विसंगतीमुळे मी व्यापार करू शकेन त्या पाहत होतो. Put and Call च्या पर्यायांचा उपयोग करून, ते आपोआप नफ्यावर ,धोका नाही आणि तोटा नाही, या पद्धतीने व्यवहार कुलूपबंद करीत होतो. यामुळे मला वॉल स्ट्रीटवरची दारे जे शक्य होते त्याकरिता उघडली गेली.''

ग्रीनब्लॅट यांना नेहमीच जुगाराचे आकर्षण होते. वयाच्या १५व्या वर्षीच त्यांनी आनंदाचा शोध लावला तो कुत्र्यांच्या शर्यतीला जायचा आणि त्यात ग्रे हुंडवर काही पैसे कमवायचा. त्यांचा मेंदू जणू पैजेसाठीचा बनवला गेला होता. ते म्हणतात की, मला शक्यता पडताळून पाहणे आवडते. जाणीवपूर्वक किंवा अजाणता, मी प्रत्येक गुंतवणुकीवरची शक्यता अजमावत असतो. वर कुठले चाललेत? खाली कुठले चाललेत?

मी जेव्हा उल्लेख केला की बहुतेक सर्व गुंतवणूकदार अनुमानावरून विचार करतात, काळजीपूर्वक विविध परिणामांच्या शक्यतांना तोलून मापून. त्यावर त्यांनी उत्तर दिले, ''अशा प्रकारचा विचार केल्याशिवाय तुम्ही चांगले गुंतवणूकदार होणार नाही असे मला वाटते.''

ग्रीनब्लॅट यांनी पुढची तीन वर्षे, एका नव्याने सुरू झालेल्या गुंतवणुकीच्या फर्ममध्ये काम केले. ते होते, ज्या कंपन्या परस्परांत विलीन होणार आहेत त्यांच्यातील धोक्याबाबतच्या लवादाचे काम करणे. त्यांना हे कळायला फार वेळ लागला नाही की हा एक घृणास्पद शक्यतांचा खेळ आहे. जर ठरल्याप्रमाणे विलीनीकरण झाले

तर ते म्हणतात, ''तुम्ही १-२ डॉलर मिळवू शकता. पण जर तसे ते झाले नाही तर तुम्ही १० किंवा २० डॉलर गमावू शकता. हे ग्राहम यांच्या अगदी स्वस्तातले शेअर्स घ्यायच्या अगदी धोरणाविरुद्ध होते. जिथे तुम्ही १-२ डॉलर घालवू शकता आणि १०-२० डॉलर कमावू शकता. ते धोका पत्करल्याचे चांगले बक्षीस म्हणता येईल.''

१९८५मध्ये ग्रीनब्लॅट यांनी Gotham Capital ची स्थापना केली. त्यामागे त्यांचा उद्देश होता तो म्हणजे ग्राहम यांच्याकडून त्यांनी जे शिकले होते त्यांचा उपयोग करणे. त्यांनी ७ मिलिअनच्या भांडवलावर सुरुवात केली, त्यातले बरेचसे मायकेल मिल्केन - ज्यांना भंगार बॉण्ड्सचे राजे समजले जायचे - यांनी पुरवले होते. व्हार्टनमधल्या एका मित्राच्या मार्फत दोघांची पहिली भेट झाली होती. मिल्केन यांनी प्रतिष्ठेने चार वर्षांत १ बिलिअनपेक्षा अधिक कामे Drexel Burnham Lambert कंपनीत केली होती, त्यामुळे एक छोटीशी पैज, एका होतकरू पण ज्याने अजून काही सिद्ध केलेले नाही, अशा २७ वर्षांच्या तरुणांबरोबर लावणे म्हणजे काही फार मोठे धोक्याचे काम नव्हते. (ग्रीनब्लॅट यांना कल्पना नव्हती पण मिल्केन जणू सूर्याच्या अगदी जवळून उड्डाण त्या वेळी करीत होते. १९९० साली मिल्केन हे सिक्युरिटी आणि कर चुकवेगिरी यांबद्दल सहा मुद्द्यांवरून दोषी सिद्ध झाले होते आणि त्यांना १ बिलिअन कायदेशीर तडजोड आणि करचुकवेगिरी याबद्दल भरावे लागले होते. त्यांनी २२ महिने तुरुंगवास भोगला पण सक्तीची मजुरी चुकवली. 'फोर्ब्स' च्या माहितीअनुसार, त्यांची आत्ताची संपत्ती ३.७ बिलिअनची आहे. २०२०मध्ये मिल्केन यांना वादग्रस्त अशी अध्यक्षीय माफी मिळाली.)

ग्रीनब्लॅट म्हणतात की, त्यांना गॉथममधील गुंतवणुकीच्या धोरणामध्ये पैसे कमवायचे हे धोके पत्करून नव्हे तर अनुचित पैजा मारून. याचा अर्थ त्यांनी तेव्हाच गुंतवणूक केली जेव्हा शक्यता त्यांच्या बाजूने जबरदस्त होती. त्याचा तपशील एका गुंतवणुकीपासून दुसऱ्या गुंतवणूकीपर्यंत बदलत होता पण त्यांनी नेहमी विसंगत प्रस्ताव शोधले ज्यात ते थट्टेने म्हणतात की मी फारसे काही घालवणार नाही पण कदाचित मी जास्तीच कमावेन, जर तुम्ही पैसे घालवत नसाल तर अन्य बहुतेक सर्व पर्याय चांगले असतात.

अयोग्य पैजा या दुर्मीळ असतात, पण ग्रीनब्लॅट याना तशांची काही गरज नव्हती. सामान्यत: त्यांचे ८०% निधी हे ६ ते ८ गुंतवणुकीत होते- एक असामान्य केंद्रीकरणाची पातळी ते स्पष्ट करतात, तशा फार महान संधी फारशा नसतात. मी कमी अडथळे असतील अशा पाहत होतो- जसे जर त्यांनीही काम केले असते तर विकत घेतल्या असत्या अशा अन्य लोकांच्या संधी.

धोक्याच्या लवादाविषयीच्या त्यांच्या अनुभवाच्या आधारे त्यांनी आपला अनुभव खास परिस्थितीसाठीच वापरला ज्याकडे अन्य लोक सहसा दुर्लक्ष करतात. त्यात कंपन्यांची उपउत्पादने, पुनर्रचना आणि दिवाळखोरीतून निर्माण होणारी अनाथ

भांडवले. त्यांनी छोट्या शेअर्समध्येही – ज्यात भांडवलाच्या मर्यादा होत्या – गुंतवणूक केली, कारण बहुतेक संस्थात्मक गुंतवणूकदार त्यांना विकत घेण्यासाठी फार मोठ्या आकाराचे होते. ते म्हणतात की, सौदेबाजी करणे चाकोरी बाहेरच्या मार्गावर किंवा असामान्य स्थितीत शक्य होते जिथे अन्य लोक चुकूनही बघत नाहीत.

ग्रीनब्लॅट यांच्याकडे अशा चाकोरीबाहेरच्या परिस्थितीत भरभराट करून घ्यायची मोकळीक होती. कारण त्यांना त्यांचे निधी कधीही फुगलेले – पडून राहिलेले – आवडायचे नाहीत. ते म्हणतात, ''आम्हाला पाहिजे तेवढे निधी आम्ही उभे करू शकतो पण मग तुम्ही तुमचे परतावे कमी करता.'' १९९४साली जेव्हा गॉथमची संपत्ती ३३० मिलिअनपर्यंत पोहोचली, तेव्हा त्यांनी बाहेरून आणलेले सर्व भांडवल परत केले.

त्याचा परिणाम म्हणून कुठेही धाडस करायला निधी मोकळे राहिले.

खरोखरच जेव्हा मी त्यांना गॉथमच्या यशाचे रहस्य विस्ताराने सांगण्यास सांगितले, तेव्हा पहिला घटक त्यांनी सांगितले तो म्हणजे, 'आम्ही लहान राहिलो.' दुसरा होता तो म्हणजे त्यांची खाती (Portfolios ) अपवादात्मकरीत्या केंद्रित होती. 'त्यामुळे तुम्हाला फार थोड्या कल्पना शोधाव्या लागतात.' तिसरे– 'आम्ही थोडेफार नशीबवान ठरलो.' त्यांनी स्पष्ट केले की या कालावधीत गॉथमला फार थोड्या आपत्तींना तोंड द्यावे लागले, ज्याचे श्रेय ते आपल्या चांगल्या नशिबाला देतात. ते पुढे भर घालतात, ''मला पैसे घालवण्याचा तिरस्कार आहे. त्यामुळे आम्ही कोणतीही खरेदी करण्यापूर्वी निकषांची उंची फार मोठी ठेवतो.''

ग्रीनब्लॅट यांचे अति निवडीचे धोरण म्हणजे त्यांनी जे शेअर्स चांगले वाटत होते, पण महान नव्हते ते नेहमीचेच म्हणून नाकारले. तसेच जर एखाद्या व्यवसायाचे मूल्यमापन करणे फारच अवघड होत असेल, तर ते त्यापासून दूर जातात. ते म्हणतात की, मला हे माझ्याकरिता अगदी सोपे असे हवे असते, कदाचित मी इतर लोकांपेक्षा थोडा अधिक आळशी असेन. किंवा किमान मी अशा गोष्टींचा पाठपुरावा करीत असेन ज्या एक फुटाच्या अडथळ्यांवर आहेत न की दहा फुटांच्या.

पण अशा काही दुर्मीळ प्रसंगी जेव्हा बाजाराने त्यांच्या नाजूक अशा ठिकाणी ठोका मारला असेल, तेव्हा त्याला ते उलट ठोका सर्व शक्तीनिशी मारायला घुटमळत नाहीत. १९९३ साली आर्थिक देवांकडून त्यांना एक मौल्यवान भेट आली, स्वप्नासारखी वाटणारी गुंतवणूक, ज्यात त्यांना हवे ते सर्व होते, असे ते म्हणतात.

१९९२मधील एका घोषणेने याची सुरुवात झाली. मारिओट कॉर्पोरेशन दोन भागांत विभागले जाणार होते. ग्रीनब्लॅट यांनी सांगितले की कंपनी अडचणीत आली होती, ज्या वेळी स्थावर मालमत्तेच्या किमती कोसळल्या होत्या. आणि कंपनीकडे तिने बांधलेल्या हॉटेल्सचा ढीग होता आणि आता तो विकला जात नव्हता. स्टीफन बोलेनबाख, एक आर्थिक क्षेत्रातले जादूगार, ज्यांनी नुकताच डोनाल्ड ट्रम्प यांचे

कोसळणारा कॅसिनो आणि हॉटेल्सचे राज्य पुनर्रचित करून दिले, यांनी मारिओट वर जणू पॅराशूटमधून उडी घेतली ती आणखी एका साम्राज्याची संकटातून सुटका करण्यासाठी.

मारिओटमध्ये दोन व्यवसाय होते. एक सुदर राजहंस आणि एक कुरूप बदक. सुंदर व्यवसायाने इतर कंपन्यांचे व्यवस्थापन उत्तम करून पैशाचा श्रीमंत आणि अंदाज करता येईल असा फीचा प्रवाह निर्माण केला होता. कुरूप व्यवसाय, ज्याने हॉटेल्स बांधली आणि त्याची मालकी आपल्याकडे ठेवली, त्याच्यावर कर्जाचा प्रचंड बोझा येऊन पडला होता. बोलेनबाख यांनी या दोन व्यवसायांना विलग करण्याची कठोर शस्त्रक्रिया सुचवली होती.

सुंदर भाग बाजूला करून एका नव्या कंपनीत समाविष्ट करण्यात येणार होता, मारिओट इंटरनॅशनल या नावाने, मारिओट कॉर्पोरेशनची ८५% संपत्ती या कर्जमुक्त खात्यात वर्ग होणार होती, आणि मधल्या काळात, ज्यांची विक्री होऊ शकत नाही अशी हॉटेल्स आणि २.५ बिलिअन्स कर्जाला दुसऱ्या एका कंपनीत – होस्ट मारिओटमध्ये – ढकलण्यात येणार होते – एका ओंगळ लहान फेकून दिलेल्या वस्तूसारखे, ज्यात शेवटी असा विषारी कचरा असेल ज्याला कोणीही आपला म्हणायला, विकत घ्यायला तयार नाही. सुंदर राजहंस – मारिओट इंटरनॅशनल – हा सूर्यास्तापर्यंत पाण्यात सुंदर विहार करत असेल आणि कुरूप बदकाला (होस्ट मारिओट) बुडायला रिकामे सोडले जाईल. किंवा आत्ता तरी ते तसे दिसत होते.

ग्रीनब्लॅट यांना माहीत होते की जवळजवळ कोणीही होस्ट मारिओटचे विश्लेषण करण्याचे कष्ट घेणार नाही मग त्यात गुंतवणूक करण्याची गोष्टच सोडा. त्याच्यात चांगले असे काही दिसत नव्हते. ते म्हणतात की, ते चित्र खरोखरच भयानक दिसत होते. त्याच्या कर्जाचा बोझा प्रचंड होता. ते एका वाईट व्यवसायात होते आणि त्यात चांगले असे काही नव्हते. शिवाय ते बहुतेक संस्थात्मक गुंतवणूकदारांच्या दृष्टीने मालकीचे करण्याच्या बाबतीत इतके लहान होते की बहुतेक कोणीही त्या दुर्गंधीने भरलेल्या वासाला सहन करू शकणार नव्हते. मारिओट कॉर्पोरेशनचे आत्ताच्या शेअरहोल्डर्स ना होस्ट मारिओटचे शेअर्स मिळणार होते जेव्हा पुनर्रचना पूर्ण होणार होती. पण ग्रीनब्लॅट यांना खात्री होती की ते गाड्या भरभरून विकले जाणार होते. मग त्यांनी काय करावे? त्यांनी त्या कुरूप बदकाला पसंती दिली.

ते म्हणतात, ''ज्या मार्गाने तुम्ही सौदे शोधू शकाल तो म्हणजे संपत्तीच्या लपलेल्या मूल्याला शोधून काढून, जे इतर लोकांना नको आहे.''

एक संकेत तो होता ज्यामुळे असे वाटत होते की ते बदक इतके कुरूप नसावे तो हा की बोलेनबाख – ज्याने हा विभाजनाचा आराखडा तयार केला होता – तोच होस्ट मारिओटचे संचालन करणार होता. हा मागचा पुढचा विचार करणारा पैसे बाळगून असलेला माणूस या व्यवसायाचा कारभार हाती कशाला घेईल, जर तो व्यवसाय

दिवाळखोरीच्या दिशेने वाटचाल करीत असेल तर? नंतर कळले त्याप्रमाणे तो त्या कंपनीचे पुरुज्जीवन करण्यासाठी पुरेसा प्रेरित झाला होता. दुसरे चांगले माप म्हणजे मारिओट कुटुंबसुद्धा होस्ट मारिओटचे २५% शेअर्स बाळगणार होते. त्यामुळे हे स्पष्ट होते की काही जाणकार अंतर्गत मंडळींना या योजनेच्या यशामध्ये पुरेसे स्वारस्य होते.

ग्रीनब्लॅट यांनी कंपनीचा सविस्तर तपशिलात जाऊन सखोल अभ्यास केला आणि तिच्या मूल्याची आश्चर्यकारक अशी रक्कम पाहिली. नक्कीच तिच्यात काही अतिशय खराब अशी स्थावर मालमत्ता होती, आणि काही पूर्ण न झालेल्या हॉटेल्सचा समावेश होता. आणि त्यात काही मूल्यवान संपत्तीही होती, जसे विमानतळावरील रेस्टॉरंटच्या सवलती, आणि कित्येक ऋणमुक्त स्थावर मालमत्ता.

सर्वांत उत्तम म्हणजे शेअर्सचा भाव अत्यंत स्वस्त सुमारे ४ प्रतिशेअर होता. त्यांचे सर्वांत चांगले अंदाज हे होते की केवळ कर्जमुक्त संपत्तीच ६ प्रतिशेअर या भावाची होती. पण त्यात एक कर्जाखाली बुडलेली उपकंपनीही होती, जीसुद्धा मौल्यवान असू शकत होती, जर तिचे भाग्य उजळले तर. ते म्हणतात की, विषमता इतकी आश्चर्यकारक होती, की मी ६ मूल्याची कर्जमुक्त संपत्ती ४ला मिळवत होतो. शिवाय संपत्तीच्या इतर ढिगावर माझी वरची बाजू होती. जर ही उपकंपनी काहीच किमतीची नसेल तर मी ४ देतोय ६ मूल्याच्या संपत्तीला.

म्हणून ग्रीनब्लॅट यांनी बाह्या सरसावल्या आणि होस्ट मारिओटवर आपल्या जवळजवळ ४०% निधीची बाजी लावली. ही एक श्वास रोखून धरणारी धाडसी चाल होती. इथे एक झगडणारा व्यवसाय होता आणि तरीही ग्रीनब्लॅट यांनी ते पाहिले, जे बाकी प्रत्येकाच्या नजरेतून सुटले होते की एक अथक अयोग्य पैज.

ग्राहम यांनी त्यांना जसे शिकवले होते, खरंच विचार करायला हवा तो मार्जिन ऑफ सेफ्टी, जर तुम्ही एखादा शेअर त्याच्या अंगभूत मूल्यापेक्षा कमी किमतीला विकत घेतलात तर इतर गुंतवणूकदार हे लक्षात घेतील, आज ना उद्या, आणि किमती वर नेतील. ग्रीनब्लॅट म्हणतात की, मधल्या काळात मला हे कळले नाही की मी पैसे कुठे गमावतोय. बरोबर याच कारणासाठी त्यांनी ही आक्रमक पैज लावली. तुम्ही किती धोका पत्करायला तयार आहात यावर तुम्ही तुमचे स्थान ठरवा. मी असे (शेअर्स) जास्त घेत नाही की ज्याच्यावर मी अधिक पैसे मिळवेन. मी असे जास्ती घेतो ज्याच्यावर मी पैसे घालवणार नाही.

मग काय झाले? १९९३च्या पानगळीच्या दिवसांत, होस्ट मारिओटने स्वतंत्र कंपनी म्हणून शेअर्समध्ये व्यवहार चालू केला. चार महिन्यांत ग्रीनब्लॅट यांनी त्यांचे पैसे तिप्पट केले जेव्हा याने सर्व शंकाखोरांचा पराभव केला. आणि गगनात भरारी मारली. ग्रीनब्लॅट यांनी कधीही अपेक्षा केली नव्हती की बाजी इतक्या लवकर मारली जाईल. ते म्हणतात, "ते एक नशीब होते. पण आम्ही आम्हाला असे सज्ज ठेवले होते की आम्ही लवकर नशीबवान होऊ."

आता मी फार वाहवत जायच्या आधी, कबूल करतो की अशी गुंतवणूक करणे हे तितकेसे सोपे नव्हते. सुरुवात म्हणजे, ग्रीनब्लॅट यांनी प्रिफर्ड शेअर्स विकत घेतले, ज्यांनी त्यांना अधिक सुरक्षा कवच पुरवले असते जर कंपनी दिवाळखोरीत गेली तर. त्यांनी त्यांच्या पैजेच्या चौकटीला सुरक्षित ठेवण्यासाठी सर्व पर्यायांचा उपयोग केला. याहून अधिक म्हणजे, त्याला एक दुर्मीळ संयोजन आवश्यक होते, थंड डोक्याने केलेली तर्कशुद्धता, मनाचे स्वातंत्र्य आणि कमालीचे धैर्य, ज्याची विस्ताराने निंदा झाली आहे अशा व्यवसायावर बाजी लावायला. तरीही अंगभूत तत्त्व यापेक्षा अधिक साधे होऊ शकले नसते. लक्षात ठेवा- काहीतरी किती मूल्याजोगे आहे हे जाणून घ्या आणि त्याकरिता कमीतकमी पसे मोजा.

## स्वस्त + चांगले=पवित्र ताट

ग्रीनब्लॅट यांचा गुंतवणुकीसंबंधीचा दृष्टिकोन विकसित होत राहिला. अंशत: त्याचे कारण होते ते म्हणजे त्यांनी पाहिले होते की बफे यांनी ग्राहम यांचे कमी मूल्यांकनाचे शेअर्स विकत घेण्यासंबंधीचे धोरण अद्ययावत केले तसेच त्यात सुधारणाही केल्या. ग्रीनब्लॅट यांनी स्पष्टीकरण दिले तसे बफे यांनी एक लहानसा, साधा पीळ दिला ज्याने त्यांना जगातला सर्वात श्रीमंत व्यक्ती बनवले. स्वस्त विकत घेणे हे सर्वात महान आणि मी जर चांगला व्यवसाय स्वरतात खरेदी केला, तर अधिक चांगले.

त्यांच्या सुरुवातीच्या काळात, बफे यांनी नशीब कमावले ते सुमार कंपन्यांचे शेअर्स खरेदी विक्री करून, जे त्यांनी भरपूर सवलतीच्या दरात खरेदी केले होते. पण जशी त्यांची संपत्ती फुगत गेली, त्यांना काही अधिक प्रमाणभूत धोरण आखणे आवश्यक होते. मुंगेर यांच्या प्रभावाखाली, बफे यांनी धोरण हलवले जे होते अद्भुत व्यवसाय योग्य किमतीला विकत घेणे. आणि त्यांना आपल्या ताब्यात अनिश्चित काळाकरिता आपल्या जवळ ठेवणे. १९८८ साली बर्कशायर हॅथवेने ६५० मिलिअन कोकाकोलामध्ये गुंतवले, जी त्या वेळी अति प्रचंड किंमत वाटत होती. (१९९४पर्यंत बफे कोकाकोलाचे शेअर्स खरेदी करीत राहिले, शेवटी त्यांची गुंतवणूक १.३ बिलिअन डॉलर्सची झाली, जो त्यांच्या मते जगातील सर्वोत्तम मोठा व्यवसाय होता).

याविरुद्ध ती एक महान चोरी सिद्ध झाली. का? कारण ते एक अपवादात्मक वाढीचे यंत्र होते, टिकाऊ स्पर्धात्मक फायद्याचे आणि गुंतवणूक केलेल्या भांडवलावर उच्च परतावे देणारे. बर्कशायरने १० वर्षांत आपल्या गुंतवणुकीच्या दसपट पैसे या व्यवहारात केले.

बफे यांचा अभ्यास करून, ग्रीनब्लॅट यांना आश्चर्यकारक व्यवसायाची बांधणी कशी असते याचा अर्थ कळाला. सर्वांत महत्त्वाचा नमुना २००० साली मूडीज कॉर्पो

रेशनच्या (Moody' s Corporation) गिरकी घेण्याने मिळाला, ती एक क्रेडिट रेटिंग एजन्सी होती, जी पूर्वी Dun Bradstreet चा एक भाग होती. वरवर पाहता मूडीज हा अगदी स्वस्त किमतीचा व्यवसाय दिसत नव्हता असे ग्रीनब्लॅट म्हणतात. पण नक्कल करण्याचे एक उत्तम उदाहरण म्हणून त्यांनी आणि गोल्डस्टाइन यांनी बफे यांच्या कोकाकोलाच्या शेअर्स खरेदीचे रिव्हर्स इंजीनिअरिंग केले, हे पाहण्याकरिता की मूडीज हे अधिक पैसे गुंतवायचे दृष्टीने योग्य असू शकेल का? त्यांनी असा निष्कर्ष काढला की त्यांनी आत्ता पर्यंत पाहिलेल्यापैकी तो सर्वोत्तम व्यवसाय होता.

मूडीज हे दोनपैकी एक प्रभावशाली खेळाडू किफायतशीर आणि महत्त्वाच्या क्षेत्रातील, जिथे प्रवेश मिळण्यास बऱ्याच अडथळ्यांना तोंड द्यावे लागते. जवळजवळ दोन तपांमध्ये त्यांचे उत्पन्न दरवर्षी १५% या दराने वाढत गेले. आणि जेव्हा कोकने भांडवलावरील प्रभावशाली परताव्याबद्दल बढाई मारली, तेव्हा मूडीज कोणत्याही भांडवली गुंतवणुकीशिवाय अत्यंत आरोग्यदायी पद्धतीने वाढत होती. त्यांचा खर्च हा जास्त करून काही टेबल खुर्च्या आणि संगणक यंत्रणा यांच्यावरच होता. ग्रीनब्लॅट यांनी अत्यंत सावधगिरीने असे अनुमान काढले की त्यांचे उत्पन्न पुढच्या एका तपात प्रतिवर्ष १२% या दराने वाढत जाईल. मात्र त्रास हा होता की त्यांच्या शेअर्सचे भाव पुढच्या वर्षीच्या उत्पन्नाच्या २१ पट या दराने वाढत होते. पण त्यांनी जेव्हा हा विचार केला की बफे यांनी कोकाकोलाकरता जे पैसे मोजले ते पाहता मूडीजचा व्यवहार तसा अत्यंत स्वस्तातला होता.

दुसऱ्या कोणी हा व्यवहार काही सोंग पांघरून ओळखला का? बफे यांनी. त्यांनी मूडीजचे १५% शेअर्स घेतले आणि आजही दोन तपानंतरही ते स्वत:जवळ बाळगून आहेत. २०२० साली, जे शेअर्स त्यांनी २४८ मिलिअनला घेतले होते ते आज ६ बिलिअन एवढ्या मूल्याचे झाले होते. याच्या विरुद्ध ग्रीनब्लॅट यांनी छानपैकी नफा कमावला, आणि त्यांचे तिथले पैसे त्यांनी अन्य स्वस्त शेअर्स मध्ये गुंतवले. ते म्हणतात, ''आम्ही जे काही चांगले मालकीचे केले होते, ते आम्ही जरा लवकरच विकले. जर तुम्ही खरेदीबाबत फ़ारच स्वस्त असाल, तर तुम्ही क्वचितच आरामशीर असता, जेव्हा काहीतरी दुप्पट किंवा तिप्पट वाढले आहे, जरी ते अजून चांगले असले तरी.''

प्राध्यापक आणि लेखक म्हणून ग्रीनब्लॅट यांनी गुंतवणूक कशी करावी या बाबत त्यांनी जे काही जाणले आहे ते अधिक स्पष्ट करण्याचा प्रयत्न केला. ते म्हणतात की, ही प्रक्रिया माझ्या दृष्टीने अत्यंत मदतीची होती की आजपर्यंत मी जे काही शिकलो आहे ते अत्यंत सोप्या प्रकारे मांडावे. आणि ते अधिकाधिक सोपे होत गेले. आणि त्यांना हे पटत गेले की हे सर्व शेवटी यांच्यात येते, चांगला व्यवसाय सौदेबाजीच्या किमतीला विकत घ्या. हा खरे तर ग्राहम आणि बफे यांनी जे सांगितले त्याचा शुद्ध केलेला सारांश आहे.

ग्रीनब्लॅट यांच्या कारकिर्दीने पुराव्याचे अनेक किस्से पुरवले की गुंतवणुकीचा खेळ जिंकायचा हा हुशारीचा मार्ग आहे. पण त्यांना अधिक मेहनतीने हे सिद्ध करायचे होते की त्यांनी गुपित उघड केले आहे. म्हणून त्यांनी २००३ साली एक संशोधन प्रकल्प सुरू केला, ज्याचा शेवटी त्यांना आलेला खर्च होता ३५ मिलिअन. त्यांचे उद्दिष्ट हे दाखवून देणे होते की स्वस्त आणि चांगल्या कंपन्या आपल्या आकाराबाहेरचे परतावे निर्माण करतात.

त्यांनी एक संगणक जॉकी नेमला आणि त्याच्या मार्फत प्रचंड प्रमाणात डेटा गोळा केला. ज्यामुळे त्यांना कळेल की त्या त्या व्यवसायांनी इतिहासात आणि सध्या कशी कामगिरी केली आहे. ग्रीनब्लॅट यांना त्यातून अल्प शब्दांतील माप हवे होते ज्या आधारे त्या त्या कंपन्यांचा स्वस्तपणा आणि दर्जा ते पारखू शकतील. म्हणून त्यांनी या दोन मोजपट्ट्या त्यांची वैशिष्ट्ये जाणण्यासाठी ठरवल्या होत्या.

पहिले– कंपनीकडे उच्च उत्पन्नाची क्षमता हवी. एक माप की तिच्या किमतीशी संबंधित असे पुरेसे उत्पन्न ती मिळवते.

दुसरे– तिच्या मूर्त भांडवलावर तिला पुरेसे परतावे मिळायला हवेत. ही एक मोजपट्टी आहे की हा एक दर्जेदार व्यवसाय आहे जो परिणामकारकरीत्या आपली स्थावर मालमत्ता आणि कार्यशील भांडवल उत्पन्नात रूपांतरित करू) शकते. (त्यांच्या संशोधनपर अभ्यासात, यांनी कमाईबाबत Pre-tax Operating Earnings (EBIT) भागिले Enterprise Value (भांडवलाचे शेअर बाजार मूल्य आणि एकूण व्याजी असलेले कर्ज) यांचे गुणोत्तर किंवा प्रमाण काढले. दुसऱ्या शब्दात, EBIT / Enterprise Value. त्यांनी भांडवलावरील परतावा काढण्यासाठी EBIT मोज़ता येण्यासारखे गुंतवलेले भांडवल (नेट वर्किंग कॅपिटल + नेट फिक्स्ड असेट्स)यांचे प्रमाण काढले. सोप्या शब्दात सांगायचे तर त्यांच्या आकडेमोडीत त्यांनी उत्पन्नाच्या संबंधित आकडे गेल्या १२ महिन्यांच्या आकड्यांवरून घेतले. )

संगणक तज्ज्ञाने नंतर यूएस मधील ३५०० शेअर्सचे विश्लेषण केले, त्यांची क्रमवारी या दोन निकषांवर लावून. ज्यांचा सर्वोच्च संयुक्त गुणतक्ता होता ते सर्वसाधारपणे सरासरीपेक्षा अधिक बिझनेस ट्रेडिंग सरासरीपेक्षा कमी किमतीला करत असावेत. ग्रीनब्लॅट यांना हे जाणून घ्यायचे होते की एखाद्या काल्पनिक गुंतवणूकदाराने जर त्यातले ३० शेअर्स वर्षाच्या सुरुवातीला विकत घेतले, वर्ष संपल्यावर ते विकले, नंतर त्या जागी नवीन ३० शेअर्स सर्वोच्च क्रमवारीतले घेतले. त्यांच्या अभ्यासातून त्यांनी गृहीत धरले की ही प्रक्रिया दरवर्षी पुनःपुन्हा केली जाईल, असा एक पद्धतशीर मार्ग तयार करून, स्वस्त आणि चांगल्या कंपन्यांमध्ये गुंतवणूक करून. (हे माहिती संकलन वाटते त्यापेक्षा अधिक किचकट होते. उदाहरणार्थ, त्यांच्या संघाने १९९८ ते २००४ या कालावधीतील १९३ एक वर्ष कालावधीतीलची कामगिरी मॅजिक फॉर्म्यूला प्रकारातील खात्यांची कामगिरी

मोजली. या चाचणीने अनेक चित्तवेधक निकाल आले, त्यात हेही स्पष्ट झाले की मॅजिक फार्म्यूला खात्यांनी शेअर्स बाजारावर १६९ पैकी १६९, ३ वर्षे कालावधीत मात केली होती.)

ग्रीनब्लॅट या निर्णयाने बरेच आश्चर्यचकित झाले. १९८८ ते २००४ या कालावधीत, या धोरणामुळे सरासरी परतावा प्रतिवर्ष ३०.८% निर्माण झाला असता, SP (Standards and Pure) ५०० च्या १२.४ टक्क्यांच्या तुलनेत. या दराने, १,००,००० वाढून ९.६ मिलिअन झाले असते SP ५००च्या ७,३०,००० च्या तुलनेत. इथे एक शेअर्स निवडायचे धोरण होते, जे या दोन मापनप्रणालीवर अवलंबून असणारे होते. आणि त्याने बाजाराला नामशेष केले असते. साधेपणाचा ताकदीचे हे एक थरारक प्रमाणपत्र होते.

ग्रीनब्लॅट यांनी या संशोधनावर आधारित एक छोटेसे पुस्तक लिहिले The Little Book That Beats The Market. यात विनोद करताना त्यांनी हे दर्शवले की अगदी सर्वोत्तम गुंतवणूकदार व्यवसायिकांची पॅन्ट कशी उतरवावी; ही दोन साधी हत्यारे वापरून. जर तुम्हाला शेअर बाजाराचे मालक व्हायचे असेल तर त्यांनी स्पष्ट केले, ''उत्तम कंपन्या विकत घ्यायच्या धोरणाला चिकटून राहा (ज्यांचा भांडवलावरील परतावा उच्च असेल)आणि फक्त अशाच कंपन्या सौदेबाजीच्या किमतीला विकत घ्या. (अशा किमती ज्या तुम्हाला उच्च उत्पन्न देतील).''

त्यांनी या दोन साध्या जिंकण्याचे वैशिष्ट्य असलेल्या एकीकरणाला नाव दिले 'मॅजिक फॉर्म्यूला'.

## तुम्ही जादूवर विश्वास ठेवता का?

आता फक्त एक समस्या आहे. बहुसंख्य गुंतवणूकदार शेअर बाजाराचे मालक होण्याबाबत अपयशी ठरतात- जरी तुम्ही त्यांच्याकरिता अगदी कठोर विचार केला असला तरी आणि त्यांना हा मॅजिक फॉर्म्यूला सांगितला तरी.

The Little Book २००५ साली प्रकाशित झाल्यावर, ग्रीनब्लॅट यांना याची जाणीव झाली की त्यांनी वाचकांना जो आराखडा दिला आहे तो प्रत्यक्षात उतरवणे किती अवघड आहे याची. त्यांनी आणि त्यांच्या मुलांनी तो करून पाहायचा प्रयत्न केला, पण त्यांना इतक्या अधिक व्यवसायांचा माग ठेवणे अवघड वाटले. ते म्हणतात, ''मला खरोखरच शेकडो ईमेल्स लोकांकडून आले, असे सांगणारे, 'हाय, पुस्तकाबद्दल आभारी आहे. तुम्ही माझ्याकरता हे कराल का?''' त्यांना याचीही काळजी वाटली की काही वाचक स्वत:चे नुकसान करून घेतील, अविश्वासार्ह कंपनी माहिती वापरून, जी इंटरनेटवरून किंवा चुकीची आकडेमोड करून मिळवली असेल, जेव्हा हा फॉर्म्यूला वापरायचा त्यांनी प्रयत्न केला असेल त्या वेळी. जर

अशा चुकांमुळे त्यांनी चुकीचे शेअर्स निवडले आणि त्यामुळे ज्यांना मदत करायला म्हणून ते पुढे आले तेच लोक यामुळे दुःखी झाले तर काय?

ग्रीनब्लॅटची उकल होती एक मोफत वेबसाईट करायची. www. magicformulainvesting.com जी खात्रीशीर माहिती वापरेल, आणि या निकषाला जे उतरतील अशा शेअर्सना तपासून घेईल. ते नेहमी विनोद करतात, ''वॉल स्ट्रीटवर काही दंतपरी नाहीत.'' पण त्यांना ही कल्पना आवडली. नियमित गुंतवणूकदारांना संरक्षण द्यायला हवे म्हणून त्यांनी अशी एक यंत्रणा निर्माण केली ज्याला ते परोपकारी दलालांची कंपनी म्हणतात, जी ग्राहकांना त्यांच्या पूर्व मान्यता असलेल्या मॅजिक फार्म्यूला शेअर्सच्या यादीतील शेअर्समध्ये मध्येच फक्त गुंतवणूक करायला परवानगी देईल.

ग्रीनब्लॅट यांनी त्यांच्या दलालांच्या ग्राहकांना दोन पर्याय दिले.

पर्याय १ – ते एक व्यावसायिकदृष्टया व्यवस्थापन असलेले खाते उघडतील. ते पूर्व नियोजित प्रक्रिया, पद्धतशीररीत्या शेअर्स खरेदी आणि विक्रीची, त्यांनी पूर्वमान्य केलेल्या यादीतून आणि ठरावीक कालावधीने करतील. सुमारे ९०% ग्राहकांनी 'तुम्ही माझ्याकरिता करा' हा पर्याय निवडला. त्यामुळे ते कोणताही निर्णय घेण्यापासून मुक्त झाले.

पर्याय २ – ते DIY (Do It Yourself ) पर्याय निवडू शकतात, शिफारस केलेले किमान २० शेअर्स त्याच यादीतील आणि त्यांचे त्यांनी ठरवून, खरेदी व विक्री कधी करायची हे ठरवून. काही निवडक शूर, ज्यांनी हा पर्याय निवडला, त्यांनी बहुतेक असा विचार केला असेल की आपले स्वतःचे तारतम्य वापरून आपण यांच्यात काही जादू घडवून आणू. हाय! हा अति शूरपणा का अति महत्वाकांक्षा?

जेव्हा ग्रीनब्लॅट यांनी हजारो ग्राहकांची खाती तपासली, तेव्हा हे शोधून धक्काच बसला की DIYच्या गुंतवणूकदारांनी किती भयानक कामगिरी केली आहे. २ वर्षांच्या कालावधीत. या गटाने एकत्रीतरीत्या ५९.४% परतावे मिळवले होते. त्याविरूद्ध SP ५०० चे ६२.७% होते. त्याच्या विरुद्ध ज्या गटाने व्यावसायिकदृष्ट्या व्यवस्थापन असलेल्या खात्यातर्फे व्यवहार केले त्यांचे परतावे ८४.१% होते. त्यांनी SP ५०० च्या इंडेक्सवर २१.४ % टक्क्यांनी मात केली होती. आश्चर्यकारक म्हणजे, DIY गुंतवणूकदार यांनी सुमार उत्तम दर्जाचा व्यवसाय २५% कामगिरी पॉइंट्स उधळले होते स्वतः निर्णय घेऊन. त्यांच्या अंदाजानी शेअर बाजारावर मात करण्याच्या धोरणाला शेअर बाजाराच्या पिछाडीला राहायच्या धोरणात बदलले होते. स्वतःच घातपात करायचे हे आश्चर्यजनक प्रदर्शन होते.

ग्रीनब्लॅट म्हणतात की, गुंतवणूकदार सहसा करतात तसा घोटाळा त्यांनी केला. जेव्हा शेअर्स बाजार वधारला, तेव्हा त्यांनी शेअर्सची थप्पी लावली, तो जेव्हा घसरला, तेव्हा ते बाहेर पडले. जेव्हा धोरण अत्यंत चांगली कामगिरी करत होते, तेव्हा त्यांनी थप्पी लावली, जेव्हा धोरण चांगली कामगिरी करत नव्हते तेव्हा त्यांनी ते थांबवले. सिद्धान्त म्हणून, त्यांनी कदाचित त्यांच्या संकल्पनेवर विश्वास ठेवला असेल की उत्तम दर्जाचा व्यवसाय कमीतकमी किमतीला घ्यावा. व्यवहारात त्यांनी अशा शेअर्सचा पाठपुरावा केला जे अधिक महाग होते, आणि त्यांना त्यांनी विकून टाकले जेव्हा ते स्वस्त होते.

परिस्थिती आणखी खराब करण्यासाठी, DIY गुंतवणूकदारांनाही त्या मॅजिक फॉर्म्यूला यादीतील सर्वात खराब शेअर्सना बाजूला केले, त्यांना हे कळले नाही की असे व्यवसाय हे सौदेबाजीसाठी अधिक आकर्षक असतात. भावनिकदृष्ट्या यादीतील सर्वांत स्वस्त कंपन्या विकत घेणे हे कठीण असते त्यांची नजीकच्या काळातील कर्तबगारी अंधारी वाटते, आणि खराब बातम्या ऐकून त्यांचे मन कलुषित झालेले असते. अशा अनिश्चिततेमुळे, गुंतवणूकदारांनी ती संधी वाया घालवली जेव्हा हेच खराब कामगिरीवाल्या शेअर्सनी उसळी घेतली आणि आमचे सर्वात यशस्वी शेअर्स ठरले.

ही सर्व स्वतःच स्वतःचा पराभव करणारी वागण्याची पद्धत प्रत्येक गुंतवणूकदाराला भेडसावणाऱ्या काटेरी आव्हानांची बाब उठावदारपणाने दर्शवतात. एवढेच पुरेसे नाही की असे एक हुशार धोरण शोधण ज्याला तुम्ही अवलंबू शकता, जे दूरवरचा विचार करता प्रतिकूल परिस्थितीला तुमच्या बाजूला वळवू शकाल. तुमच्याकडे शिस्त आणि चिकाटीपण हवी, हे धोरण सातत्याने राबवण्यासाठी; विशेषतः तेव्हा जेव्हा परिस्थिती त्रासदायक असते.

ग्रीनब्लॅट म्हणतात की, ते अमाप मदत करते. जर तुमच्याकडे सोपे तत्त्व असेल ज्याला तुम्ही अवलंबू शकाल, असे सोपे तत्त्व ज्यात काही अर्थ आहे, आणि जे डळमळू शकत नाही. हे इतके गंभीर का आहे? कारण तुमच्याकडे विचारांची स्पष्टता हवी, जी सर्व मानवशास्त्रीय दबाव, पिछेहाट आणि मोह, जे तुमच्या मार्गात तुम्हाला अस्थिर करू शकता, किंवा तुमची गाडी रुळावरून घसरू शकते, त्यांना पुरून उरेल. हा एक कठीण व्यवसाय आहे आणि बाजार दर वेळेला तुमचे ऐकेलच असे नाही. ग्रीनब्लॅट म्हणतात, ''हा एक प्राणिमात्राचा नियम आहे की शेअर्सच्या किमती भावनाप्रधान असतात आणि तुम्हाला सर्व बाजूंनी मार बसत असतो. आणि प्रत्येक तज्ज्ञ तुम्हाला सांगत असतो की तुमची चूक आहे, आणि ते तुम्हाला ऐकून घ्यायला लागते.

विशेषतः तुमची श्रद्धा टिकवून ठेवणे तेव्हा कठीण होते, जेव्हा तुम्ही पैसे गमावता, किंवा तुम्हीच बाजाराच्या मागे बरीच वर्षे राहिला आहात. तुम्ही आश्चर्य

करू लागता की तुमचे धोरण तरीही काम करेल ना? का काहीतरी मूलतः बदललेले आहे. पण सत्य हे आहे की कोणतेही धोरण सदा सर्वकाळ काम करेलच असे नाही. त्यामुळे आर्थिक आणि मानसिक त्रासाचे कालावधी हे अशा खेळातील अटळ भाग आहेत. अपरिहार्यरीत्या, दुर्बल खिलाडू बाजूला पडतात आणि अशा वेळी जे सर्वांत मजबूत तत्त्वाचे आणि मजबूत स्वभावाचे आहेत त्यांच्यासाठी अधिक संधी उपलब्ध होतात. ग्रीनब्लॅट सांगतात तसे, जेव्हा कामगिरी सुमार असते, तेव्हा लोकांना जे दुःख सहन करावे लागते, त्याचे सौंदर्य यात असते की जर ते अस्तित्वातच नसते तर प्रत्येकाने तेच केले असते जे आपण करतो.

ग्रीनब्लॅट यांच्याकडे अशा त्रासदायक कालावधीत ठामपणे टिकून राहण्याची धारणा आहे. पण हे पाहणे सोपे आहे की सर्वसाधारण गुंतवणूकदार डळमळून जाऊ शकतो. पूर्वी केलेल्या चाचणीत, ज्यात यूएसमधल्या एक हजार मोठ्या कंपन्या समाविष्ट होत्या, मॅजिक फार्म्यूल्याने सरासरी वार्षिक परतावे १९८८ ते २००९ या कालावधीत १९.७% निर्माण केले होते, त्याविरूद्ध SP ५००ने त्याच कालावधीत ९.५% निर्माण केले होते. तो एक लक्षणीय विजय होता. तरीही, हा फॉर्म्यूला याच कालावधीत या २२ पैकी ७ वर्षांत SP ५०० इंडेक्सपेक्षा मागे होता. आणि त्यांनी अत्यंत पाशवी तोटे - २००२ मध्ये २५.३% आणि २००८ मध्ये ३८.८%- असे होते जेव्हा तुमचा रक्तस्राव इतका भयानक असतो, की तुम्ही न पटणाऱ्या परिस्थितीत राहू शकता, जर तुम्ही ग्रीनब्लॅट यांची सखोल निश्चिंतता, धोरणाच्या न पटणाऱ्या तर्कासोबत राहिला नाहीत तर.

या अनुभवातून त्यांना एक नवा साक्षात्कार झाला आहे बहुसंख्य व्यक्तींच्या दृष्टीने, उत्तम धोरण ते नाही की जे तुम्हाला सर्वांत अधिक परतावे देईल. किंबहुना, आदर्श धोरण असे असेल, ज्याला तुम्ही अगदी खराब परिस्थितीतही चिकटून राहू शकाल.

अलीकडच्या वर्षांत हे पटल्यामुळे, ग्रीनब्लॅट यांना उंदराचा नवीन सापळा तयार करण्याची प्रेरणा मिळाली. लांबवरचे / कमी कालावधीचे धोरण जे धोका कमी करण्यासाठी तयार केले आहे, आणि जे कमी दुःखकारक प्रवास घडवेल. त्यांचे ध्येय- योग्य अशा दराने पैशाचे संयुग किंवा मिश्रण (कंपाउंडिंग) तयार करायचे, कमी हिंसक अस्थिरता असलेले, ज्यामुळे त्यांच्या फंडामधील गुंतवणूकदार,जास्त शक्यता ही असेल की अगदी खराब काळातही त्यांना चिकटून राहतील.

ही एक आश्चर्यकारक उत्क्रांती अशा एका प्रसिद्ध बंदुकधाऱ्याकरिता आहे, ज्याच्या केंद्रित दृष्टिकोनामुळे दोन तपांच्या कालावधीत प्रतिवर्ष ४०% परतावे मिळाले होते. पण हे एक स्मरणपत्र म्हणता येईल की बहुसंख्य गुंतवणूकदारांनी भक्कम आणि टिकाऊ परताव्यासाठी नेम धरावा, न की काही मर्दपणाचे करण्यासाठी. ग्रीनब्लॅट म्हणतात, ''मी जेव्हा ६ वा ८ कंपन्यांचा मालक होतो, हे काही असामान्य नव्हते- प्रत्येक २ ते ३ वर्षांत, काही दिवस २० ते ३०% घालवणे ज्याला चिकटून

राहावे असे हे एक कठीण धोरण होते. म्हणून ते वैयक्तिक बहुसंख्य एकट्या गुंतवणूकदाराकरिता योग्य नव्हते. पण माझ्या दृष्टीने ते अगदी योग्य होते. जेव्हा २० ते ३०% कोसळते, माझ्यात काही घबराट नसते कारण मला माहीत असते की माझ्या मालकीचे काय आहे."

आजकाल ग्रीनब्लॅट यांचा संघ ४००० हून अधिक व्यवसायांचे मूल्यमापन करीत असतो आणि ते किती स्वस्त आहेत या निकषावर त्यांची क्रमवारी लावत असतो. दूरचा विचार करता, त्यांचे फंड शेकडो शेअर्स विकत घेतात जे त्यांच्या अंदाजाप्रमाणे सुयोग्य मूल्याला सवलतीच्या दरात उपलब्ध असतात. ते आपोआपच सर्वांत पहिल्या क्रमांकाच्या स्वस्त शेअर्सवर बाजी लावतात, न की दुसऱ्या क्रमांकाच्या स्वस्त शेअर्सवर. छोट्या कालावधीसाठी, जे शेअर्स उच्च दरावर आहेत त्यांच्या विरुद्ध ते असतात. परत, त्यांचा स्थितीचा आकार हा मूल्यमापनावर ठरत असतो, त्यामुळे सर्वांत महाग शेअर्स हे आपोआपच त्यांच्या लहान स्थितीत असतात. ते म्हणतात की, आमचे यामागील बोधवाक्य हे असते की 'सर्वांत स्वस्त असेल ते विकत घ्या, सर्वात महाग जे असेल त्याला अधोरेखित करा.' मी ते अगदी पद्धतशीररीत्या करतो. यात कोणतीही भावना अंतर्भूत नसते, त्यांना हे माहीत असते की काही पैजा त्यांच्या विरुद्ध जातील, पण ते याकडे पाहतात की सर्वसाधारणपणे त्यांची बाजू योग्य आहे.

एक गुंतागुंतीचे धोरण राबवणे, ज्यात शेकडो लांब आणि जवळच्या स्थितीतील प्रक्रिया पूर्ण करायच्या आहेत, हे सोपे काम नाही. ग्रीनब्लॅट यांनी २० जणांचा एक चमू आर्थिक विश्लेषक आणि तंत्रज्ञानाचे विशेषज्ञ यांचा तयार केला यावर तोडच पाहण्यासाठी तयार केला. तरीही, ज्या तत्त्वानुसार त्यांची धोरणे राबवली जातात, ती नेहमीप्रमाणे अगदी साधी आणि मजबूत असतात, ज्यांना लक्षात ठेवणे आपल्यालाही काही अवघड नाही.

१. **शेअर्स हे व्यवसायाचे मालकीचे शेअर्स असतात, त्यांचे मूल्यमापन होणे आवश्यक आहे.**
२. **ते नेहमी तेव्हा विकत घेतले पाहिजेत जेव्हा ते त्यांच्या सुयोग्य मूल्यापेक्षा कमी किमतीला विक्रीला उपलब्ध आहेत.**
३. **दूर पल्ल्याचा विचार करता, बाजार हा तर्कशुद्ध असतो आणि काहीशा कमी जास्त प्रमाणात त्या व्यवसायाची सुयोग्य किंमत त्यात प्रतिबिंबित होत असते.**

समस्या ही आहे की कोणालाही माहीत नसते की हा प्रवास, सुयोग्य मूल्याकडे नेणारा, किती काळ घेईल, आठवडे, महिने का अनेक वर्षे. पण ग्रीनब्लॅट हे थांबायला तयार आणि इच्छुक असतात. कारण त्यांचा विश्वास आहे की काळाच्या निकषावर ज्यांची

कसोटी लागणार आहे ती तत्त्वे शेवटी खरी ठरतील. ते म्हणतात की जर शेअर्स हे व्यवसायाच्या मालकीचे असतील आणि त्यांचे मूल्यमापन करण्यात मी उत्तम आहे, किमान सरासरीने पाहता, तर काही काळाचा विचार केला तर मी चांगली कामगिरी करेन. अर्थशास्त्र आणि गुरुत्वाकर्षणाचे नियम परत घेतले जाणार नाहीत.

## चार साधे धडे

ग्रीनब्लॅट यांच्याकडून मी शिकलेल्या प्रत्येक गोष्टीचा मी जेव्हा विचार करतो, तेव्हा सर्वांत जास्त मी चार साध्या धड्यांवर येऊन थांबतो.

पहिला धडा – तुम्हाला इष्टतम असे काही धोरण असणे आवश्यक नाही. तुमच्याकडे तुमची आर्थिक ध्येये साध्य करण्यासाठी समंजसपणाचे धोरण असणे उत्तम आहे. प्रशियन लष्करी धोरण ठरवणारे तज्ज्ञ जनरल कार्ल व्हॉन क्लाऊसेविट्झ म्हणाले त्याप्रमाणे, ''चांगल्या आखणीचा सर्वांत मोठा शत्रू हा बिनचूक आखणीचे स्वप्न पाहणे हा असतो.''

दुसरा धडा – तुमचे धोरण इतके सोपे आणि तर्कशुद्ध हवे की तुम्ही ते समजू शकाल, त्याच्यावर मनापासून विश्वास ठेवू शकाल, आणि अगदी कठीण परिस्थितीतसुद्धा त्याला चिकटून राहाल, जेव्हा ते आता काम करणार नाही असे वाटेल. धोरण तुमच्या बेदना, अस्थिरता आणि तोटा यांबद्दलच्या सहनशक्तीला साजेसे हवे. धोरण ज्या तत्त्वावर ते आधारित आहे ते तत्त्व आणि भावी काळाचा विचार करता ते काम करेल अशी अपेक्षा तुम्ही का करता, हे लिहून ठेवणे उपयोगाचे ठरते. याला एक धोरणात्मक निवेदन किंवा आर्थिक वागणुकीचे शाश्वत नियम म्हणून लिहून ठेवा. ताणतणाव आणि मानसिक गोंधळ असेल अशा वेळी तुम्ही या दस्तऐवजांचे पुनरावलोकन करू शकता. त्यामुळे तुमचा समतोल आणि तुमच्या कार्य दिशाची जाणीव पुन्हा साधेल.

तिसरा धडा – तुम्ही स्वतःलाच विचारणे आवश्यक आहे की तुमच्याकडे खरोखरच बाजारावर मत करण्याची कौशल्ये आणि मानसिकता आहे का? ग्रीनब्लॅट यांच्याकडे असाधारण वैशिष्ट्यांचे संयुग आहे ज्याचा त्यांना चांगल्यापैकी फायदा मिळतो. त्यांच्याकडे विश्लेषणात्मक हुशारी आहे, गुंतागुंतीच्या खेळाचे विघटन करण्याची; त्यांना बहुतेक सर्व मूलभूत तत्त्वांमध्ये बसवण्याची जसे, व्यवसायाचे मूल्यमापन करा, (Value a Business), तो सवलतीच्या दरात विकत घ्या (Buy it at a discount ) , मग वाट पाहा (Then wait), त्यांना व्यवसायाचे मूल्यमापन कसे करायचे हे माहीत आहे, त्यांच्यावर पारंपरिक मते किंवा अधिकारप्राप्त व्यक्तिमत्त्वे जसे व्हार्टनचे प्राध्यापक, ज्यांनी असा दावा केला होता की शेअर बाजार कार्यक्षम आहे, यांचा प्रभाव पडत नाही. त्याउलट, ते त्यांना पुनःपुन्हा चुकीचे सिद्ध करण्यात

आनंद मानतात. त्यांच्याकडे पुरेसा (सु)धीर आहे, समतोल स्वभावाचे आहेत, स्वतःची खात्री करून घेणारे आहेत, स्पर्धात्मक आहेत, तर्कशुद्ध आहेत आणि शिस्तबद्धही आहेत.

चौथा धडा – हे लक्षात ठेवणे महत्त्वाचे आहे की बाजारावर मत करण्याचा प्रयत्न न करताही, तुम्ही एक श्रीमंत आणि यशस्वी गुंतवणूकदार होऊ शकता. गेल्या कित्येक तपांपासून जॅक बोगले यांनी हजारो सक्रिय फंड व्यवस्थापकांना प्रयत्न करताना आणि अपयशी होताना पाहिले आहे, जेव्हा ते इंडेक्स फंडांवर आपले श्रेष्ठत्व सिद्ध करण्याचा प्रयत्न करीत होते. त्यांनी मला सांगितले की, हे सर्व तारे धूमकेतू होते असे सिद्ध झाले. त्यांनी क्षणभर आकाश प्रज्वलित केले, नंतर ते जळून गेले आणि त्यांची राख पृथ्वीवर येऊन पडली. माझ्यावर विश्वास ठेवा, हे असे वारंवार घडत असते.

बोगले नेहमी वाद घालायचे की साधेपणातले अंतिम म्हणजे सिंगल बॅलन्स्ड इंडेक्स फंड विकत घ्या आणि आपल्याकडे राखून ठेवा. असा फंड जो, निश्चित टक्केवारीने यूएस आणि परदेशी शेअर्स आणि बॉण्ड्स विकत घेतो आणि आपल्या जवळ ठेवतो. आणि बस्स. स्वयंनाशाचे प्रयत्न करून बाजाराची वेळ साधणे नाही. पुढचा वधारलेला शेअर किंवा फंड घेण्याची कल्पनारम्यता नाही.

हे प्रकरण लिहिताना मी त्यांचा सल्ला मानला आणि माझ्या पत्नीच्या सेवानिवृत्ती खात्यासाठी एकच इंडेक्स फंड निवडला– एक ग्लोबल फंड, जो त्याची ८०% संपत्ती शेअर्समध्ये आणि २०% बॉण्ड्समध्ये गुंतवतो. मला खात्री आहे की हा इष्टतम उपाय नाही. पण तो बऱ्यापैकी चांगला ठरावा, असे गृहीत धरले की ती आपले पैसे त्यात दीर्घ काळ ठेवेल आणि त्यात नियमितपणे भर टाकेल. हे एक साधे धोरण आहे, जे विस्तृत विविधीकरणावर आधारित आहे आणि त्यात धोके आणि बक्षिसे यात पुरेसा समतोल, कर कार्यक्षमता, अपवादात्मक कमी खर्च आणि दीर्घ काळाचे क्षितिज आहे. त्यात धारिष्ट्य नाही, थाटमाट नाही. पण बोगले यांनी मला सांगितले तसे, "तुम्ही महान असायलाच पाहिजे असे नाही."

वैयक्तिकरीत्या मी बारमाही इंडेक्सिंगचे गणिती तर्कशास्त्र आणि बाजारावर मात करण्याचे स्वप्न यामध्ये पार गुरफटून गेलो आहे. पण मला एवढेच कळते– तुम्ही कोणताही मार्ग निवडला तरी तो साधा ठेवण्याने तुम्हाला बरेच काही मिळून जाते

६

# निक आणि झॅक यांचे उत्कृष्ट धाडस

एक मूलतः अपारंपरिक गुंतवणूक भागीदारी हे
प्रकट करते की सर्वांत श्रीमंत बक्षिसे त्यांना जातात
जे तत्कालीन समाधानाच्या आमिषाला
प्रतिकार करतात.

''जर कमी आनंदाला सोडून देऊन अधिक मोठा आनंद मिळत असेल, तर हुशार माणूस कमीला सोडून जास्तीला पकडेल.''

–धम्मपद

''मग जो प्रत्येक जण माझे शब्द ऐकेल आणि त्याप्रमाणे वागेल, तर तो त्या हुशार माणसाप्रमाणे वागेल ज्याने खडकावर आपले घर बांधले आणि पाऊस आला, पूर आला, जोरदार वारा वाहू लागला आणि त्याने त्या घराला धडका मारल्या, पण ते पडले नाही, कारण त्याचा पाया दगडावर होता. आणि जो कोणी माझे हे शब्द ऐकेल पण त्याप्रमाणे करणार नाही, तर ते त्या मूर्ख माणसाप्रमाणे होईल, ज्याने आपले घर वाळूत बांधले आणि पाऊस आला पूर आला, वारा जोरात वाहू लागला आणि त्या घराला धडका मारू लागला आणि ते घर पडले. आणि हे पडणे महान होते.''

–मॅथ्यू ७:२४-२७

निक स्लीप यांनी लँडस्केप आर्टिस्ट व्हायचे स्वप्न पाहिले होते. त्यांनी अशी कल्पना केली होती की ते पार्क आणि सार्वजनिक जागांचे आराखडे तयार करतील ज्यामुळे धावपळीच्या जीवनातून लोकांना विरंगुळ्याचे ठिकाण मिळेल. म्हणून एडिंबर्ग विद्यापीठातून त्यांनी एका स्थानिक कंपनीत लँडस्केपिंग करता उमेदवारी पत्करली. ''माझी प्रणयरम्य कल्पना की तिथे कशा प्रकारचे शिक्षण मिळेल ही वस्तुस्थिती पाहून पार धुळीला मिळाली. कारण तिथे आम्ही झोपायच्या खोलीच्या खिडक्या आणि कार पार्क या बाबत काम करीत होतो,'' असे ते म्हणतात. काही महिन्यांनंतर त्यांची सुट्टी करण्यात आली. कर्मचाऱ्यांची संख्या ३०वरून२० वर आणण्यात आली. ''बाहेर हाकलण्यात आलेल्या १० मध्ये मीही होतो.''

स्लीप, जे इंग्लिश आहेत, यांना एडिंबर्गमध्येच राहायचे होते, कारण ते आणि त्यांची भावी पत्नी सेरिता यांनी त्या शहराच्या एका उपनगरात एक अपार्टमेंट विकत घेतले होते.ते म्हणतात, ''...म्हणून मी एडिंबर्गमध्ये चांगले काय आहे हे पाहण्याच्या पाठीमागे लागलो.'' माहिती तंत्रज्ञानाच्या क्षेत्रात कारकिर्द करणे हा एक व्यवहार्य पर्याय होता. पण त्यांना असेही कळले की त्या शहराची प्रतिष्ठा फंड व्यवस्थापन या क्षेत्रातलीही होती. त्यांनी एक तसे अप्रसिद्ध पुस्तक Investment Trusts Explained वाचले हे पाहण्यासाठी की गुंतवणूक व्यवसाय हे काय क्षेत्र आहे. ते वाचून त्यांची उत्सुकता वाढली. ''मला त्यातला बौद्धिक तपासाचा भाग आवडला.'' ते म्हणतात.

मग स्लीप एका छोट्या स्कॉटिश कंपनीत शिकाऊ गुंतवणूक विश्लेषक म्हणून रुजू झाले. तसे ते त्या कामाकरिता पुरेसे लायक नव्हते. महाविद्यालयात ते भू-विज्ञान शिकले होते आणि मग ते भूगोलाकडे वळले होते. हे शेअर्स निवडीच्या दृष्टीने काही योग्य प्रकारचे शिक्षण नव्हते. त्यांच्या आजपर्यंतच्या नोकरीच्या इतिहासावरून असा काही पुरावा मिळत नव्हता की जन्मापासून त्यांना आर्थिक क्षेत्रातील कामासाठी काही शिक्षण किंवा अनुभव मिळाला आहे. त्यांनी हॅरोच्या डिपार्टमेंटल स्टोअरमध्ये काम केले होते, एका माहिती तंत्रज्ञान क्षेत्रातील कंपनीत तात्पुरत्या काळासाठी काम केले होते, आणि विंडसर्फिंगसाठी एक पुरस्कार्ता एकदा त्याना मिळाला होता. त्यांच्या सिनेस्टार सारख्या चेहरेपट्टीवरून, आणि मृदू आवाजात बोलण्याच्या सवयीमुळे, ते कंपनी क्षेत्रातील कारकिर्दीसाठी काही तसे लायक वाटत नव्हते.

तरीही नशीब म्हणा ना, ते त्यांच्या विक्षिप्त मनाच्या वृत्तीला चपखल बसेल अशा क्षेत्रात अडखळत का होईना दाखल झाले. सर्वोत्तम गुंतवणूकदारांप्रमाणे स्लीप जगाला निराळ्या दृष्टिकोनातून पाहतात. त्यांना संशय आहे की याचा उदय त्यांच्या तरुण वयातील वेलिंग्टन कॉलेजमधील अनुभवातून झाला असावा. ती एक इंग्रजी माध्यमाची निवासी शाळा होती जिची स्थापना राणी व्हिक्टोरिया हिने केली होती. स्लीप मात्र अशा थोड्या विद्यार्थ्यांपैकी एक होते, जे आपल्या घरी राहून शिकत

होते. याचा अर्थ ते शालेय जीवनात मुक्तपणे तरंगत होते. अगदी सप्ताहाअखेरीस ते एका पबमध्येही काम करत होते जेव्हा त्या शाळेतील निवासी मुले ४०० एकर क्षेत्रातील आवारातच राहत होती. ते म्हणतात, ''त्यामुळे मी इतरांपेक्षा अधिक सुखदायी अगदी लहान वयापासून होत गेलो. त्या इतर गटापासून मी दूर होतो यात मला आनंद वाटत होता.''

जेव्हा ते २० वर्षे वयाचे झाले, तेव्हा ते रॉबर्ट पिर्सिंग यांच्या आठवणी आणि शिकवण असलेल्या पुस्तकाच्या सान्निध्यात आले, ज्याला १२१ प्रकाशकांनी नाकारले होते. ती एक विचित्र पण अत्यंत तेजस्वी ध्यानधारणा होती, दर्जेदार जीवन जगणे म्हणजे काय आणि कसे करावे या संबंधीची. त्याचे नाव होते, Zen and Art of Motorcycle Maintenance : An Inquiry into Values., पिर्सिंग अशा लोकांना उत्तुंग करतात की जे आपल्या कृती आणि निर्णय याविषयी इतक्या प्रयत्नपूर्वक काळजी घेतात की अगदी किरकोळ कामसुद्धा एक आध्यात्मिक पाठ होतो - अंतर्गत वैशिष्ट्ये जशी धीर, अखंडता, राष्ट्रीयत्व, आणि शांती. तुम्ही खुर्चीची दुरुस्ती करीत असाल, किंवा पोशाख शिवत असाल किंवा सुरीला धार लावत असाल, तेव्हा ते म्हणतात की तसे करण्याचा एक कुरूप मार्ग असतो आणि एक उच्च दर्जाचा, सुंदर मार्गही असतो.

पिर्सिंग यांच्याकरता, मोटारसायकलची दुरुस्ती हे एक आदर्श रूपक म्हणता येईल, एका आदर्श पद्धतीने कसे जगावे आणि काम करावे याचे. ते लिहितात, ''खरे चक्र ज्यावर तुम्ही काम करीत आहात त्या चक्राला तुम्ही स्वतः असे म्हणतात. जिथे ते मशीन बाहेरचे वाटते आणि जिथे जी व्यक्ती असते ती अटळ असते, आणि या दोन निराळ्या गोष्टी नाहीत. ते दर्जाबरोबर राहतात किंवा दर्जांपासून दूर जातात.''

कदाचित जशी तुम्ही कल्पना करू शकाल, वॉल स्ट्रीटवरचे बहुतेक अति महत्त्वाकांक्षी धडपड करणारे, यांच्याकडे पुरेसा धीर नसतो, काही गूढ जादूभऱ्या मोटारसायकलीकरता. पण पिर्सिंग यांची दूरदृष्टी भावपूर्ण, नैतिक, बौद्धिकदृष्ट्या प्रामाणिक जीवनाच्या दृष्टिकोनाविषयी, जो स्लीप यांच्यात प्रतिबिंबित होते, आणि ज्या प्रकारचे गुंतवणूकदार ते होणार होते त्याला आकार देत होता. पिर्सिंग यांचा त्यांच्यावर दीर्घ काळ टिकणारा प्रभाव कसा आहे ही स्पष्ट करणाऱ्या ईमेलमध्ये स्लीप म्हणतात, ''तुम्ही प्रत्येक गोष्ट दर्जेदार करायला हवी, कारण समाधान आणि शांती त्यातच असते.''

पण जेव्हा गुंतवणुकीचा विषय येतो तेव्हा याचा अर्थ काय होतो? २००१ साली स्लीप आणि त्यांचे सहकारी क्वाईस झाक झकेरिया यांनी Nomad Investment Partnership या नावाने एक फंड स्थापन केला, ज्याच्याकडे ते एक प्रयोगशाळा चाचणी म्हणून पाहत होते. गुंतवणूक कशी करावी आणि अत्यंत उच्च दर्जाच्या मार्गे विचार कसा करावा आणि वागावे कसे. आपल्या प्रभावी भावना

व्यक्त करणारी आणि काहीशी रंजक पत्रे त्यांनी आपल्या शेअर होल्डर्सना पाठवली. त्यातल्या एकात स्लीप म्हणतात, "नोमॅड म्हणजे आम्हाला केवळ एका फंडाचे व्यवस्थापन करणे एवढेच नाही तर त्यापेक्षाही काही अधिक आहे. नोमॅड हा एक तर्कशुद्ध, आधिभौतिक आणि जवळजवळ आध्यात्मिक प्रवास आहे, (वाळू आणि उंटाशिवाय, जरी ते असते तर झॅक अधिक आनंदी झाले असते.)

या सगळ्यांना तसा काही अर्थ राहिला नसता, जर काही जबरदस्त परिणाम किंवा उपलब्धी, त्यांच्या विशिष्ट उच्च विचारांच्या प्रयोगातून साध्य झाल्या नसत्या तर. १३ वर्षांच्या कालावधीत, नोमॅडने ९२१.१% परतावे, त्याविरुद्ध MSCI World Index चे परतावे ११६.९% होते. (या आकड्यांत नोमॅडच्या कामगिरीच्या फीचा समावेश आहे. या फंडाचे वार्षिक परतावे फीपूर्वीचे २०.८% होते, फी कापल्यावर १८.४% होते, याविरूद्ध MSCI चे ६.५ % होते.)

दुसऱ्या शब्दात सांगायचे तर, या फंडाने त्याच्या आधारित निर्देशांकावर (इंडेक्सवर) जवळजवळ ८००% अंकांनी मात केली. आणखी एका मार्गाने सांगायचे तर, १ मिलिअन जर MSCI इंडेक्स फंडात गुंतवले असते तर त्यांची वाढ २.१७ मिलिअन झाली असती, पण तेच जर नोमॅडमध्ये गुंतवले तर त्याचे १०.२१ मिलिअन झाले असते.

२०१४ मध्ये स्लीप आणि झकेरिया यांनी त्यांच्या शेअर होल्डर्सचे पैसे परत केले आणि फंड व्यवस्थापक या पदावरून ते अगदी कमी वयात म्हणजे ४५व्या वर्षी निवृत्त झाले. तेव्हापासून त्यांनी आपल्या स्वतःच्या पैशाचे व्यवस्थापन तेवढ्याच नेत्रदीपक यशाने केले. निवृत्तीनंतरच्या केवळ पाच वर्षांत त्यांनी आपली संपत्ती तिप्पट वाढवली. स्लीप, जे पारंपरिक मताशी सहसा सहमत होत नाहीत, यांनी आपली सर्व संपत्ती केवळ तीन प्रकारच्या शेअर्समध्ये गुंतवली, काही वेळा त्यांनी आणि झकेरिया यांनी आपली ७०% संपत्ती केवळ एकाच प्रकारच्या शेअर्समध्ये गुंतवली होती.

बाकी इतर या क्षेत्रांतील ज्ञानी लोकांत, फारच थोड्या इतर गुंतवणूकदारांना इतक्या सन्मानाने वागवले जात असेल. बिल मिलर, जे म्हणतात की त्यांना पूर्ण स्वातंत्र्य आणि विचारातील स्पष्टता प्रशंसनीय वाटते, यांनी आपली स्वतःची संपत्ती नोमॅडमध्ये गुंतवली. गे स्पियर, जे स्लीप यांचे स्नेही आहेत, हे त्यांना गुंतवणुकीच्या विश्वातील गहन विचारवंत मानतात. मी जेव्हा पाबराय यांना विचारले की मी कोणकोणत्या गुंतवणूकदारांची मुलाखत घेऊ, तेव्हा त्यांनी सांगितले की, निक स्लीप हे अपवादात्मक आहेत. ते अत्यंत सखोल संशोधन करतात आणि त्यांची एकाग्रता ही अपवादात्मक आहे. त्यांची मुलाखत आकर्षक होईल, पण तशी ते देतीलसे वाटत नाही. ते फार खाजगी प्रवृत्तीचे गृहस्थ आहेत.

खरोखरच त्यांच्याबद्दल असलेल्या गूढाबद्दल एक वस्तुस्थिती अशी आहे की स्लीप आणि झॅक हे दोघेही रडारच्या कक्षेत फारसे येत नाहीत. त्यांना त्यांच्या

फंडाचे विपणन करण्यात अजिबात स्वारस्य नाही. आणि स्वत:चे करण्यात तर त्याहून अजिबात नाही. याचा परिणाम म्हणूनच की काय, त्यांची कहाणी कधीच कोणी कुणाला सांगितली नाही. पण गेली काही वर्षे मी स्लीप यांची मुलाखत बऱ्याच वेळा घेतली आहे. मग २०१८ च्या पानगळीच्या मोसमात, मी लंडनमधील किंग्स रोडवरील त्यांच्या कार्यालयात मी ते आणि झॅक यांच्या बरोबर एक दुपार घालवली. ती एक तजेलदार आणि उल्हसित करणारी जागा होती. तिथे इतका अनौपचारिकपणा होता की झकेरिया यांचे एक साधे टेबलही तिथे नव्हते. ते तिथल्या कातडी आरामखुर्चीत बसून काम करणे पसंत करतात. ती एका भिंतीकडे तोंड करून ठेवलेली असते आणि त्यावर त्यांचा मधमाशापालन करण्याचा वेश टांगलेला असतो. याच ठिकाणी – आकाशगंगेला शिवणाऱ्या मुख्यालयात त्यांनी, ज्याला ते भांडवलशाहीतील धाडसे म्हणतात – त्या बाबत आपले विचार प्रतिबिंबित केले.

आमच्या संभाषणातून जी बाहेर आली ती उत्साहवर्धक नैतिकतेची कथा, ज्यात चांगल्या लोकांचा विजय होतो. ह्याचीपण कहाणी आहे की विलक्षण फायदे जे गुंतवणूकदारांना मिळतात – जे शिस्त आणि धीर बाळगतात – ताबडतोबीच्या समाधानासाठी मोह टाळतात. अति वेगवान जमान्यात, ज्यात लघू विचारसरणीचे वर्चस्व असते, फायद्यापासून दूर राहण्याची क्षमता असणे, हे यशाला मदत करणारे अत्यंत शक्तिशाली योगदान देणारे ठरतात, बाजारातच नव्हे तर व्यवसायात आणि जीवनातही.

## वाळूवर उभारलेले घर

झकेरिया यांनी स्लीप यांच्याप्रमाणेच वॉल स्ट्रीटवर काम करण्याचे स्वप्न कधीही पाहिले नव्हते. प्रामाणिकपणे सांगायचे तर, ''मला इतर काही करणे आवडले असते,'' ते म्हणतात, ''जर माझ्या वडिलांनी परवानगी दिली असती तर मी हवामान शास्त्रज्ञ झालो असतो. मला ते फार आकर्षक वाटत होते. मी हवामान खात्याचे हवामानाचे अहवाल वाचत असे आणि त्या आधारे माझे स्वत:चे हवामानाचे अहवाल तयार करत असे. आणि माझ्या पालकांना वाटायचे की ते मूर्खपणाचे आहे.''

१९६९मध्ये त्यांचा जन्म इराकमध्ये झाला. ते एका विशेषाधिकारप्राप्त कुटुंबात जन्माला आले होते. त्यांचे वडील इराकच्या मध्यवर्ती बँकेत काम करीत होते. त्यांची आई बगदाद विद्यापीठाच्या अन्नाच्या सकसपणाच्या शास्त्र विभागात अध्यापिका होती. पण तो एक धोकादायक कालखंड होता. त्यात राजकारणातील उत्सुकता वाढवणाऱ्या घडामोडी आणि दंगे यांची भर पडली होती. झकेरिया सांगतात, ''आम्ही पुरते वैतागलेले होतो.'' शेवटी त्यांच्या कुटुंबीयांनी सर्व काही मागे सोडून त्या देशातून पळ काढला. १९७२ साली एका कॅथलिक धर्मादाय

संस्थेने त्यांना यूकेमध्ये आसरा मिळण्याची व्यवस्था केली आणि तिथे त्यांनी आपल्या तीन मुलांचे संगोपन केले. झकेरिया सांगतात की, ते एक वोल्वो गाडी, जी त्यांना टर्कीमध्ये कोणी दिली होती, सोडली तर जवळ काहीही नसताना तिथे स्थायिक व्हायला आले.

त्यांच्या वडिलांनी नोकरीसाठी बरीच दरवाजे ठोठावले आणि शेवटी त्यांना एक कनिष्ठ हिशेबनिसाची नोकरी मिळाली. त्यांनी तिथे चांगली प्रगती केली आणि मग त्यांनी इराकला यंत्रसामग्री निर्यात करण्याचे काम यशस्वीरीत्या चालू केले. त्यांच्या पालकांची अपेक्षा होती की ते त्या व्यवसायात येतील आणि हळूहळू तो ताब्यात घेतील, जेणेकरून जीवनातील अस्थिरतेला तोंड देण्यास सिद्ध होतील. ते म्हणतात, ''त्यांच्या दृष्टीने पैसे हे फार महत्त्वाचे होते. पैसे साठवणे. ते खर्चच करायलाच पाहिजेत असे नाही. पण सुरक्षितता आणि प्रतिष्ठा यासाठी ते महत्त्वाचे होते. १९८७ साली झकेरिया यांनी केम्ब्रिज विद्यापीठात गणित विषय शिकण्यासाठी प्रवेश घेतला. सर्व काही रुळावर व्यवस्थित चालू होते. पण त्याच वर्षी त्यांचे वडील दिवाळखोरीत गेले.

असे दिसून आले होते की त्यांनी उसने पैसे घेऊन शेअरबाजारात सट्टा लावला होता. त्यांनी संशयास्पद शेअर्सवर चुकीच्या माहिती आधारे बाजी लावली होती ती काही विक्षिप्त विक्रेत्यांच्या नदी लागून. झकेरिया सांगतात की, एक शेअर दलाल त्यांना त्या शेअर्सची शिफारस करीत होता जे पिरॅमिडप्रमाणे वर चढत जातील, जास्त पैसे लावले तर अधिक वर जाता येईल वगैरे. माझे वडील त्यात फार वर जाऊ शकले नाहीत आणि ते सर्व जेव्हा कोसळले. तेव्हा त्यांनी सर्वस्व गमावले. कुटुंबाचा व्यवसाय कर्जात बुडून गेला आणि त्यांचा निर्यातीचा व्यवसाय मरण पावला.

झकेरिया यांच्याकरिता गुंतवणुकीच्या जगामध्ये ही त्रासदायक ओळख होती. ते म्हणाले की, माझ्या वडिलांनी पैसा कमावला तो त्या गोष्टीतून, जे ते समजू शकत होते आणि गमावले त्या गोष्टीत ज्या ते समजू शकले नाहीत. आणि त्यांना काही बेइमान लोकांनी खड्ड्यात ढकलले. या आठवणींमुळे झकेरिया याना विक्री व्यवसायातील लोकांविषयी, ताबडतोब श्रीमंत व्हा योजना, आणि वॉल स्ट्रीट वरील जुगाराच्या अड्ड्यासारखा पैसे यांच्याविषयी कायम अविश्वास उत्पन्न झाला.

१९९० साली केम्ब्रिजमधून पदवीधर झाल्यावर झकेरिया गुंतवणुकीच्या खेळात उतरले ते योगायोगाने. कौटुंबिक व्यवसाय हा आता पर्याय राहिला नव्हता. त्यांच्या भावंडाप्रमाणे ते डॉक्टर होऊ शकले नाहीत. हाँगकाँग मध्ये एक नोकरी पत्करली, जार्डाइन फ्लेमिंग या कंपनीत भांडवल विश्लेषक म्हणून. ती कंपनी निवडायचे कारण की रक्त बघितले की त्यांना भोवळ यायची आणि हवामानशास्त्र हे मूर्खांसारखे असते. म्हणून त्यांनी आशियातील आघाडीची संपत्ती व्यवस्थापन

करणारी कंपनी निवडली होती. १९९६पर्यंत तिथे ठीक चालले होते. नंतर त्यांचे वरिष्ठ जे एक आघाडीचे फंड व्यवस्थापक होते, यांच्यावर असा आरोप करण्यात आला की ते यशस्वी व्यवहारांना आपल्या स्वतःच्या खात्याकडे वळवत आहेत, आणि त्याद्वारे ग्राहकांचे नफे हिसकावून घेत आहेत, जे एरवी त्यांच्या त्यांच्या खात्यात गेले असते. त्या फंड व्यवस्थापकाला हाकलण्यात आले आणि त्याला काही डॉलर्सचा दंड भरवा लागला. पण त्यामुळे त्या कंपनीची विश्वासार्हता धुळीस मिळाली, आणि व्यवसायाची पुनर्रचना करणे भाग पडले. या सर्व बाबींमुळे झकेरिया यांना ले ऑफ मिळाला.

''मी काही मित्रांना फोन केले आणि म्हटले की, तुमच्याकडे (मी करण्यासारखे) काही काम आहे का? मी खरोखरच पडेल ते काम करायला तयार आहे.'' त्यांचा एक मित्र डॉइश बँकेमध्ये एक शेअर्स दलालीचा एक डेस्क चालवत होता, त्याला दया आली आणि त्याने त्यांना विक्रीच्या टेबलाजवळ बसून एशियन शेअर्सचे विश्लेषण करण्याचे काम दिले. तो एक जीवनातला क्रूर असा प्रचंड विनोद होता. झकेरिया यांना सर्वसाधारणतः मुळातच विक्री क्षेत्रातील लोकांबद्दल अविश्वास होता, आणि विशेषकरून शेअर्स दलालांबद्दल. ते बँकेच्या संस्थात्मक ग्राहकांना शेअर्सबद्दल आगाऊ संकेत देऊन आपले पैसे कमवत होते. ''मी ते काम चार वर्षे केले. आणि तो म्हणजे खराखुरा नरक होता. मी अशांपैकी नव्हतो की जो कुणालाही काहीही विकेल आणि त्यामुळे मला काही विकत आले नाही.'' ते म्हणाले.

त्या बँकेतल्या कामामुळे झकेरिया यांना वॉल स्ट्रीटवरच्या कामाचे मार्ग कळले. तो जणू एक वेगवान अभ्यासक्रमच होता. ते म्हणतात, ''काम करण्यासाठी ती जागा धक्कादायक होती. नैतिक तडजोडी या त्या प्रदेशाबरोबर गेल्या. माझे तिथले साहेब, माझे चांगले मित्र, मला म्हणाले, 'तुम्ही कधीही कोणाला तो जे काम करत असेल त्यापासून त्याने ते करू नये म्हणून कधीही त्याचे मन बदलण्याचा प्रयत्न करू नये हे उत्तम, जरी तुम्हाला वाटत असेल की तो जे करतोय ते चुकीचे आहे. फक्त त्यांना ते काम करून द्यावे. कारण तुमचे कोणीही कधीही आभार मानणार नाही.' आणि मी विचार केला की जीवन जगायचा हा मार्ग भयानक आहे. हे आश्चर्यजनक आहे. म्हणजे मला म्हणायचंय की तुम्हाला जर वाटतयं की ते चुकीचे करताहेत, तरी तुम्ही त्यांना सांगायचे (की तरीही तसे करा!)'' झकेरिया म्हणाले की, त्या कामाला ते इतके योग्य नव्हते की एक महिन्यातच त्यांना तिथून हाकलून दिले गेले असते, जर त्यांच्या साहेबानी त्यांना पाठीशी घातले नसते तर. तरीही त्यात एकच दुःखपरिहाराची बाब होती ती म्हणजे त्यांची निक स्लीप यांच्याशी भेट झाली.

तीन वर्षे एडिंबर्गमध्ये पहिली गुंतवणुकीच्या क्षेत्रातील नोकरी केल्यावर स्लीप हे कॅनडातील Sun Life या कंपनीत गुंतवणूक विश्लेषक म्हणून पहिली नोकरी

करत होते. आर्थिक सेवेच्या क्षेत्रातील ती एक प्रचंड मोठी कंपनी होती आणि तिच्यात हजारो लोक काम करीत होते. ते म्हणतात की मला जणू तिथे काम करण्याबाबत ॲलर्जी होती. तुम्ही एकदा एखाद्या उग्र कंपनीत काम केले असेल तर मग एखाद्या प्रचंड मोठ्या ,कंटाळवाण्या कंपनीत काम करणे कठीण होते. त्यांनी काही महिन्यातच ती कंपनी सोडून दिली, आणि १९९५मध्ये ते Marathon Asset Management कंपनीत रूजू झाले, जिथे ते एक तपाहून अधिक काळ होते. ती एक भंगार पण उंच उड्डाण घेणारी लंडनमधील गुंतवणूक कंपनी होती, आणि ती मोठ्या कंपन्यांवर कुरघोडी करण्याची खटपट करत होती.

मॅरेथॉनचे एक सहसंस्थापक जेरोमी होस्किंग हे त्यांचे तिथे मार्गदर्शक होते. ते एक विक्षिप्त इंग्लिश गृहस्थ होते आणि त्यांचा छंद होता रेल्वेच्या पुरातन वाफेच्या रेल्वे इंजिनांचा संग्रह करण्याचा. स्लीप म्हणतात की, ते एक नमुनेदार गृहस्थ होते. त्यांचा छंद म्हणजे सर्वांत जास्त तिरस्कृत गोष्टींचा संग्रह करणे. त्यांना वादविवाद करणे आवडायचे, अडचणी आलेल्या त्यांना आवडायचे. १९९७ साली जेव्हा आशियातील आर्थिक संकट आले तेव्हा होस्किंग आणि स्लीप हे स्वस्त शेअर्स शोधण्यासाठी मंदावलेल्या शेअर्स बाजारात दक्षिण पूर्व आशियात भ्रमंती करायला गेले. प्रत्येक जण तिथे जणू आसऱ्यासाठी जागा शोधत होता कारण आशियातील आर्थिक आश्चर्य हे संकटात रूपांतरित झाले होते. पण या मॅरेथॉनच्या माणसांना एक असंभव असा सहयोगी आशिया स्थित शेअर दलाल झकेरियांच्या रूपाने तिथे मिळाला.

स्लीप आणि झकेरिया नियमितपणे विचित्र सौदेबाजीबद्दल सिंगापूर, हाँगकाँग, आणि फिलिपाइन्समधल्या चर्चा करीत होते. तिथले बहुतेक दलाल हे लोकप्रिय संपत्ती, जी विकणे सोपे होते त्याबद्दल बोलत होते. पण झकेरिया हे बहिष्कृत शेअर्स जे प्रचंड सवलतीच्या दरात विक्रीसाठी उपलब्ध होते त्यांच्यासाठी उल्हसित होते. स्लीप म्हणतात, ''झॅक म्हणजे कचरा उचलणारे शेअर्स दलाल होते, कारण त्यांना जे आकर्षक वाटायचे ते आम्हालाही आवडायचे आणि इतर कोणालाही. त्यामुळे त्यांना काही व्यावसायिक मूल्य नसायचे. ते तुम्ही इतर कोणालाही विकू शकत नसायचे. पण झकेरिया यांची दृष्टी, जी फेकून दिलेल्या दागिन्यांना बरोबर हेरायची, त्यामुळे मॅरेथॉनच्या दृष्टीने ते अत्यंत मौल्यवान ठरले.'' होस्किंग यांनी त्यांना सांगितले की, तुम्ही जेव्हा इतर कोणालाही शेअर्स विकू शकत नसाल, त्या वेळी आम्हाला बोलवा.

त्या जादूई वर्षांत आशियाविषयी गुंतवणूकदार इतके उत्साही होते की ते जे शेअर्स त्यांच्या संपत्तीच्या तिप्पट दराने बदली देण्यासाठी उपलब्ध होते त्यावर पैजा मारायचे. त्या संकटाच्या काळात, तुम्ही असे शेअर्स त्यांच्या संपत्तीच्या १/४ किमतीला विकत घेऊ शकत होता. एका वर्षाच्या आत मॅरेथॉनने दक्षिण-पूर्व

आशियात ५०० मिलिअन गुंतवले. आणि जेव्हा ते क्षेत्र परत पूर्व स्थितीला आले तेव्हा त्यांची चंगळ झाली.

स्लीप म्हणतात, ''ते (झॅक) आम्हाला जसे हवे होते तसे विश्लेषक त्या एशियन संकटात सिद्ध झाले. ते एका गुंतवणूक बँकेकरता विक्रेते होते पण ते खऱ्या अर्थाने ते काम करीत नव्हते. कारण बनेल जे विकणे अपेक्षित होते ते काम ते करीत नव्हते. हा समज की झकेरिया हे लाटेविरूद्ध काहीशा निराशेच्या भावनेने लढत आहेत, हा वाढत जाण्याच्या स्थितीत आला होता.''

तुम्ही जर उपहासात्मक लिहिणारे कादंबरीकार असाल आणि त्यांच्या अत्यंत खराब अवस्थेतील वॉल स्ट्रीटकडे काही लिहिण्याच्या नजरेने पाहत असाल तर तुम्ही लालसेचा सोनेरी कालावधी १९९९ ची अखेर आणि २००० ची सुरुवात याला तुम्ही बहुधा निवडाल. तो असा काळ होता की जेव्हा तंत्रज्ञान आणि इंटरनेट कंपन्यांचे शेअर्स खरेदी करण्याचा उन्माद बँकर्स, दलाल, फंड व्यवस्थापक आणि नियमित गुंतवणूकदारांमध्ये होता. लक्षावधी लोक ताबडतोब श्रीमंत व्हायच्या इच्छेने पछाडलेले होते, आणि त्यांना एकाच भीतीने पछाडलेले होते की ही संधी आपण गमावणार तर नाही ना?

डॉइश आणि तिचे स्पर्धक यांचा चांगला फायदा झाला जेव्हा त्यांनी अर्ध्या कच्च्या शिजलेल्या कंपन्या सार्वजनिक करायला घेतल्या, त्यांचे मूल्यमापन बरेच वाढवलेले होते, आणि ज्या काही शंका निर्माण झाल्या होत्या की असे व्यवसाय कितपत टिकाऊ असतील त्यांच्याकडे पूर्ण दुर्लक्ष केले होते. संशोधन विश्लेषक, बव्हंशी प्रतिष्ठित दलालांकडील, यांनी निर्लज्जपणे शेअर्स प्रवर्तकाचे काम केले. (Merrill Lynchमधील संशोधन विभाग हा विशेषकरून अधिक निंदनीय काम करीत होता. त्यांनी जणू अथकपणे उल्हास वाढवणाऱ्या संघासारखे काम केले ज्यामुळे किफायतशीर गुंतवणूक बँकर्सचे ग्राहक त्यांच्याकडे आकर्षित झाले. हेन्री ब्लॉजेट, मेरिलचा तारांकित इंटरनेट विश्लेषक यांनी विकत घ्या अशी शिफारस अशा कंपन्यांना केली ज्यांना ते खाजगीत कुठे किंवा घाण आणि तुटून जाणारे असे म्हणत होते. २००३ साली नियंत्रकांनी ब्लॉजेट यांना ४ मिलिअनचा दंड ठोठावला आणि त्यांच्यावर Securities Industry मध्ये काम करण्यास बंदी घातली. (मी त्यांना एकटे पाडण्यासाठी हे लिहीत नाही, पण त्या उन्मादाने भरलेल्या कालखंडाची झलक दाखवण्यासाठी आणि एक लक्षवेधी भावना आपल्याला यावी की आपण कायम स्वरूपी सावध असले पाहिजे, जे काही वॉल स्ट्रीट शक्तिपूर्वक विकायच्या खटपटीत असतो त्यापासून ,हे सांगण्यासाठी लिहितो आहे.)

एक व्यवहार जो त्यांच्या मनात कायमचा कोरून राहिला तो एका तैवानी नव्यानेच सुरू होणाऱ्या (स्टार्ट अप) Giga Media Ltd संबंधीचा होता. तो व्यवसाय दोन वर्षांपेक्षाही कमी कालावधीतील होता, आणि नफा होणे हे त्याचे

फार दूर वरचे स्वप्न होते. पण तरीही, गोल्डमन सॅक्स आणि डॉइश बँक यांनी तो Nasdaq वर सार्वजनिक करायचे २००० सालच्या फेब्रुवारीत ठरवले. जेव्हा बुडबुडा अगदी उच्च होता. झकेरिया म्हणतात की, त्यांचा एक सहकारी – तुमचे पुरातन पूर्णत्वप्राप्त विक्रेते – याने पॅरिसमधल्या फंड व्यवस्थापकाला फोन केला, आणि त्याला सांगितले की, मला वाटते की तुम्ही हे विकत घ्यावेत. त्या फंड व्यवस्थापकाने १५० मिलिअनची ऑर्डर दिली. त्यात फक्त एक समस्या होती. ही रक्कम त्यांच्या फंडातील एकूण संपत्तीपेक्षा जास्त होती. तरीही कोणीही काळजी घेतलेली दिसली नाही, कारण शेवटी हा एक डाव होता. फंड व्यवस्थापक अशी पैज मारत होता की बँक त्याने मागितलेल्या शेअर्सच्या काही अंश एवढेच शेअर्स त्याला देईल आणि मग शेअर्सचे भाव वाढतील.

पाहा आणि श्वास रोखून धरा, Gaga Media च्या शेअर्सचा भाव IPO च्या दिवशीच २७ वरून ८८ वर गेला आणि या पैसे घालवणाऱ्या मासळीचे मूल्यमापन ४ बिलिअन झाले. पण हे सर्व एक मृगजळ होते. काही आठवड्यांनंतर जेव्हा डॉटकॉमचा बुडबुडा फुटला, तेव्हा Gaga Media चे मूल्यमापन ९८ टक्क्यांनी घसरले.

झकेरिया यांच्याकरिता हे जरा जास्तच होते, तर्कहीनता, काही तथ्य नसणे आणि झटपट कमाईसाठी काहीही करायला तयार असणे, मग त्यात कोणीही जखमी का होईना का. ते म्हणतात की, मी उत्सुकतेमुळे त्रासिक होतो, आणि मला असे काही हवे होते जे जमिनीवर स्थिर आहे. तब्येतीचा विचार करता, डॉइश बँकेतील माझा कालावधी फारच खराब झाला, कारण शेअर दलाल असूनही तिथे काही स्थैर्य नव्हते. तुम्ही सकाळी कामाला येता आणि तुम्हाला कल्पना नसते की आजचा दिवस कसा जाणार आहे. तुमच्या येणाऱ्या ग्राहकाला तुम्ही आवडणार आहेत का तो तुमचा तिरस्कार करणार आहे किंवा गच्छन्ती होणार आहे का नाही. हे सर्व फारच अस्थिर होते.

मॅरेथॉनने त्यांची सुटका, आज तुमची केली. २०००च्या एप्रिल महिन्यात, जेव्हा डॉटकॉमचे आवडते शेअर्सचे तुकडे तुकडे होणार होते, झकेरिया डॉइश बँकेतून निसटले, स्लीप यांच्या बरोबर त्यांच्या लंडनमधील कार्यालयात विश्लेषक म्हणून काम करण्यासाठी. मे महिन्यात ते दोघेही ओमाहा येथे बर्कशायर हॅथवेच्या वार्षिक बैठकीसाठी गेले. शेअर्समध्ये काही स्वारस्य घेणार असे दिसले नाही, ते म्हणतात, ती फारच छान होती. वॉरन बफे आणि चार्ली मुंगेर यांनी आगामी तपात ते कोणत्या कंपन्यांची मालकी आणि तीही किती तपे घेणार याविषयी सांगितले. ते सर्वांत अलीकडेच वेड्यासारखा रुजू झालेल्या IPOमध्ये काही स्वारस्य घेणार किंवा कसे याविषयी किंवा इतर लोकांच्या पैशावर काही योजना राबवण्याबाबत त्यांनी काही सूचित केले नाही. झकेरियांनी विचार केला, 'अरे देवा, हे कॅसिनोविषयी काही नाही. हे सर्व खऱ्याखुऱ्या व्यवसायासंबंधी आहे.'

स्लीप यांनी त्यांच्या मॅरेथॉनमधील साहेबांपाशी भुणभुण लावली होती की त्यांना त्यांच्या केंद्रीत फंडाला मॅरेथॉनच्या अखत्यारीत सुरू करण्याची परवानगी द्यावी. त्यांच्यापुढे प्रारूप होते ते बफे यांचे. त्यांना बफे म्हणजे उत्तम दर्जाचे मूर्तिमंत उदाहरण वाटत होते. या बाबत प्रश्न आणि आदर्श केवळ व्यवसायांविषयी त्यांच्या सखोल विचारांचाच नव्हता तर ज्या पद्धतीने ते बर्कशायरच्या शेअरहोल्डर्सना वागवत होते त्याचाही होता आणि त्यांच्या अत्यंत विनम्र पगाराचा- १,००,००० प्रतिवर्ष याचाही. बफे हे असे तत्त्वनिष्ठ आहेत जसे तुम्हाला स्वत: व्हावेसे वाटेल असे. दुसऱ्या टोकाला स्लीप म्हणतात की, अशा कंपन्या आहेत ज्या विपणन (मार्केटिंग) च्या ओढीने चालवल्या जातात, ज्या गुंतवणूक फंडाची विक्री करतात, जसे मोटारगाड्या किंवा वॉशिंग मशिन्सची विक्री करावी तशा. ते त्यांच्या ग्राहकांच्या बाजूने काही नाणेफेक देऊ शकत नाहीत.

जेव्हा स्लीप च्या वरिष्ठांनी त्यांना २००१ मध्ये नोमॅड इन्व्हेस्टमेंट पार्टनरशिप फंड चालू करण्यास हिरवा कंदील दाखवला, तेव्हा त्यांनी झकेरिया यांना या फंडाचे सहव्यवस्थापक होण्यासाठी निमंत्रण दिले. स्लीप म्हणतात की, हे साहजिकच होते की आम्ही नेहमीच एकही आगळेवेगळे, चाकोरीबाहेरचे करणार होतो. खरोखरच सुरुवातीपासूनच, त्यांनी नोमॅडला बंडखोरीचा मामला मानला, ती बंडखोरी गुंतवणुकीच्या उद्योगातील पापे आणि मूर्खपणा यांच्या विरोधातील होती. आम्हाला हे सिद्ध करायचे होते की गुंतवणुकीचा आणखीही काही मार्ग आहे आणि तासाचा वर्तणुकीचाही. स्लीप म्हणतात, ''तुम्हाला वॉल स्ट्रीटवर जाण्याची आणि तिथल्यासारखाच मूर्खपणा करण्याची काही गरज नाही.''

## मूर्खपणाला हरकत नाही

(Never Mind The Bollocks) (अशक्य अशा परिस्थितीत तुम्ही- जर या मोहक वाक्प्रचाराचा उगम कुठे झाला, तर त्याचा संदर्भ १९७७चा पंक अल्बम Never Mind The Bollocks ,Here's The Sex Pistols मध्ये आहे. Bollocks (ही अंडकोशाविषयी ब्रिटिश संज्ञा आहे आणि ती आक्षेपार्ह मनाली गेली होती. त्यामुळे अनेक पुस्तक विक्रेते आणि स्टोअर्स त्याच्या प्रती विकण्यासाठी ठेवण्यास नकार देत होते. पण Oxford English Dictionary मध्ये सांगितले आहे की हा शब्द किमान १३ व्या शतकापासून वापरात आहे. The Sex Pistols त्याच्या अश्लीलतेतून १३व्या शतकातील दाव्यातून बाहेर आला जेव्हा तज्ज्ञ साक्षीदारांनी मत दिले की Bollocks या शब्दाचा प्रयोग बायबलच्या अगदी सुरुवातीच्या भाषांतरातही वापरात होता. या वादाची मदत रिचर्ड ब्रॅन्सन याना त्यांची व्यावसायिक कारकिर्द सुरू करण्यासाठी झाली जेव्हा त्यांनी याचा अल्बम वर्जीन रेकॉर्डसद्वारा बाजारात आणला.)

स्लीप आणि झकेरिया यांना एक अति भव्य फंड उभारण्यात काहीही स्वारस्य नव्हते ज्यामुळे त्यांच्यावर फीद्वारा पैशाचा पाऊस पडेल. त्यांना CNBC चॅनेलवर बाजारातील गुरू म्हणून जाण्यात काही आकर्षण नव्हते. किंवा फोर्ब्स मासिकाच्या मुखपृष्ठावर आपला फोटो छापून आलेला बघण्यातही. त्यांना स्वत:करिता किल्ले, विमाने, याट विकत घेणे यातही काहीही स्वारस्य नव्हते. त्यांचीच महत्त्वाकांक्षा साधी, सोपी होती. त्यांना अत्यंत उत्कृष्ठ असे दीर्घ पल्ल्याचे परतावे निर्माण करायचे होते. विशेषतः त्यांना उत्कृष्ठ असे लांब पल्ल्याचे परतावे निर्माण करायचे होते.

विशेषतः त्यांचे उद्दिष्ट होते ते नोमॅडच्या एकूण संपत्तीच्या मूल्यमापनात दसपट वाढ करण्याचे. स्लीप यांना तीन मुली आणि एक मुलगा होता. त्यांनी या उद्दिष्टांना एका चौकटीत काहीशा लहरी चौकटीत बसवले, जर त्यांनी मला कधीतरी विचारले की तुम्ही युद्धादरम्यान काय केले? तर त्यांना हे उत्तर द्यायचे होते, ''आम्ही एका पौंडाचे दहा पौंड केले.''

जो कोणी गगनचुंबी परतावे मिळवण्याची अपेक्षा धरत असेल तर त्याला स्लीप आणि झकेरिया यांनी कशावर लक्ष केंद्रित केले हे पाहणे उपयोगाचे ठरेल आणि तितकेच महत्त्वाचे म्हणजे त्यांनी कशाकडे दुर्लक्ष केले? स्लीप तत्त्वज्ञ विल्यम जेम्स यांचे वचन उद्धृत करतात, 'शहाणे होण्याची कला म्हणजे कक्षाकडे दुर्लक्ष करायचे हे जाणून घ्यायची कला.' त्यांनी आणि झकेरिया यांनी काही प्रमाणित पद्धती मोडीत काढल्या. ''आम्हाला न आवडणाऱ्या गोष्टींपासून आम्ही आमची सुटका करून घेतली.'' स्लीप सांगतात, ''अस्ताव्यस्त तुकडीचे सदस्य म्हणून आम्ही जणू सदस्यत्व स्वीकारले.''

सुरुवात म्हणून, क्षणिक माहितीपासून आम्ही सुटका करून घेतली जी गुंतवणूकदारांचे चित्त आवश्यक त्या माहितीपासून विचलित करते. स्लीप नोंद करतात की माहिती ही अन्नाप्रमाणेच तारखेप्रमाणेच (तारखेपूर्वी वापरण्यास योग्य) विकली जाते. पण त्यापैकी काही लवकर वाया जाते आणि काहींच्या बाबतीत दीर्घ असे टिकाऊ आयुष्य (शेल्फ लाइफ) असते. ही शेल्फ लाइफची संकल्पना ही एक मौल्यवान चाळणी झाली.

उदाहरणार्थ, मी पुनः एकदा मे २०२० मध्ये जेव्हा स्लीप आणि झकेरिया यांच्या बरोबर चर्चा केली, आर्थिक क्षेत्रातील बातम्यांत कोविड १९ या महामारीच्या प्रभावाचा लगतच्या भविष्यकाळातील ग्राहकांच्या क्रयशक्ती, कंपन्यांचे नफे, बेरोजगारी, व्याज दर आणि संपत्तीच्या किमती, वगैरेंवर होणाऱ्या परिणामांविषयी बरेच अंदाज वर्तवणे आणि अटकळी लावणे चालू होते. फायनान्शिअल टाइम्समधील एका लेखात तर यावर चर्चा होती की यूएसची आर्थिक पुनर्प्राप्ती बुटावरील V, U, W, L किंवा Nike SWOOSH यांना साजेशी होणार नाही ना? स्लीप अँड झकेरिया. अशा पसरणाऱ्या बातम्या हा रोजच्या बाजाराच्या 'Soap Opera' चाच

भाग होता. अगदी वरवरच्या, अल्प काळाच्या किंवा लक्ष देण्याइतपत खात्रीच्या नव्हत्या. त्या याचे भविष्य सांगत नव्हत्या की आता आर्थिक बातम्या कशा उलगडतील. मग ज्याची माहिती नाही त्यावर आपला वेळ कशाला वाया घालवा?

त्याचप्रमाणे त्यांनी कमी मुदतीच्या आर्थिक आकडेवारीकडे आणि वॉल स्ट्रीटकडून येणाऱ्या शिफारशींकडे दुर्लक्ष केले. दलाली कंपन्या, ज्यांच्याकडे गुंतवणूकदारांना सक्रिय करण्यासाठी काही आमिषे असतात, त्यांनी अविश्वसनीय अंदाज वर्तवणे चालू केले. त्यात हजारो कंपन्यांचे पुढच्या तिमाहीचे प्रतिशेअर उत्पन्न किती असेल याचे आकडे होते. स्लीप यांनी 'तिमाही प्रतिशेअर उत्पन्नाचे आकडे' याना कचरा म्हणून टाकून दिले. अशा माहितीसाठी कोण हपापला आहे जी तीन आठवड्यात शून्य किमतीची होणार आहे? त्यांनी पाहिले तसे, थोड्या मुदतीची गर्दी सातत्याने अशा खोट्या आशांना बळी पडते, जसे ही सर्वांत ताजी आर्थिक आकडेवारीची माहिती आहे किंवा वरवरची बातमी की कंपनीने विश्लेषकांच्या अपेक्षांवर मात केली आहे. तुम्हाला खरे तर तारेने बांधून ठेवायची गरज आहे, ज्यामुळे अशा फालतू बातम्यांवर विश्वास ठेवता येणार नाही किंवा त्या ऐकताही येणार नाहीत.

त्यांना अशा वॉल स्ट्रीटने केलेल्या विक्रीच्या दृष्टिकोनातून केलेल्या संशोधनांकडे साफ दुर्लक्ष करणे हा एक मार्ग होता. झकेरिया म्हणाले, ''आम्ही त्याची थप्पी लावलेली पाहतोय महिन्याला, त्याकडे पाहिल्यावर विचार येतो, मी कंटाळलो मग ते सर्व अंक कचरापेटीत जायचे. त्या सर्व अफवा होत्या, काहीसे मूर्खपणाचे आणि आम्हाला ते न ऐकण्यातच अधिक आनंद वाटत होता.'' त्याचप्रमाणे स्लीप आणि झकेरिया यांनी शेअर्सच्या दलालांना सांगितले की त्यांना फोन करण्यात आणि विक्रीची भाषा बोलण्यात काही अर्थ नाही कारण ते कोणतेही निष्कर्ष काढायला त्यांच्या स्वत:च्या केलेल्या संशोधनावर अवलंबून राहू शकतात.

त्यांनी रोजच्या रोज बाजारांच्या कृतीबाबत येणाऱ्या बातम्या न पाहण्यासाठी ब्लूमबर्ग टर्मिनलचा वापर कमी करून टाकला. फंड व्यवस्थापक बहुधा चार मॉनिटरकडे पाहत बसलेले असतात ज्याच्यावर तत्क्षणीची आकडेवारी आणि आर्थिक बातम्या प्रक्षेपित केल्या जातात. ब्लूमबर्ग, ज्याचे वार्षिक भाडे २४००० असते हे एक स्थानाची खूण - स्टेटस सिम्बॉल - असते, व्यावसायिक गुंतवणूकदारांच्या दृष्टीने. स्लीप आणि झकेरिया ब्लूमबर्ग मॉनिटरला एका छोट्या टेबलावर ठेवून देतात, ज्यांच्या समोर खुर्ची नसते. ते सुखावह होऊ नये यासाठी ही व्यवस्था. झकेरिया म्हणतात की, निकना ते आणखी खालच्या पातळीला पाहिजे होते. म्हणजे त्याच्याकडे काहीही विचार न करता पाच मिनिटे बघता येईल. ''ओह, माझी पाठ दुखायला लागली रे!'' म्हणायचे आणि तिथून लांब जायचे.

पॅट डोर्से, शिकागो स्थित हेज फंड व्यवस्थापक हे असेच मत व्यक्त करतात. एक सर्वांत चांगली गोष्ट जी कोणताही गुंतवणूकदार करू शकतो ती म्हणजे टीव्ही न ठेवणे आणि त्याबरोबरच ब्लूमबर्गचे चॅनेल. त्यांनी मला एकदा सांगितले की मला हॉलमध्ये ५० फूट चालावे लागते, शेअर्सच्या किंमती आजतागायत पाहण्यासाठी किंवा खात्याबाबतची बातमी, ते किती चांगले आहे याची. हे फार मोह पडणारे आहे. हे म्हणजे सतत ईमेल बघत राहणे वेड म्हणून. पण आपण सर्व जाणतो तसे, तार्किकदृष्ट्या आणि तर्कशुद्ध विचाराने, की हे सर्व अत्यंत अनुत्पादक आहे.

आंतरराष्ट्रीय संबंध सोडण्याची ही प्रथा सध्याच्या संस्कृतीत जी अगणित माहितीला तत्काळ पोहोच मिळण्यासाठी उत्सुक असते ती मध्ये विकृत वाटेल. पण स्लीप आणि झकेरिया यांनी अखंडितपणे माहिती आणि आकडेवारी गोळा करण्याच्या आणि त्याचा शेअर्सवर काय परिणाम होईल याचे चर्वितचर्वण करण्याच्या सामान्य मानकप्राप्त खेळाला आपलेसे केले नाही. त्यांना शांतपणे विचार करायचा होता, आणि लोकप्रिय ध्यासापासून त्रास होणार नाही आणि आडवळणाने आडाखे मांडायच्या पद्धतीपासून अलग राहायचे होते. यासाठी असामान्य खात्री असावी लागते, ज्याला बहुतेक सर्व समवयस्क उल्लेखनीय समजतात त्याकडे दुर्लक्ष करायचे होते. पण एकदा त्यांनी वॉल स्ट्रीटवरून येणारा आवाज बंद करायचे ठरवल्यावर त्यांना आनंदाने स्वातंत्र्य मिळाल्यासारखे त्याचे स्वागत करायचे होते. स्लीप म्हणतात, ''हे म्हणजे तुमच्या डोक्यात काही आवाज सतत घुमत असतो, त्याच्याकडे दुर्लक्ष करा, तो ऐकू नका आणि मग तुम्ही स्वस्थ आणि छान व्हाल.'' मग ते त्यांचा वेळ कसा घालवतात? आम्ही आमचे चेहरे निळे होईस्तोपर्यंत वार्षिक अहवाल वाचत बसतो आणि आम्ही जमेल तेवढ्या सगळ्या कंपन्यांना भेटी देतो, त्याचा कंटाळा येईस्तोपर्यंत. स्लीप यांनी एवढा प्रवास केला की त्यांच्या पासपोर्टची सगळी पाने भरून गेली आणि त्यांना दुसऱ्या पासपोर्टची ऑर्डर द्यावी लागली.

जेव्हा त्यांनी कंपन्यांना भेटी दिल्या आणि त्यांच्या CEO च्या मुलाखती घेतल्या, तेव्हा स्लीप आणि झकेरिया यांनी दूरवरच्या शेल्फ लाइफसाठी दूरदृष्टी काय आहे याचे अंदाज घेतले. त्यांना अशा प्रश्नांची उत्तरे पाहिजे होती. पुढच्या २० वर्षांत या व्यवसायाचे नियोजित गंतव्य स्थान काय असेल? त्या गंतव्य स्थानाला पोहोचण्यासाठी आजचे व्यवस्थापन आज काय करणार आहे ज्यायोगे त्या स्थानाला पोचण्याची शक्यता वाढेल? आणि त्या आवडत्या स्थानाला पोहोचण्यापासून कोण रोखू शकेल? अशा प्रकारचा विचार करायला ते गंतव्य स्थान विश्लेषण म्हणतात.

वॉल स्ट्रीट लघू मुदतीच्या उत्पादनाला पक्के करण्यासाठी अशा प्रश्नांना महत्व देते, या कंपनीचे पुढच्या तीन महिन्यांचे नफे काय असतील आणि आपले १२ महिन्यांचे या कंपनीच्या शेअर्सच्या भावाचे उद्दिष्ट काय असेल? स्लीप आणि झकेरिया यांनी पाहिले की या व्यवसायाला आपली संभाव्य क्षमता गाठण्यासाठी

काय साधनसामग्री लागेल? उदाहरणार्थ, त्यांना हे जाणून घ्यायचे होते की ही कंपनी आपल्या ग्राहकांबरोबरचाही संबंध मजबूत करण्यासाठी त्यांना अत्युच्च दर्जाची उत्पादने, कमी किमती, आणि कार्यक्षम सेवा देत आहे का? या कंपनीचे CEO तिचे भांडवल तर्कशुद्ध मार्गाने कामाला लावत आहेत का जेणेकरून कंपनीचे दीर्घ मुदतीचे मूल्यमापन वर्धित होईल. कंपनी आपल्या कर्मचाऱ्यांना कमी पगार देत आहे का, तिच्या पुरवठादारांना वाईट वागणूक देत नाहीत ना, ग्राहकांचा विश्वास दुणावेल असे काही करत नाहीत ना? किंवा अन्य लघू दृष्टिकोनाची वागणूक ज्यामुळे तिच्या मोठेपणाला बाधा पोहोचेल अशी करत नाहीत ना?

हे नोंद करून घेण्यासारखे आहे की गंतव्य स्थानाचे विश्लेषण (Destination analysis) हे जीवनाच्या अन्य क्षेत्रातही तितकेच सहज बाळगता येण्यासारखे साधन आहे. समजा, तुमचे ध्येय आहे की तुम्हाला उतार वयात तंदुरुस्त राहायचे आहे, तर तुम्ही स्वत:लाच विचाराल की त्यासाठी मी त्यासाठी शरीरात काय घालायला पाहिजे (जसे पोषण, व्यायाम, ताणतणाव कमी करणे, वैद्यकीय तपासणी, आणि असेच अन्य काही), ज्यायोगे मी विपरीत परिस्थितीतही माझे ध्येय साध्य करीन. गंतव्य स्थानाला पोहोचेन. जर तुमचे कुटुंबीय आणि मित्रांनी तुम्हाला प्रेमाने आठवत राहिले असले पाहिजे, तुम्ही तुमच्या अंत्ययात्रेच्या वेळी त्यांच्या बरोबर फोटो घ्याल आणि त्यांना विचाराल की मी आज कसे वागायला हवे ज्यायोगे आजची आठवण तुम्ही दीर्घ काळ स्मरणात ठेवाल? हा गंतव्य स्थानाविषयीच्या आग्रहाचा प्रभाव स्लीप आणि झकेरिया यांच्यावर होता. स्लीप म्हणतात, ''तुम्ही वयाच्या ८०व्या वर्षी मागे वळून पाहायला हवे आणि विचार करायला हवा की तुम्ही तुमच्या ग्राहकांना सामान पातळीवर वागणूक दिली का, तुमचे काम योग्य प्रकारे केले का? तुम्ही पैसे योग्य प्रकारे परत दिले का? असे नाही की तुमच्याकडे चार घरे आहेत आणि जेट विमान.''

त्यांच्या दृष्टीने चाकोरीबाहेरच्या मार्गाने विचार करणे हे नैसर्गिकदृष्ट्या त्यांच्याकडे आले होते. कारण ते दोघे म्हणजे थोडीशी निराळी बदके होती जी गुंतवणुकीच्या क्षेत्रात अपघाताने आली होती- एक अपयशी लँडस्केप आर्किटेक्ट आणि एक वैफल्यग्रस्त हवामान तज्ज्ञ. बारमाही बाहेरचे असल्याने प्रत्येक गोष्टीत ते प्रश्न विचारायचे. यावर कडी म्हणजे एक न बोलला गेलेला विश्वास त्यांना कधीही मान्य झाला नाही, तो म्हणजे त्यांचे स्वत:चे आर्थिक स्वारस्य यांनी त्यांच्या ग्राहकांच्या आर्थिक स्वारस्यावर विजय मिळवला आहे. याचा परिणाम म्हणून, नोमॅडची फी योजना ही असामान्य अशी योग्य होती. स्लीप आणि झकेरिया एक लहानशी वार्षिक व्यवस्थापन फी आकारत होते, ज्यामुळे त्यांचा खर्च भागत होता. त्याऐवजी सर्वसाधारणपणे संपत्तीच्या १ ते २% बाहेर आकारली जात होती. त्यांना फंडाच्या गुंतवणुकीवरील नफ्याच्या २०% मिळायचे, पण तेही जर वार्षिक परतावे ६% असले तर. जर कामगिरी समाधानकारक नसेल तर त्यांना फीच्या रूपाने काही मिळायचे नाही.

काही वर्षांनंतर, त्यांनी त्यांच्या डेस्कवर अधिक मोठे वजन टाकले, तेही त्यांच्या विरुद्ध. त्यांनी असे ठरवले की त्यांची कामगिरीची फी कित्येक वर्षे एका होल्डिंग बकेटमध्ये ठेवतील. जर नंतरच्या काळात नोमॅड हे ६ टक्क्यांचे वार्षिक अडथळे पार करू शकले नाही, तिथे कमी पडले, तर पूर्वी त्यांना मिळालेल्या कामगिरी फीचा काही भाग त्यांच्या शेअर होल्डर्सना परत करतील. झकेरिया म्हणाले की, आम्हाला ही कल्पना चांगली आवडली, की आमच्याकरिता हा फार मोठा पगाराचा दिवस असणार नाही. आम्ही दरोडेखोरांसारखी कामे करू शकणार नव्हतो जसे अन्य सगळे करतात.

त्यांची ही मानसिकता किंवा वृत्ती Zen and the Art of Motorcycle Maintenance याच्या प्रभावामुळे झाली होती. स्लीप यांनी झकेरिया यांना त्यांच्या भेटीनंतर थोड्याच कालावधीत या पुस्तकाची शिफारस केली होती. या पुस्तकाने त्यांचा निश्चय आणखी पक्का केला होता तो म्हणजे कुठल्याही कमी दर्जाच्या वागणुकीला विरोध करायचा. अशी वागणूक जी स्वार्थाची असेल किंवा कपटाची असेल. झकेरीया म्हणाले, ''जास्त वेगाने गोष्टी नाकारल्या की जीवन अधिक सरळ होते, हे सर्व दर्जाविषयी होते, पैसे हे दुय्यम होते. हे सर्व जास्त होते काम चांगले करण्याविषयी, दर्जाचे काम करण्याविषयी, आणि योग्य तीच गोष्ट करण्याविषयी. मला वाटत नाही की आम्ही कधीही एखादा निर्णय घेतला की जो याने प्रेरित होता की पैसे फक्त आमच्या खिशात टाकायचे, नक्कीच नाही.'' स्लीप म्हणाले की झकेरिया याचा विचार पूर्ण करीत.

झकेरिया म्हणतात, ''या सर्व बाबतीत काही थोडेसे चेतावणी देणारेही आहे. तुम्ही एखादे गुंतवणुकीतील साधन संस्थापित करू शकता का जे पैशाबाबत नाही? हे सर्व प्रत्येक गोष्ट योग्य तीच करण्याविषयी आहे.''

जशी तुम्ही अपेक्षा करता, बहुतेक सर्व गुंतवणुकीच्या क्षेत्रातील कंपन्यांची प्राथमिकता असते ती आपला नफा जास्तीतजास्त कमावणे, ज्यामुळे काही चमकदार स्वारस्यांचे मतभेद निर्माण करतात. उदाहरणार्थ, ते नेहमीच समृद्ध होत जातात ते जास्त किमतीचे शेअर्स विकून ज्यातून परतावे अगदी किरकोळ असतात. ते अति जास्त जोर हा त्यांच्या व्यवस्थापनाखालील संपत्तीला वाढवण्यावर देतात, कारण त्यातून त्यांना भरपूर फी मिळते आणि मग त्यातून भव्य पगार आणि बोनस मिळतात. यात काही गुपित नाही की गुंतवणुकीवरील परतावे कमी होत जातात जेव्हा संपत्ती वाढत जाते. पण पैशाचे व्यवस्थापक सामान्यत: तार्किक उकल, की तुमचे जास्त आकाराचे फंड्स बंद करा आणि अधिक गुंतवणूक करायाला विरोध करतात. लेखक उपटोन सिंक्लेअर लिहितात, ''एखाद्या माणसाला काही समजावून सांगणे हे अधिक कठीण असते जेव्हा त्याचा पगार ते कळून न घेण्यासाठी दिलेला असतो.''

याच्या विरुद्ध, नोमॅडची संकल्पना सुरुवातीपासून यावर आधारित होती की ती जास्तीतजास्त परताव्याचे साधन बनेल, संपत्ती वाढवण्याचे नाही. स्लीप म्हणतात, ''आमची नैतिकतेची पद्धत निराळी होती. जर तुम्ही संपत्ती गोळा करायच्या व्यवसायात असाल तर तुमच्याकडे विक्रेते असतात, तुमच्याकडे अनुपालन करणारे असतात, तुमच्याकडे ग्राहकांना पकडून ठेवणारे असतात, तुमच्याकडे नोकरशाही असते, आणि मग हे जणू एक प्रचंड यंत्र बनते. जर तुम्हाला संयुगांची आवश्यकता भासत असेल, आणि तुमची गुंतवणुकीची कामगिरी खरोखरच चांगली असेल, तर तुम्हाला या सर्व अवडंबराची गरज नाही. आम्ही फक्त लक्ष केंद्रित केले ते चांगले शेअर्स निवडण्यात आणि विचार केला की बाकी सर्व हे त्याच्या परिघावर असते.''

सुरुवात म्हणून, त्यांनी विक्री आणि विपणन याना लक्ष विचलित करणारे मानले. ते जवळजवळ कधीही माध्यमांशी बोलले नाहीत. त्यांनी याची कधी फिकीर केली नाही की संभाव्य ग्राहक हा लहान आहे का मोठा. कारण त्यांची प्राथमिकता कधीही जास्त किफायतशीर व्यावसायिक उपक्रम उभा करण्याची नव्हती. त्यांनी हेही स्पष्ट केले की ते त्यांच्या सध्याच्या शेअर होल्डर्सना त्यांचे पैसे परत करतील आणि नव्या गुंतवणूकदारांना नकार देतील, जर कधीकाळी नोमॅडचा आकार हा त्याच्या कामगिरीमध्ये अडथळा होईल. त्यांनी पुनःपुन्हा आपला फंड नवीन सदस्यांसाठी बंद केला, २००४ साली सुरुवात करताना त्यांनी १०० मिलिअनचे व्यवस्थापन सांभाळले, जी उद्योगांच्या मानकांनुसार फार किरकोल रक्कम होती. त्यांनी तो पुन्हा तेव्हा खुला केला जेव्हा त्यांना जादाची रक्कम वळवण्यासाठी खरोखरच पुरेशा मोहक संधी मिळाल्या.

त्यांनी अशा गुंतवणूकदारांना दूर ठेवण्यात आनंद मानला जे अयोग्य होते वा वैताग देणारे वाटले, मग ते कितीही का श्रीमंत असेनात. झकेरिया त्या आठवणींमुळे हसतात, जेव्हा एका विनोदी चमत्कारिक बैठकीत, जी एका चमूबरोबर होती, ज्यांनी एका वारसाचे बिलिअन्स डॉलर्सचे व्यवस्थापन सांभाळले होते, टेट्रापॅक या फूड पॅकेजिंग उद्योगांकरिता. त्या आर्थिक सल्लागारांनी नोमॅडच्या प्रोप्रायटरी शेअर रिसर्चला तपासायची अट घातली. ती त्या ग्राहकाचा तो निधी त्यांच्या फंडात गुंतवण्यासाठी होती. झकेरिया म्हणाले की त्यामुळे तिथले वातावरण अधिकाधिक धूसर होत गेले. स्लीप यांनी स्वतःचे हात आणि पाय एकमेकात गुंतवून घेतले, नाराजी आल्यामुळे. १५ मिनिटांनी त्या दोघांनी त्या गुंतवणूकदारांना बाहेरचा रस्ता दाखवला.

संभाव्य गुंतवणूकदारांना एक दस्तऐवजावर सही करणे सक्तीचे होते, ते याची नोंद घेण्यासाठी की नोमॅड ही त्यांच्याकरिता योग्य नव्हती ज्यांना पाच वर्षांच्या वेळेच्या मुदतीची अट आत मान्य नसेल. स्लीप म्हणतात की, मला ती निराळ्या मानसिक जागेकरता पाहिजे होती, त्यांच्या अन्य गुंतवणुकीखेरीज. आम्ही काही

नुसताच आणखी एक हेज फंड नव्हतो. आम्ही संपूर्ण गुंतवणुकीचा प्रश्न एका निराळ्या मार्गाने हाताळत होतो.

खरोखरच नोमॅडने सर्व चुटकीसरशी श्रीमंत व्हायच्या युक्त्या नाकारल्या होत्या ज्या हेज फंड नेहमीच्या म्हणून वापरतात, त्यांची अल्प मुदतीची कामगिरी सुधारण्यासाठी. त्यांना स्लीप 'व्हायग्रा' म्हणून संबोधतात. नोमॅडने कधीही लिव्हरेज वापरले नाही, कधीही शेअर्स कमी केले नाहीत, कधीही पर्याय किंवा फ्युचर्सबाबत अटकळी बांधल्या नाहीत, कधीही मॅक्रो इकॉनॉमिक पैजा मारल्या नाहीत, ताज्या बातम्यांवर विश्वास ठेवून अति उत्साहाने कधीही व्यवहार केले नाहीत, त्यांनी कधीही रोमांचक आर्थिक व्यवहारात मर्दानी नावे असलेल्या जसे LYONs and PRIDEs वगैरे यांत भाग घेतला नाही, त्याऐवजी स्लीप आणि झकेरिया, ज्याला ते लांब, साधी चाल म्हणतात, ते ती खेळले, ज्यात काही सखोल संशोधन केलेले शेअर्स विकत घेणे आणि ते कित्येक वर्षे स्वत:जवळ ठेवणे हे समाविष्ट होते.

त्यांचे हळू जाणारे, धीर असणारे, ठरवून केलेले धोरण इतके तत्कालीन संस्कृतीच्या विरुद्ध होते की ते अगदी विलक्षण वाटत होते. गुंतवणूकदारांची वेळेची चौकट बऱ्याच वर्षाच्या कालांतराने आकुंचित होत गेली होती. जेव्हा वांगाडर्सचे संस्थापक जॅक बोगले, १९५१ साली गुंतवणुकीच्या व्यवसायात आले तेव्हा म्यूचुअल फंड्स शेअर्स सर्वसाधारणपणे सहा वर्षांकरिता बाळगून ठेवायचे, २००० साली तो एकदा आकुंचन पावून एक वर्षावर आला होता. त्याने बोगले यांना जणू ही धोक्याची सूचना देण्याची चिथावणी दिली की अल्प मुदतीच्या अटकळींच्या मूर्खपणाने दीर्घ मुदतीच्या गुंतवणुकीतील शहाणपणाची जागा घेतली आहे. २००६मध्ये स्लीप यांनी आपल्या शेअर्स होल्डर्सना लिहिले की नोमॅडचा सरासरी शेअर्स आपल्याकडे ठेवण्याचा कालावधी ७ वर्षांचा आहे. त्याऐवजी इतर गुंतवणूकदार नोमॅड च्या खात्यातील (बर्कशायर हॅथवे धरून) यूएसमधील शेअर्स सरासरीने फक्त ५१ दिवसांकरिता आपल्याकडे ठेवतात.

स्लीप आणि झकेरिया शॉर्ट टर्मिनिझमकडे होत असलेला सांस्कृतिक बदल पाहून अचंबित झाले. स्लीप लिहितात, ''आम्ही आयुष्यात कधीही हे समजू शकणार नाही की एकंदरीत समाजाला सेवा कशी पुरवली जाईल जर कंपनीचे मालक आपल्या जागा दर काही महिन्यांत बदलत राहिले. हा समाजबांधणीचा मूलभूत ढाचा मोडतो ज्यांचे हात कायमच्या भांडवलावर आहेत ते जणू आपली अंतर्वस्त्रे बदलावीत तसे मन बदलतात. नोमॅड यशस्वी होईल तो याच्या बरोबर विरुद्ध भूमिका घेऊन. बायबल सांगते की तुम्हाला तुमचे घर वाळूत बांधायचंय का भक्कम दगडावर? तुम्हाला असे काही बांधायचे आहे ज्याला शाश्वतता आहे. (स्लीप यांचा विश्वास ज्याला ते कोणत्याही ख्रिश्चन धर्माच्या लोकांना स्वीकारार्ह असा दयाळूपणा म्हणतात त्यावर आहे. ते म्हणतात की, मला माहीत नाही देव

आहे का नाही पण जर तुम्ही शब्द God Good मध्ये बदललात तर माझा त्यावर पूर्ण विश्वास आहे. मला एवढे पुरेसे आहे की चांगले(Good)अस्तित्वात आहे. आणि माझा विश्वास आहे की चांगल्या गोष्टी वृद्धिंगत होतात.)

## भक्कम दगडावर बांधलेले घर

स्लीप आणि झकेरिया यांनी त्यांच्या फंडाचे नाव नोमॅड ठेवले कारण ते मूल्यांच्या शोधात कुठेही, कितीही वेळा जायला इच्छुक होते. त्यांना कुठल्याही विशिष्ट इंडेक्स ची प्रतिकृती करायची नव्हती किंवा कोणाच्याही तुलनेत त्यांना चांगले काम करायचे नव्हते. त्यांचे धोरण होते अद्वितीय परतावे मिळवण्याचे. त्यांना अन्य कोणी काय करताहेत याच्या तुलनेच्या मर्यादेबाहेर जाऊन काम करायचे. त्यांच्या या तहानेने त्यांना जगाच्या अगदी लोकप्रिय नसलेल्या भागातही नेले.

१० सप्टेंबर २००१ रोजी त्यांच्या फंडाचे काम चालू झाले. ट्वीन टॉवर्सवरील हल्ला होण्याच्या एक दिवस आधी. बाजार गडगडला, कारण गुंतवणूकदारांना दहशतवाद, युद्ध आणि आर्थिक अडचणी यांची अथांग भीती वाटत होती. या खिन्नतेत भर पडली ती तंत्रज्ञानाचा बुडबुडा फुटल्याची, ज्याच्या धक्क्यातून अनेक गुंतवणूकदार अजून सावरले नव्हते. स्लीप आणि झकेरिया यांनी धाडसाने या गोंधळाच्या वातावरणात गुंतवणूक केली. त्यांनी तात्पुरत्या अस्थिर झालेल्या व्यवसायांवर लक्ष केंद्रित केले, ज्यांची मालकी घेण्यास अन्य कोणी तयार नव्हते, कारण त्यांना भविष्यकाळ फार अनिश्चित वाटत होता.

फिलिपाइन्समध्ये, त्यांनी युनियन सिमेंटमध्ये गुंतवणूक केली, जी त्या देशातील सिमेंटची सर्वांत मोठी उत्पादक होती आणि तिचे शेअर्स ३० सेंट्सवरून २ सेंट्सपर्यंत गडगडले होते. निराशावाद एवढा जबर होता की बाजाराने त्या उद्योगाचे मूल्यमापन त्याच्या संपत्तीच्या बदलाच्या खर्चाच्या १/४ एवढे केले होते. थायलंड मध्ये, त्यांनी Matichon कंपनीत गुंतवणूक केली, ती एक वृतपत्र प्रसिद्ध करणारी कंपनी होती आणि तिचे शेअर्स १२ वरून १पर्यंत गडगडले होते. त्यांच्या उत्पन्नाच्या ०.७५ टक्क्याला ते विकले जात होते, पण तिचे मूल्यमापन त्याच्या तिप्पट किमतीचे होते. यूएसमध्ये त्यांनी Lucent Technologies चे प्रिफर्ड शेअर्स विकत घेतले, ती एक आता गाळात गेलेली टेलिकॉम क्षेत्रातील तारांकित कंपनी होती, जिने तिचे ९८% मूल्य गमावले होते. ही सर्व म्हणजे जणू सिगारेटची थोटके होती. अत्युत्तम व्यवसाय काही नव्हते. पण विलक्षण स्वस्तात होते. २००३ च्या शेवटी नोमॅडच्या संपत्तीचे मूल्य दुप्पट झाले होते कारण अशा संधी साधून घेतलेल्या पैजांनी त्यांना पुरेपूर परतावे दिले होते.

सौदेबाजीचे दिवस संपत आले कारण भीतीचे वातावरण निवळत चालले होते आणि बाजार परत सावरला होता. म्हणून स्लीप आणि झकेरिया यांनी उरलेल्या

काही अडचणीत असलेल्या ठिकाणांना भेटी दिल्या. २००४ साली त्यांनी दक्षिण आफ्रिकेहून झिंबाब्वेची सरहद्द ओलांडली. रॉबर्ट मुगाबे यांच्या निरंकुश कारकिर्दीत झिंबाब्वेची व्यवस्था लाचलुचपतीने पोखरलेली होती, चलन ढासळलेले होते, कित्येक खाजगी कंपन्यांचे राष्ट्रीयीकरण करण्यात आले होते आ णि लूटमार करणाऱ्या टोळ्या सक्रिय होत्या. स्लीप आणि झकेरिया यांनी झिंबाब्वेमधल्या चार कंपन्यांचे शेअर्स विकत घेतले– त्या आभासी एकाधिकार कंपन्या होत्या आणि त्या अशा पद्धतीने चालवल्या जात होत्या जणू त्या कुचकामी आहेत. Zimce याचा तिरस्कार करतील. अनुपालन (Compliance ) याचा तिरस्कार करतील. सल्लागार याचा तिरस्कार करतील. विपणक त्यांचा तिरस्कार करतील. तिथला गुंतवणुकीचा आवाका आणि संधी किरकोळ आहे. ही काही चांगल्या बाजाराची खूण नाही. पण ते परिपूर्ण आहे.

काही काळासाठी नोमॅड यांनी आपली सौदेबाजीची शक्यता शून्य समजली. कारण झिंबाब्वेमधील शेअर बाजाराचे काम पूर्णतः थांबलेले होते. अर्थव्यवस्था आपत्तीमध्ये होती, तरीही नोमॅडने आपला झिंबाब्वेमधील शेअर्सचा साठा २०१३ साली विकला. तोपर्यंत शेअर्स ३ ते ८ पट वधारले होते. एक स्मरणचिन्ह म्हणून स्लीप आणि झकेरिया यांनी आपल्या प्रत्येक शेअर होल्डरला एकेक कुचकामी १०० ट्रिलिअन झिंबाब्वे डॉलर्सची नोट दिली. ती तिथल्या सरकारने सर्वोच्च चलनवाढीच्या काळात वितरित केली होती.

नोमॅडची भूक, चांगल्या व्यवसायाकरिता, जे अति कमी किमतीला विकले जात आहेत, याकरिता काही स्वारस्य बाळगून होती, त्या त्या वेळी उपलब्ध संधींचा विचार करता. पण या धोरणात काही दोष होते. जेव्हा असे शेअर्स वधारतात, आणि पूर्वीइतके स्वस्त राहत नाहीत, तेव्हा ते विकावे लागतात, आणि नव्या सौदेबाजीचा शोध घ्यावा लागतो. आपण जर अशा वेळी दुसरे काही आकर्षक विक्रीसाठी नसतील तर, जेव्हा त्यांना पैसे परत गुंतवायचे असताना? एक साहजिक उकल, अशा गुंतवणुकीच्या धोक्यात असते, ती म्हणजे विकत घ्या आणि राखून ठेवा उच्च दरवाजांच्या व्यवसायाचे शेअर्स घेऊन, जे मोठ्ठी शक्यता असते की येणाऱ्या कित्येक वर्षांत ते संयुगाद्वारे (Compounding) व्यवहारात तेजीत राहतील.

हे दुसरे धोरण महाग चुकीतून पुढे आले. २००२ साली नोमॅडने तिची आजवरची सर्वांत माठी बाजी मारली ती Stagecoach कंपनीत गुंतवणूक करून. ती एक कर्जामध्ये बुडलेली ब्रिटिश कंपनी होती आणि तिचा व्यवसाय बसेस चालवणे हा होता. मात्र त्यांनी परदेशात आपला धंदा वाढवण्याच्या नादात मोठी उडी घेतली आणि ती अडचणीत आली. तिचे शेअर्स GBP २.८५ वरून P(Penny) १४ पर्यंत कोसळले. पण स्लीप आणि झकेरिया यांनी अंदाज केला की त्यांचे मूल्य P ६०पर्यंत असू शकेल. काही प्रमाणात, ते यावर बाजी लावत

होते की तिचा संस्थापक, पूर्वीचा बस कंडक्टर, ज्याने पूर्वी ही कंपनी एवढ्या नैपुण्याने चालवली होती की तो ब्रिटनमधला एक सर्वांत श्रीमंत माणूस झाला असता. तो आपल्या अंशत: सेवानिवृत्तीनंतर पुन्हा त्या कंपनीला चांगल्या मार्गावर आणण्यासाठी आणि त्याची चांगले उत्पन्न देणारी गाय– यूकेमधील बस व्यवसाय पुनः रुळावर आणण्यासाठी सक्रिय झाला होता. त्याचे धोरण यशस्वी झाले. स्लीप आणि झकेरिया यांनी आपल्याकडचे शेअर्स P ९० ला विकले आणि सहापट फायदा झाल्याबद्दल स्वत:चेच अभिनंदन करून घेतले. पण हा व्यवसाय त्यांना वाटला त्याच्यापेक्षा चांगला होता. २००७च्या शेवटी त्या शेअर्सची किंमत GBP ३.६८ झाली होती. स्लीप म्हणतात, ''क्षणभर आम्हाला आम्ही गाढव झालो असे वाटले. आम्ही त्याला आमच्या मनात एक सिगरेटचे थोटके, असे धरून चाललो होतो.''

स्लीप आणि झकेरिया यांनी इतर व्यवसाय जे दूरदृष्टीच्या व्यवस्थापकांमार्फत चालवले जात आणि ज्यांच्यावर विश्वास ठेवून ते भावी कालावधीत संपत्ती वाढवत राहतील अशांचा शोध चालू केला. स्लीप म्हणतात की, ते जर तर्कशुद्धपणे विचार करीत असतील आणि तोही दूरवरचा, तर तुम्ही भांडवलाचे वाटप करण्याचे काम त्यांच्यावर सोपवू शकता. मग तुम्ही त्यांचे शेअर्स विकत घेणे आणि मग विकत बसणे असे करायचे कारण उरत नाही. ते याबद्दलही आश्चर्य करू लागले की कंपन्यांच्या यशामध्ये कशा प्रकारच्या वैशिष्ट्यांचा समावेश असतो, ज्यांचे शेल्फ लाइफ असाधारणपणे लांब असते. आणि मग ते प्रकटीकरण अशा निर्णयापर्यंत येते की एखादे व्यवसायाचे प्रारूप इतरांपेक्षा अधिक शक्तिमान असू शकते. याकरिता त्यांनी संज्ञा निर्माण केली Scale Economics Shared . (मोजपट्टी अर्थशास्त्र विभागून घ्या.)

ज्या कंपनीने त्यांना या प्रारूपाची ओळख करून दिली ती होती Costco Wholesale, अमेरिकन सवलतीच्या द्वारा किरकोळ विक्री करणारी साखळी स्टोअर्स मालिका. त्यांनी व्यवसायाशी आवश्यक अशा सर्व बाबी आपल्या व्यवसायात अंतर्भूत केल्या होत्या. २००२ साली जेव्हा त्यांनी पाहिल्यान्दा Costco मध्ये गुंतवणूक केली त्या वेळी तिचे शेअर्स ५५ पासून ३० पर्यंत गडगडले होते. कारण होते त्या कंपनीचे नफ्याचे मार्जिन फार कमी होते.

पण स्लीप आणि झकेरिया यांनी त्या कंपनीतील कमी अगोचर शक्ती, कॉस्टकोचा कट्टर केंद्रित प्रभाव, ग्राहकांना वस्तूंचे मूल्य योग्य देण्याविषयीचा पाहिला होता. त्या वेळेला ग्राहक प्रत्येक वर्षी ४५ सदस्यता वर्गणी देत होते. त्यामुळे त्यांना त्या कंपनीच्या स्टोअर्समध्ये मुक्त प्रवेश मिळत असे, जिथे दर्जेदार आणि शक्य तितक्या कमी किमतीत खरेदीसाठी उपलब्ध होत होते, कॉस्टको खरेदीच्या किमतीवर फक्त १५% आपल्या सेवेचे मूल्य लावत असे. जेव्हा इतर सुपर मार्केट्स

त्या बाबत किमान ३०% जादा लावत असत. त्यामुळे सदस्यांना इतरत्र कोठेही सौदेबाजी, घासाघीस करायला जायचे कारण उरत नसते. कॉस्टको त्यांना फार उत्तम वागणूक देत असते. कंपनीने तिच्या किमती वाढवून आपला नफा वाढवला असता पण त्यामुळे त्या सदस्यांच्या तिच्यावरील विश्वासाला तडा गेला असता.

वॉल स्ट्रीटवरील शंकेखोराना हे त्या कंपनीचे औदार्य फारच सौम्य आणि स्पर्धा न करणारे वाटले. त्याला व्यवसाय क्षेत्र कंपनी परिवारातील समानार्थी शब्द म्हणजे सामूहिकता. पण स्लीप आणि झकेरिया यांना कॉस्टकोच्या तर्कामधील औदार्य दिसत होते. समाधानी ग्राहक पुनःपुन्हा खरेदीसाठी तिथेच जात होते आणि अधिकाधिक पैसे खर्च करत होते, खरेदीसाठी. त्यामुळे कंपनीचे उत्पन्न प्रचंड प्रमाणात वाढत होते. जशी कंपनी वाढत गेली, तिने आणखी चांगली सौदेबाजी खरेदीसाठी पुरवठादारांबरोबर केली, आणि आपले सुप्रसिद्ध धोरण, कमीतकमी किमतीचे अधिक प्रभावीपणे अमलात आणले. स्लीप आणि झकेरिया यांनी अंदाज केला की ग्राहकांनी कॉस्टकोने आपल्यासाठी ठेवलेल्या प्रत्येक १मागे आपले किमान ५ वाचवले. या आत्मसंयमाच्या धोरणाचा परिणाम म्हणजे एक सद्गुणी चक्र जे स्लीप थोडक्यात सांगतात तसे, ''वाढलेले उत्पन्न आकाराला जन्म देते, आकार शिलकेला जन्म देतो, शिल्लक कमी किमतीला जन्म देते आणि त्यातून वाढत्या उत्पन्नाचा जन्म होतो.''

बहुतेक सर्व मोठी, यशस्वी कार्पोरेशन्स कालांतराने सामान्यत्वाकडे वळतात. पण कॉस्टकोची, आपल्या आकारामुळे मिळणारे फायदे ग्राहकांपर्यंत पोहोचवण्याची तयारी, याचा अर्थ होतो की आकारामुळे फायदा मिळतो, त्याचे ओझे होत नाही. यामुळे कंपनीला आपल्या प्रतिस्पर्ध्यांवर मात करता येते, जे अधिक मर्जीचा गवगवा करतात. कॉस्टकोची स्थापना १९८३ साली झाली आणि तिची वाढ होत गेली ती तिने (ग्राहकांना) परत देणे चालू केले त्यामुळे, न की त्याऐवजी सर्व आपल्याकडेच ठेवायचे सूत्र पाळून. त्यांची कमी मार्जिन्समध्ये त्यांचा धीर, न की त्यांचा दुबळेपणा, याचे प्रतिबिंब पडलेले दिसते. नोमॅडच्या गुंतवणूकदारांना लिहिताना, स्लीप स्पष्ट करतात, ''ही कंपनी आजचे नफे बाजूला ठेवते, ज्यामुळे फ्रँचायझीचे जीवन अधिक विस्तृत होईल.''

स्लीप आणि झकेरिया यांनी त्यांच्या गुंतवणुकीची भर टाकण्याचे काम चालूच ठेवले, जसजसा त्यांचा कॉस्टकोविषयीचा आदर वाढत गेला. २००५ सालापर्यंत नोमॅडच्या एकूण संपत्तीच्या १/६ इतकी कॉस्टकोमध्ये होती. आजही त्यांच्या वैयक्तिक खात्याचा तो अत्यंत महत्त्वाचा घटक राहिला आहे. १८ वर्षे त्यांनी ते शेअर्स बाळगलेले आहेत त्या कालावधीत त्याचे मूल्य प्रतिशेअर ३० पासून ३८० पर्यंत वर्धित झाले आहे. आणि त्याचे डिव्हिडंडही चांगले श्रीमंती थाटाचे असतात. तरीही त्यांचा मानस अजूनही आगामी कित्येक वर्षे ते शेअर्स विकायचा नाही,

असा आहे कारण शक्यता आहे की कॉस्टको आपल्या गंतव्य स्थानाकडे यशस्वी वाटचाल करीत राहील.

त्यांच्या फावल्या वेळची एक महत्त्वाची क्रिया म्हणजे स्लीप आणि झकेरिया, ते जे काही करू शकले किंवा शिकताहेत याविषयी त्यांना वाचायला, विचार करायला आणि परस्परांशी सविस्तर चर्चा करायला वेळ मिळतो. स्लीप यांच्याकडे मानसिक चपळता आहे ती सहजपणे आणि हळुवार निरनिराळ्या विषयात चर्चेसाठी वेळ देणे- जसे व्यवसायाचा इतिहास ते धर्म, न्यूरो सायन्स, क्रीडा आणि समान सूत्रे आणि ढाचे ओळखणे. झकेरिया ज्यांना स्लीप 'प्रचंड बुद्धिवंत' असे वर्णितात, यांची रुंदी तशी थोडी कमी आहे, पण त्यांची एका विषयात खोलवर जाण्याची प्रवृत्ती आहे ती म्हणजे जी ते नेहमी चर्चा करत असतात की असे कोणते व्यावसायिक प्रारूप अधिक चांगले काम करते. त्याची यादी ते त्यांच्या कार्यालयात एका सफेद फळ्यावर लिहितात. या चर्चेतून अशी खात्री निष्पन्न झाली होती की मोजपट्टी-अर्थशास्त्र यांना एकत्र आणून केलेल्या प्रारूपाची बरोबरी कोणी करू शकत नाही, ज्यामुळे कंपनीच्या दीर्घायुष्याचे पालनपोषण होऊ शकते.

१९७० सालापासूनच्या वॉलमार्टच्या वार्षिक अहवालाचा अभ्यास त्यांनी केला, तेव्हा त्यांना याची जाणीव झाली की त्या कंपनीत आणि कॉस्टकोमध्ये बरेच साम्य आहे. तसेच टिकाऊ विजेते जसे डेल कम्प्यूटर, साउथ वेस्ट एअरलाइन्स आणि टेस्को यांनीही असाच समान मार्ग अवलंबिला आहे. या प्रचंड कार्यक्षम कंपन्या किमती कमी ठेवतात, आणि त्यातून होणारी बचत ते आपल्या ग्राहकांकडे वळवतात. आणि मग ग्राहकही त्यांच्या बरोबर अधिकाधिक खरेदी करून त्याची पोचपावती देतात.

याच प्रकारे, GEICO आणि नेब्रास्का फर्निचर मार्ट – बफे यांचे दोन अत्यंत आवडते व्यवसाय – त्यांची वाढ होत गेली तसतशी त्यांनी खर्च कमी करणे आणि किमती कमी ठेवणे याकडे लक्ष दिले, ज्यामुळे त्यांच्या ग्राहकांना आपले पैसे वाचवणे एवढे शक्य झाले की त्यांच्या व्यवसायांच्या स्पर्धकांना त्यांच्याबरोबर स्पर्धा करणे अत्यंत अवघड होऊन बसले. हेन्री फोर्ड यांनी अशीच युक्ती १०० वर्षांपूर्वी केली. त्यांनी असेंब्ली लाइन उत्पादन पद्धती अमलात आणून आपल्या उत्पादनांच्या किमती – विशेषतः मॉडेल T प्रवासी मोटारगाडीच्या – १९०८ मधील ८५० वरून १९२५ मध्ये३०० नी कमी केल्या. म्हणजे हे काही नवे व्यवसाय प्रारूप नाही. स्लीप म्हणतात, ''पण याचा पाठपुरावा, ज्या आवेशाने आपण धार्मिक तत्त्वांचा करतो; तितक्याच आवेशाने करायला हवा.''

अशा प्रकारच्या कंपन्यांची अशी संस्कृती विशेषकरून त्यांच्या संस्थापकांनी जोपासली आहे, त्याचे प्रारूप तयार केले आहे, न की भाड्याने आणलेल्या बाहेरच्या लोकांनी. त्यांना तपशीलवार अगदी छोट्या छोट्या तपशिलात जाण्याची,

ग्राहकांचे स्वारस्य वाढवण्याची, चांगल्या दिवसांतही उत्पादन आणि अन्य खर्च कमी करण्याची आणि अत्यंत दूरवरच्या काळासाठीसुद्धा गुंतवणूक करण्याची आवड असते, जरी त्यांच्यावर बाह्य दबाव, आता आकडे कमी करून सांगण्याविषयी, असला तरी. स्लीप म्हणतात की, त्यांना प्रचलित परिस्थिती आणि पद्धतीवर हल्ला करणारे सुधारक व्हावेच लागते. अशा दंतकथा बनलेल्या व्यक्तींमध्ये वॉलमार्टचे सॅम वॉल्टन, कॉस्टकोचे जिम सिनेगल, साउथ-वेस्ट एअरलाइन्सचे हर्ब केल्लेहेर आणि नेब्रास्का फर्निचर मार्टच्या रोझ ब्लूमकीन- एक रशियन स्थलांतरित, जी वयाच्या सहाव्या वर्षांपासून काम करीत होती, ते तिच्या शंभराव्या वाढदिवसापर्यंत. तिने अमेरिकेतील सर्वांत मोठा घरासाठी लागणाऱ्या फर्निचर आणि इतर सामग्रीचा व्यवसाय वाढवला, निष्ठापूर्वक तीन आज्ञा पाळून, 'स्वस्तात विका, सत्य सांगा, आणि कोणालाही फसवू नका.'

एकदा का स्लीप आणि झकेरिया यांना अशा प्रकारच्या व्यवसायांच्या प्रारूपाच्या जादूची जाण झाली, तेव्हा त्यांनी आपल्या फंडाचे अधिलिखित लक्ष्य त्या पद्धतीने केंद्रित केले. सिगरेटच्या थोटकांचे आकर्षण विरून गेले आणि त्यांनी मोजक्या कंपन्यांवर आपले लक्ष केंद्रित केले, ज्यांनी आपल्या मोजपट्टीचे अर्थशास्त्र आपल्या ग्राहकांबरोबर वाटून घेतले होते. त्यांना याची तीव्रतेने जाणीव झाली की आयुष्यात खरोखरच आपल्याला किती थोडे माहीत असते, किती थोडी जाण असते. पण त्यांना कळले होते की त्यांनी एक सखोल सत्य उघडलेले आहे. स्लीप म्हणतात, ''हा एकच असा उत्तम विचार आहे जो तुमच्या आयुष्यात कधी आला असेल. याचा प्रभाव सर्वच बाबतींत पडला पाहिजे, कारण तुम्हाला अशी दूरदृष्टी वारंवार मिळणार नाही. बाकी सर्व कमी दर्जाचे आहे, हो ना? ते काहीसे क्षणभंगुर आहे. त्याने फार मोठा फरक पडत नाही.''

स्लीप आणि झकेरिया यांनी ज्या कंपन्या एकाच प्रकारच्या होत्या त्यांची खाती कमी केली. त्यांनी नोमॅडची १५% संपत्ती ASOS या ब्रिटिश ऑनलाइन फॅशनच्या किरकोळ व्यापार करणाऱ्या कंपनीत गुंतवली. त्या कंपनीला परंपरागत मुख्य रस्त्यावरील स्टोअर्सपेक्षा किमतीचा फायदा मिळत होता. तिचे शेअर्स GBP ३ वरून ७०पर्यंत वधारले होते. त्यांनी Carpetright मध्ये मोठी गुंतवणूक केली. ही स्टोअर्सची साखळी लॉर्ड हॅरिस या ब्रिटिश उद्योजकाने स्थापन केली होती. त्याला गंभीर वाचन करण्यात आणि शिकण्यात अडचण येणारा आजार (dyslexia) होता आणि हा व्यवसाय त्याने वडिलांकडून वारसा म्हणून वयाच्या १५व्या वर्षी घेतला आणि नंतर संपूर्ण यूरोपभर शेकडो स्टोअर्स उभारले. नोमॅड एअर आशियाची - जगातील सर्वांत कमी खर्चाची एअर लाइन - मोठी विदेशी शेअर होल्डर बनली आणि मग Amazon.Com होती, मोजपट्टी अर्थशास्त्रातील अंतिम शब्द वाटून घेणारी आणि आचरणात आणणारी कंपनी.

जेव्हा १९९७ साली स्लीप यांचा अमेझॉनबरोबर पहिला संपर्क झाला तेव्हा ती नव्यानेच सुरू झालेली प्रामुख्याने पुस्तकविक्री करणारी कंपनी होती आणि सार्वजनिक करण्याचा मार्गावर होती. तिचे संस्थापक, जेफ बेझोस यांनी लंडनमध्ये सादरीकरण केले आणि त्यात त्यांनी स्पष्टीकरण केले की त्यांची नफाविरहित कंपनी अमर्याद पातळीवर पुस्तके खरेदी करण्याची सुविधा उपलब्ध करून देईल. ती पुस्तक विक्रीच्या दुकानांवर होणारा प्रचंड खर्च वाचवून खर्चाच्या बचतीचा फायदा मिळवेल आणि तिचा रोकड रकमेचा प्रवाह इतर व्यवसायात पुनर्गुंतवणुकीत लावेल. स्लीप धावतच त्यांच्या मॅरेथॉनच्या कार्यालयात परत गेले आणि त्यांनी त्यांच्या साहेबांना सांगितले, ''हे खरोखरच अद्भुत आहे. हे फार मोठे होऊ शकते.'' आणि ते साहेब म्हणाले, ''ठीक आहे निक, अन्य कोणी करू शकणार नाही असे ते विशेष काय करताहेत?''

स्लीप आणि झकेरिया यांना अमेझॉनच्या स्पर्धक फायद्याची जाण यायला काही वर्षे लागली. पण अखेरीस पेनी खाली पडली. बेंझॉस फोर्ड-वॉल्टन-सिनेगल या टोळीच्या पावलावर पाऊल टाकून वाटचाल करीत होते आणि इंटरनेटने त्याला त्यांच्या आगळ्यावेगळ्या धोरणाला जेटची गती देण्याचे पवित्र काम केले.

त्यांच्याप्रमाणेच बेझोस हेही खर्चावर नियंत्रण ठेवण्याबाबत निर्दयपणे कटाक्षाने पाहणारे होते. स्लीप सांगतात तसे, ''अमेझॉन अगदी इतक्या थरापर्यंत गेले की आपल्या कार्यालयातील व्हेंडिंग मशीनमधील आवश्यक बल्ब काढून त्यांनी वर्षाला २०,००० वाचवले. ग्राहकांकरिता पैसे आणि वेळ वाचवण्याबाबत बेझोस जणू वेडेच झाले होते. आणि त्यांनी भविष्याकरिता संयमाने गुंतवणूक केली आणि नवीन व्यावसायिक पुढाकार घेतले. त्यांना माहीत होते की यांची फळे पुढची ५ ते ७ वर्षे येणार नाहीत. दरवर्षी त्यांनी शेकडो मिलिअन डॉलर्स गुंतवले, किमतीत सवलती देऊन आणि माल वाहतुकीला अनुदाने देऊन- एक पूर्ण प्रदर्शन सदाकाळच्या समाधानाचे.

आपल्या शिरस्त्याप्रमाणे, वॉल स्ट्रीटने अमेझॉनच्या नफा जाहीर न करण्याबाबत कुरकुर केली, हे लक्षात न घेता की बेझोस हे धीरोदात्तपणे भावी डोके चक्रावणाऱ्या वाढीकरिता पायाभूत काम करत आहेत. २००५ अमेझॉनच्या शेअर होल्डर्सना लिहिताना, बेझोस यांनी स्पष्ट केले की अविश्रांतपणे कार्यक्षमता वृद्धी आणि मोजपट्टी अर्थशास्त्र या आम्ही ग्राहकांपर्यंत पोहोचवत आहोत, वस्तूंच्या किमती कमी ठेवून. यामुळे एक सदाचारी चक्र तयार होते, जे दूरच्या पल्ल्याचा विचार करता, डॉलर्समधील मोठ्या रकमेच्या रोख प्रवाहात रूपांतरित होते. आणि त्यातून मग अधिक मौल्यवान अशा Amazon.Com ची निर्मिती होते. स्लीप आणि झकेरिया यांना त्यांच्या आत्म्याशी संबंध साधणारा कार्पोरेट क्षेत्रातील सहयोगी त्यांच्या रूपाने मिळाला होता.

त्यावर्षी बेझोस यांनी अमेझॉन प्राइमची सुरुवात केली. ही एक सदस्यता सेवा होती, ज्यात ७९च्या वार्षिक वर्गणीतून वर्षातून दोन वेळा मोफत वाहतूकसेवा – ऑर्डर केलेल्या वस्तूंकरिता – पुरवण्यात येणार होती. यात आणखी वाढ करून हा व्यवहार अधिक गोड केला, मोफत सिनेमे आणि टीव्ही कार्यक्रम आणि अमर्यादित संख्येने फोटो सेव्ह करून ठेवायच्या सोयी पुरवून. छोट्या कालावधीचा विचार केला तर हा फायद्याचा आणि पैसे वाचवण्याच्या सोयीचा जादा भडिमार करून त्यांना नफ्याच्या किमान पातळीला ताण निर्माण करण्याचे चित्र पाहावे लागले. पण दूर पल्ल्याचा विचार करता, ग्राहकांची निष्ठा अधिक बळकट होईल आणि ते अधिक पैसे खर्च करायला तयार होतील. जेव्हा बेझोस यांनी प्राइमचे उदघाटन केले, स्लीप आणि झकेरिया यांनी ताबडतोब ओळखले की हे म्हणजे कॉस्टकोच्या वार्षिक सदस्यता फीची अमेझॉनमधील बरोबरीची प्रतिमा आहे. स्लीप यांनी विचार केला, ''आत्ता मला कळले की ते कोणता खेळ खेळताहेत.'' एकाएकी अमेझॉन ही वेगाच्या बाबतीत दुसरी कॉस्टको झाली.

नोमॅडने २००५ साली अमेझॉनचे शेअर्स ३० प्रतिशेअर भावाने घेणे आक्रमक रीतीने चालू केले. २००६ साली स्लीप आणि झकेरिया यांनी मॅरेथॉनमधून राजीनामा दिला आणि त्यांनी नोमॅड हा पूर्णतः स्वतंत्र फंड केला. त्यांना त्यामुळे अधिक मुक्तपणे त्यांचे अंहकारी समज प्रत्यक्षात उतरवण्याचे स्वातंत्र्य मिळाले. त्यांनी आपल्या फंडाची २०% संपत्ती अमेझॉनच्या शेअर्स मध्ये गुंतवली. आणि त्यांनी त्यांच्या शेअर होल्डर्सकडून या मर्यादेच्या पलीकडेही जायची परवानगी घेतली. त्यांच्या सुमारे १/४ ग्राहकांनी त्यामुळे आपली त्या फंडातील गुंतवणूक काढून घेतली कारण त्यांना एकाच कंपनीच्या शेअर्सवर अवलंबून राहण्यात जास्त धोका, बुडाल्याची भीती, वाटत होता.

अमेझॉनविषयीच्या संशयाचा भोवरा फिरतच होता. २००८च्या बाजाराच्या घसरणीच्या वेळी, स्लीप यांनी न्यू यॉर्कमधील एका कार्यक्रमाला हजेरी लावली होती, जिथे जॉर्ज सोरोस आर्थिक सर्वनाशाच्या येऊ घातलेल्या भीतीविषयी बोलले. सोरोस हे इतिहासातील एक अत्यंत यशस्वी दलाल होते. त्यांनी एकाच शेअर्सचा उल्लेख केला, जो ते जग वखरात जात असताना टिकेल असे म्हणत होते तो होता, अमेझॉन.

त्या दिवशी दुपारच्या भोजनाच्या वेळी, स्लीप यांनी बिल मिल्लरला गाठले, ज्यांच्या म्यूचुअल फंडाने सर्वात मोठा शेअर्स चा भाग बाहेरचा घेतला होता तो– त्यांनी सांगितलं 'अमेझॉन'. त्यांनी अमेझॉनची शक्तिस्थळे इतर कोणाच्याही आधी ओळखली होती आणि त्यांनी त्या कंपनीचा १५% भाग आपला करून घेतला होता. (१५% शेअर्स घेतले होते). पण त्यांनी स्लीप यांना सांगितले की त्यांना त्या कंपनीतले आपले शेअर्सचे होल्डिंग कमी करण्याबाबत दबाव आला होता कारण

त्यांच्याकडचे गुंतवणूकदार फंडातील आपला हिस्सा काढून घेण्याबाबत विनंती करीत होते, जणू या फंडापासून ते दूर पळून जात होते. स्लीप यांनी लंडनस्थित झकेरिया यांना त्या दिवशी संध्याकाळी फोन केला आणि विचारले, ''तुला खात्री आहे का आपण काय करतोय याविषयी? कारण इथे प्रत्येक जण निराळ्या दिशेने जात आहे.'' त्यांना त्या कंपनीच्या टोकाच्या मोठेपणाबद्दल संशय नव्हता. पण त्यांनी त्या व्यवसायाचे केलेले विश्लेषण चुकीचे ठरले तर? जर त्यांच्याकडून काहीतरी विचारात घ्यायचे राहून गेले असले आणि सगळे संशयखोर बरोबर असले तर? स्लीपनी विचार केला, ''एक तर आपण अत्यंत हुशार आहोत किंवा आपला जळका टोस्ट झाला आहे.''

अमेझॉनने २००८ साली त्यांचे जवळपास अर्धे बाजारमूल्य गमावले, जेव्हा नोमॅड ४५.३ टक्क्यांनी घसरले. स्लीप आणि झकेरिया यांनी एक तातडीची बैठक अगदी योग्य रीतीने झकास अशा ठिकाणी केली - मॅकडोनाल्ड्समध्ये. त्यांनी याच्या शक्यतेविषयी चर्चा केली की जर बाजार असाच कोसळत गेला तर नोमॅडचे भवितव्य अडचणीत येईल. ते या विचाराने जणू थरथर कापले की असे झाले तर आपण पुन्हा एकदा कोणत्यातरी वॉल स्ट्रीटवरील भिकार कंपनीत विश्लेषक म्हणून जाऊ.

तरीही त्यांना तडा गेला नाही. जेव्हा इतरेजन घाबरून गेले होते, त्यांनी बाजारातील गोंधळाचा फायदा घेऊन त्यांच्याकडची खाती अद्ययावत केली आणि सर्वांत दर्जेदार कंपन्यांवर आपले लक्ष केंद्रित केले जसे, अमेझॉन, कॉस्टको, ASOS आणि बर्कशायर हॅथवे. जेव्हा सर्व चित्र पालटले तेव्हा मिळालेली बक्षिसे श्वास रोखून ठेवणारी होती. २००९ ते २०१३ च्या दरम्यान नोमॅडचे परतावे ४०४% होते.

२०१४च्या सुरुवातीला स्लीप आणि झकेरिया यांनी नोमॅड इन्व्हेस्टमेंट पार्टनरशिप विसर्जित केली. त्या वेळी ती संपत्तीच्या बाबतीत ३ बिलिअन एवढी होती. यामुळे त्यांना गगनचुंबी रकमेइतके उत्पन्न मिळण्याच्या मोजपट्टीला जाता येत होते. पण ते त्यांच्या महान धाडसाचे उद्दिष्ट कधीच नव्हते. एका ईमेलमध्ये स्लीप लिहितात, ''बरेचसे फंड भरपूर केक हे आपले ध्येय आहे अशा थाटात चालवले जातात. केक आम्हाला समाधान देत नाही. समाधानाबाबत आम्ही असे शोधले आहे की ते आम्हाला गुंतवणुकीतल्या समस्यांची उकल शोधण्यातून, त्या मार्गाने जाताना शिकण्यातून, आणि आम्हाला जसे माहीत आहे तसे आमचे काम करत राहणे यातून मिळते. ही सर्व आमची अंतर्गत वैयक्तिक ध्येये असतात. केक, त्यातून निर्माण होणारे उपउत्पादन हा असतो.''

झकेरिया विशेषतः चिंतेत होते की काम हे पुनरावृत्तीचेच होत राहील. ते म्हणतात, ''बौद्धिकदृष्ट्या आम्हाला वाटतंय की आम्ही कोरडे पाषाण आहोत.

आम्ही याविषयी सर्व बाजूंनी विचार केला होता की आम्ही जो विचार केला होता तो महत्त्वाचा होता. आणि मला वाटते की हे सांगताना मी बरोबर आहे की बाकी काही विचार करायचे ठेवले नव्हते,'' असे म्हणून ते निवृत्त झाले आणि त्यांना अशा होती की उरलेल्या आयुष्यात ते काही सेवाभावी कार्य करतील. स्लीप यांनी बफे याना पत्र लिहिले, नोमॅडच्या यशामध्ये त्यांनी बजावलेल्या भूमिकेबाबत. बफे यांनी उत्तर दिले, ''तुम्ही आणि झाक यांनी योग्य निवड केली आहे. मी असे भाकीत करतो की आता तुमचे जीवन नव्याने सुरु होईल.''

१३पेक्षाही कमी कालावधीत नोमॅडने फीपूर्व प्रचंड असे ९२१% उत्पन्न मिळवले होते. त्यांचे उद्दिष्ट होते १ चे १० करायचे आणि हे त्यापेक्षा थोडेच कमी होते. २००५ पासून अमेझॉन दसपट वाढली होती आणि तिने निर्णायक भूमिका बजावली होती. एका क्षणी, ती आपल्या फंडाच्या संपत्तीच्या ४०% खाली घसरली होती.

निवृत्तीच्या वेळी झकेरिया यांनी आपल्या नोमॅडच्या खात्यातील आवडते असे अर्ध्या डझनच्या आसपास शेअर्स ठेवले होते. त्यांचे सर्वांत मोठे होल्डिंग अमेझॉन, २०२०च्या आसपास ३,००० प्रतिशेअरच्याही पुढे गेले. त्याचे बाजारमूल्य १.५ ट्रिलिअन होत होते. आणि त्यामुळे बेझोस हे जगातील सर्वांत श्रीमंत गृहस्थ बनले. झकेरियांनी आपल्या वैयक्तिक खात्यातील अमेझॉनचे शेअर्स कधीही विकले नव्हते. त्यांच्या वैयक्तिक खात्यांपैकी ७०% पैसे या एकाच कंपनीत होते. बाकीचे सर्व कॉस्टको, बर्कशायर हॅथवे आणि एक ऑनलाइन रिटेलर Boohoo. Com मध्ये होते. झकेरिया म्हणतात की, ते अधूनमधून आपल्या खात्यावर नजर टाकतात आणि आश्चर्य करतात, आणि निक काय करणार असेल? आणि मी विचार करतो, निक काहीही करणार नाही, आणि मी जातो, ओके, हे आणखी सहा महिने करत राहू.

स्लीपच्या दृष्टीने त्यांनी त्यांचे बहुतेक सर्व पैसे तीन शेअर्समध्ये गुंतवले. अमेझॉन, कॉस्टको आणि बर्कशायर. ते म्हणतात, ''असे फार थोडे व्यवसाय आहेत की ते भविष्याकरिता काही गुंतवणूक करतात, जसे ते आहेत तसे राहण्यासाठी, ते वॉल स्ट्रीटची फिकीर करत नाहीत. ते कल कुठल्या बाजूला आहे, लहर कुठल्या बाजूला आहे याचाही विचार करीत नाहीत. ते दूर पल्ल्याच्या दृष्टीने योग्य तेच करत असतात. फक्त तीन खात्यांच्या अस्थिरतेची ते फिकीर करत नाहीत. हे लक्षात घेता की उच्च शक्यतेअनुसार हे तिन्ही व्यवसाय आपल्या निश्चित गंतव्य स्थानाला निश्चित पोहोचतील.

मात्र २०१८च्या आसपास अमेझॉनची वाढ एखाद्या उल्कापातासारखी झाली. त्यामुळे त्यांच्या एकूण संपत्तीच्या ७०% केवळ त्यातच होती. स्लीप चिंतेत पडले. बाजार मूल्य ३ ट्रिलिअन पर्यंत जाईल का ४ ट्रिलिअन? का अगदी अमेझॉनच्या

वाढीलाही काही मर्यादा आहेत. त्यांना तितकीशी खात्री नव्हती. म्हणून १३ वर्षांनंतर त्यांनी त्यांचे तिथले शेअर्स एका दिवसात १,५०० प्रतिशेअर या दराने विकले. आता कसे वाटते? ते म्हणतात, ''मला त्याचा तिरस्कार वाटतो, मला हे विवादित वाटते. आणि मला खात्री नाही की हा निर्णय चांगला होता का नाही?''

काही काळासाठी स्लीप निवांतपणे मिलिअन्स डॉलर्स हातात घेऊन शांत बसून राहिले. त्यांना कळत नव्हते की अमेझॉनचे शेअर्स विकून हा जो पैशाचा पाऊस पडला आहे ते कुठे आणि कसे गुंतवायचे? पण जेव्हा आम्ही २०२० साली बोललो, त्यांनी ते पैसे चौथ्या प्रकारच्या शेअर्समध्ये गुंतवले होते, ASOS मध्ये. एक ऑनलाइन रिटेलर, ज्यात त्यांनी नोमॅडमध्ये असता पैसे गुंतवून थोडीशी मालकी घेतली होती. त्यांनी ते विभक्त झाले असताना घेतले तेव्हापासून आता ते दुप्पट झाले आहेत.

## ...आणि साठवण कालावधीचे पाच धडे

मी पाहतो तसे, स्लीप अँड झकेरिया यांच्याकडून पाच धडे शिकायला हवेत.

पहिला : ते आकर्षक उदाहरण दाखवून देतात की दर्जा या मार्गदर्शक तत्त्वाचा पाठपुरावा व्यवसाय, गुंतवणूक आणि जीवन यात करणे म्हणजे काय- एक नैतिक आणि बौद्धिक वचनबद्धता, बांधिलकी, ज्याची प्रेरणा झेन आणि मोटारसायकल देखभालीची कला (Art of Motorcycle Maintenance) यातून मिळते. हे काढून टाकणे सोपे आहे की दर्जा ही एक अस्पष्ट आणि व्यक्तिनिष्ठ कल्पना आहे पण ते एक आश्चर्यकारक आणि उपयुक्त चाळणी म्हणून नाईक निर्णयाच्या वेळी काम करते. उदाहरणार्थ, स्लीप आणि झकेरिया यांच्या बाबत हे स्पष्ट होते की अगदी कमी व्यवस्थापन फी, जी नोमॅडचा फक्त कार्याचा खर्च भागेल एवढीच जेमतेम होती, हा एक उच्च दर्जाच्या कार्यासाठी पर्याय होता, गलेलठ्ठ फी त्यांना कदाचित श्रीमंत बनवेल, मग ते कशीही कामगिरी करेनात का.

दुसरा : अशी एक कल्पना होती की ज्याचे साठवणीचे आयुष्य (Shelf Life) जास्त आहे त्याच्यावर लक्ष केंद्रित करावे, आणि जे क्षणिक आहे त्याकडे डोळेझाक करावी. हे तत्त्व त्यांनी त्या माहितीकरताच वापरले नाही जी वजनदार होती, पण दीर्घ काळ टिकणाऱ्या कंपन्यांच्या बाबतीतही वापरले ज्या त्यांना अनुकूल वाटल्या.

तिसरा : असा एक समज आहे की एक विशिष्ट व्यवसाय प्रारूप (Model) -मोजपट्टी आणि अर्थशास्त्र याना एकत्र घेऊन - एक आभासी चक्र तयार करते ज्यातून टिकाऊ संपत्ती लांबवरच्या कालावधीत निर्माण होऊ शकते. स्लीप आणि झकेरिया यांनी ही महान दूरदृष्टी घेतली आणि त्यापासून त्यांना भरपूर फायदा झाला. त्यासाठी त्यांनी काही उच्च दर्जाच्या व्यवसायांवर लक्ष केंद्रित केले ज्यांनी असाच

मार्ग निवडला होता. विरोधाभासाने पाहिले तर त्यांनी असाही वाद घातला की त्यांनी छोट्या आकड्यातले शेअर्स (साधारणतः १०) विकत घेणे कमी धोक्याचे आहे, १०० ची मालकी घेण्यापेक्षा. एक प्रमाणभूत धोरण ज्यांनी कमी चमकदार परिणाम दाखवून दिले असते. स्लीप म्हणतात, ''आम्हाला माहीत होते की आम्हाला बऱ्याच गोष्टी माहीत नव्हत्या. त्यामुळे आमच्याकडे कमी शेअर्स असणे यात आम्हाला तथ्य वाटले कारण या अशाच गोष्टी होत्या ज्या आम्हाला कधी का होईना समजल्या होत्या. आणि आम्हाला माहीत होत्या.''

त्यांना यात आश्चर्य वाटत नव्हते असे व्यवसाय जे त्यांना चांगले माहीत होते आणि त्यांच्यावर त्यांचे प्रेम होते - अमेझॉन, कॉस्टको, आणि बर्कशायर - हे अधिक उल्लेखनीयरीत्या लवचीक सिद्ध झाले, जेव्हा संपूर्ण जग कोविड १९ महामारीने पार उलटे पालटे झाले होते. काही झाले तरी त्यांच्या अर्थव्यवस्थेच्या मोजपट्टीने त्यांच्या ग्राहकांना अपवादात्मक मूल्य यांना पैशाकरिता पुरवता आले. झकेरिया म्हणतात, ''अमेझॉन आणि कॉस्टको यांच्याबाबत विशेषतः तुम्ही हे बघितले असेल की या संकटाच्या कालावधीत त्यांचा व्यवसाय वाढला. अर्थव्यवस्थेच्या दृष्टीने जर वातावरण सर्व साधारणतः अगदी खराब झाले तर या किमतीचा फायदा मिळणाऱ्या व्यवसायांना ते अधिक चांगले ठरते.''

चौथा : नेत्रदीपक यश मिळवण्यासाठी हे आवश्यक नाही की तुम्ही अनैतिक पद्धतीने किंवा सावधगिरी न बाळगता वागायला पाहिजे. अगदी उत्साही भांडवलाधिष्ठित व्यवसायातसुद्धा, जिथे स्वार्थाचे वागणे हे नेहमीचेच आणि नियमातले असते. आर्थिक आणीबाणीच्या वेळेला स्लीप यांनी अशा संस्कृतीमुळे नाश झाल्याचे सांगितले जिच्यात खेळाडूंना फक्त जिंकायचे असते आणि त्यासाठी ते काय साधने वापरतात याची चिकित्सा करायची नसते त्यांना आणि झकेरियांना नोमॅडमध्ये भांडवलशाहीचा अधिक प्रबुद्ध प्रकार आचरणात आणायचा होता.

यावरून हे स्पष्ट होते की त्यांनी अशी फी योजना का वापरली जी त्यांच्यापेक्षा त्यांच्या शेअर होल्डर्सच्या अधिक फायद्याची होती. ते परस्परांविषयीसुद्धा उदार होते. उदाहरणच द्यायचे तर, झकेरियांनी आग्रह धरला की स्लीप यांनी त्यांच्या गुंतवणुकीच्या कंपनीची ५१% मालकी घ्यावी, समान भागी असण्याऐवजी. जर कधी सहमतीची वेळ आली तर झकेरिया विश्वासाने सांगायचे की स्लीप यांचा निर्णय अखेरचा. स्लीप म्हणतात की आपल्या भागीदाराला शिव्या द्यायच्या हा विचारही मनात येत नाही, ज्याने पिस्तुलात काडतूस भरले आहे, तो टेबलाच्या दुसऱ्या बाजूला बसला आहे, त्याने पिस्तुल आपल्याकडे दिले आहे, आणि म्हणतोय, ''पुढे चल- तुला पाहिजे तर मला गोळी घाल,'' आणि ते पुढे म्हणतात, ''नातेसंबंधातही दयाळूपणा असतो, जो माझ्या मते आमच्या यशासाठी आवश्यक असतो.'' त्यातूनच हे सांगितले जाते की जरी त्यांनी त्यांचा फंड कित्येक वर्षांपूर्वी

बंद केला तरी अजूनही ते कित्येक वर्षे एकाच कार्यालयात बसून काम करतात. स्लीप म्हणतात तसे, ''चांगल्या वर्तणुकीचे आयुष्य भरपूर असते.''

सेवाभावी किंवा धर्मादायी कार्यावर भक्कम भर हे एक उल्लेखनीय वैशिष्ट्य त्यांच्या भांडवलशाहीविषयीच्या सौम्य प्रकाराचे आहे. स्लीप म्हणतात की, एकदा आपण सिद्ध केले की आपल्याला नोमॅड चालवायची आहे, तर आमच्या दोघांच्या दृष्टीने हे साहजिकच आहे, आमच्या हातातले काम हेच आहे की आपल्याला समाजाला काहीतरी परत द्यायचे आहे. त्यामुळे आमच्यातील जोखीम कमी होते की जर आमच्याकडे वाजवीपेक्षा अधिक पैसे आले तर आमचा आकार वाजवीपेक्षा अधिक वाढतो. अधिक म्हणजे तुम्हाला देण्यामुळे मिळणार आनंद अधिक बहरतो.

झकेरिया आणि त्यांची पत्नी मौरीन अनेक धर्मादायी संस्थांना मदत करतात, ज्या शास्त्रीय संशोधन आणि औषधे याकडे वळलेल्या असतात. त्यांत लंडन मॅथेमॅटिकल लॅबोरेटरी, द रॉयल सोसायटी आणि रॉयल हॉस्पिटल फॉर न्यूरो डिसॅबिलिटी यांचा समावेश आहे. मध्यंतरीच्या काळात स्लीप त्यांचा बराचसा वेळ ऑनसाइड यूथ झोन्सला मदत करण्यात घालवतात. हा धर्मादायी न्यास गरीब लोकवस्तीत मुलांसाठी सुरक्षित व्यवस्था - जणू स्वर्गच - निर्माण करतात जिथे गरीब वस्तीतील मुले येतील, सामाजिक संबंध निर्माण करतील आणि कौशल्ये शिकतील. ते म्हणतात की त्यांच्याकरिता आणि झकेरियांकरिता आमचा प्राथमिक केंद्रित प्रयत्न आता बदलला आहे आणि तो आता झाला आहे, 'जास्तीतजास्त चांगले काही करायचे, आणि तेही दीर्घ काळापर्यंत.'

असे सांगून झाल्यावर, स्लीप यांनी सर्व भौतिक सुखे काही सोडून दिलेली नाहीत. त्यांना मोटारींच्या शर्यतीत स्वारस्य आहे, आणि त्यांच्या १९६५ Shelby Mustang GT ३५० आणि १९६७ Lola १७० गाड्यांतून शर्यतीत भाग घेतात. त्यांनी त्यांची मुलगी जेस हिच्या बरोबर ३६ दिवसांच्या बीजिंग ते पॅरिस (मंगोलिया-सायबेरिया मार्गे) मोटार रॅलीमध्ये भाग घेतला होता. ते दोघे पाळीपाळीने त्यांची १९६४ ची मर्सिडीझ पॅगोडा गाडी त्या वेळी चालवत होते.

पाचवा : असे जग जे आज लघुनियत वाद आणि क्षणिक समाधानात गुरफटून गेले आहे, अशा वेळी जे याविरुद्ध जातील त्यांना, जे सातत्याने त्या बाजूने वागतात त्यांच्यापेक्षा प्रचंड फायदा मिळू शकेल. हे केवळ व्यवसाय आणि गुंतवणुकीलाच लागू आहे असे नाही तर आपले संबंध, आरोग्य, कारकिर्द आणि अन्य सर्व काही ज्याला काही अर्थ आहे त्यालाही तितकेच लागू आहे.

समाधानाला दूर सारणे तितकेसे सोपे काम नाही, ज्या वातावरणात आपण राहतो त्याचा विचार करता. श्रीमंत देशांत मागणीप्रमाणे सर्व काही उपलब्ध असते किंवा केले जाते. अमर्याद अन्न, माहिती, धक्कादायक टीव्ही कार्यक्रम, अश्लील

प्रकारचे वाङ्मय आणि कार्यक्रम किंवा आणखी जे काही आमच्या लहरीप्रमाणे अवश्य वाटते असे सर्व काही. आपले लक्ष देण्याचा कालावधी हा कमी होत चालला आहे, अत्यंत वेगाने येणाऱ्या ईमेल्स, लिखित संदेश, फेसबुकवरील आणि ट्विटरवरील पोस्ट्समुळे, त्याप्रमाणे, गुंतवणुकीच्या वर्तुळात आपण आता मोबाइलच्या उपयोगाने आपण बाजाराच्या आत बाहेर कधीही जा-ये करू शकतो. या तंत्रज्ञानाच्या आणि सामाजिक क्रांतीशी सामावून घेण्यासाठी आपण सर्व जण झगडत आहोत. ती चमत्कारिक आहे आणि धोकादायकही आहे. सुखाच्या शोधात असलेले आपण सर्व जण, जे काही चांगले दिसते तिकडे जायची आपली प्रवृत्ती वाढत चालली आहे, जरी आज ना उद्या आपल्या सर्वांना त्यांची किंमत मोजावी लागणार असते. हे लेव्हल आपल्या वैयक्तिक जीवनाबाबतच स्पष्ट आहे असे नाही तर सामूहिक जीवनातही अगदी सरकारी तोट्यापासून ते अमर्यादित ऊर्जा वापरालाही तितकेच लागू आहे.

स्लीप म्हणतात, ''हे सर्व पुढे ढकललेले समाधान आहे, जेव्हा तुम्ही जीवनात केलेल्या सर्व चुकांकडे पाहता, वैयक्तिक आणि धंदेवाईक जीवन धरून या सर्वांमागे तुम्ही काही अल्प मुदतीचे साध्य करायला किंवा जोडायला गेलेले असता, किंवा उंची गाठायला गेलेले असता; आणि शेअर बाजारातील लोकांची ही जबरदस्त सवय आहे.''

''एक क्षणभर विचार करा, त्या सर्व ताब्यात न ठेवलेल्या आवेगांचा विचार करा, जे गुंतवणूकदारांच्या परताव्यांना नष्ट करतात. जसे सतत व्यवहार करत राहण्याची प्रवृत्ती, धोक्याच्या सूचना देणाऱ्या बातम्या आणि बातम्यांच्या कथा, ज्यावर विसंबून आपण भावनिक निर्णय घेतो, आपण कळपात सामील होतो आणि अधिक लोकप्रिय आणि जादा किंमत लावलेल्या संपत्तीच्या खरेदीसाठी हल्लाबोल करतो. जे फंड्स एकदोन वर्षे मागे पडलेत, त्यांना आपण सोडचिठ्ठी देतो, किंवा जिंकू शकणारे शेअर्स आपण मुदत संपायच्या आत विकून टाकतो, त्यांना अनेक वर्षे संयुगाद्वारे अधिक परतावे मिळवण्यासाठी ठेवून द्यायच्या ऐवजी. अशा आग्रहांना विरोध करण्याची क्षमता ही एक अत्युच्च शक्ती आहे आणि तुम्ही तिला अधिक महत्त्व द्यायला हवे, जेव्हा तुम्ही काय केले असता काम होऊ शकते या निकषावर लक्ष ठेऊन असता,'' असे स्लीप म्हणतात.

स्लीप आणि झकेरिया या आवेगावर नियंत्रण ठेवणाऱ्या महान व्यक्ती आहेत. त्याशिवाय त्यांनी कॉस्टकोचे शेअर्स १८ वर्षे आणि अमेझॉनचे १६ वर्षे स्वतः जवळ ठेवले असते, जेव्हा ते ३० पासून ३००० प्रतिशेअर वधारले होते, त्यांना मूलभूत सत्य माहीत होते की, आपण समाधानाला दूर सारून आणि दूरवरच्या परिणामांना प्राथमिकता देऊन आपला फायदा करून घेऊ शकतो. पण हे तत्त्व केवळ बौद्धिकदृष्ट्या आत्मसात करणे एवढे पुरेसे नाही. तितकेच महत्त्वाचे हे आहे

की, त्यांनी अंतर्गतरीत्या सातत्याने एक पर्यावरण पद्धती गठीत केली होती, जिने त्यांना त्यांच्या या वागणुकीत पाठिंबा दिला.

सुरुवात म्हणून त्यांचे बहुतेक सर्व गुंतवणूकदार या सेवाभावी किंवा नफाविरहित काम करणाऱ्या संस्था (जसे महाविद्यालयांच्या देणगी स्वीकारणाऱ्या) होत्या, आणि त्यांची त्या वेळेची क्षितिजे विस्तृत होती. त्यांच्या शेअर होल्डर्सना लिहिलेल्या पत्रांत स्लीप त्यांचे भरभरून कौतुक करतात त्यांच्या सौम्य धीराबद्दल. हा एक योग्य अशी मनोधारणा निर्माण करण्याचा युक्तिपूर्ण मार्ग आहे. नोमॅडने आपल्या सहकारी रूढ आचारविचारांशी जुळवून न घेणाऱ्यांतही गुंतवणूक केली जसे बेझोस आणि बफे. ज्यांनी अपवादात्मक दूरवरचा दृष्टिपथ निवडला होता. याचीही मदत झाली की स्लीप आणि झकेरिया यांनी आपले शांती असलेले कार्यालय उभे केले, ते किंग्ज रोडवरील एका चिनी वनस्पती औषधी स्टोअरच्या वरच्या मजल्यावर होते. आणि ते उन्मादपूर्ण कृती घडत असलेल्या प्रमुख गुंतवणूक केंद्रापासून दूर होते. त्यांनी व्यत्यय आणणाऱ्या प्रभावांना बाजूला सारले जसे विक्रीची बाजू घेणारे विश्लेषक आणि आर्थिक सल्लागार, (जे सक्तीने दररोज फडांच्या कामगिरीवर देखरेख ठेवतात). ते ही सर्व नाटके आणि उत्साह यांपासून इतके विलग होते की ते स्वत:ला संन्यासी किंवा साधू असल्यासारखे समजत होते. जर तुम्ही आणि मी गुंतवणूकदार म्हणून दीर्घ काळ टिकणारे यश प्राप्त करायची इच्छा बाळगत असू, तर आपल्याला त्यांचे उदाहरण आचरणात आणायला हवे; पद्धतशीरपणे अंतर्गत आणि बाह्य प्रभावाना विरोध करून, जे आपल्याला आवेशपूर्ण कृती करण्यासाठी प्रभाव टाकतात. हे मनात ठेवून मी सर्व निरुपयोगी माध्यमातील चर्चा – बाजारातील सुधार आणि कोसळण्यासंबंधीच्या – दुर्लक्षित करतो. मी कित्येक आठवडे माझ्या गुंतवणुकीची कामगिरी कशी आहे हे न बघण्यात घालवतो. (जेव्हा पाहिल्यान्दा मी ही वाक्य लिहिले तेव्हापासून मला आता जाणीव झाली आहे की हे पूर्णतः खरे नाही. वस्तुस्थितीत मी माझे खाते दिवसातून कित्येक वेळा तपासतो, विशेषतः कोविड १९ महामारीच्या तणावपूर्ण काळात. ही एक चिंताग्रस्त होण्याची सवय आहे जी कमी उपयोगी आणि जास्त हानिकारक आहे. जमेची बाजू बघितली तर त्यामुळे मला काही आवेगपूर्ण गुंतवणूक करण्यासाठी पुढे ढकललेले नाही. तरीही मला हे पटण्यासाठी बेचैन व्हायला होते की माझ्या दृष्टीने हे किती सोपे आहे की मी माघार घेईन आणि अशा अनुत्पादक सवयींच्या आहारी जाईन.)

माझी हलगर्जीपणाची स्थिती आहे की मी काही करणार नाही. त्यामुळे माझी महत्त्वाची खाती, फक्त दोन इंडेक्स फंडांत आणि एका मूल्याधिष्ठित हेज फंडात टिकून आहेत. ही सर्व गेली किमान २० वर्षे माझ्या मालकीची आहेत. माझ्या अत्यंत खर्चीक चुका तेव्हा झाल्या, जेव्हा जेव्हा मी अधीर झालो किंवा इतर लोकांच्या परताव्यामुळे मत्सरी झालो आणि रस्ता सोडून बाजूला गेलो, खाजगी

कंपन्यांवर जुगार खेळून किंवा वैयक्तिक शेअर्सवर पैसे गुंतवून ज्यांनी मला श्रीमंत होण्याच्या जलद गतिमार्गाचे वाचन दिले होते. इथे विरोधाभास हा आहे की हळू वेगाचा रस्ता शेवटी जलदगती ठरतो.

ज्या गुंतवणूकदारांची मी प्रशंसा करतो, त्यांपैकी बहुतेक सर्व वीरपणाच्या बाबतीत सक्रिय नसतात, याकरिता नाही की ते आळशी आहेत, पण ते धीर धरण्याचे फायदे ओळखतात. हॉवर्ड मार्क्स यांनी मला एकदा सांगितले होते की आपली कामगिरी आपण काय विकतो किंवा विकत घेतो यावरून येत नसते. ती आपण काय धरून ठेवलंय त्यावरून येत असते. म्हणून मुख्य कृती आहे ती धरून ठेवण्याची, बाळगून ठेवण्याची, न की विकण्याची किंवा विकत घेण्याची. मला नेहमी याचे आश्चर्य वाटते की काही संस्था असे तर म्हणणार नाहीत की आम्ही फक्त गुरुवारी व्यापार करतो, आणि आठवड्याचे इतर चार दिवस, तुम्ही काय करू शकता तर स्वस्थ बसा आणि विचार करीत राहा. या मंद गतीतील हालचालींच्या मानसिकतेचे उत्तम व्यक्तिचित्र थॉमस रूसो याखेरीज कोणी उभे करेलसे वाटत नाही. त्यांनी बाजारावर मात करणारे परतावे सुमारे तीन दशकाच्या आपल्या गार्डनर रूसो अँड गार्डनर या कंपनीत मिळवले आहेत. ती पेनसिल्वेनियामधील लँकेस्टर इथून काम करते. रूसो म्हणतात, ''मी स्वतःला शेतकरी समजतो. वॉल स्ट्रीट हा शिकाऱ्यांनी भरून वाहतो आहे. असे लोक जे बाहेर जाण्याचा प्रयत्न करतात आणि मोठ्ठी शिकार मिळेल असे पाहतात. ते ती मिळवतात, आणि परत घेऊन येतात आणि मग तिथे भव्य मेजवानी असते आणि मग सर्व काही विलक्षण असते. आणि मग ते पुढच्या नव्या शिकारीच्या शोधात जातात, मी बी पेरतो, आणि मग माझा सर्व वेळ त्याची मशागत करण्यात घालवतो.'' त्यांच्या सर्वांत मोठ्या होल्डिंग्समध्ये बर्कशायर हॅथवे, ब्राऊन-फोरमन आणि नेस्ले यांचा समावेश आहे. हे सर्व त्यांनी १९८०च्या आसपास पासून आपल्याकडे राखून ठेवले आहे. काही वर्षांपूर्वी, जेव्हा ते ५९ वर्षे वयाचे झाले, मी त्यांना विचारले की ते बर्कशायर आणि नेस्ले आजन्म आपल्याकडे ठेवणार आहेत का? त्यांनी काहीही संकोच न करता सांगितले, ''मी तसाच विचार करेन.''

स्लीप आणि झकेरियांप्रमाणे, रूसो यांनी आपली सर्व कारकिर्द स्थगित बक्षिसांच्या (डिफर्ड रिवॉर्ड्स) शक्तीची प्रशंसा करीत घडवली आहे. त्यांच्या मालकीच्या सर्व व्यवसायात एकच वैशिष्ट्य पाळले जाते. ज्याचे वर्णन ते असे करतात, 'व्यथा सहन करण्याची क्षमता.' याचा अर्थ, ते भल्या मोठ्या लांब पल्ल्याच्या गुंतवणुकीत करतात, जिथे मोठी कमाई होते. यात मग त्यांना कित्येक वर्षे दुःखदायक तोट्यांना सहन करावे लागते. रूसो टिप्पणी करतात त्याप्रमाणे, ''आपण फायदा कमावू शकतो, जर आपण आज काही त्याग केला उद्या काही कमावण्यासाठी तर.''

मला यात जे आकर्षक वाटते ते म्हणजे हे चिरकाल टिकणारे तत्त्व फक्त व्यवसाय किंवा गुंतवणुकीतच लागू पडते असे नाही, तर आपल्या जीवनाच्या प्रत्येक अंगातही ते चपखल बसते. आपण ते व्यायाम करताना किंवा पथ्य पाळताना पाहू शकतो, जेव्हा आपण परीक्षेकरिता कसून अभ्यास करतो तेव्हा किंवा कामाच्या ठिकाणी उशिरापर्यंत थांबतो तेव्हाही आणि जेव्हापण पैसे वाचवतो किंवा ते निवृत्तीनंतरच्या आयुष्याकरिता गुंतवतो तेव्हाही. या प्रत्येक प्रकारात, आपल्याला दूरवरच्या कालावधीत त्याचे फायदे मिळतात, काहीतरी जवळ करून किंवा काहीतरी सहन करून, जे नजीकच्या भविष्यकाळात सफल होणार नाही याची आपल्याला जाणीव असतानाही. याउलट, स्लीप म्हणतात की, हे जवळपास नेहमीच खरे असते की आपण ज्या गोष्टी करतो त्याने आपण आनंदी न होता दु:खीच होतो; ज्या आपल्याला थोड्या कालावधीसाठी मोहात पडणाऱ्या वाटतात. ते काही चुकांची उदाहरणे देतात. नशेत असणे, अति आहार घेणे, खोटे बोलणे, मुलींच्या पसंतीच्या मद्यपान गृहात जाणे, एकोप्यावरच्या दुकानातून लिमलेटच्या गोळ्या पळवून आणणे. काही क्षण, ते म्हणतात, "या सर्व गोष्टी म्हणजे चांगल्या कल्पना वाटतात. त्या रोमांचक वाटतात. त्यांचे बक्षीसही मिळू शकते. त्यात थोडीफार घाई असते. पण शेवटी, ते दूरच्या पल्ल्याकडून उसने घेतलेले असते."

यात सर्वांत नवीन असे काही नाही. उपपत्तीसंबंधीच्या पुस्तकात, इसाऊ – तत्काळ समाधानासाठी हपापलेला  त्याच्या जन्महक्काचा सौदा त्याचा भाऊ जेकब याच्याशी करतो. त्याच्या बदल्यात त्याला एक काही किंमत नसलेले वाटीभर सूप हवे असते. त्याविरुद्ध जेकबचा मुलगा जोसेफ – समाधान पुढे ढकलण्यात तरबेज – याला दूरदृष्टी होती, ती म्हणजे सुकाळ असताना धान्याची मोठी साठवण करून ठेवायची; ज्यायोगे येणाऱ्या सात वर्षांच्या दुष्काळात इजिप्तमधील जनता सुखरूप बाहेर येईल. आता हजारो वर्षांनंतर आपल्यालाही अशीच निवड करायची वेळ आली आहे, वर्तमानकाळ आणि भविष्यकाळ यात, तत्काळ आणि पुढे ढकललेल्यात.

आपणा बहुतेक सर्व मर्त्य लोकांसाठी ही आव्हानात्मक निवड आहे. पण झकेरिया म्हणतात की, त्यांना काहीशी धार्मिक भावना आनंद देते, काही काळ केसाळ शर्ट घालण्याची आणि तत्काळ समाधानाला नकार देण्याची, जेव्हा इतर लोक मोहाची शिकार होतात. यामुळे मला एका अद्भुत बुद्ध धर्मीय संज्ञा आठवते ज्यात अनारोग्याची आणि कौशल्यपूर्ण वर्तणूक नसलेल्याची सुमार बक्षिसांपैकी एकाचे वर्णन आहे. पश्चात्ताप नसल्याचा आनंद त्याचप्रमाणे, काब्बालिस्ट जसे राव्ह येहुदा, अश्लाग आणि राव्ह फिलिप बर्ग असे शिकवतात की टिकाऊ आनंद, पूर्तता आणि स्वातंत्र्य मिळवण्यासाठी आपल्या नकारात्मक कलांना विरोध करा. त्यांचे एक वैशिष्ट्यपूर्ण पुस्तक Kabbalah for the Layman , राव्ह बर्ग लिहितात,

''कमीतकमी प्रतिकार असलेला मार्ग निवडण्याऐवजी – ताबडतोब मार्ग काढणारा, तत्काळ समाधान देणारा – काब्बालिस्ट ज्यात जास्तीतजास्त प्रतिकार आहे असा मार्ग निवडतात. हे एक अत्यंत महत्त्वाचे सत्य आहे – अंतर्ज्ञानाने निवडलेला मार्ग पूर्ण समाधान मिळवण्यासाठीचा.

एक व्यवहार्य युक्ती म्हणजे, स्लीप म्हणतात त्याप्रमाणे, ''तुम्हाला अल्पावधीसाठीचे बक्षीस द्या, सर्व विस्मयकारक फायदे- जे तुम्ही आनंदात मिळवाल कारण तुम्ही तुमच्या तत्काळ समाधानासाठीच्या तुमच्या इच्छेवर मात करीत आहात. या मार्गाने, स्थगितीचा अर्थ होतो, सुखाबरोबर असलेले आणि तुम्ही बहुतेक ज्याला जवळ करणार असे. खरोखरच, मला मात करणे आवडते कारण तुम्हाला माहीत असते की तुम्ही तुमचे जीवन अधिक चांगले करीत आहात.''

७

# उच्च कामगिरीच्या सवयी

''सर्वोत्कृष्ट गुंतवणूकदार, अशा सवयी आत्मसात करून एक जबरदस्त स्पर्धात्मक फायदा उभा करतात, ज्यांचे फायदे काळ पुढे सरकेल तसे, अनेक पटींनी (Compounding) मिळतात.''

---

''जेव्हा एखाद्या वा दुसऱ्या एखाद्या प्रकारच्या सवयी आपल्या तरुण वयातच आपण लावून घेतल्या तर याने काही लहान फरक पडत नाही; त्याने फार मोठा फरक पडतो, किंवा खरे तर पूर्णच फरक पडतो.''

–ॲरिस्टॉटल

''मला वाटते की सवयी किती महत्त्वाच्या असतात याला लोक अगदी वयस्कर हाईस्तोपर्यंत कमी लेखतात. जेव्हा तुम्ही ४५ वा ५० वर्षे वयाचे होता तेव्हा त्या बदलणे अवघड असते आणि तुम्ही योग्य अशा सवयी तरुण वयातच लावून घेऊ शकता हे महत्त्वाचे असते.''

–वॉरन बफे.

१९९० साली टॉम गेनेर यांचे वजन १९० पाउंड होते. त्यांना हे बीच व्हॉलीबॉलमधले ऑलिंपिक सुवर्ण पदक विजेते आहेत म्हणून कोणीही चुकूनही समजले नसते. तरीही ते म्हणतात, की त्यांचे वजन तर्कशास्त्रानुसार मर्यादित आहे. त्या वर्षी – २८व्या वर्षी – त्यांनी मार्केल कॉर्पोरेशन कंपनीत, जी एक विमा कंपनी होती, आणि व्हर्जिनिया राज्यातील रिचमंड इथे तिचे कार्यालय होते; गुंतवणुकीच्या खात्याचे

काम बघायची नोकरी पत्करली. गुंतवणूक हा गतिहीन खेळ आहे, ज्यात जास्ती करून वाचन, विचार करणे आणि आकड्यांशी मी असे सुचवत खेळणे हीच कामे विशेषेकरून केली जातात. गेनेर जणू त्याच कामाकरिता खास तयार केले गेले होते. अगदी ८-९ वर्षांचे बाळ असल्यापासून त्यांची आनंद आणि मौज करायची कल्पना म्हणजे शुक्रवारी संध्याकाळी आपल्या आजीबरोबर टीव्ही समोर बसणे आणि Wall Street Week With Louis Rukeyser हा कार्यक्रम पाहणे.

जसे ते वयाने मोठे झाले, टॉम गेनेर यांची प्रतिभा – बसणे नि विचार करीत राहणे – हिच्या बाबत एक अनपेक्षित योगायोग आला. त्यांचे वजन हळूहळू २०० पौंडांच्या वर पोहोचले. आता यापेक्षा ते जास्त वाढून द्यायचे नाही या निश्चयाने त्यांनी त्यांच्या मित्र आणि माहितीच्या लोकांपुढे जाहीर केले की पुढची १० वर्षे ते दरवर्षी १ पौंड याप्रमाणे वजन कमी करतील. ते मूर्खासारखे महत्त्वाकांक्षी नसलेले वाटेल. पण काही शोधअभ्यासातून असे दिसून आले आहे की सर्वसाधारण अमेरिकन पुरुषाचे वजन दरवर्षी १ ते २ पौंड याप्रमाणे तारुण्य आणि मध्यम वयापर्यंत वाढत जाते. टॉम गेनेर, जे पैशाच्या कंपाउंडिंगमधले तज्ज्ञ आहेत, त्यांना माहीत होते की लहान लहान फायदे किंवा तोटे हे दूर पल्ल्यावर वाढत जातात. म्हणून त्यांनी आरोग्याला जीवनभर हानी पोहोचवणाऱ्या सवयी बदलण्यावर लक्ष केंद्रित करणे चालू ठेवले.

ते म्हणतात की, एक मूल म्हणून त्यांनी रॅकून या मांसभक्षी प्राण्यासारखा आहार चालू केला. जसे त्यांना आठवते तसे ते दरवर्षी २०० डोनट्स खात होते. काही आहार नियंत्रण करणाऱ्यांनी अशी पापी सुखाने बाजूला सारली असती आणि किमान काही काळ तरी आणि (जवळजवळ अपरिहार्यपणे) ते त्या प्रकारच्या चौकटीतून बाहेर पडेतोपर्यंत पूर्णतः डोनटमुक्त आनंदविरहित आहार घेतला असता. पण गेनेर त्यातले नव्हते. ते आनंदाने कबूल करतात की ते अजूनही कदाचित २० डोनट्स प्रतिवर्षी खात असतील. पण सर्वसाधारणपणे त्यांनी आरोग्यपूर्ण आहाराला चिकटून राहायची कौतुकास्पद कामगिरी केली आहे. गेली कित्येक वर्षे मी त्यांच्या बरोबर अनेक वेळा जेवलो आहे. त्यात न्यू यॉर्कमधील एका जुन्या वळणाच्या क्लबचाही समावेश आहे; तिथे त्यांनी साल्मोनबरोबर सीझर सॅलड आणि अगोड चहा याची ऑर्डर दिली होती, दोन वेळा दुपारचे भोजन त्यांच्या कार्यालयात घेतले होते (जास्ती सॅलड, जास्ती फिश) आणि रिचमंडच्या उपनगरातील त्यांच्या घरी सायंभोजन घेतले होते. तिथे त्यांनी स्वत: पेस्ट फ्लेवर्ड साल्मोन आणि ब्रुसेल्स स्प्राउट्स बनवले होते. त्याबरोबर वाइनही होती आणि नंतर आइसक्रीम. जीवनातील इतर बाबींप्रमाणेच आहाराच्या बाबतीत त्यांचे धोरण आहे ते म्हणजे त्या दिशेने योग्य, पण अगदी परिपूर्ण नव्हे. ते म्हणतात, ''सर्वसाधारणतः मी एक समाधानी आहे, पण पूर्णत्वाला पाहोचलेलो नाही.''

व्यायामाबाबतही त्यांचा रोख असाच आहे. ''मी कधीही चांगला धावपटू नव्हतो. माझ्या धावण्याच्या बाबतीतले टोक सातव्या इयत्तेपर्यंतच होते, चर्च बास्केटबॉलमध्ये.'' त्यांचा असा दावा आहे की वयाच्या पन्नाशीपर्यंत ते एकूण जेमतेम ५ मैल धावले असतील. नंतर एकदा विमानप्रवासात त्यांनी एक वृत्तपत्र वाचायला घेतले ज्यात एक बातमी होती, जिचे शीर्षक होते, 'तुम्ही धावण्याचा तिरस्कार करता का?' त्यांनी विचार केला, 'होय,मी धावण्याचा तिरस्कार करतो.' त्या लेखात एक २८ दिवसांचा धूर्तपणे आखलेला पण निरुपद्रवी कार्यक्रम दिला होता. त्यांनी मग त्याप्रमाणे धावण्याची चाचणी घ्यायचे ठरवले. पहिल्या आठवड्यात त्यांना रोज जास्तीतजास्त फक्त ५ मिनिटे धावायचे होते. दुसऱ्या आठवड्यात ते वाढून १० मिनिटे, तिसऱ्या आठवड्यात १५ मिनिटे आणि चौथ्या आठवड्यात २० मिनिटे एवढे झाले. त्या वेळी ते म्हणाले की, त्यांनी तुम्हाला जसे लहान मुलाला बेबीखुर्चीत बसवून पट्ट्याने बांधतात त्याप्रमाणे केले आणि मग तुम्हाला ती सवय लागली. नक्कीच त्यानंतर ५ वर्षांनंतर, ते दर आठवड्याला पाच वेळा धावतात. ते साधारणपणे पहाटे साडेपाचला किंवा सहा वाजता धावणे चालू करतात, जेव्हा बहुतेक आपण सर्व आरामात बिछान्यात अंथरुणात लोळत असतो आणि ३० मिनिटांत ३ मैल धावून येतात. ते म्हणतात, ''माझा वेग थोडा फसवा आहे. मी दिसतो त्यापेक्षाही कमी वेगाने धावतो.''

टॉम गेनेर हे आता मार्केल या फायनान्शिअल होल्डिंग कंपनीचे प्रमुख कार्यकारी अधिकारी (CEO) आहेत. तशी जगभर विमा आणि गुंतवणुकीच्या क्षेत्रातील कामे चालतात. त्यांच्या धावण्याच्या सवयीने कधीही १०० मीटरच्या धावण्याच्या शर्यतीत कधीही रेकॉर्ड केले नसेल. पण त्यांची पळण्याची सवय (त्याच्या जोडीला थोडासा योग आणि थोडे केटल बोल लिफ्टिंग) त्यांना शारीरिक मागण्या आणि अथक कामाचा दैनंदिन तणाव हाताळण्यात मदत करतो ज्यात २१ बिलिअनच्या शेअर्स आणि बॉण्ड्सचे व्यवस्थापन आणि १९ पूर्णतः मालकीच्या कंपन्यांचे व्यवस्थापन, ज्यात १७,००० लोक काम करतात. ते म्हणतात की, तुम्ही जर कार्यकारी अधिकारी असाल किंवा पैशाचे व्यवस्थापन बघणार असाल, ज्याच्याकडे अशा प्रकारच्या जबाबदाऱ्या असतात, तर तुम्ही दिवसाचे २४ तास आणि आठवड्याचे सातही दिवस हा खेळ खेळत असता. यात कधीही सुट्टीचे दिवस किंवा कालखंड नसतात. याचा परिणाम म्हणून माझा विचार आहे की, हे अत्यंत महत्त्वाचे आहे की तुम्ही शिस्तबद्ध हवे आणि तुमच्या स्वास्थाकडे, तुमच्या झोपेकडे, तुमच्या व्यायामाकडे, थोडाफार काम आणि जीवन यांतला समतोल राखायला हवा आणि तुमची पत्नी व मुले यांच्या बरोबर थोडाफार वेळ घालवायला हवा आणि तुमच्या आसपासच्या रहिवाशांबरोबरही हितगुज करायला हवे. अशा प्रकारच्या सर्व गोष्टी. असे वागणे तुम्हाला पाहिजे तसे परिणाम कदाचित मिळवून देणार नाही पण त्या तुमच्या शक्यतेमध्ये सुधारणा घडवून आणतात.

यात विशेष आहे ते त्यांचे अदम्य सातत्य, त्यांच्या शिस्तपालनाबद्दलचे. काही लोक काही दिवस जणू पेटून उठलेले असतात, पण नंतर ते थंड पडतात. ते म्हणतात, ''माझ्याकडेही केटल बेल आणि उड्या मारायची दोरी आहे, आणि यापैकी एकही मी तीनपेक्षा जास्त वेळा वापरलेले नाही.'' त्यांच्या अस्तित्वाचा मुख्य उद्देश आहे की, माझ्यात आपण दोषी आहोत अशी भावना जागृत ठेवणे. तरीही गेनेर दूर जायचा प्रयत्न करतात, अगदी बरोबर कधीच नाही, पण नेहमीच त्यांची दिशा योग्य आणि बरोबरची असते. ते म्हणतात की, यातली गुरुकिल्ली ही आहे की ते मूलतः मर्यादा पालन करणारे आहेत, ते करत असलेल्या प्रत्येक गोष्टीत. जर मी अगदी टोकाचे बदल केले, तर ते टिकाऊ असतातच असे नाही. पण तेच जर माफक, वर्धित होणारे केले तर ते टिकाऊ होऊ शकतात.

ते या बाबतीतही अगदी काळजी घेणारे आहेत की ते चुकीच्या दिशेने फार लांबवर जाणार नाहीत. त्यांच्या कार्यालयाजवळील एका तलावाच्या काठाने छोटीशी रपेट मारताना त्यांनी मला त्यांचे Apple घड्याळ दाखवले जे त्यांच्या हालचाली दर्शवते, याची खात्री करून घेण्यासाठी की ते त्यांचे रोजचे ३० मिनिटांचे व्यायामाचे लक्ष्य पार करतात की नाही. त्याचप्रमाणे ते त्यांचे वजन रोजच्या रोज तपासत असतात, याला आवर फक्त ते जेव्हा प्रवासात असतात तेव्हाचा. ''... आणि ते जर वाढलेले दिसले तर तर मी जास्त कठोरपणे काम करतो, किंवा मी काय खातो-पितो या बाबत मी जास्त सतर्क राहतो. जर तुम्ही त्याला हाताबाहेर जाऊन दिले नाहीत तर सर्व गोष्टी केंद्रित करणे सोपे होते. आणि हे, सर्वसाधारणपणे वर्णन करते की मी जिवंत पुढे कसा चाललो आहे. हे मूलतः मर्यादाशील आणि निग्रहपूर्वक सातत्य असलेले धोरण प्रमाणपूर्वक काम करते.'' (मी असे सुचवत नाही की गेनेर यांचे खाण्याचे आणि व्यायामाचे मार्ग प्रत्येकालाच तेवढेच उपयुक्त ठरतील. कारण यात अनेक घटकांचे गुंतागुंतीचे प्रश्न येत असतात जसे अनुवंशिकता, चयापचयाची प्रक्रिया वगैरे. पण मला खात्री आहे की त्यांचा दृष्टिकोन आपल्यापैकी बहुतेकांच्या बाबतीत चांगला ठरेल, बफेंच्या आरोग्याच्या पथ्यापेक्षा ज्यात समावेश असतो तो कार्यालयात जाताना मॅकडोनल्ड्समध्ये नाश्ता, रेड मीटचा भरपूर वाटा आणि कोकाकोलाची जणू नदीच वाहते आहे. बफे यांनी एकदा मोहनीश पाबराय यांच्या मुलींबरोबर असताना विनोद केला होता की ते जेव्हा ५ वर्षांचे होते तेव्हा ते अशा कोणत्याही खाद्यपदार्थाला हात लावायचे नाहीत जो ते खाणार नाहीत.)

मी जेव्हा त्यांच्या बरोबर त्यांची मुलाखत घेण्यासाठी दीड दिवस २०१७ साली घालवला, तेव्हा गेनेर यांचे वजन १९४ पौंड होते, म्हणजे ते वजन ते जेव्हा २७ वर्षांचे होते त्या वेळच्या वजनापेक्षा फारसे जादा नव्हते. वजन वृद्धीच्या दृष्टीने पाहता मी त्यांच्यापेक्षा अधिक जाडजूड मार्जिनने कामगिरी केली असे म्हणता येईल. यावरून असे दिसून येईल की दैनंदिन जीवनातील थोडा थोडा फरक पुढे

काही दशकांनी संयुग पद्धतीने मोठ्ठा होत जातो. (ताजी बातमी- जेव्हा आम्ही परत २०२० मध्ये बोललो तेव्हा गेनेर यांनी मला माहिती दिली की एका सकाळी मी जेव्हा माझ्या वजनकाट्यावर उभा राहिलो, तेव्हा वजन १८९.६ पौंड होते. त्यांच्या स्थिर, सातत्याच्या प्रयत्नांना फळ आले आहे. ते शेवटी आपल्या ३० वर्षांपूर्वीच्या वजनाकडे परत आले आहेत.)

हे सर्व मुद्दे शेवटी अशा महत्त्वाच्या निष्कर्षाकडे नेतात की गुंतवणूक आणि जीवन या दोघांनाही सारखेच लागू पडतात. दणदणीत विजय हे छोट्या छोट्या, वाढत जाणाऱ्या प्रगती आणि सुधारणांच्या, लांबवर ताणलेल्या वेळेचे आणि कलाचे परिणाम असतात. गेनेर म्हणतात, ''जर तुम्हाला महान यशाचे गुपित हवे असेल, तर मग प्रत्येक दिवस हा सरत्या दिवसापेक्षा अधिक चांगला करा. असे करण्याचे बरेच मार्ग आहेत, पण ती एक कहाणी आहे, फक्त प्रगती पुनःपुन्हा करीत राहणे हा गंभीर भाग आहे.''

## किरकोळ उपलबधींचे एकत्रीकरण

गेनेर यांनी हेच तत्त्वज्ञान गुंतवणुकीच्या बाबतीत वापरले आहे. अनेक गुंतवणूकदार वेड्यावाकड्या पद्धतीने एका अल्प मुदतीच्या पैजेकडून किंवा धोरणाकडून, पुढच्याकडे धाव घेतात, जास्त करून योयो आहार पद्धतीप्रमाणे जी लहरीअनुसार एका प्रकारच्या आहाराकडून दुसऱ्या प्रकारच्या आहाराकडे कुठलीही टिकाऊ उकल न काढता जात असतात. गेनेर, जे स्थिर गतीचे आश्रयदाते संत आहेत, हे शेअर निवडीच्या धोरणाला धरून असतात, जे चार तत्त्वांवर बांधले गेले आहे. ही तत्त्वे गेल्या ३० वर्षांत बदललेली नाहीत. ती त्यांना योग्य दिशेकडे बोट दाखवतात, आणि ती त्यांना मूर्ख होण्यापासून टाळतात- ती जणू संरक्षक रुळासारखी असतात.

**पहिले :** **ते नफा देणारे, भांडवलावर चांगले परतावे देणारे आणि फार लिव्हरेज नसलेले पाहतात.**

**दुसरे :** **व्यवस्थापकीय संघाकडे प्रतिभा आणि प्रामाणिकपणा यांचे समान उपाय असावेत.**

**तिसरे :** **कंपनीकडे तिचे नफे देखण्या परताव्यासह पुनर्गुंतवणुकीसाठी पुरेशा संधी उपलब्ध असाव्यात.**

**चौथे :** **त्यांना कंपनीचे शेअर्स योग्य अशा किमतीत उपलब्ध असायलाच हवेत.**

एकदा का गेनेर यांना असे व्यवसाय दिसले की जे या चार विभागांतील तत्त्वामध्ये बसणारे आहेत की ते दीर्घ काळ टिकणाऱ्या क्षितिजासह त्यात गुंतवणूक करण्याची

संधी घेतात. ते असे शेअर्स संयुग प्रकारात अमर्याद कालावधीसाठी घेतात आणि विकासामुळे येणाऱ्या करकरणीच्या परिणामांना बाजूला ठेवतात. फार पूर्वी, १९९० साली पहिल्यांदा त्यांनी बर्कशायर हॅथवेचे शेअर्स मार्केल साठी घेतले आणि आता तेच शेअर्स ६०० मिलिअनपर्यंत पोहोचले आहेत. बफे यांनी १९६५ साली चूक केली होती जेव्हा त्यांनी बर्कशायरचे नियंत्रण आपल्या हातात घेतले होते, ज्या वेळेला ती गाळात जात असलेली टेक्स्टाइल उत्पादन कंपनी होती आणि नामशेष होण्याच्या मार्गावर होती, तरीही तेव्हा पासून तिचे शेअर्स ३पासून ३,३०,००० पर्यंत वर गेले आहेत, कारण त्यांनी कंपनीची संपत्ती आधी हिरव्या कुरणात गुंतवली. गेनेर म्हणतात, "तुमच्याकरिता यात घेण्यासारखे काय आहे तर ज्या व्यक्तीने पुनर्गुंतवणुकीचे निर्णय घेतले ती अलौकिक बुद्धिमत्तेची होती. गेनेर यात पाहतात तसे, बर्कशायर हे दाखवून देते की त्यांच्या चार तत्त्वांपैकी सर्वांत महत्त्वाचे तत्त्व तिसरे आहे गुंतवणुकीतील गतिमानता."

गेनेर यांचे दुसरे सर्वांत मोठे होल्डिंग आहे ते CarMax, जे त्यांनी १९९० सालच्या अखेरीस घेतले. त्या वेळी ती एक लहान कंपनी होती आणि तिची अकल्पित कल्पना होती ती जुन्या वापरलेल्या मोटारगाड्या निश्चित किमतीला विकायची. हे करताना तिने ग्राहकांशी घासाघीस करणे किंवा त्यांना धोका देणे हे टाळले होते. गेनेर, जे एक श्रद्धाळू ख्रिश्चन आहेत, ज्यांची वाढ धर्मनिष्ठ वातावरणात झाली, ते आठवण सांगतात की Macy's डिपार्टमेंटल स्टोअर्सची स्थापना एका श्रद्धाळू ख्रिश्चन माणसाने केली होती जो प्रत्येक वस्तू एका ठरलेल्या किमतीलाच विकायचा, त्यायोगे अशा कोणत्याही शंकेला जागा राहायची नाही की विक्रेता ग्राहकांना फसवेल. त्यांची व्यवसायातील पारदर्शकता आणि उचित व्यवहार पाहता CarMax ला असाच फायदा मिळेल का? त्याहून अधिक म्हणजे, शेअर्स स्वस्तात होते आणि नवीन डीलरशिप्स निर्माण करून आपले नफे त्यात पुनर्गुंतवणूक करण्यासाठी त्या कंपनीकडे अमर्याद संधी होत्या. त्यांनी प्रथम गुंतवणूक केली तेव्हा पासून ती कंपनी ८ डीलरशिप्सवरून २०० डीलरशिप्सपर्यंत विस्तारली आहे आणि तिचे शेअर्स सहा पट वधारले आहेत.

गेनेर यांच्या खात्यावर विश्वसनीय कंपाउंडिंग मशिन्स जसे ब्रूकफील्ड ॲसेट मॅनेजमेंट, द वॉल्ट डिस्ने कंपनी, दिएगो व्हिसा आणि होम डेपो – असे व्यवसाय जे त्यांच्या मते दीर्घ काळ समृद्ध होत जातील, जरी सर्जनशील नाशाचे धोके असले तरी. उदाहरणार्थ, त्यांना यामुळे खात्री वाटते की Xr कडे जॉनी वॉकरची मालकी आहे, जो एक २०० वर्षांचा जुना ब्रँड आहे. मला ती चांगली टिकाऊ गोष्ट वाटते. म्हणून मी जीवनात फक्त अशा गोष्टी पाहायच्या शोधात असतो. ते त्यांचा व्यापार करायच्या मागे नसतात, पण त्या जसजशा वाढतील तस तसे ते त्यांच्यावर ठाम बैठक मारून बसतात. माझा असा अनुभव आहे की सर्वांत श्रीमंत लोक ते आहेत

ज्यांनी काही चांगले पाहिले आणि मग त्यांनी त्याला धरून ठेवले. असे लोक, जे कमीत कमी आनंदी आणि उन्मादाने भरलेले आणि सर्वांत जास्त अपयशी असतात, ते असे जे नेहमी लगेच च्या पुढच्या तेजीतल्या गोष्टींकडे पाहत असतात.

सर्वसाधारपणे गेनेर सुमारे १०० कंपन्यांचे शेअर्स बाळगून असतात, जे कदाचित अति बचावात्मक वाटेल. पण त्यांची २/३ संपत्ती ही सर्वोच्च अशा २० कंपन्यांत आहे, ज्या माफक प्रमाणात आक्रमक आहेत. त्यांची मनोवृत्ती तंत्रज्ञानाविषयी कंपन्यांच्या बाबतीत जशा अमेझॉन, अल्फाबेट आणि फेसबुक, तशाच मोजमापात आहे. ते अशा कंपन्यांच्या टिकाऊ स्पर्धात्मक फायद्याच्या मोजमापाचे रसग्रहण करण्याच्या बाबतीत फार मंद आहेत. पण उशिरा का होईना, त्यांनी हे ओळखले की या कंपन्यासुद्धा त्यांच्या चार तत्त्वाच्या निकषात बसतात. तरीही त्यांचे शेअर्स स्वस्त नव्हते आणि त्यांचे अचूक मूल्यमापन करणे त्यांना जमत नव्हते. म्हणून त्यांनी वाढीव दृष्टिकोन घेतला. त्यांनी डॉलर्समधली किंमत सरासरीने घेऊन, जास्त धोका पत्करण्याऐवजी हळूहळू मोठी (अगदी प्रचंड नव्हे) संख्या (शेअर्सची) जमा केली, आपत्ती टाळण्यासंबंधीचा त्यांचा जोर पाहता, मला आठवण येते ती जेफ्री गुंडलक यांच्या अद्भुत अंतर्दृष्टीची, जे Double Line Capital कंपनीचे मुख्य कार्यकारी अधिकारी (CEO) म्हणून १४० बिलिअन कारभार सांभाळतात. गुडलक हे एक खंबीर आणि तल्लख बिलिनॉयर आहेत आणि बॉण्ड्सचे राजे म्हणून ओळखले जातात. ते सांगतात की सुमारे ३०% वेळेला त्यांचे निर्णय चुकीचे होऊ शकतात. म्हणून कोणतीही गुंतवणूक करण्याच्या आधी ते एक गंभीर प्रश्न विचारतात, ''जर मी असे गृहीत धरले की मी (या निर्णयाच्या बाबतीत) चुकीचा असेन, तर त्याचे परिणाम काय होऊ शकतात?'' मग ते त्यांच्या पैजेची पुनर्मांडणी करतात जेणेकरून त्याचा परिणाम नाशकारी होऊ नये, मग काही का होईना. ते मला सांगतात की, तुमच्या चुका घातक ठरू नयेत असे पाहा. दीर्घायुष्यासाठी हे अगदी मूलभूत तत्त्व आहे. आणि शेवटी या व्यवसायात यश म्हणजे दुसरे काय आहे? दीर्घायुष्याखेरीज.

गेनेर यांची खाती टिकण्यासाठी बांधलेली असतात. त्यांनी जर अमेझॉन, गुगल आणि फेसबुक यांच्यावर भर दिला असता तर ते अधिक किफायतशीर झाले असते. पण त्यांचे गुंतवणुकीचे निर्णय – त्यांच्या अन्न आणि व्यायामाबाबतच्या दृष्टिकोनाप्रमाणे – इष्टतम असावेत अशा रीतीने घेतलेले नसतात. उलट त्यांचा प्रयत्न ते सातत्याने आणि टिकाऊ पद्धतीने समजूतदारपणे घेतलेले असावेत असा असतो. गेल्या तीन दशकांत त्यांनी अशा प्रकारे घेतलेल्या निर्णयाचा संकलित परिणाम हा असामान्य आहे, कारण दीर्घ मुदतीच्या कंपाउंडिंगची शक्ती त्यांनी कामाला लावली आहे आणि तीही या वेगाने जाताना, न सरपटता आणि काही संकटे आली तरी कधीही खंड न पडता.

त्यांच्या गुंतवणुकीच्या कारकिर्दीतील दोन अत्यंत खराब वर्षांत गेनेर यांची शेअर्सची खाती १९९९ मध्ये १०.३ टक्क्यांनी (जेव्हा शेअर्स बेभान झाले होते आणि त्यांनी ते कमी करण्याची चूक केली) आणि २००८ साली ३४ टक्क्यांनी (जेव्हा क्रेडिटच्या संकटाने हे स्पष्ट केले की त्यांच्या मालकीच्या काही व्यवसायांनी त्यांना लक्षात आले त्यापेक्षा अधिक लिव्हरेज घेतले होते). त्यांच्या पत्नी, सुसान, ज्या मार्केलची मालकी असलेल्या उत्पादित तयार घरांच्या व्यवसायाच्या मुख्य कार्यकारी अधिकारी आहेत त्या सांगतात ते दोन कालखंड म्हणजे गेनेर यांच्या दृष्टीने आत्म्याच्या अंधाऱ्या रात्री होत्या. त्या स्वयंसंशय आणि नैराश्य यांनी भरलेल्या होत्या. गेनेर सांगतात की ती आर्थिक आणीबाणी इतकी ताणतणावाची होती की त्यांचे जवळजवळ सर्व केस गळून पडले. तरीही ते टिकून राहिले आणि धीरोदात्तपणे त्यांनी आपली उंचावत जाणारे मार्गक्रमण चालू ठेवले.

त्याचे परिणाम उल्लेखनीय आहेत. १९९० ते २०१९ गेनेर यांच्या शेअर्सच्या खात्यांनी सरासरी वार्षिक परतावे १२.५% या दराने मिळवले, SP ५०० च्या ११.५ टक्क्यांच्या तुलनेत. त्या दराने १ मिलिअन गेनेरच्या खात्यात जर गुंतवले असते तर ते ३४.२ मिलिअन झाले असते, याविरुद्ध जर तेच SP ५००मध्ये गुंतवले असते तर त्याचे २५.५ मिलिअन झाले असते. हे एक प्रभावशाली प्रात्यक्षिक आहे की दूर पल्ल्याचा विचार करता, एक मर्यादित धार कायम ठेवणे.

गेनेर म्हणतात, ''जर तुम्ही समाधान करणे चालू ठेवले आणि वाजवी असाल तर असे अनेक लोक असतील जे दूर जातील आणि हे आश्चर्यकारक असेल की तुम्ही क्रमवारीच्या तक्त्यात किती उच्च पदावर असाल. मी कधीही पहिल्या क्रमांकावर नव्हतो, मी फक्त स्थिर होतो, सक्षम होतो आणि कार्यक्षम होतो. पण माझे वडील सांगतात तसे उत्तम क्षमता असते ती विश्वासार्हतेची.'' (गेनेर यांचे वडील, ज्यांचा गेनेर यांच्यावर प्रचंड प्रभाव होता, हे चांगल्या विनोदप्रिय लवचिकतेचे मूर्त स्वरूप होते. ते महामंदीच्या काळात वाढले, जेव्हा त्यांचा काचसामान करायचा कौटुंबिक व्यवसाय दिवाळखोरीत गेला होता, ज्यामुळे त्यांच्या वाट्याला दारिद्र्य आले. त्यांच्या युवा वयात, त्यांनी रोकड पैसे मिळवले ते रात्री घरातून गुपचूप सटकून, एका बेकायदा मद्यपान गृहात जाऊन कॅरिनेट वाजवून. त्यांनी दुसऱ्या महायुद्धात भाग घेतला होता, जिथे त्यांच्या गुडघ्याला गोळी लागली होती. नंतर ते हिशोबनीस म्हणून तयार झाले, त्यांनी एक दारूचे स्टोअर विकत घेतले, आणि काही लहानमोठे स्थावर मालमत्तेचे व्यवहारही त्यांनी केले. गेनेर म्हणतात, ''माझे वडील हे माझ्या माहितीतले सर्वांत श्रीमंत गृहस्थ होते. आणि याकरिता नाही की त्यांच्याकडे जेफ बेझोस किंवा वॉरन बफे यांच्यापेक्षा अधिक पैसे होते, पण त्यांच्याकडे पुरेसे पैसे होते. हे एक मानसशास्त्रीय निवेदन आहे.)

म्हणून ते सतत पुनःपुन्हा करत राहण्याने तुम्ही खेळात टिकून राहता आणि हे आश्चर्यकारक असते की कालांतराने तुम्ही पहिल्या क्रमांकाचे होऊन जाता, कारण त्या वेळेपर्यंत स्पर्धेचे क्षेत्र बरेच विरळ होत जाते.

मार्केलनेसुद्धा बरेच अंतर कापले आहे आणि त्याच पद्धतीने. १९८६ साली ती सार्वजनिक झाली, फारशी प्रसिद्ध नसलेली पण कौशल्य असणारी विमा कंपनी होती. त्या वेळी तिचे बाजारमूल्य ४० मिलिअन होते. मार्केल कुटुंब, ज्यांनी १९३० साली तिची स्थापना केली, त्यांनी गेनेर यांना नोकरीत घेतले (ज्यांनी त्यानंतर या कंपनीचे अनेक वर्षे विश्लेषक आणि शेअर दलाल म्हणून काम केले.) ते बर्कशायर हॅथवेच्या व्यावसायिक प्रारूपाची नक्कल करण्यासाठी. गेनेर मार्केलच्या विम्याच्या क्षेत्रातील कामाचे हप्ते गोळा करायचे आणि ते पैसे (फ्लोट) शेअर्स विकत घ्यायला आणि २००५ सालापासून पूर्ण कंपन्याच विकत घ्यायला वापरायचे; जसे बफे यांनी त्यांच्या विम्याच्या व्यवहारातील हप्त्याबाबत केले होते. हे नकलेचे नि:संदिग्ध उत्तम प्रदर्शन होते, जे दीर्घ काळ टिकले. तरीही गेनेर याना नक्कल करणे (Cloning) ही संज्ञा आवडत नाही कारण त्यातून असा अर्थ निघू शकतो की त्यांनी फक्त बफेंची नक्कल केली, याच्याऐवजी निरीक्षण करून की कशामुळे आणि काय काम झाले आणि आपल्या परिस्थितीअनुसार त्याला नवा आकार कसा आणि कधी द्यायला हवा.

याचा परिणाम काय झाला? गेनेर यांनी मार्केलचा १९८७ सालचा नार्षिक अहवाल काढला आणि त्यांनी मला त्या वेळची कंपनीची एकूण संपत्ती ५७.३ मिलिअन एवढी होती. २०१९च्या अखेरीस तिची एकूण संपत्ती फुगून ३७.४ बिलिअन झाली होती. मार्केलचे बाजारमूल्य वाढून १४ बिलिअन झाले होते. आणि फॉर्च्यून ५००च्या यादीत २०२० साली तिचा क्रमांक ३३५वा होता. गेनेर म्हणतात, ''हा एक चांगला प्रवास आहे, इथून तिथे. हा मार्ग तोच आहे. मार्गक्रमण तसेच आहे. इथे संयुग (Compounding) आहे.

मार्केलच्या शेअर होल्डर्सनाही - गेनेर धरून - आनंदी होण्यासाठी कारण आहे. गेनेर यांची अर्ध्याहून अधिक संपत्ती तिच्या शेअर्समध्ये आहे. तिचा जेव्हा IPO निघाला तेव्हा मार्केलच्या शेअर्सचा भाव ८.३३ प्रतिशेअर होता. २०१९च्या अखेरीस त्याने १,१४३ प्रतिशेअरपर्यंत उंची गाठली होती. ही १३७ पट वाढ होती.

गेनेर यांचा हा विक्रम हेच दाखवतो की तुम्हाला अपवादात्मक दूर पल्ल्याचे परिणाम प्राप्त करण्यासाठी अगदी टोकाला जायचे कारण नाही. त्याउलट ते म्हणतात की, लोक अगदी टोकाला गेल्यामुळे अडचणीत येतात. त्यांच्या मूलतः मध्यम मार्गी मार्गाने जाणाऱ्या स्थिर व्यवसायाला इतिहासातील काही सर्वांत बुद्धिमान विचारवंतांची मान्यता मिळाली असती जसे कन्फ्यूशियस, ॲरिस्टॉटल, बुद्ध आणि मैमोनीडीस.

ॲरिस्टॉटल, पुरातन काळातील ग्रीक तत्त्वज्ञ याने सुमारे २४०० वर्षांपूर्वी असे मत मांडले की उत्कृष्टता आणि अनंत काळाचा आनंद हे आपल्या सुवर्णमध्य शोधायच्या - एक मध्यवर्ती स्थान जे अगदी टोकाच्या भूमिकेच्या पासून दोन्ही बाजूंनी समान अंतरावर असते ते - क्षमतेवर अवलंबून असतात. जेव्हा भौतिक सुखांचा प्रश्न येतो जसे अन्न, वाइन आणि लैंगिक सुख; त्यांनी असे शिकवले की आपण मध्य मार्ग निवडला पाहिजे. अति भोग आणि पूर्ण त्याग. त्याचप्रमाणे जेव्हा धोका असतो, तेव्हा त्यांनी अशी शिफारस केली आहे की तेव्हा न्याय्य अशा परस्पर विरोधी टोकाच्या भूमिकेऐवजी भित्रेपणा आणि बेपर्वाई यांच्या मधला मार्ग निवडावा. जो माणूस प्रत्येक गोष्टीपासून घाबरतो आणि तिथून उडून जातो आणि कोणत्याही बाबतीत आपल्या जमिनीवर उभा राहत नाही, तो भित्रा बनतो. आणि जो माणूस कशालाही घाबरत नाही आणि प्रत्येक धोक्याला तोंड द्यायला जातो तो अविचारी बनतो. (लुईस मारिनॉफचे प्रकाशमान पुस्तक The Middle Way: Finding Happiness in world of Extremes यात काही आकर्षक समांतर विचार ॲरिस्टॉटल, बुद्ध आणि कन्फ्यूशियस यांचे दिले आहेत. यात विद्यार्थ्यांना प्रोत्साहन दिले आहे की त्यांनी मध्यम मार्गाचा अवलंब करावा आणि दोन परस्पर विरोधी आणि टोकाचे मार्ग टाळावेत; जसे इंद्रियांच्या भोगातील सुखाचे व्यसन आणि स्वयं इंद्रिय दमनाचे व्यसन. कन्फ्यूशियस यांनी हे शिकवले की गुणोत्कृष्ट माणूस मध्यम मार्ग निवडतो. जो मानसिक समतोलपणा आणि सुसंवादी सामाजिक व्यवस्था यांच्याकडे घेऊन जातो.)

गेनेर हे भित्रे नाहीत आणि अविचारी किंवा उतावळेही नाहीत. ते जे काही करतात ते योग्य आणि समतोल असते - ज्या प्रकारे ते खाणेपिणे करतात किंवा व्यायाम तिथपासून ते ज्या प्रकारे ते त्यांच्या खात्यांची रचना करतात तिथपर्यंत - विविधीकरण आणि केंद्रीकरण यांतील तडजोड म्हणून. त्यांच्या या मर्यादाशील दृष्टिकोनाचे - गुंतवणुकीपासून ते जीवनापर्यंतच्या - सौंदर्य केवळ यातच नाही की त्यामुळे त्यांना भरभरून बक्षिसे मिळतात पण अन्य नियमित मानव प्राणी जसे तुम्ही आणि मी, त्याची नक्कल करू शकतो. मी ज्यांच्या मुलाखती घेतल्या त्यांपैकी काही गुंतवणूकदारांकडे मेंदूची शक्ती इतकी प्रचंड आहे की असे वाटते की ते एका निराळ्याच विश्वात कार्य करत असावेत. त्यात चार्ली मुंगेर, एड थॉर्प आणि बिल मिल्लर यांचा समावेश होतो. गेनेर हे अत्यंत बुद्धिमान आहेत. पण त्यांचा खरा फायदा त्यांना त्यांच्या वर्तणुकीतून मिळतो, बुद्धिमत्तेतून नाही. आपली तुलना आपल्या काही आवडत्या समवयस्कांशी करताना ते म्हणतात, ''मी माझ्या कमी बुद्धिमतेची कसर अधिक शिस्त, स्थिरता आणि चिकाटी यांतून भरून काढतो.''

हे सांगून झाल्यावर गेनेर यांना कमी लेखणे अगदी सोपे आहे. आनंदी आणि स्वयं अवमूल्यन करून घेणारे, त्यांच्याकडे अभिमान आणि मोहकता नाही,

ज्याची आपण नेहमी आर्थिक क्षेत्रातील उच्च पदस्थांकडून करतो. ते Toyota Prius गाडी स्वतः चालवतात. (''मला प्रतिगॅलन ५० मैल जायला आवडते, कारण मी स्वस्त आहे,'' असे ते म्हणतात. ''आणि जर आम्हाला तेल नको असेल तर मला वाटते, जग ही अधिक शांतियुक्त जागा होईल.'') ते आनंददायी पण साध्या शहरी घरात राहतात, (त्याचा देखभालीचा खर्च कमी असतो ना!) आणि ते स्वत:चे वर्णन फार आनंदाने विवाहित, त्यांच्या शाळेतील प्रेयसीशी, असे करतात - ''त्या एका प्रेसबायटेरिअन मिनिस्टरच्या कन्या आहेत,'' जिच्याशी त्यांचा प्रणय १५व्या वर्षी चालू झाला आणि त्यांनी १९व्या वर्षी लग्न केले. त्यांच्या पहिल्या भेटीच्या तारखेला त्यांच्या पालकांनी त्यांना न्यू जर्सीमधल्या सलेम या छोट्या शहरातील कस्टर्डच्या स्टॅण्डवर नेले, जिथे एका १०० एकरांच्या शेतामध्ये ते लहानाचे मोठे झाले.

थोडक्यात सांगायचे तर, गेनेरच्या बाबतीत काही चमकदार किंवा भव्य असे काही नाही. तरीही गुंतवणुकीच्या क्षेत्रात एखादे याहून चांगले आदर्श व्यक्तिमत्त्व शोधणे कठीण आहे. काही झाले तरी त्यांची समाधानकारक, मंद आणि स्थिर संपत्ती उभारायची कार्यपद्धत ही सामान्य ज्ञान आणि उत्तमरीत्या निवडलेल्या सवयी, गूढ कौशल्ये नाहीत किंवा धाडसी धोके पत्करणे नाही यावर रचलेली आहे. मी जेव्हा त्यांना विचारले की श्रीमंत होण्यासाठी नियमित गुंतवणूकदारांनी काय करायला पाहिजे? ते एक कमीतकमी अनोखा, कल्पना करतायेण्यासारखा सल्ला देतात, ''तुम्ही जेवढे कमावता त्यापेक्षा कमी पैशात जगा आणि उरलेले पैसे ज्यातून सकारात्मक दराने परतावे मिळतील अशात गुंतवा. जर तुम्ही या दोन जबाबदाऱ्या यशस्वीरीत्या पार पाडल्यात, तर तुम्हाला कधीही अपयश येणार नाही.'' ते पुढे भर घालतात, ''जर तुम्ही तुमच्या उपलब्ध साधनांपेक्षा कमीमध्ये राहत असाल, तर तुम्ही आत्ताच श्रीमंत झाला आहात.''

गेनेर हे पश्चात्ताप न करता खर्च कमी करण्याबाबत काळजी घेतात, ते मार्केलच्या गुंतवणुकीखर्च ब्लेडच्या इतक्या कमी जाडीसारखा काटेकोरपणे कमी ठेवतात आणि कराबाबत जास्तीतजास्त कार्यक्षमतेने काम करतात, खर्चाचा फायदा जो आपल्यापैकी प्रत्येक जण आत्मसात करू शकतो, कमीतकमी वेळा व्यवहार करून आणि जादा फी आकारले जाणारे आर्थिक उत्पादने कमी करून. ते त्यांच्या वैयक्तिक जीवनातही तितकेच काटकसरी आहेत. अशी सवय जी ते सांगतात तशी त्यांच्या क्वेकर बालपणात त्यांच्यावर बिंबवली गेली होती. ते विमानतळावर खाद्यपदार्थ विकत घेत नाहीत आणि जेव्हा सुट्टीवर असतात तेव्हा दोन वेळेच्या जेवणावर ते खर्च करीत नाहीत, जरी ते वर्षाला काही मिलिअन डॉलर्स कमवतात.

जर केवळ काटकसर हा या व्यवहारातील आर्थिक यशाकरिता एक घटक असेल तर मग परिश्रम हाही तितकाच महत्त्वाचा म्हणता येईल. व्हर्जिनिया विद्यापीठात

पदवीपूर्व शिक्षणात, ते खर्चाच्या बाबीवरून दूर जात असतील. आता फारसे नाही. ते सर्वसाधारपणे सकाळी सव्वासात वाजता कार्यालयात येतात. त्यांच्या कामात गढून जातात कारण हीच वेळ जास्त उत्पादक असते आणि त्यात काही व्यत्यय ते मान्य करतात. ते म्हणतात, ''गोष्टी अशा गठीत केल्या आहेत की सर्वत्र शांतता असते. तुम्ही आत्ता इथे आहात, तुम्हाला एकंदातरी फोनची रिंग ऐकू आली का?''

त्यांच्या कम्प्यूटरच्या पुढच्या स्क्रीनवर एक कागद चिकटवलेला आहे. त्यावर एक वचन आहे, मायकल जॉर्डन यांचे; 'मी माझ्या जीवनात पुनःपुन्हा अपयशी झालो, आणि म्हणूनच मी यशस्वी झालो.' गेनेर यांना स्वतःलाच आठवण करून द्यायला आवडते की जॉर्डन त्यांच्या विद्यापीठाच्या बास्केटबॉल संघात जाऊ शकले नाही कारण ते शाळेत विद्यार्थी होते. पण मग त्यांनी आपली अति मानवी कामातील नीतिमत्ता आणि इच्छाशक्ती जोपासली आणि ते एक सर्व काळातील सर्वांत महान खेळाडू म्हणून प्रसिद्ध झाले. गेनेर म्हणतात, ''तुम्ही परिणाम काय होणार यावर नियंत्रण ठेवू शकत नाही, तुम्ही फक्त प्रयत्नांवर, समर्पिततेवर आणि तुमच्या हातातील कामात तुमचे १००% परिश्रम व लक्ष देऊ शकता आणि मग व्हायचे ते होते.''

२०२०मध्ये मी त्यांची पुन्हा मुलाखत घेतली. त्या वेळी यूएसमध्ये दंगे आणि महामारी यांनी धुमाकूळ घातला होता. पण गेनेर यांनी आपल्या स्वतःच्या प्रयत्नांवर पूर्वीप्रमाणेच लक्ष केंद्रित केले, त्यांच्या गुंतवणुकीच्या प्रक्रियेला चिकटून राहून आणि आपल्या कर्मचाऱ्यांना एक उदाहरण घालून देऊन. त्यांनी मला सांगितले की, एका पायाच्या पुढे दुसरा पाय टाकत राहा, यानेच मला माझ्या संपूर्ण जीवनात मार्गदर्शन केले आहे. मग आता त्यात फरक कशाला करायला पाहिजे?

गेनेर यांच्या वाढीव स्वयंविकासाच्या धोरणात सततच्या शिकण्याची, त्यांची सखोल बांधिलकी महत्त्वाची भूमिका बजावते. ते प्रचंड वाचन करतात. सवय आणि छंद लागणे यासाठीच्या शास्त्रीय पुस्तकांपासून ते चरित्रे, ते त्याच्या आवडत्या लेखकाच्या - मार्क ट्वेन - कांबळ्यापर्यंत मिळेल ते सर्व; पण ते स्वतःला तटस्थ नेटवर्कमधला एक अंकुर समजतात ज्याद्वारे ते अनेक हुशार लोकांच्या संपर्कात असतात, त्यांच्या सततच्या शोधात असतात; जे त्यांना कदाचित त्यांच्या ज्ञानाच्या कक्षा रुंदावण्यात आणि त्यांची कौशल्ये सुधारण्यात मदत करू शकतील.

चक अक्रे- एक प्रसिद्ध आर्थिक व्यवस्थापक, ज्यांना आपण परत लवकरच भेटणार आहोत, यांनी गेनेर यांना त्यांच्या पुनर्गुंतवणूक ही व्यवसायाच्या यशाकरिता एक शक्तिमान चालक आहे, याविषयीची जाण वाढवण्यात मदत केली. जोश तारासोफ- एक प्रतिभासंपन्न हेज फंड व्यवस्थापक, यांनी त्यांना, त्यांनी अमेझॉन आपल्या मालकीची का करावी हे जाणून घेण्यासंबंधी माहिती अवगत करून दिली, गेनेर यांनी अनेक वर्षे बफे यांच्या बरोबर वॉशिंग्टन पोस्ट कंपनीच्या संचालक

मंडळावर काम केले. एक वज्रलेपासारखा धडा होता की चिकाटी आणि सहनशक्ती हे बफे यांच्या तीक्ष्ण वृत्तीचे आवश्यक घटक आहेत. त्यांच्याकडे असलेली ऊर्जा आणि तग धरण्याची क्षमता अगदी विश्वास बसणार नाही अशी आहे. सकाळी ते कामावर जाण्यासाठी तयार असतात आणि ते म्हणजे जणू ऊर्जा देणारा ससा आहेत, जो सतत पळत राहतो, पळत राहतो आणि पळतच राहतो. हे म्हणजे एखाद्या धावपटूच्या पराक्रमासारखे आहे.

हा काही अपघात नाही की गेनेर यांनी अनेक आघाडीच्या गुंतवणूकदारांचा विश्वास संपादन केला आहे. ते म्हणतात, "माझा एक लाभ हा आहे की मी एक चांगला माणूस आहे. मी लोकांना मदत करायचा प्रयत्न करतो. मी योग्य तीच गोष्ट करायचा प्रयत्न करतो. याचा परिणाम म्हणून मला जे गवसले आहे ते म्हणजे माझ्याकडे एक मित्र, सहकारी आणि सहयोग्यांचे संपर्क जाळे आहे,जे माझ्या बरोबर काम करताहेत, न की माझ्या विरुद्ध. आणि ते तुम्हाला मदत करतात, ते फक्त मदतच करतात. आपण काही वेळा असे समजून चालतो की आपण निर्दयीच असायला पाहिजे; जर आपल्याला सर्वोच्च पदावर जायचे असेल तर." पण गेनेर यांनी दाखवून दिले आहे की सातत्याने चांगले आणि सभ्य असण्याचे फायदे काय असतात. मी असा विचार करण्यापर्यंत आलो आहे की कमी प्रशंसा झालेली तीक्ष्ण बाजू म्हणजे Mensch Effect आहे. गे स्पियर, जे Aquamarine Fund चालवतात, त्यांची इतकी ऊर्जा इतरांना मदत करण्यात घालवतात की त्यांच्या भोवतीही लोकांचा गराडा असतो ज्यांची त्यांना मदत करायची तयारी असते. स्पियर या अपूर्व गोष्टीचे वर्णन करताना त्याला 'सामंजस्याचे संयुग' (Compounding ) जणू संबोधतात.

जर तुमचे ध्येय टिकाऊ यशाचे असेल तर गेनेर यांची खात्री पटली आहे की प्रशंसनीयरीत्या वागण्याने बरेच चांगले घडते, अगदीच नाही तर अधिकाधिक लोकांना तुमच्या बरोबर व्यवहार करणे आवडते, ते म्हणतात की, जर तुम्ही विश्वासार्ह असाल तर काही वेळा काही लोकांची कारकीर्द चांगली विकसित होते, ते चांगले यश काही काळ संपादित करतात, अशा काळात जेव्हा वातावरण गढूळ असते, गुंडगिरी असते, दहशत असते, आणि निसरडेपण. त्यातही उलगडा होतो, उकल निघते. काही वेळा त्याला थोडा वेळ लागतो. तुम्ही असे लोक पाहता की ज्यांना वर्षामागून वर्षे सातत्याने यश मिळतच राहते. मला वाटते, तुम्ही पाहाल की अशा लोकांच्या अखंडता आणि प्रामाणिकपणा असतो.

मी जेव्हा गेनेर यांच्या बाबत अनेक कारणे शोधण्याचा प्रयत्न करतो की त्यांना इतक्या उपलब्धी कशा मिळाल्या असतील? त्या वेळी मला आठवते, निक स्लीप यांनी मला सांगितलेली संकल्पना आठवते, 'सर्व किरकोळ उपलब्धीचे एकत्रीकरण.' ही संज्ञा एका दंतकथेत वर्णावी अशी कामगिरी केली प्रशिक्षकाची, सर

डेव्हिड ब्राईल्सफोर्ड यांची. त्यांनी एका ब्रिटिश सायकलिंग संघाला बीजिंग आणि लंडनमधील ऑलिंपिक स्पर्धांमध्ये ज्याला कोणीही हरवू शकत नाही अशा संघात परावर्तित केले होते. हे विजय काही एखाद्या एकुलत्या एक नवनिर्मितीतून आलेले नव्हते, तर अनेक किरकोळ सुधारणांमधून आले होते ज्यांना एकत्र करण्याने एक प्रतिस्पर्ध्यांना चिरडून टाकणारा फायदा तयार झाला. उदाहरणार्थ, त्यांचे सायकलिस्ट स्पर्धक यांनी अशी रबरी चाके वापरली ज्यांना रस्त्यावर चांगली पकड येण्यासाठी अल्कोहोलने घासण्यात आले होते. त्यांनी विजेने तापवलेल्या चड्ड्या वापरल्या होत्या, ज्यांमुळे त्यांच्या स्नायूत योग्य असे तपमान राखण्यात येत होते. ते स्पर्धक आपापल्या उशाही प्रवासात बरोबर घेऊन यायचे, ज्यामुळे त्यांना चांगली झोपही मिळू शकायची.

ब्राईल्सफोर्ड, ज्यांनी MBA पदवी मिळवली होती, त्यांना प्रेरणा मिळाली ती जपानी कायझेन तत्त्वातून (सातत्याने करायची सुधारणा), ज्याने टोयोटा कंपनीला महान बनवण्यात तारांकित भूमिका बजावली होती. हॉर्वर्ड बिझनेस रिव्ह्यूच्या एबेन हरेल यांच्याशी बोलताना ब्राईल्सफोर्डनी स्पष्ट करून सांगितले की, मला असे जाणवले की आपण लहान लहान विचार करावेत, न की एकदम मोठे, आणि सातत्याने सुधारण्याचे तत्त्वज्ञान वापरावे, छोट्या छोट्या सुधारणांचे एकत्रीकरण करून. पूर्णतेला विसरून जा, प्रगतीवर लक्ष केंद्रित करा, आणि सर्व सुधारणांचे एकत्रीकरण करा.

स्लीप, जे एक झपाटलेले सायकलिस्ट आहेत, ते सांगतात की उत्तम व्यवसाय हा ध्यास, किरकोळ उपलब्धींना एकत्र करण्यासाठी वापरतात. ते आठवण करतात ती Carpetright चे संस्थापक लॉर्ड हॅरिस यांची, ज्यांनी जुने किमतीचे बिल्ले पुन्हा वापरून एखादी पेनी इथे, कागदाच्या दोन्ही बाजूला लिहून एखादी पेनी तिथे- अशी बचत करण्याचा आग्रह धरला होता. स्लीप म्हणतात की, यात कुठलेही गुप्त सॉस नाही, तुम्ही फक्त सर्व लहान लहान गोष्टींची काळजी घ्यायला हवी आणि त्या सर्वांना एकत्र करायला हवे.

जर तुम्हाला गेनेर यांचे यश जाणून घ्यायचे असेल तर इतरत्र पाहू नका. अन्य कोणीही इतकी काळजी छोट्या छोट्या गोष्टींची करत नाही. वैयक्तिकरीत्या त्यांच्या दैनंदिन सवयी अवास्तव वाटतात - जशा ते सायकलिस्ट आपापल्या उशा बरोबर घेऊन प्रवास करायचे तशा - ते लवकर उठतात आणि कार्यालयात लवकर येतात, ते जॉगिंग करतात आणि योगही करतात. ते सलाडचे ढीग खातात आणि त्यांच्याकडे डोनट्सची कमतरता असते, ते शांत वातावरण असलेल्या कार्यालयात काम करतात जिथे ते आपले लक्ष केंद्रित करतात, ते सातत्याने चार वेळेवर आधारित तत्त्वे वापरतात, त्यांच्या गुंतवणुकीच्या कालमान चाळण म्हणून. ते कर आकारणीच्या दृष्टीने योग्य अशा पद्धतीने गुंतवणूक करतात, गुंतवणुकीचे

खर्च ते कमीतकमी ठेवतात. ते त्यांच्या उत्पन्नापेक्षा कमी खर्चात आपला घरखर्च भागवतात, ते अतृप्त असल्यासारखे सातत्याने वाचन करतात. ते अभ्यास करतात आणि अन्य अत्याधुनिक गुंतवणूकदारांच्या कार्यपद्धतीची नक्कल हुशारीने करतात. ते प्रार्थना करतात, चर्चेमध्ये जातात आणि सर्वोच्च शक्तीवरील श्रद्धेतून ते आपली भावनिक ताकद मिळवतात, ते अशा पद्धतीने वागतात की ज्यातून विश्वास आणि सामंजस्य याना चालना मिळेल.

यापैकी कोणतीही तत्त्वे जमीन हादरवून सोडणारी नाहीत किंवा पूर्णपणे वेगळी करता येणारी नाहीत. पण लक्षात ठेवा : अशा किरकोळ उपलब्धीचे एकत्रीकरण शक्तिशाली होते. शिवाय, हुशार सवयीमुळे निर्माण होणारे छोटे छोटे फायदे पुढची अनेक वर्षे संयुग स्वरूपात वाढत राहतात. अल्पावधीच्या काळात ते सर्व छोटे, वर्धित होत जाणारे फायदे किरकोळ वाटतात. पण काळ हा खराब सवयींचा शत्रू असतो आणि चांगल्या सवयीचा मित्र. जेव्हा तुम्ही वर्षांमागून वर्षे, तपांमागून तपे असे करत राहाल, तेव्हा येणारे संयुक्त परिणाम थरारक असतात. खरोखर, गेनेर यांना वेगळेपण येते ते एका अपरिहार्य वैशिष्ट्यांमुळे : ते सातत्याचे राजे आहेत.

मग चांगली बातमी ही आहे की आपल्याला गुपित असलेल्या सॉसची गरज नाही की गगनचुंबी बुद्ध्यंकाचीही गरज नाही. आपल्याकडे काय पाहिजे तर समजूतदार सवयी ज्या योग्य दिशेने हव्यात आणि त्या टिकाऊही हव्यात. अशा सवयी ज्या आपल्याला किरकोळ फायदे देतात, ज्यो कालांतराने संयुगात परावर्तित होतात. गेनेर यांनी आपल्याला योग्य मार्गावर आणून ठेवले आहे. आता आपण पाहू या, की इंटरव कोणत्या उच्च कामगिरीच्या सवयी आहेत ज्या उत्तम गुंतवणूकदार स्वीकारतात, त्यांना सातत्याने टिकाऊ बढत मिळण्यासाठी.

## भावनांची तीव्रता आणा

२००० साली मी जेफ विनिक यांची मुलाखत घेतली होती. ते एक मनमोकळे सर्वोच्च तारा होते. ते वयाच्या ३३व्या वर्षी, जगातील सर्वांत मोठ्या आणि अत्यंत प्रसिद्ध अशा म्यूचुअल फंडाचेही व्यवस्थापक होते– Fidelity's Magellan Fund. विल डोर्नोफ, जे त्यांच्यानंतर त्या पदावर Fidelity's Contra fundमध्ये आले, ते म्हणतात, ''विनिक हे त्यांच्या पिढीतले Fidelityमधले सर्वोत्तम फंड व्यवस्थापक होते– गुंतवणुकीतील असामान्य बुद्धीची व्यक्ती.

मेगॅलनमधल्या त्यांच्या चार वर्षांच्या कारकिर्दीत त्यांनी SP ५०० वर मात केली. त्यांनी काहीशा कटू परिस्थितीत फायडेलिटी सोडली, जेव्हा काही चुकीच्या वेळी त्यांनी बॉण्ड्सवर पैजेचा सौदा केला. त्यांनी मग एक हेज फंड चालू केला ज्याचे निकाल तोंडात बोट घालावे इतके अप्रतिम होते. जेव्हा आम्ही चर्चा केली,

तेव्हा त्यांची कंपनी, Vinic Asset Management, त्यांच्या गुंतवणूकदारांना बिलिअन्स डॉलर्स परत करण्याच्या स्थितीत होती, जेणेकरून, ते आपले स्वत:चे निधी नीट हाताळू शकतील आणि आपल्या कुटुंबीयांबरोबर अधिक वेळ घालवू शकतील. त्या वेळेपर्यंत त्यांनी एकूण १२ वर्षे फंड व्यवस्थापक म्हणून घालवली असतील आणि त्यांचे सरासरी प्रतिवर्षी परतावे थरारक ३२% होते.

मी जेव्हा त्यांना विचारले की ते एवढे यशस्वी का आहेत, तेव्हा त्यांनी दोन स्पष्टीकरणे दिली.

पहिले, ते म्हणाले, ''मी खरोखर माझ्या गुंतवणुकीतल्या संपूर्ण कारकिर्दीत सातत्याने दृष्टिकोन वापरला तो म्हणजे वैयक्तिक कंपन्यांवर लक्ष केंद्रित करणे, ज्या अगदी वाजवी मूल्यमापनाने विक्री करतात.'' उदाहरणार्थ, त्यांनी अलीकडेच एका लहान, सांसारिक रेस्टॉरंटच्या शेअर्समध्ये भरपूर कामे केली. त्यांचा दरवर्षीचा वाढीचा वेग २०% होता पण ते उत्पन्नाच्या १२ पट विक्री करीत होते. हा खरा पराक्रम आहे. आणि पैसे कमवायचा हाच मार्ग आहे. मागे वळून पाहताना, हे माझ्या दृष्टीने अगदी परिपूर्ण उदाहरण आहे, जोएल ग्रीनब्लॅटच्या समजुतीचे की गुंतवणुकीतील गुंतागुंत कमी करणे आणि मूलभूत तत्त्वे पुन:पुन्हा अमलात आणणे.

दुसरे, विनिक म्हणाल की, आणि गेल्या १२ वर्षांत एक गोष्ट कायम आहे आणि ती म्हणजे, फार म्हणजे फारच कठोर काम आणि परिश्रम. जितक्या जास्त कंपन्यांचे तुम्ही विश्लेषण करू शकाल, जितक्या रोकड रकमेच्या प्रवाहाची निवेदने तुम्ही पाहू शकाल, आणि त्यातल्या प्रत्येक ओळीसकट, तितक्या तुम्हाला चांगल्या कल्पना त्यातून मिळू शकतील. आणि त्यातून तुमची कामगिरी अधिक चांगली होऊ शकेल. कठोर परिश्रम आणि कामाला काही पर्याय नाही.

त्यांचा दिनक्रम तरी काय असतो? विनिक यांनी मला सांगितले, ''मी सर्वसाधारणपणे सकाळी ६.४५ ला कार्यालयात येतो. संध्याकाळी सुमारे ५ वाजता मी घरी जातो, ज्यामुळे मला माझ्या कुटुंबीयांबरोबर अधिक वेळ घालवता येतो. बहुतेक वेळा, माझी मुले झोपायला गेली की, मी रात्री तीन तास वाचन करतो.'' त्यांनी कंपन्यांच्या फाईल्स आणि औद्योगिक प्रकाशने याच्याकडे अंगुलिनिर्देश केला आणि म्हणाले की हे सर्व आणि वॉल स्ट्रीट प्रकाशित करत असलेले सर्व संशोधनपर साहित्य ते वाचून काढतात. त्यांची स्मरणशक्ती चांगली आहे आणि त्याचा त्यांना चांगला उपयोग होतो. ''मी ज्या पद्धतीने काम करतो त्यात मी फक्त माझ्या डोक्यात साठवलेल्या माहितीत अक्षरश: हजारो कंपन्यांत काय चालले आहे ते पाहतो.'' यामुळे ते, इतर लोक ज्याकडे दुर्लक्ष करू शकतात अशा संधी त्यांना पाहता येतात. जसे, एक निर्णायक टप्पा, जेव्हा दुर्लक्षित चक्रीय व्यवसायात फायदे वाढू लागतात, जेव्हा संधी सुधारायचा मार्गावर असतात तेव्हा नफा वाढत जातो.

डॅनऑफ याचे गुंतवणूक चक्र निराळे आहे. त्यांचा रोख हा शेअर्स दीर्घ काळाकरिता आपल्याकडे ठेवण्यावर असतो. पण त्यांची कामाची नैतिकता तितकीच तीव्र आहे. ते म्हणतात की पैशाचे व्यवस्थापन म्हणजे कामाचे अनेक डोंगर उलथेपालथे करणे, अनेक विश्लेषकांबरोबर चर्चा करणे, अनेक वार्षिक अहवालांवर नजर टाकणे, आणि हे जितके अधिक कराल, तितके तुम्ही अधिक चांगले काम कराल. हे बरेचसे स्पर्धात्मक आहे. त्यांनी १९९०पासून Contra fund चे व्यवस्थापन सांभाळले आहे. तरीही, त्यांच्या मेंदूतील काही विशिष्ट प्रकारच्या तारांच्या जोडणीमुळे, त्यांची बाजारावर मात करण्याची भूक आणि त्यांच्या शेअरहोल्डर्सकरिता मूल्यवृद्धी करणे यात कुठे व्यत्यय आलेला नाही. स्पष्ट सांगायचे तर, इतर फंड व्यवस्थापक काहीही करत नाहीत (त्यांच्या शेअर होल्डर्सकरता)त्यापैकी अनेक जण फक्त फीपुरते असतात किंवा गौरवासाठी. मी जास्त काळजी घेतो.

डॅनऑफ मला त्यांना १९९३ साली आलेले एक पत्र वाचून दाखवतात. ते एका जोडप्याकडून आलेले असते, ज्यांनी त्यांच्याकडचे पैसे त्यांच्या एक वर्षाच्या मुलाच्या महाविद्यालयीन शिक्षणासाठी उपयोगी यावेत म्हणून गुंतवलेले असतात. 'आम्ही त्या मुलाचा फोटो सोबत जोडत आहोत, जेणेकरून तुम्हाला कल्पना येईल की इथे असे खरेखुरे लोक आहेत, जे तुमच्यावर विश्वास टाकताहेत, त्यांच्या कठोर परिश्रम करून मिळालेल्या पैशाबाबत.' डॅनऑफ यांच्याकरिता, ती जबाबदारी आणि त्याला जोडून अपराध, भीती आणि त्याच्याबरोबर एक चांगले उदाहरण घालून द्यायची प्रबळ इच्छा, हे सर्व एक प्रभावशाली प्रेरणादायी आहे. ते जाहीर करतात, "मला रोज काहीतरी गरमागरम आणले पाहिजे." (डॅनऑफ यांच्या तीव्रतेबद्दलची माझी आवडती कहाणी आहे ती मला बिल मिल्लर यांनी सांगितली होती. त्यांना आठवते की फिनिक्समधल्या एका गुंतवणूक परिषदेत ३० वर्षांपूर्वी माझी डॅनऑफ यांच्याशी ओळख करून दिली. मी माझा हात हस्तांदोलनासाठी पुढे केला आणि म्हणालो, "तुम्हाला भेटून आनंद झाला, विल. पण त्यांनी त्यांचा हात पुढे केला नाही, त्यांनी फक्त माझ्याकडे बघितले आणि म्हणाले, 'हे माणसा, मी तुमच्या वर मात करणार आहे.'''

त्यांची प्रेरणा काही का असेना, मी उत्कृष्ट गुंतवणूकदारांना मानसिक धावपटू समजतो. ते नेहमी बौद्धिक फायदा मिळवण्यासाठी सातत्याने धडपडत असतात- अधिक माहिती, अधिक चांगली माहिती, अधिक जलद माहिती,किंवा अधिक सूक्ष्म व्याख्या, माहितीची, जी आधीच सगळ्यांना कळावी म्हणून बाहेर पसरलेली असते, हे सर्व कष्टाने मिळवलेले ज्ञान कालांतराने संयुग होते आणि ते अप्रत्याशित मार्गाने त्यासाठी दिलेल्या पैशाची परत फेड करते.

डॅनऑफ, जे दरवर्षी शेकडो कंपन्यांच्या व्यवथापनाला भेटतात त्यांनी एप्रिल २००४ सालाची नोंद मला दाखवली, ती एका मृत्युपंथाला लागलेल्या Ask Jeeves

नावाच्या डॉटकॉम व्यवसायाची होती. त्याच्या कार्यकारी अधिकाऱ्यांनी प्रकटपणे सांगितले की ते गुगल नावाच्या डॉटकॉम अपराजित नव्या व्यवसायाकडून भरडले जात आहेत. तो दिवस होता, डॅनऑफ सांगतात, ''जेव्हा मला प्रथमच हे स्पष्ट झाले की गुगल ही एक विशेष कंपनी आहे.'' त्या दूरदृष्टीने प्रेरित होऊन, त्यांनी गुगल सहसंस्थापक सर्गे बिन आणि मुख्य कार्यकारी अधिकारी (CEO ) एरिक श्मिड्ट यांची ऑगस्ट २००४ मध्ये भेट घेतली आणि त्या कंपनीच्या प्रचंड संभवनीय शक्तीची जाणीव त्यांना तेव्हाच झाली. ''गुगलचा महसूल दर काही महिन्यांनी दुप्पट होत होता,'' डॅनऑफ सांगतात. आणि त्यांचे २५% कार्यरत मार्जिन्स होते, ढीग भरून रोकड रक्कम, आणि शून्य कर्ज. तिची आर्थिक कामगिरी विलक्षण होती, विशेषकरून जेव्हा तिची तुलना तोट्यात असलेल्या आजच्या काही कंपन्यांशी केली जाते तेव्हा. बहुतेक फंड व्यवस्थापक गुगल जेव्हा त्या महिन्याअखेरीस सार्वजनिक झाली, तेव्हा तिच्यापासून चार हात दूरच होते. पण डॅनऑफ यांचा फंड तिचा एक सर्वांत मोठा गुंतवणूकदार बनला. १६ वर्षांनंतर ती कंपनी (आता तिचे नाव Alphabet असे आहे, आजही डॅनऑफ यांची सर्वांत मोठी आणि सर्वांत जास्त नफा देणारी गुंतवणूक त्या कंपनीत आहे.

डॅनऑफ आता ७.३ ट्रिलिअन ग्राहक संपत्ती असलेल्या कंपनीचे प्रमुख आहेत आणि ते कुणाशीही संपर्क साधू शकतात. पण त्यांचे इतरांपेक्षा वैशिष्ट्य हे आहे की त्या लाभाचा उपयोग ते सतत करून घेतात. २०१०मध्ये पालो अल्टो इथे केलेल्या संशोधनपर प्रवासात त्यांना त्यांच्या अत्यंत व्यस्त कार्यक्रमात मध्येच काही मोकळा वेळ आहे असे दिसले. बुधवारी दुपारी ४.३० नंतर ''आपण कुणाला का भेटत नाही?'' असे त्यांच्या सहकार्यांना विचारले. ''बघा, आपण कदाचित टेस्लाला भेट देऊ शकतो.'' डॅनऑफ यांनी त्या तोट्यात असलेल्या मोटारगाड्या तयार करणाऱ्या कंपनीला पश्चातबुद्धी म्हणून डिसेंबरमधल्या दुपारी भेट दिली. जेव्हा बाहेर अंधार पडू लागला होता, काही मिनिटांतच टेस्लाचे उत्साही आणि प्रभाव पडणारे संस्थापक एलॉन मस्क यांनी पूर्व नियोजित नसलेली उपस्थिती लावली आणि त्यांची जिच्याविषयी संपूर्ण अमेरिका अभिमान बाळगेल अशा आगळ्यावेगळ्या मोटार गाडीविषयीची आपली दूरदृष्टी त्यांनी समजावून सांगितली. डॅनऑफ त्यामुळे एवढे प्रभावित झाले की त्यांनी लवकरच – आणि अत्यंत किफायतशीर अशी – गुंतवणूक केली. आणि ते त्यांनी केलेल्या त्या शुभ भेटीनंतर ते आजही टिकवून आहेत.

हा काही योगायोग नाही की विनिक आणि डॅनऑफ या दोघांनीही पीटर लिंच यांचे आश्रित म्हणून, ज्यांनी त्यांचा मॅगेलान फंड १३ वर्षांपूर्वी झगमगाटात तीव्रतेने स्थापन केला होता, आपल्या कारकिर्दीची सुरुवात केली. मी जेव्हा दोन तपापूर्वी लिंच यांची मुलाखत घेतली होती, तेव्हा त्यांनी मला त्यांचे साधे तर्क

सांगितले होते, ज्यांनी त्यांना दररोज अनेक शेअर्सचा अभ्यास करण्याची प्रेरणा दिली होती. ते म्हणाले की मी नेहमी हा विचार केला की जर तुम्ही दररोज नव्या दहा कलांकडे गांभीर्याने पाहिले तर त्यातली एक तरी तुमच्या कामाला येईल. जर तुम्ही २० पाहिल्या तर तशा दोन कामाला येतील. त्यांच्या एका सर्वोत्तम गुंतवणुकीची आठवण काढून ते म्हणाले की, जर १९८२ साली १०० लोकांनी मुक्त मनाने क्रिसलर कंपनीला भेट दिली असती, तर त्यातील ९९ जणांनी ती कंपनी विकत घेतली असती.

पुन्हा एकदा, हा सर्व शेवटी अनेक लहान लहान फायद्यांचा एकत्रित परिणाम असतो, जो अनेक वर्षांनंतर आश्चर्यकारकरीत्या मिळून मोठा होतो. एक जादा कंपनी, जिला भेट द्यायचे कष्ट लिंच यांनी घेतले, एक रिकामा वेळ ज्याचा उपयोग करून घ्यायचे डॅनऑफ यांनी आग्रह धरून ठरवले, २ किंवा ३ जादा तास, जे विनिक यांनी मुले झोपायला गेल्यावर वाचनात घालवले, यशाचे सर्वोत्तम भाकीत करणारा हा नेहमी दुर्दम्य उत्कट अशा व्यक्तीच्या इच्छेच्या पेक्षा रहस्यमय काही नसतो.

जेव्हा त्यांच्या कारकिर्दीच्या सुरुवातीच्या काळात, बिल मिल्लर यांनी लिंच यांना सल्ला विचारला, तेव्हा लिंच यांनी त्यांना सांगितले की गुंतवणुकीचा व्यवसाय हा आर्थिकदृष्ट्या आणि बौद्धिकदृष्ट्या इतका लाभदायक आहे की तो भरपूर अति बुद्धिमान लोकांना आपल्याकडे आकर्षित करून घेतो. ते पुढे म्हणाले, ''तुम्ही त्यांच्यावर फक्त अथक काम करून मात करू शकता. कारण पुढच्या व्यक्तीपेक्षा काही अधिक हुशार नसतो.'' लिंच यांनी मिल्लरना सांगितले की ते अशांच्या पुढे गेले कारण सकाळी ६.३० वाजता कार पूलमधून कार्यालयात जाताना गुंतवणुकीतील संशोधनाविषयी ते वाचत बसायचे, सायंभोजनानंतर आणि आठवडाअखेरीस काम करायचे आणि कित्येक वर्षे त्यांनी सुट्टी घेतली नव्हती. जेव्हा मिल्लर यांनी विचारले की जसे तुम्ही वयस्कर होत जाता तसा तुमच्यात संथपणा येतो का, तेव्हा लिंच यांनी उत्तर दिले, ''नाही. या व्यवसायात फक्त दोनच गिअर्स आहेत : जास्त गाडी चालवा किंवा थांबा.'' मिल्लर मान्य करतात की हे मूलतः बरोबर आहे. तुम्ही केंद्रित असायला हवे.

२०१४ साली, जेव्हा मार्टी व्हिटमन ९० वर्षांचे होते, तेव्हा मी त्यांना विचारले की २००८ सालच्या पडझडीच्या काळात त्यांची कामगिरी इतकी खराब का होती? - एक दुर्मीळ अपयश, मूल्याधिष्ठित गुंतवणुकीच्या क्षेत्रातील अशा एका दिग्गजाचे - तेव्हा त्यांनी मला सांगितले, ''मी जसा वयाने वाढत गेलो आणि श्रीमंत होत गेलो, तसा मी अधिकाधिक आळशी बनत गेलो. मी २००७ साली चांगले जाणत होतो, पण मी त्याच्यावर कृती केली नाही. मी त्याच वेळी माझे घर बांधणीच्या क्षेत्रातील शेअर्स विकायला पाहिजे होते. गुंतवणुकीच्या युक्त्यांमध्ये हे

प्रतिबिंबित होत नाही. तुम्ही मेहनती आणि काळजीपूर्वक असायला हवे. आणि २००८ साली मी तसा नव्हतो.''

मी व्हिटमन यांच्या स्पष्टवक्तेपणाची प्रशंसा करतो. पण त्यांच्या कबुलीने मला त्रास झाला. मी त्यांच्या बरोबर अनेक वर्षे गुंतवणूक केली होती आणि मग परिणामाने आनंदी झालो होतो ज्यामुळे मी माझ्या आईच्या शिलकीतले पैसे त्यांच्या कंपनीत गुंतवले होते. मला कधीही असे वाटले नाही की ते अल्प संतुष्ट आहेत. ज्या खराब पद्धतीने त्यांनी आर्थिक आणीबाणीच्या काळात काम हाताळले, त्याकडे नजर टाकीत व्हिटमन म्हणाले, ''बौद्धिकदृष्ट्या हे समाधानकारक नाही, पण त्यामुळे काही फारसा फरक पडत नाही. यांनी काय फरक पडणार आहे जर माझी मुले १० मिलिअन डॉलर्स कमी कमावतील आणि १० किंवा २० मिलिअन डॉलर्स कमी होईल?'' मला एवढे धाडस झाले नाही, त्यांना सांगायचे की त्यांच्या काळजी आणि परिश्रम न घेण्याने माझ्या आईच्या बाबतीत प्रचंड फरक पडणार होता.

## फार थोड्या लोकांनी माझ्याशी लग्न केले असते

इतक्या हुशार अनेक स्पर्धकांना मागे टाकण्यासाठी केवळ त्यांच्यापेक्षा अधिक काम करणे हे पुरेसे नाही. तुम्ही त्यांच्यापेक्षा अधिक विचारही करायला हवा. अगदी अत्यंत अनुभवी गुंतणूकदारांनाही निरंतर शिक्षणाच्या अथक प्रक्रियेत सामील व्हायला हवे, कारण जग एवढे झपाट्याने बदलत असते की शिक्षणाचे पैलूही कालबाह्य होतात. जसे मुंगेर नेहमी टिप्पणी करतात, ''बफे यांचे एक अत्यंत मौल्यवान वैशिष्ट्य हे आहे की ते म्हणजे एक सातत्याने शिकत राहणारे यंत्र आहेत.'' सर्वसाधारण दिवशी, बफे ५ ते ६ तास, अनेक वेळा त्यांच्या कार्यालयात एकांतात बसून आणि दरवाजा बंद करून वाचन करतात.

पॉल लाउंटझीस, लाउंटझीस ॲसेट मॅनेजमेंटचे अध्यक्ष सांगतात की, बफे हे एक परिपूर्ण उदाहरण आहे, ते अशाचे की अनेक वर्षांच्या कालावधीत, तुम्ही स्वत:मध्ये कोणत्या पातळीपर्यंत सुधारणा घडवून आणू शकता.

गेल्या तीन तपांहून अधिक बर्कशायरच्या वार्षिक बैठकीला हजर राहत आहेत. आणि ज्या पद्धतीने बफे स्वत:ला कामात गुंतवून घेतात ते पाहून त्यांना प्रचंड आश्चर्य वाटते. त्यांनी स्वस्त शेअर्समध्ये गुंतवणूक करून सुरुवात केली, नंतर त्यांनी अधिक चांगल्या व्यवसायांना जवळ केले, मग त्यांनी मोठ्या कंपन्या विकत घेतल्या, मग चीन आणि इस्राएलसारख्या परदेशी बाजारपेठेत धाडसाने प्रवेश केला, नंतर त्यांनी दोन उद्योगांत गुंतवणूक केली, ज्यांना त्यांनी पूर्वी टाळले होते, ते म्हणजे रेल्वे आणि तंत्रज्ञान. या उत्क्रांतीने बफे यांनी त्यांच्या कारकिर्दीतील अत्यंत किफायतशीर अशी शेअर्स निवडीची प्रक्रिया पूर्ण केली ती होती Apple Inc गुंतवणुकीची.

जिने आत्तापर्यंत ८० बिलिअनपेक्षा अधिक नफा कमावला आहे. लाउन्टझीस म्हणतात की, ते आपली शिस्त आणि तत्त्वे यांच्याशी प्रामाणिक राहिले, पण त्यांनी प्रचलित परिस्थितीतील आर्थिक आणि गुंतवणुकीच्या वातावरणाला स्वीकारले. हे सर्व अविश्वसनीय आहे, फार थोडे लोक असे काही करू शकतात.

लाऊन्टझीस हेसुद्धा, पूर्णत्वाने निरंतर शिक्षणाचा अंगीकार करणारे आहेत, ज्याने त्यांना त्यांच्या किरकोळ परिस्थितीतून बाहेर येण्यास आणि चांगली मान्यता मिळालेला आर्थिक व्यवस्थापक म्हणून मान्यता मिळण्यास मदत केली आहे. १९६० साली जन्मलेल्या लाऊन्टझीस यांनी पेनसिल्वानियातील ग्रीक स्थलांतरितांच्या छावणीत आपले बालपण घालवले. ते बार टेंडर आणि शिवणाचे मशीन चालवणाऱ्या वडिलांच्या ५ मुलांपैकी एक होते. ते म्हणतात की, माझे वडील त्यांना मिळणाऱ्या बक्षिसांचे पैसे (Tips ) घरातल्या जेवणाच्या टेबलावर ठेवत असत आणि मग आई त्यातून किराणा माल आणीत असे. माझ्या वडिलांनी फक्त त्याग केला. माझी आई तिच्या मैत्रिणीकडून आणलेले बूट वापरायची, पण स्वत:चे पैसे खर्च करून ते आणायचे नाही. त्यांच्या लग्नानंतर, थोड्याच कालावधीत, त्यांना आधीच तीन मुले असताना, त्यांची जीवनभराची शिल्लक फक्त ३० होती.

जेव्हा ते आठ वर्षांचे होते, तेव्हा त्यांनी डिश वॉशिंग करून पैसे कमावणे चालू केले. नंतर त्यांनी मॅकडोनल्ड्समध्ये स्वच्छता कामगार म्हणून काम केले आणि नंतर आपल्या अलब्राईटमधल्या महाविद्यालयीन शिक्षणाच्या फीसाठी त्यांनी मोठ्या सुट्टीत पूर्ण वेळ एका हॉस्पिटलमध्ये काम करून पैसे मिळवले. त्यांना पदवीधर होण्यास आठ वर्षे लागली.

शिक्षणाबरोबरच त्यांनी गुंतवणुकीचा अभ्यासही चालू केला. "मी त्यात खोलवर गढून गेलो होतो." असे ते सांगतात. त्यांनी बफे यांच्याविषयी १४व्या वर्षी ऐकले. त्यांना बेंजामिन ग्राहम यांचे पुस्तक The Intelligent Investor याने जणू मंत्रमुग्ध केले. नंतर त्यांना फिलिप फिशर यांचे १९५८ सालचे पुस्तक,Common Stocks and Uncommon Profits याने मोहित केले. या पुस्तकाने त्यांना Scuttlebutt संशोधन, ज्याचा उपयोग माहितीचे फायदे मिळण्याचे साधन म्हणून केला जातो, त्याची ओळख करून दिली. ते म्हणतात, "या दोन पुस्तकांनी माझा पाया रचला. मी ही दोन्ही पुस्तके ५०-६० वेळा वाचली."

लाऊन्टझीस हे उबदार आणि विपुल माहिती असलेले गृहस्थ आहेत, ते आपली चार प्रौढ मुले आणि पत्नी केली - जिने त्यांना गेली ४० हून अधिक वर्षे साथ दिली आहे - यांच्याविषयी प्रेमाने बोलतात. पण त्यांचे जीवन हे संपूर्णपणे ज्ञानाविषयीच्या धडपडीने व्यापून गेले आहे, ज्याने त्यांना एक उत्तम गुंतवणूकदार बनवले आहे. ते म्हणतात की, मी दिवसाकाठी ४,५,६ आणि कधीकधी ७ तास आणि तेही आठवड्याच्या सर्व दिवसात वाचन करतो. मला काहीही अन्य छंद

नाहीत. मी आयुष्यात कधीही गोल्फ खेळलो नाही. माझे व्यक्तिमत्व हे असे शिक्षणासाठी आहे, नेहमीच अधिक हुशार होणारे.

सामाजिक कार्यक्रमांना ते त्रासदायक, चित्त विचलित करणारे मानतात. ''माझे लोकांवर प्रेम आहे. पण मी जर शिकत नसेन, वर्धित होत नसेन, आणि बौद्धिकदृष्ट्या उत्तेजित होत नसेन, तर मी कुठल्या तरी दुसऱ्या ठिकाणी राहिलो असतो.'' त्यांच्या पत्नीविषयी ते हृदयात जे जपून ठेवतात त्याचा एक भाग म्हणजे, ''ती माझ्याकडे काही मागण्या करत नाही. आणि मी तुम्हाला सांगू शकतो की ते किती महत्त्वाचे असते ते. ती मला समजून घेते आणि मी जसा आहे तसा मला राहून देते. माझ्याशी लग्न करायला फार थोड्या तयार झाल्या असत्या.'' ते त्यांच्या टोकांच्या भूमिकांविषयी खेद बाळगत नाहीत. कोणत्याही गोष्टीत सर्वोत्तम, महान होण्यासाठी तुमच्याकडे उन्मादी केंद्रीकरण असणे आवश्यक असते. कोणीही जर तुम्हाला सांगत असेल की तुम्हाला ताबडतोब सर्व काही मिळेल, तर तुम्हाला तसे मिळणार नाही, मिळत नाही. म्हणजे मला असे म्हणायचे आहे की टेनिस अजिबात न खेळता रॉजर फेडरर होऊ शकत नाही. त्यासाठी वेळ आणि लक्ष द्यायलाच हवे.

लाऊन्टझीस हे व्यवसाय आणि गुंतवणुकीच्या उद्योजकतेविषयीच्या क्षेत्रातील दिग्गजांच्या अंतर्दृष्टीचे क्षुधार्तासारखे उपभोक्ता आहेत. ते उद्योजकांच्या विषयीच्या पुस्तकांचे चाहते आहेत जसे नायकेचे सहसंस्थापक फिल नाईट, त्यांच्याविषयी कधीही कुणीही लिहिलेले असेल तर ते मी वाचेन. ते मला मोहित करते. त्यांच्याकडच्या एका सर्व्हरवर त्यांनी हजारो व्हिडिओ जपून ठेवले आहेत. त्यांत अनेक आर्थिक क्षेत्रातील दिग्गज आहेत जे त्यांना गुंतवणुकीसंबंधी, शेअर्सची बाजारपेठ आणि जग कुठे चालले आहे या संबंधीची माहिती पुरवतात. हेज फंड व्यवस्थापक जसे मोहनीश पाबराय आणि स्टॅन्ले ड्रुकनमिल्लेर, धाडसी भांडवलदार जसे मायकल मॉरिट्झ आणि जिम गोईट्झ, खाजगी भांडवलातील दूरदर्शी, जसे लिऑन ब्लॅक आणि स्टीफन श्वारझमन वगैरे. लाऊन्टझीस सांगतात की त्यांच्याकडे बफे यांचे ५०० व्हिडिओ आहेत आणि त्याचबरोबर मुंगेर यांचे. तसे अपवादात्मक जाहीर सभांतील उपस्थिती आणि भाषणांचे. त्याच्या जोडीला त्यांची स्वत:ची टिपणे आहेत, त्यांच्या डझनावारी वार्षिक बैठकांची. ते म्हणतात, ''बफे आणि मुंगेर हे केवळ हुशारच नाहीत तर खरोखरचे अलौकिक बुद्धिमत्ता असलेले आहेत.''

बहुतेक दिवशी, ते त्यांच्याकडचे व्हिडिओ सेल फोनवर पाहतात, जेव्हा ते त्यांच्या जिममध्ये सायकल चालवतात. बहुतेक रात्री, ते बिछान्यावर पहुडले की त्यांच्या आय पॅडवर व्हिडिओ पाहतात, आणि मग गुंतवणुकीतील शहाणपणाचे मधुर आवाज ऐकतच निद्रादेवीच्या स्वाधीन होतात. ऐकत असताना, ते त्याच अंगभूत प्रश्नांवर विचार करीत असतात जसे – मी काय गमावतो आहे? जे

इतर कोणी करीत नाही, ते करणारा कोण आहे? मी अधिक चांगला कसा होईन? त्यांचे उद्दिष्ट आहे की इतर गुंतवणूकदारांच्या वागण्याची नक्कल करायची नाही. तुम्ही त्यांची नक्कल करू शकत नाही कारण तुम्ही ते नाहीत. ते म्हणतात, ''शिकून घ्या, त्यांना आपलेसे करा आणि तुमच्या प्रक्रियेत नीट बसण्यासाठी त्यात सुधारणा करा.''

त्यांच्या अभ्यासात रुंदी आहे, पण त्यांना असे ताकदवान शिक्षणयंत्र कशामुळे होता येते तर ते पछाडून टाकणारी उजळणी करण्याच्या सवयीमुळे. उदाहरणार्थ, त्यांनी अंदाज केला की त्यांनी बफे यांचे १९९८मधील फ्लोरिडा विद्यापीठात दिलेले भाषण १५ वेळा ऐकले. आणि त्याची छापील प्रत ५ वेळा वाचली. त्याचप्रमाणे त्यांनी बर्कशायरचा १९९३चा वार्षिक अहवाल– ज्यात बफेंनी पाच महत्त्वाचे घटक, जे ते एखाद्या शेअरच्या आजारपणाच्या कारणाचे मूल्यमापन करताना वापरतात, ते इतक्या भक्तीने वाचले की त्यातले ते ५ महत्त्वाचे मुद्दे, त्याच क्रमाने ते घडाघडा बोलून दाखवू शकतात. ही तीच सवयीची पुनरावृत्ती आहे जिने लाऊन्टझीस यांना ओमाहाला बर्कशायरच्या वार्षिक बैठकीला उपस्थित राहण्यासाठी किमान ३० वेळा वारी करायला आणि तीच ती पुस्तके डझनाहून अधिक वेळा वाचायला भाग पाडले आहे. अशी पुनरावृत्ती करण्याचे फायदे म्हणजे, ते म्हणतात तसे, हे की ''अनेक पायाभूत शिकवणी माझ्या डोक्यात जणू कोरून ठेवल्या जातात. त्याप्रमाणे नाही की तीच ती प्रार्थना किंवा पुष्टिकरणे रोज रोज घोकली जातात.''

मला संशय आहे की पुनरावृत्तीचे मूल्य हे मोठ्ठ्या प्रमाणात अनिश्चित असते, आणि आपल्यापैकी बहुतेकांना हे चांगले वाटेल की एक किंवा दोन पुस्तके जी आपण पुनःपुन्हा वाचतो ती मग जणू आपल्या जीवनाचा भागच होऊन जातात. मी जवळजवळ रोज नेहमी वाचतो. आणि इतर दोन पुस्तके आहेत ज्यांच्याकडे मी पुनःपुन्हा वळतो. त्यात Meditations हे मार्क्स ऑरेलियस यांचे, The Wisdom of Truth हे राव्ह येहुदा अश्लाग यांचे आणि The Book of Joy या दलाई लामा आणि आर्चबिशप डेसमंड टुटू यांचे, या पुस्तकांचा समावेश आहे.

अनेक कालातीत गुंतवणूक तत्त्वे आत्मसात केल्यावर, ज्यामुळे ते जणू त्याचाच एक भाग आहेत, लाऊन्टझीस स्वतःची योग्य प्रक्रिया आचरणात आणतात, सुमारे २५ सखोल संशोधन केलेल्या शेअर्सची खाती एकत्रित करण्याचे काम करतात. (लाऊन्टझीस, ज्यांनी बिल रुआने यांच्यासाठी एक तरुण विश्लेषक म्हणून काम केले, त्यांनी त्यांचा वारसा पुढे चालवून, काही उच्च दर्जाच्या व्यवसायांचा व्यापार आकर्षक मूल्यमापनासह करण्यावर आक्रमकरीत्या लक्ष केंद्रित केले. २०२० साली त्यांनी मला सांगितले की त्यांनी कोविड १९ महामारीमुळे झालेल्या बाजाराच्या कोसळण्याचा फायदा घेऊन बर्कशायरमधल्या त्यांच्या शेअर्समध्ये वाढ केली आणि आपल्या एकूण शेअर्सपैकी २५% तिथले केले.)

ते अत्युत्कृष्ट व्यवसायांवर, ज्यांचे नेते सर्जनशील, जुळवून घेणारे आणि दूरदृष्टीचे असतील आणि त्यांच्याकडे प्रचंड धैर्य असेल, लक्ष केंद्रित करतात. या दर्जाचे महत्त्व एरवी कधीही नसेल एवढे अभूतपूर्व अडचणीच्या युगात जास्त असते कारण त्या अगदी सर्वांत जास्त प्रभाव असणाऱ्या व्यवसायांनाही अडचणीत आणतात. ते म्हणतात की, समस्या ही आहे की दर्जाशी संलग्न घटक जसे अनुकूलता आणि धैर्य हे ज्यांचे आर्थिक विवरणात मोजमाप करता येईल आणि ज्यामुळे भूतकाळातील कामगिरीचे संख्यात्मक तपशील पाहता येईल असे नसतात.

यावर त्यांची उकल म्हणजे एखाद्या अन्वेषक वार्ताहराप्रमाणे काम करणे. ते म्हणतात, की व्यवसाय अत्यंत वेगाने बदलत आहेत आणि त्यापैकी अनेक कालबाह्य होत आहेत. म्हणून तुम्हाला आजूबाजूच्या कोपऱ्यावर उभे राहून पाहावे लागते. आणि आकड्यांचाही पलीकडची काही अंतर्दृष्टी पाहावी लागते. तुम्हाला बाहेर जाऊन बाजारात काय चालले आहे हे पाहावे लागते; स्पर्धक, ग्राहक, पूर्वीचे कर्मचारी, यांच्याशी चर्चा करावी लागते आणि या सर्वांचे मग एक मोझाइक करावे लागते जे तुम्ही आकड्यांच्या वर ठेवू शकता. हे लक्षात ठेवून, ते सातत्याने तज्ज्ञांच्या – जसे निवृत्त मुख्य कार्यकारी अधिकारी, जे अद्वितीय, भिन्न भिन्न प्रकारची अंतर्दृष्टी पुरवू शकतात, यांच्या प्रत्यक्ष मुलाखती घेतात.

लॉरा गेरिट्झ या आणि एक तितकेच महाभयंकर यंत्र आहेत. पण त्यांनी एक निराळ्या प्रकारचा माहितीचा फायदा विकसित केला आहे. लाऊन्टझीस प्रथमतः जेव्हा यूएसमध्ये गुंतवणूक करतात, तेव्हा गेरिट्झ या अमेरिकेतल्या अग्रगण्य गुंतवणूकदार आहेत, ज्या विदेशी शेअर्स बाजारात प्रामुख्याने गुंतवणूक करतात. एका सामान्य वर्षात, त्या वर्षातील ६ ते ९ महिने जगभर भ्रमंती करण्यात घालवतात, सर्वोत्तम गुंतवणुकीच्या संधी शोधण्यासाठी. वयाच्या ४८व्या वर्षी, त्यांनी आत्तापर्यंत ७५ देशांमध्ये प्रवास केला आहे. गेरिट्झ, ज्या Rondure Global Advisors या उटाहमधील सॉल्ट लेक सिटीमधल्या कंपनीच्या CEO आणि मुख्य गुंतवणूक सल्लागार आहेत. त्यांना आपण एक गहन कर्तव्य आपल्या शेअर होल्डर्सकरिता करत आहोत, आपल्या दोन म्यूचुअल फंड्सद्वारा करत आहोत अशी भावना आहे. पण त्यांना स्वत:करिता पैशाचे ढीग जमा करण्यात स्वारस्य नाही. त्या म्हणतात, ''माझ्याकडे पुरेसे आहे.'' काही झाले तरी त्या एक बौद्धिक साहसी वीरांगना आहेत आणि शिकण्याची आवड त्यांना पुढे ढकलत असते.

असा उद्योग ज्यात पुरुषवर्गाचे वर्चस्व आहे, ज्यापैकी अनेकांची जडणघडण सारख्याच व्यावसायिक शिक्षणातून झालेली आहे, गेरिट्झ त्यांच्या व्यवसायातील त्याच त्या प्रकारचे काम करणाऱ्या लोकांच्यात चपखल बसत नाहीत. त्या खऱ्या अर्थाने नवनिर्मित आहेत. त्या त्यांच्या एकमार्गी नसलेल्या व्यावसायिक दृष्टिकोनाची तुलना मुक्त छंदातील कवितांशी करताना ज्यांना काही बंधने नसतात.

त्यांचे अनेक नातेवाईक शेतकरी किंवा कारखान्यातील कामगार होते. त्यांच्या वडिलांनी साहित्याचे प्राध्यापक म्हणून एका लहान महाविद्यालयात नोकरी पत्करली होती आणि आपले कुटुंब त्यांनी, ज्याचे वर्णन गेरिट्झ पश्चिम कॅन्सस राज्यातील एका लहान टुमदार गावात – In The Cold Blood मधल्या सुरुवातीला वर्णन केल्याप्रमाणे असलेल्या गावात – हलवले. जर तुम्हाला ट्रुमन कॅपोटे यांच्या या सत्य घटनेवर आधारित पुस्तकात एक चार खुनांची गोष्ट वर्णिली आहे– पुस्तकातील सुरुवातीचा पॅरेग्राफ आठवत नसेल तर ती अशी सुरू होते, होलकॉम्ब खेडे पश्चिम कॅन्ससमधील उंचावरील गव्हाच्या मैदानी प्रदेशात वसलेले आहे. ती एक एकाकी जागा आहे ज्याला बाहेरचे लोक 'त्या तिकडे' म्हणून संबोधतात. गेरिट्झ, एक लहान आकाराच्या, मिड वेस्टर्नर, सौम्य आणि नम्र, निगर्वी शिष्टाचार असलेल्या, एखाद्या युद्धांगना वाटणार नाहीत, पण 'त्या तिकडे'मधून आपला प्रवास चालू करून, त्या आज जिथे आहे तिथे येण्यासाठी आश्चर्यकारक पुढाकार आणि निर्धार आवश्यक होता.

गेरिट्झ यांनी राजकारण शास्त्र आणि इतिहास याचा अभ्यास कॅन्सस विद्यापीठातून केला. पण त्यांना रोज वॉल स्ट्रीट जर्नल वाचण्यातही आनंद वाटायचा. १९व्या वर्षी पहिल्यांदाच त्यांनी पुरेशी बचत गुंतवणुकीसाठी केली होती. त्यांनी मार्टी व्हिटमन यांच्या फंडाचे शेअर्स विकत घेतले. त्यांनी व्यावसायिकदृष्ट्या गुंतवणूक करण्याची कल्पना केली होती, पण त्यांच्या लक्षात आले की त्या व्यवसायात कधीही तोपर्यंत उतरू शकणार नाहीत, जोपर्यंत त्यांच्यात पुरेसे कौशल्य आले असेल ज्यायोगे त्या तिथे स्थिरावतील. म्हणून त्यांनी मास्टर्सची पदवी पूर्व एशियन भाषा आणि संस्कृती या विषयात मिळवली. नंतर त्या जपानमध्ये एक वर्ष राहून आल्या आणि जपानी भाषेत अस्खलित बोलू शकत होत्या. त्याचा परिणाम म्हणून, त्या American Century Investments कंपनीमध्ये द्वैभाषिक ग्राहक प्रतिनिधी म्हणून रूजू झाल्या. काही वर्षांनंतर, त्यांना त्या कंपनीच्या फंड व्यवस्थापन चमूमध्ये विश्लेषक म्हणून संधी मिळाली. ती अशी जागा होती की त्यासाठी १२००० अर्ज येत होते. नंतर त्यांनी एक तप Wasatach Advisors कंपनीत काम केले आणि तिथे बाजारावर मात करणारी फंड व्यवस्थापक म्हणून नाव कमावले. तिथले खास विशेषीकरण (Specialization) उदयोन्मुख आणि सीमेवरील बाजार हे होते. २०१६ साली त्यांनी स्वत:ची कंपनी काढण्यासाठी तिथली नोकरी सोडली. त्यांनी ३ विश्लेषक आपल्या बरोबर काम करण्यासाठी नेमले आणि ते सर्व एका अति गोंगाटाच्या खोलीत बसून कारभार करू लागले.

आम्ही जेव्हा पहिल्यांदा २०१७ साली चर्चा केली, तेव्हा गेरिट्झ फंड्स केवळ दोन आठवड्यांचे होते. पण त्यांनी आधीच संशोधनपर प्रवास रशिया, टर्की, जपान आणि दक्षिण कोरियामध्ये केला होता. वर्षातून दोनदा त्या सुमारे ६९,०००

शेअर्सची चाचणी करतात. त्यातून त्यांना ज्या बाजारावर कोणाचे प्रेम नाही असे बाजार समजतात. तिथे मग त्या जागतिक चाचपणी मोहिमेवर जातात– मोठ्या कंपन्या चांगल्या किमतीसाठी किंवा चांगल्या कंपन्या मोठ्या किमतीसाठी. त्या म्हणतात की, जिथे अन्य कोणी जात नाहीत तिथे जायला मला आवडते. जर तुम्ही काही निराळे होण्याचे, मोठे होण्याचे धाडस करणार असाल तर तुम्हाला प्रवाहाविरुद्ध जायला हवे. त्यांना जो बाजार उल्हसित वाटला तो म्हणजे टर्कीचा, जिथे त्यांनी सुमारे ३० कंपन्यांना भेटी दिल्या. पण हे पाहणे फारसे कठीण नव्हते की फार थोड्या गुंतवणूकदारांनी त्यांच्या उत्साहात भाग घेतला.

टर्कीचे निरंकुश अध्यक्ष, ज्यांनी त्यांच्या स्वत:च्या भव्यतेच्या उत्सवासाठी स्वत:साठी एक भव्य राजवाडा बांधून घेतला होता, ज्यात ११०० खोल्या होत्या पण ते नुकतेच लष्कराच्या क्रांतीतून बचावले होते. त्यांनी आणीबाणी जाहीर करून प्रत्युत्तर दिले होते. हजारो सैनिक, पोलीस आणि न्यायाधीश यांना त्यांनी तुरुंगात टाकले होते, प्रसिद्धी माध्यमांच्या प्रसिद्धीच्या मार्गांवर बंदी आणली होती, आणि आपल्या विरोधकांना त्यांनी दहशतवादी म्हणून जाहीर केले होते. त्या देशाच्या प्रतिष्ठेवर आणखी डाग पडले होते ते आत्मघातकी बॉम्बहल्ल्यामुळे, त्यातला एक तर इस्तंबूलच्या मुख्य विमानतळावर झाला होता. पर्यटन व्यवसाय कोसळला होता, चलनव्यवस्था ढेपाळली होती, चलनवाढ आणि कर्जे वर गेली होती. परदेशी गुंतवणूकदार पळून गेले होते.

पण गेरिट्झ यांनी पूर्वी अनेक वेळा टर्कीला भेटी दिल्या होत्या. त्यामुळे त्यांना तिथल्या परिस्थितीचा सूक्ष्म दृष्टिकोन आला होता. काही वर्षांपूर्वी, जेव्हा त्या देशाच्या आर्थिक भविष्याबद्दलचा आशावाद अगदी भरात होता, तेव्हा त्यांनी एका गुंतवणूक परिषदेला इस्तम्बुलमध्ये हजेरी लावली होती. त्या वेळी, ज्या हॉटेलमध्ये ती परिषद भरणार होती, तिथल्या राहण्याच्या खोलीचा दर १२०० प्रतिरात्र सांगितला. त्यांनी तिथे राहण्यास नकार दिला होता. ‘‘या खेपेला मी ७० प्रतिरात्र तिथे दिले,’’ असे गेरिट्झ मला सांगत होत्या. ‘‘माझ्या दृष्टीने हा टोकाचा निराशावाद होता. दैनंदिन जीवनातील वास्तवसुद्धा इतके भीतिदायक नव्हते, जितके परदेशी बातमीदारानी वर्णिले होते. तिथल्या दैनंदिन जीवनात मला काहीही असे जाणवले नाही ज्याने मी घाबरून जावे. तो एक जगातील अत्यंत मैत्रीपूर्ण देश आहे.’’

गेरिट्झ यांच्या दृष्टीने सत्य परिस्थिती आणि समज यांतील अंतरामुळे त्यांना टर्कीमधील तीन सर्वोत्तम व्यवसायांत दूर पल्ल्याची गुंतवणूक करण्यासाठी चांगली संधी मिळाली. एक सर्वांत मोठा किराणा माल पुरवणारा साखळी स्टोअर्सचा व्यवसाय होता, तिथली आघाडीची संरक्षण क्षेत्रातील कंपनी, आणि तिथली प्रभावी कँडी बनवणारी कंपनी. या तिन्ही व्यवसायांना टिकाऊ स्पर्धात्मक फायदा होता,

त्यांचा रोकड प्रवाह उत्तम होता. गुंतवलेल्या भांडवलावरील परतावे उच्च होते, आणि सर्वांत गंभीर म्हणजे, त्यांचे ताळेबंद मजबूत होते. शिवाय ते एवढे स्वस्त होते की त्यांना भांडवलाचा कायमचा तोटा होण्याची शक्यता नव्हती. विकसनशील राष्ट्रांतील धोके लक्षात घेता, हा अतूट जोर, धोके शमवण्याबाबतचा हा महत्त्वाचा होता. खरोखरच, गेरिट्झ यांच्याकडे मालकी असलेल्या कंपन्यांकडे एकूण रोकड उत्तम आहे, ज्यामुळे त्यांना कठीण परिस्थितीत जेव्हा भांडवल पुरवठा आटतो आणि दुर्बल व्यवसाय कोमेजून जातात, तेव्हा निभावून नेता येते. त्या म्हणतात की, मी खरोखरच गुंतवणूक करते आहे ती टिकणाऱ्या व्यवसायात. मी मोठ्या कंपन्या खरेदी करते पण मला त्या सहा देशांतल्या असाव्यात असे वाटते, ज्या देशांना अडचणींना सामोरे जावे लागले आहे.

गेरिट्झ यांची विस्तृत प्रमाणावर प्रवास करण्याची तयारी आहे आणि त्यामुळे एक संकलित फायदा त्यांना मिळतो जो इतर संकुचित वृत्तीच्या गुंतवणूकदारांना मिळत नाही. तुम्ही जितके जास्त इतर देशांत फिराल, तेवढे जास्त तुम्हाला ढाचे पाहायला मिळतात, जसे तेजीची आणि मंदीची चक्रे, जी निरनिराळ्या देशांत आढळून येतात, जसे भांडवल विस्तारते किंवा आक्रसते, आणि आशावाद वर जातो वा घसरतो. या ढाच्यांना ओळखण्याने मदत होते ती नव्याने उभरत असलेले किंवा सीमेवरचे बाजार यांच्यातील मोठे भडके टाळता येतात. उदाहरणार्थ, त्यांनी ब्राझीलमधून काढता पाय घेतला, जेव्हा तिथे परदेश भांडवल गुंतवणुकीचा जणू महापूर आला होता, सरकारने आपल्या क्षमतेच्या बाहेर जाऊन भरपूर पैसा खर्च केला होता, आणि महागाईचा भस्मासूर सर्वत्र पसरला होता. महागाईची लक्षणे सर्वत्र ठळक दिसत होती. त्यांना आठवते तसे हॉटेलमधील खोलीचे रोज़चे भाडे १,००० किंवा त्याहून अधिक होते. ''मी तिथल्या विमानतळावर पिझ्झा साठी ३५ दिले,'' असे त्या सांगतात.

त्यांना अशीच धोक्याची चिन्हे नायजेरियामध्ये दिसली; जेव्हा परदेशी लोकांनी तिथे जाण्यासाठी रांगच लावली होती, कारण त्यांना खात्री वाटत होती की हे आफ्रिकेतील गुंतवणुकीसाठी सर्वोत्तम गंतव्य स्थान आहे. मात्र गेरिट्झ यांचा सावध निर्णय हा होता की असा सिनेमा मी पूर्वीही पाहिला आहे. तो मी चीनमध्ये पाहिला जेव्हा मूल्यमापन उच्च होत जाते आणि प्रत्येक जण त्याच बाजारावर प्रेम करू लागतो. मी हे ब्राझीलमध्येही पाहिले आहे.

अशा प्रत्येक प्रवासापूर्वी, गेरिट्झ एक अभ्यास कार्यक्रम तयार करतात, तो त्या ज्या ठिकाणी जात आहेत त्या ठिकाणच्या त्यांच्या माहितीत भर पडावी यासाठी केलेला असतो. त्या म्हणतात की, मी ज्या देशात जाणार आहे त्या देशासंबंधीची किमान तीन पुस्तके मी वाचून काढते, त्यातलं एक पुस्तक त्या देशाची अर्थव्यवस्था आणि राजकारण किंवा धर्म या संबंधी असते, दुसरे हे तिथल्या साहित्यासंबंधी

असते, आणि तिसरे जरा हलके फुलके, तिथल्या पॉप संस्कृतीसंबंधीचे असते, जसे रहस्य किंवा गुन्हेगारीसंबंधीची कादंबरी. जर मी यूगांडाला संशोधनपर प्रवासासाठी जात असेन तर मी एक लहान बॅग कपड्याची घेते आणि एक मोठी बॅग सुमारे २० पुस्तकांसाठी घेऊन जाते. हा एक मोठा विनोद आहे. पण मग मला अनेक देशांत जायचे असेल तर मी पुस्तकांशिवाय राहूच शकत नाही.

गेरिट्झ आणि त्यांचे Rondure मधले सहकारी सातत्याने काही आठवड्यांच्या अंतराने भेटतात आणि एक संघ म्हणून ते जी पुस्तके वाचतात त्याविषयी चर्चा करतात. आम्ही वाचलेले सर्वात अलीकडचे पुस्तक होते Investing The Templeton Way जे मी अनेक वेळा वाचले आहे. पण त्याखेरीज इतरही काही असू शकते जसे Grit किंवा Creative Brain. गेली १३ वर्षे त्यांनी एखादा प्रमुख विषय (काही वेळा २) निवडून तो संपूर्ण विषय वर्षभर सखोल अभ्यासासाठी निवडला आहे. हे विषय, जे त्या आनंदी अपेक्षेने निवडतात, त्यात अशा विषयांचा समावेश असू शकतो- अफ्रिका, मिडल ईस्ट, फिजिक्स, ऑइल आणि द लिटरेचर अँड हिस्टरी ऑफ रशिया. २०१९ साली, आम्ही सूशी पद्धतीच्या दुपारच्या भोजनाच्या वेळी चर्चा केली, आणि मी त्यांना आत्ताच सर्वांत ताजा विषय कोणता आहे, असे विचारले. त्यांचे उत्तर होते, "ओह, तो थोडा विचित्र आहे. मी शोधक प्रवाशांविषयी वाचते आहे, त्याची सुरुवात केली आहे, Vikings पासून.

गेरिट्झ, ज्या दर आठवड्याला २-३ पुस्तके वाचतात, या क्वचितच वृत्तपत्रे वाचण्याचे कष्ट घेतात. आणि त्यांच्या ब्लूमबर्ग टीव्हीवर दर मिनिटागणिक येणाऱ्या ताज्या बातम्या पाहण्याबद्दल फिकीर करतात. "त्याऐवजी मी Rise of the Robots सारखे पुस्तक वाचेन आणि दहा वर्षांनंतर जग कसे असेल याचा विचार करेन, न की जग १० मिनिटांपूर्वी कसे असणार होते." हा काहीसा मेंदू वापरून लढवलेला दृष्टिकोन असावा, गुंतवणुकीबाबत, त्यांच्या विश्वासावर आधारित, की सखोल वाचन आणि विस्तृत प्रवास त्यांना अधिक विस्तृत दृष्टिकोन देईल जो उल्लेखनीय असेल पण ज्याचे मोजमाप करणे अवघड असेल. त्या म्हणतात की, फक्त कार्यालयात बसून काम करणे आणि दिवसामागून दिवस आर्थिक व्यवहारांचा पाठपुरावा करणे याला मर्यादा असतात, मला असे वाटतचं नाही की माझे काम सरळ चालणारे आहे.

गेरिट्झ यांनी त्यांच्या मुक्त मानसिकतेला संस्थात्मक स्वरूप देण्यासाठी, दर शुक्रवार या दिवसाला 'आमचा सर्जनशील दिवस' (Our Creative Day) असे नामाभिधान दिले आहे. त्या दिवशी त्यांचे सहकारी त्यांना पाहिजे ते आणि पाहिजे तसे करू शकतात. त्या कित्येक वेळा हा दिवस सॉल्टलेक शहरातील झऱ्याशेजारी बसून घालवतात, जिथे त्या निवांत वाचन, चिंतन किंवा मनन करतात किंवा नियतकालिकांसाठी त्यांच्या प्रवासात आलेल्या कल्पनांवर आधारित लेख लिहितात. त्यांना उटाहमध्ये आपला मुख्य पाया आहे हे उपयुक्त वाटते. इथे

असणे, मळलेल्या मार्गापासून दूर, यामुळे विचार करायला वेळ मिळतो. करोना महामारीच्या काळात, एक भूकंप आणि कित्येक बांधकाम प्रकल्प यांमुळे त्यांचे निवासस्थान त्यांना सखोल विचार करण्यासाठी अयोग्य वाटू लागले. म्हणून त्यांनी इडाहो राज्यातील दुर्गम भागातील आणि एक झरा असलेले घर भाड्याने घेतले. त्यात त्यांनी आपले दिवस विजनवासात समाधानात घालवले आणि ४५ पुस्तके वाचून काढली.

पण गेरिट्झ या इतरही दूरवरच्या भागात भटकंती करतात जे चिंतनासाठी योग्य असतात. त्यात ऑस्ट्रेलियाच्या समुद्रकिनाऱ्यापासून दूर असलेल्या एका बेटाचा समावेश आहे, जिथे फक्त आठ घरे आहेत. ''तुम्ही तुमच्या किराणा मालाने भरलेली बॅग बरोबर घ्या आणि मग ते तुम्हाला बोटीने त्या बेटावर नेऊन सोडतात. काही वेळा तुम्हाला तिथे मोबाइलवरून इतरांशी संपर्क साधता येतो आणि काही वेळा नाही. तिथे इंटरनेट नसते. काही संगीत ऐकता येते, तुम्हाला पाण्याचे सुंदर दृश्य पाहता येते आणि तुमची पुस्तके तुमच्या बरोबर असतात.''

अधूनमधून गेरिट्झ एखाद्या परदेशी ठिकाणी स्वत:ला कित्येक आठवडे नेऊन ठेवतात, त्यामुळे त्या पूर्णपणे तिथले जीवन कसे आहे, तिथली जनता कशी राहते आहे, त्यांच्या चालीरीती आणि पेहराव कसा आहे, वेळ कसा घालवतात आणि काय वापरत आहेत हे अभ्यासू शकतात. त्या तिथल्या बाजाराच्या जवळची स्वस्तातील राहण्याची जागा निवडतात, आणि त्यांचा विभागीय मुक्काम ठरवतात, अंशत: कारण विमानोड्डाणामुळे प्रवास करत राहणे हे फार कठीण होत जाते आणि ते शरीर आणि मनाची झीज करते. कारण त्या इकॉनॉमी क्लासने हवाई प्रवास करतात. गेली अनेक वर्षे त्यांनी विविधता असलेल्या अनेक देशांत सातत्याने प्रवास केला आहे जसे टांझानिया, केन्या, इंग्लंड, फ्रान्स, हॉलंड, दुबई, अबू धाबी, थायलंड सिंगापूर आणि जपान.

कित्येक वर्षांपूर्वी, जेव्हा जपानी स्थावर मालमत्तेच्या किमती घसरल्या होत्या, त्यांनी क्योटो शहराच्या मध्य वस्तीतील एक अपार्टमेंट खरेदी करण्याची संधी साधली. ते शहर हे पुरातन राजवटीच्या राजधानीचे शहर आहे. तिथे आपला तळ ठेवून त्या आशियातील इतर देशांतील कंपन्यांना भेटी देऊ शकतात. ती एक साधी जागा आहे; बिछाना, सोफा, टेबल आणि काही खुर्च्या. ते पूर्वी रेस्टॉरंट होते आणि ब्लोफिश हे त्याचे वैशिष्ट्य होते. तो एक प्राणघातक पदार्थ होतो जर त्या माशातील विष कौशल्याने काढून टाकले नाही तर. तिथल्या मागच्या अंगणात एक मोठा दगड आहे जो त्या हलवू शकत नाहीत, कारण तिथल्या रहिवाशांची अशी श्रद्धा आहे की तो तिथे सर्पदेवाच्या सन्मानार्थ ठेवला आहे. गेरिट्झ वर्षातून किमान एक महिना त्या जागेत घालवतात. मी जेव्हा त्यांना विचारले की त्या अमेरिकेला आपले घर मानतात का जपानला, तेव्हा त्यांनी उत्तर दिले, ''प्रामाणिकपणे सांगायचे तर जपानला.''

आपल्यापैकी बहुसंख्य अशा ठिकाणी राहणे पसंत करतात की जिथे आपल्याला, आपण या ठिकाणचेच आहोत अशी भावना निर्माण होते. पण त्यांचे नैसर्गिक राज्य आहे ते पूर्णतः तिऱ्हाईत गुंतवणूकदारांकरिता, त्या म्हणतात, ''एक महत्त्वाचा घटक हा आहे की निरीक्षण करणे तुम्हाला शक्य होते. आणि जपानमध्ये तुम्ही तेच करू खरोखर करू शकता. तुम्ही फक्त निरीक्षक व्हा. कारण तुम्ही समाजात पुरेसे समरस होऊ शकत नाही जोपर्यंत तुम्हीच त्याला आपला एक भाग मानत नाही.''

जपानसारख्या एका विशिष्ट देशात गुंतवणूक करायची तर त्यांना त्यांचे पूर्वग्रह दूर सारावेच लागतात आणि तिथल्या संस्कृतीचे तिच्या पद्धतीनेच निरीक्षण करावे लागते. उदाहरणार्थ, अमेरिकन कंपन्या त्यांच्या शेअर होल्डर्सचे हित प्रथम पाहतात. पण गेरिट्झ, ज्यांच्या Rondure Overseas Fund ची १/३ संपत्ती जपान मध्ये आहे, सांगतात की जपानी कंपन्यांची प्राथमिकता ग्राहक सेवा ही आहे, नंतर त्यांचे कर्मचारी, व्यवसायिक भागीदार, आणि संपूर्ण समाज या क्रमाने. आणि मला वाटते की शेअर होल्डर्स सर्वांत शेवटी येतात.

पश्चिमेकडील सक्रिय गुंतवणूकदार, फारसे यश न येता, जपानी मुख्य कार्यकारी अधिकाऱ्यांचे मन वळवण्याचा प्रयत्न करतात की त्यांनी कालावधीत नफा वाढवावा, आपली रोकड उत्पादकतेसाठी वापरून कर्ज काढून. पण गेरिट्झ सांगतात की जपानी लोक आपली कंपनी उभी करण्यात जी टिकू शकेल – कधीकधी शेकडो वर्षे – जरी कोणतीही संकटे आली तरी जसे भूकंप, त्सुनामी, लढाया, आणि महामारी. त्या म्हणतात की, ती संस्कृती तत्काळ समाधान देणारी नाही. त्यांचा टिकाऊ पद्धतीची संपत्ती जमवण्याकडचा कल पाहता, जपानी लोकांचा पुराणमतवाद गेरिट्झ यांना चपखल बसतो.

गेरिट्झ यांची विश्वसंचारी कारकिर्द पाहता, त्यांच्या मर्यादा कुतूहलाला त्यात समाधान मिळते असे दिसते. पण ते फुकट येत नाही, त्याची किंमत असते. त्या म्हणतात, ''तुम्ही थांबू शकत नाही. जर मी काहीही वेळेकरता थांबले तर मी माझी कामाची धार बोथट करेन. तुमची तुमच्या गुंतवणूकदारांप्रति समर्पितता असते की तुम्ही थांबणार नाही कारण ते त्यांचे भवितव्य असते. अगदी किरकोळ फावला वेळ जो सर्वसाधारण लोक व्यतीत करतात, जसे स्किईंगला जाणे, किंवा मित्रमंडळींबरोबर वेळ घालवणे, हे माझ्याकरता कठीण आहे. कारण मला जो काही विचार करायचाय तो शेअर्स आणि त्या त्या देशाविषयी.''

''कुटुंबाबद्दल काय?'' ''मला मुले नाहीत आणि मी नशीबवान आहे की मला पती आहेत आणि माझे त्यांच्यावर प्रेम आहे. आणि मी काय करते ते आणि त्यासाठी मला काय करावे लागते ते त्यांना माहीत आहे, त्यामुळे ते नेहमीच अविश्वसनीयरीत्या मला पाठिंबा देतात,आधार देतात.'' त्यांचे पती रॉब एक

अमेरिकन, ज्यांची परस्परांची भेट शाळेत झाली, हे आंतरराष्ट्रीय विक्रीचे काम एका क्रीडा साहित्य उत्पादन करणाऱ्या कंपनीत करतात. त्यांच्या कामाच्या स्वरूपामुळे त्यांना आपला प्रवास कित्येक वेळा गेरिट्झ यांच्या प्रवासाला जोडून करता येतो. पण दोघांच्याही कामाच्या स्वरूपामुळे त्यांना अनेक वेळा एकमेकांपासून दूर राहावे लागते. ते बहुतेक वेळा त्यांच्या क्योटो इथल्या घरात राहतात, तर त्या त्यांच्या उटाहमधल्या घरात.

गेरिट्झ यांना सुरुवातीपासूनच माहीत होते की त्याच्या अत्यंत दबावाच्या गुंतणुकीमधल्या कारकिर्दीला अत्यंत केंद्रित लक्ष द्यावे लागेल. म्हणून त्यांनी आपल्याला मुले असावीत हा विचार दूर सारला. याच्या कारणाचा एक मुख्य भाग म्हणजे आव्हाने आणि अडचणी, या व्यवसायात महिला म्हणून काम करताना येणाऱ्या, आणि त्याही अगदी तशा लहान वयापासून, आणि हे लक्षात ठेवून की या व्यवसायातील लोकांबरोबर आपले स्थान टिकवून ठेवण्यासाठी, असे करणे हेच उत्तम होईल. त्या काळात अमेरिकेत कोणी ज्यांचा आदर्श ठेवावा अशा महिला या व्यवसायात नव्हत्या. पण गेरिट्झ यांना त्यांच्या कार्यालयातील एक महिला माहीत आहे ती ८ ते ५ या वेळाव्यतिरिक्त जादा वेळ काम करू शकत नव्हती, कारण तिला मूल होते. त्यांनी तिला सांगितले की तिला कधीही उच्च पदावर बढती मिळणार नाही कारण मग कामाचे किमान अपेक्षित तास या वेळेपेक्षा जास्त असतील. तुम्हाला हे सांगायचे कारण नाही. तुम्ही कल्पना करू शकता, कोणाचे अनुकरण करायचे याचा आणि यशस्वी ते होते जे कार्यालयात सकाळी ६पासून रात्री १०पर्यंत थांबत होते. आणि शिवाय त्यात शनिवार, रविवारीही होते.

नंतरच्या त्यांच्या कारकिर्दीत, गेरिट्झना वाटले की आता त्यांना मूल होण्यासाठी त्या तयार आहेत, पण मग त्यांचे पती थोडे संकोची झाले. ''नंतर आमची ती वेळ निघून गेली होती.'' ''त्याचा त्यांना कधी पश्चाताप होतो का?'' त्याऐवजी त्या म्हणतात, ''काही वेळा, हो. पण मी जे करत आहे त्यात मला एवढे समाधान मिळते की त्यामुळे मला वाटते की मी काही फार मोठा त्याग केलेला नाही.''

## वजाबाकीची कला

अशी एक सवय जी या प्रकरणातील सर्वांत समान आहे ती म्हणजे, ते ज्या कामात उत्कृष्ट आहेत आणि त्यांच्या दृष्टीने जे काम महत्त्वाचे आहे त्यावर ते आपले लक्ष केंद्रित करतात. त्यांचे यश यातून येते की ते त्यांच्या आग्रहावर ठाम असतात तो म्हणजे अत्यंत अरुंद अशा क्षेत्रावर लक्ष केंद्रित करायचे, आणि त्यामध्ये येणाऱ्या सर्व अडथळ्यांकडे दुर्लक्ष करायचे, जे त्यांच्या उत्कृष्टतेच्या आग्रहाच्या आड येत असतील.

जेसन झवेईग, एक जुने स्नेही, जे वॉल स्ट्रीट जर्नलमध्ये आर्थिक क्षेत्राविषयीचे सदर हाताळतात, आणि जे The Intelligent Investor च्या सुधारित आवृत्तीचे संपादक आहेत, यांनी मला एकदा लिहिले, ''मुंगेर, मिल्लर आणि बफे यांचा विचार करा. हे सर्व जण आपल्या वेळेपैकी एकही मिनिट किंवा त्यांच्या मानसिक ऊर्जेचा एक कणही अशा कामात वाया घालवत नाहीत, जो त्यांना अधिक चांगले करीत नाही. त्यांचे कौशल्य हाच त्यांचा इतिहास आहे. ते कोण आहेत आणि ते कष्ट चांगले नाहीत याबद्दल ते स्वत:शीच काही खोटे काही बोलण्यात वेळ घालवत नाहीत. त्यांच्याप्रमाणेच स्वत:शीच प्रामाणिक राहणे हा गुपिताचा एक भाग आहे. तसे करणे हे कठीण आणि दुःखदायक असते, पण ते तितकेच महत्त्वाचेही असते.''

मला वाटते की हे सर्व मायावी कौशल्यांना लागू पडते, ज्यांच्यावर प्रभुत्व मिळवावे अशी आपल्याला आशा असते, मग ते शेअर्स निवडणे असेल, रुग्णांना बरे करणे असेल, किंवा शब्दांबरोबर कुस्ती खेळणे असेल. माझे एक आदर्श पुरुष – हीरो – आहेत कै ऑलिव्हर सॅकस, एक ख्यातनाम न्यूरॉलॉजिस्ट आणि उत्कृष्ट लेखक, ज्यांनी आपल्या घरात एक मोठी पिवळी सूचना लिहून ठेवली आहे, त्यावर एकाच शब्द आहे, 'NO'. तो ठळक अक्षरात लिहिलेला आहे. त्याची आठवण सांगताना ते स्पष्टीकरण देतात की, हा माझा मार्ग आहे. हा शब्द मला आठवण करून देतो की, निमंत्रणांना नकार द्या, ज्यायोगे मी माझा वेळ लिखाणासाठी राखून ठेवेन.

हजारो वर्षांपूर्वी, ताओ तत्त्वज्ञ लाओ ताझु यांनी लिहून ठेवले की शहाणपणाच्या मार्गामध्ये, सर्व अनावश्यक क्रियांना वगळणे येते. ज्ञानार्जनासाठी रोज काहीतरी जोडत जा. शहाणपण मिळवण्यासाठी, काहीतरी रोज वजा करत जा.

वजा करत जाण्याची कला अमाप महत्त्वाची आहे. विशेषकरून सध्याच्या माहितीच्या युगातील ओझ्यामुळे, जेव्हा आपले मन सहजरीत्या विस्कळीत, विखुरलेले होऊ शकते. जर तुम्ही त्याला या युगात उघड केलेत तर बधिर करणाऱ्या, विसंगती असलेल्या राजकीय बातम्या असतात, समाज माध्यमातील सूचना असतात, रोबो कॉल्स असतात, आणि इतर त्रासदायक आवाज. World Without Mind : The Existential Threat of Big Tech, या पुस्तकात लेखक फ्रँकलिन फॉर ताकीद देतो की आपल्याला घंटा वाजवून सावध केले जात आहे, सूचना दिल्या जात आहेत, वेबसाइटवरून नको ती माहिती आपल्यावर लादली जात आहे, ज्यामुळे चिंतन करण्याच्या शक्यतेला खीळ बसते आहे. माझ्या दृष्टीने, चिंतनातील अडथळा हा आपल्या मानवतेच्या अस्तित्वाला धोका आहे.

ही गुंतवणुकीच्या यशासाठीसुद्धा एक अस्तित्वात्मक धमकी किंवा भीती आहे. म्हणून गेरिट्झ नियमितपणे क्योटोजवळील पर्वतांमध्ये असलेल्या धबधब्याजवळ जाऊन बसतात, जिथे त्या वाचन,लेखन आणि संगीताचा आस्वाद घेऊ शकतात.

कै. बिल रूपाने ज्यांनी Sequoia Funds मध्ये विलक्षण परतावे निर्माण केले होते, हे एकदा माझ्याशी बोलले, त्यांच्या ते म्हणतात तसे त्यांच्या गुप्त अशा लपण्याच्या जागेतून- न्यू यॉर्कमधल्या एका हॉटेलच्या प्रशस्त सूटमधून, जिथे ते एकटे काम करतात, त्यांच्या सहकाऱ्यांशी असलेला संपर्क खंडित करून. गे स्पियर, ज्यांना Attention Deficit Hyperactivity Disorder आहे, त्यांनी आपले कुटुंब मॅनहॅटनमधून झुरिच इथल्या शांत परिसरातील भाड्याच्या घरात हलवले. जिथे त्यांच्या सुंदर पण विचलित होऊ शकणाऱ्या मनाला एका शांत डबक्यात बसण्याचा आनंद घेता येतो. त्यांचे कार्यालय, जे ट्रामने त्यांच्या घरापासून थोड्याच अंतरावर आहे, तिथे त्यांचे ग्रंथालय आहे, जिथे ते त्यांच्या फोन किंवा संगणकाला यायची परवानगी देत नाहीत. त्यांनी त्यांच्या भौतिक वातावरणाची रचना अशी केली आहे,त्यामुळे त्यांना चिंतनासाठी भरपूर वेळ देता येतो.

एका गुंतवणूक चमूचे प्रमुख, आणि १०० बिलियनचे व्यवस्थापन सांभाळायचे, मॅथ्यू मॅकलेनन हे प्रत्येक दिवसाचा प्रत्येक तास बैठका आणि फोन कॉल्सनी भरून टाकू शकतात. ते म्हणतात की, तुम्ही स्वत:ला आता व्यग्र ठेवू शकता. पण तुम्हाला अनुत्पादक व्यग्रता काढून टाकायला हवी. आणि मला वाटते की टिकाऊ प्रतिबिंब ठेवण्यासाठी खिडक्या तयार करणे आवश्यक आहे. ते सकाळच्या वेळी कोणत्याही बैठकांचे आयोजन करीत नाहीत. शुक्रवार शक्य तो बैठकांपासून मुक्त ठेवतात आणि कामाच्या दिवसात काही वेळ कार्यालयापासून लांब जाण्यासाठी ते पद्धतशीररीत्या आयोजन करतात. ते नियमितपणे, त्यांचे मन साफ करण्यासाठी व्यायाम करतात. आणि आठवडाअखेरीस ते निसर्गाच्या सान्निध्यात जाण्यासाठी चालण्याचा व्यायाम करतात. ते स्पष्ट करतात की उन्मत्त पर्यावरणापासून वेळोवेळी स्वत:ला दूर ठेवणे हे फार मदतीचे ठरते.

इतर लोक जितके जास्त विचलित होतील, तितका त्यामुळे फायदा होतो, मानसिक गोंधळ,तंत्रज्ञानाचे अतिक्रमण आणि अति उत्तेजनापासून स्वत:ला दूर करण्यासाठीचा. पण त्याचे विवरण आपल्यापैकी प्रत्येकासाठी निरनिराळे असते. रूपाने यांनी मॅनहॅटनच्या मध्यामध्ये एक शांत आडोसा शोधून काढला. चक अक्रे, ज्यांनी शेअर बाजारावर प्रचंड फरकाने मात केली, त्यांना ग्रामीण व्हर्जिनियातील त्यांच्या शेतामध्ये वास्तव्य करून समतोल विचारांनी चिंतन करणे सोपे वाटते. तिथे त्यांची कंपनी Acre Capital Management चे मुख्य कार्यालय आहे. ते एक लहानसे गाव आहे आणि तिथे फक्त एक वाहतूक दिवा आहे. त्यांच्या घरातून Blue Ridge Mountains चे मोहक दृश्य दिसते. ते म्हणतात, ''आम्ही हरीण, अस्वल, कोल्हा, लांडगा आणि जंगली टर्की यांचे कळप पाहतो. ती एक अत्यंत सौंदर्य युक्त आणि आत्म्यासाठी फार छान जागा आहे. तिथे राहण्याचा आणखी एक फायदा म्हणजे त्यांना सर्व मूर्खपणा आणि निरर्थक बडबडीपासून दूर राहता येते. आणि ते

विनाकारण सतर्क होत नाहीत यामुळे की शेअर बाजारात आणि जगात आत्ता काय चालले आहे याचा उत्सुकतेमुळे. आम्ही ते सर्व बंद करतो.''

त्याऐवजी, ते काही चांगल्या पद्धतीने चाललेले व्यवसाय, जे भांडवलावर आकर्षक परतावे देतात, आणि त्यांच्याकडे याची क्षमता आहे की ते त्यांचा मुक्त रोकड प्रवाह अधिक उच्च परताव्यासाठी पुनर्गुंतवणुकीत वापरतात. आणि त्यांच्यावर एक जबाबदारी असते की सर्व गोष्टी उत्तम प्रकारे करून सोडा. त्यांनी मार्केल कंपनी २७ वर्षे आपल्याकडे ठेवली होती. आणि त्यांनी १०० पटीपेक्षा अधिक कमाई त्यातून केली. त्यांनी बर्कशायर हॅथवे ४२ वर्षे आपल्याकडे ठेवली आहे. त्यांचे सर्वांत मोठे होल्डिंग अमेरिकन टॉवर कॉर्पोरेशन, याचे शेअर्स ७९ सेंट्सपासून वाढून, २००२ पासून २६० पर्यंत वर गेले आहेत. एका निवांत जागी, धावपळ नसलेले जीवन निर्माण करून, अक्रे स्वतःला इतर गुंतवणूकदारांच्या हुशार कल्पना आणि ज्या गोष्टी आमच्याकरिता काम करतात त्यावर लक्ष केंद्रित करा, अशा सूचनांपासून दूर ठेऊ शकतात. थोडक्यात, त्यांनी एक चांगले साहित्य असलेला छोटा तलाव शोधून काढला आहे, आणि त्या ठिकाणी राहून उरलेल्या दिवसात मासेमारी करण्यात ते समाधानी आहेत. किंवा अक्रे म्हणतात तसे, ''आम्ही इथे सर्व महिलांबरोबर नृत्य करू शकतो.''

या सर्वांतून काही व्यवहार्य उकली सापडतात ज्या आपल्याला अधिक श्रीमंत आणि अधिक आनंदी बनवू शकतात.

पहिले : यशस्वी आणि तृप्त होण्यासाठी, आपण हे ठरवले पाहिजे की आम्ही सर्वांची काळजी घेतो आणि आम्ही स्वःशीच प्रामाणिक असतो, की सर्वोत्तम काय करू शकतो यासाठी.

दुसर े : आपल्याला दैनंदिन सवयी आत्मसात करायला लागतील, ज्या आपल्याला, जिथे त्यांचा उपयोग सातत्याने सुधारणा करण्यासाठी होऊ शकतो, अशा ठिकाणी उपयोगात आणण्यासाठी वापरता येतील. आणि ज्यामुळे आपले चित्त विचलित होऊ शकते अशा सवयींना घालवण्यासाठी. ज्या आपल्या उपयोगाच्या जीवनात वापरण्यासाठीच्या सवयी आहेत त्यांची यादी करणे उपयुक्त होईल. पण तितकेच महत्त्वाचे हे आहे की ज्या सवयी आपल्या उपयोगाच्या नाहीत त्यांचीही यादी (Do Not Do List) करायला हवी जी आपल्याला आठवण करून देईल, ते अनावश्यक मार्ग, ज्याची आपल्याला सवय पडून गेली आहे, ज्यामुळे आपण आपल्यालाच कमी लेखतो किंवा त्यामुळे सवयीचा परिणाम म्हणून आपले चित्त विचलित होते. गेनेर सुचवितात तसे, मुद्दा स्वतःला अगदी परिपूर्ण करण्यासाठी पुढे ढकलायचा नाही तर आपली बांधिलकी त्या सवयीकरता करायची आहे की ज्या टिकाऊ आहेत आणि योग्य दिशेने नेणाऱ्या आहेत.

मायकेल झपाटा, एक हेज फंड व्यवस्थापक, जे पूर्वी दहशतवादाविरुद्ध लढणाऱ्या एका सर्वोत्कृष्ट एककाचे कमांडर होते, Seal Team Six, यांनी केंद्रित असण्याची गरज याविषयी बराच विचार केला आहे. ते म्हणतात, ''जीवनातील तुमच्या प्राथमिकता काय आहेत हे तुम्हाला माहीत असायलाच हवे. माझ्याकरिता त्या आहेत; देव, कुटुंब आणि फंड – त्या क्रमाने.''

ही स्पष्टता त्यांनी त्यांचा वेळ आणि त्यांची ऊर्जा यांना कसे वापरावे हे ठरवण्यासाठी मदत करते. ज्यामुळे ते त्यांना ज्याचा उपयोग होतो अशा गोष्टींशी एकरूप होण्यात आपला वेळ घालवू शकतात. ते म्हणतात की, अगदी ही चर्चासुद्धा त्या एकीकरणाच्या बाहेरची आहे, कारण ती त्या कुटुंब-फंड-देव या गोष्टीत बसत नाही. पण ती असणे ठीक आहे. तुम्हाला फक्त एकाच गोष्टीची खात्री करून घ्यायला हवी ती तुम्हाला तुमच्या प्राथमिकतांच्या बाहेर फेकून देत नाही ना आणि तुमच्या जीवनावर तिचा काही परिणाम होत नाही ना ?

हे खरोखरच अगदी टोकाचे आहे का? असेलही. पण बहुसंख्य लोक आपल्या जीवनात अधिकाधिक गुंतागुंत निर्माण करण्याची चूक करतात. ते पृष्ठभागाला स्पर्श करून जातात, आणि आपल्याला वरवरच्या दिसणाऱ्या किंवा अप्रस्तुत गोष्टीत अडकवून घेतात. जसे सर्वोत्तम गुंतवणूकदार दाखवून देतात की टिकाऊ सर्वोत्कृष्टता आपल्याला काही वजा करायची आणि जास्त खोलात जायची गरज समजावून सांगतात.

## प्रकरण ८

# मूर्ख बनू नका

''अधिक चांगली गुंतवणूक कशी करावी, अधिक चांगले विचार कसे करावेत, अधिक चांगले कसे राहावे? चार्ली मुंगेर यांचे धोरण वापरून, पद्धतशीरपणे नेहमीचा मूर्खपणा कमी करून.''

''जेव्हा जेव्हा मूर्ख माणूस चालतो, तो प्रत्येकापुढे प्रकट करतो की तो मूर्ख आहे.''

–Ecclesiastes १०.३

''शहाणे होण्यासाठी प्रत्येकाने चांगल्या आणि वाईट विचारांचा अभ्यास केला पाहिजे, पण प्रथम वाईट गोष्टीचा विचार केला पाहिजे. तुम्ही प्रथम अभ्यास केला पाहिजे तो वाईट काय असेल त्याचा. तुम्हाला पहिले कळले पाहिजे की हुशार म्हणजे काय नाही. योग्य म्हणजे काय नाही आणि काय करण्याची आवश्यकता नाही.'' –लिओ टॉलस्टाय.

– Calendar of Wisdom.

''हे उल्लेखनीय आहे की फार हुशारीने वागण्याचा प्रयत्न करण्याऐवजी ,आपल्यासारख्या लोकांनी सातत्याने मूर्खपणाने वागण्याचा प्रयत्न केल्यामुळे, आपल्यासारख्या लोकांना दूर पल्ल्याचा फायदा मिळाला आहे''

–चार्ली मुंगेर

मी ३००० मैलांचा प्रवास केला आहे, चार्ली मुंगेर यांच्या बरोबरची केवळ दहा मिनिटांची मुलाखत घेण्यासाठी. त्यासाठी मी एक तास आधी पोहोचलो आणि काहीशा चिंताग्रस्त उत्साहात होतो, मला तिथे बोलावल्याबद्दल. तो दिवस होता १५ फेब्रुवारी २०१७. आणि ते डाउनटाउन लॉस एंजेलिसमध्ये होते Daily Journal Corporation च्या वार्षिक बैठकीसाठी. मुंगेर जे या अप्रसिद्ध वृत्तपत्र प्रकाशकांचे अध्यक्ष आहेत, त्यांना असे म्हणणे अधिक चांगले होईल की ते बर्कशायर हॅथवेचे बिलिनॉयर उपाध्यक्ष आहेत आणि वॉरन बफे यांचे ४० वर्षांहून अधिक काळ भागीदार आहेत. १९२४ साली जन्मलेले ते म्हणजे सर्वात महान गुंतवणूक संघाचे – आत्तापर्यंतच्या इतिहासातील – अर्धे भागीदार आहेत.

मुंगेर यांनी माझ्याबरोबर खाजगीत संभाषण करण्यास – ती वार्षिक बैठक चालू होण्यापूर्वी – संमती दिली. म्हणून मी एका खोलीच्या बाहेर, कंपनीच्या वर्णन करणे अवघड असलेल्या मुख्यालयात, उभा होतो. हे पाहत होतो की त्यांचे शेकडो भक्त लॉबीमध्ये गर्दी करून उभे होते. त्यात महत्त्वाचे आणि प्रमुख म्हणजे ली लू, मोहनीश पाबराय, फ्रँकॉईस रॉचोन, व्हिटनी टिलसन, ख्रिस्तोफर डेव्हिस आणि फ्रान्सिस चाऊ हे होते. हा एक सर्वत्र फिरणारा विनोद आहे की इथे असलेल्या कोणालाही त्या जर्नलविषयीही फिकीर नाही. जेव्हा उपस्थित त्या इमारतीत येतात, ते एका पुस्तकात सही करतात ज्यात त्यांच्याकडे किती शेअर्स आहेत त्याचा आकडा असतो. त्यापैकी बहुतेकांच्या बाबतीत त्याचे उत्तर शून्य असते. माझ्याप्रमाणेच ते दूर दूरच्या अंतरावरून आलेले असतात, ते त्या ९३ वर्षे वयाच्या आयकॉनचे व्यवहारज्ञान आणि शहाणपण ऐकण्यासाठी.

मुंगेर यांची मुलाखत घेण्याची शक्यता आणि संधी हीच मुळी थरारक आणि अस्वस्थ करणारी होती, त्यांची ख्याती आणि प्रतिष्ठा, एक भीती वाटावी इतके हुशार आणि तितकेच चिडखोर व्यक्तिमत्त्व, जे चुका आणि अपयश नाश करेल इतक्या स्पष्टतेने हडकून काढतात. बफे यांनी एकदा जाहीर केले की चार्ली हे कोणत्याही व्यवहाराचे विश्लेषण आणि मूल्यमापन वेगाने आणि अत्यंत अचूकपणे – कोणत्याही जिवंत माणसापेक्षा – करू शकतात. कोणतीही योग्य अशी दुर्बलता ६० सेकंदात दाखवून देतात. बफे यांनी हेही सांगितले की मुंगेर अशी बढाई मारतात की ते जगातील उत्तम ३० सेकंद मनाचे आहेत. तुम्ही वाक्य पूर्ण करायच्या आधीच त्यातील तथ्य ते जाणतात. मायक्रोसॉफ्टचे सह संस्थापक बिल गेट्स यांनी सांगितले होते की मुंगेर हे, माझा ज्यांच्या ज्यांच्याशी संबंध आला त्यातील सर्वांत विशाल विचारवंत आहेत.

मुंगेर यांचे मन, जे लोक सहसा व्यक्तिपूजेच्या विरुद्ध असतात, त्यांनाही प्रेरणा देते. पाबराय, जे असा दावा करतात की मुंगेर हे बुद्धिमत्तेच्या बाबतीत बफे यांच्यापेक्षा काही हिस्सा वरचढ आहेत. ते मुंगेर यांची एक आठवण सांगतात, ती

त्यांना एका समारंभात व्यासपीठावर भाषण देत असतानाची. त्यांच्या बाजूला एक नोबेल पारितोषिक विजेते शास्त्रज्ञ होते. आणि त्यांना Caltech चा सर्वांत महान मेंदू समजले जायचे. ते गृहस्थ म्हणजे तिथे, ज्याला काही माहीत नाही असे कोळंबी मासा वाटत होते. तुम्ही विरोधाभास बघू शकता. एक मठ्ठ एका बाजूला आणि खरा मेंदू दुसऱ्या बाजूला. पाबराय पुढे म्हणतात, की मुंगेर यांच्या अंतर्गत देणगीने त्यांना महान आघाडी दिली आहे. ती त्यांनी संश्लेषित केली आहे ते दर आठवड्याला कित्येक पुस्तके वाचून, ज्यात अनेक क्षेत्रांतील विषयांचा समावेश असतो. हे मिश्रण, अविश्वसनीय तारांची गुंफण असलेले आणि सखोल माहितीची आकडेवारी असलेले, असे दाखवून देते की ही व्यक्ती बहुधा ३०० वर्षे वयाची असावी.

पण आणखी एक कारण होते, भीती वाटण्यासाठी, जेव्हा मी मुंगेर यांना भेटण्यासाठी कंबर कसली होती. अगदी त्यांचे निष्ठावंत चाहतेसुद्धा मान्य करतील की काही अंशी ते थोडे उद्धट आहेत. चाऊ हसतात, जेव्हा ते मला गोष्ट सांगतात. एक पैशाचे व्यवस्थापक, जे ओमाहा आणि कॅलिफोर्नियाला नेहमी चार्ली मुंगेर यांचे भाषण ऐकायला जायचे, एके दिवशी, हे त्यांचे मित्र मुंगेर यांच्या पाठोपाठ लिफ्टमध्ये गेले आणि म्हणाले, ''चार्ली, तुम्ही माझे एवढे प्रेरणास्थळ आहात! मी तुमच्याकडून गेल्या अनेक वर्षांत बरेच काही शिकलो आहे. मुंगेर यांनी त्याला तिथल्या तिथे उत्तर दिले, 'मग!' आणि ते लिफ्टमधून बाहेर पडून निघून गेले.

बिल मिल्लर आठवण सांगतात, ते मुंगेर यांना न्यू यॉर्क मधील एका रस्त्यावर धावत जाऊन भेटले आणि म्हणाले. 'चार्ली!' आणि ते माझ्याकडे बघून म्हणाले, ''तुम्ही कोण आहात?'' मिल्लरनी स्वत:ची ओळख करून दिली आणि त्यांना आठवणही करून दिली की त्यांची एकदा भेट झाली होती, एका वर्तणूक अर्थशास्त्राच्या कार्यक्रमात भेट झाली होती. ते म्हणाले. ''असे का? वा!'' मग ते बायकोला म्हणाले, ''तू हॉटेलकडे का जात नाहीस? मी जरा वेळ मिल्लरबरोबर चालून त्यांच्याशी बोलतो.'' आम्ही सुमारे तासभर एकत्र चाललो, असाच काहीतरी बोलत. पण ते तसे विनोदी होते. आणि म्हणाले, ''पण तुम्ही कोण आहात?''

पण माझी आवडती गोष्ट मुंगेर यांच्या मुत्सद्देगिरीमधील अपयशाबद्दल येते ती बफे यांच्याकडून, जी त्यांनी पाबराय आणि गे स्पियर यांना २००८ साली एका भोजनाच्या वेळी सांगितली होती. मुंगेर यांचा एक डोळा काचेचा आहे, ते एकदा एका मोटारगाड्यांच्या खात्यात गेले. तिथल्या एका सुमार अधिकाऱ्याने त्यांना विचारण्यात एक दुर्दैवी चूक केली. तो मुंगेर यांना म्हणाला, ''तुमच्याकडे अजूनही एकच चांगला डोळा आहे ना?'' आणि मुंगेर यांनी उत्तर दिले, ''नाही, आता एक नवाही नुकताच उगवलेला आहे.''

पाबराय यांनी मला खात्री दिली होती की जरी त्यांचा नावलौकिक काहीही सुचवत असला तरी मुंगेर हे दयाळू आणि सौम्य आहेत, चार्ली हे अगदी नरम,

इतरांची काळजी घेणारे आहेत. त्यांचे बाह्य रूप कठोर वाटते. पण एकदा तुम्ही ते पार केले की एक अत्यंत सुदर व्यक्ती आहेत. मुंगेर यांची मुलगी, मॉली, जी एक वकील आणि परोपकारी काम करणारी आहे, सांगते की ते आता नरम झाले आहेत, त्यांना एक तेजस्वी स्वरांची धार आहे. मला वाटते, ते जेव्हा तरुण होते, तेव्हा ती जास्ती उच्चारली जात होती.

काही असले तरी, मी अगदी वेड्यासारखी काळजी घेतली, आमच्या संक्षिप्त भेटीसाठीची. आणि त्यात मग त्यांच्या डझनावारी भाषणांतून, लेखनातून आणि इतर मार्गांतून मिळालेल्या माहितीवरून नजर टाकताना मला जाणवले की मुंगेर ही अशी प्रथा पाळतात की जिची आपण सर्व जण नक्कल करू शकतो. ते सातत्याने खटपट करतात ती आपली मूर्खासारखा विचार करण्याची, मूर्खासारखी वागणूक ठेवण्याची, स्वत:ची नसलेली चूक करण्याची आणि प्रमाणभूत मूर्खपणाची गोष्ट टाळायची.

उदाहरणार्थ, २०१५ सालच्या आणखी एका शेअर होल्डर्सच्या बैठकीत त्यांनी शैक्षणिक क्षेत्रातील वर्तुळातील एका लोकप्रिय भ्रमाची की शेअर बाजार एवढा कार्यक्षम आहे की कोणी त्याच्यावर मात करू शकत नाही. ते म्हणाले, ''मला माहीत होते की हा सर्व बकवास आहे.'' आणि पुढे ते म्हणाले, की त्यांनी याच्यावरही कधी विश्वास ठेवला नाही की ईडनच्या बागेत बोलणारा साप होता. माझ्याकडे बाष्कळ बडबड ओळखण्याची युक्ती आहे. माझ्याकडे काही अंतर्दृष्टी नाहीत ज्या इतर लोकांकडे नसतात. माझ्याकडे फक्त इतरांपेक्षा थोडे अधिक सातत्य आहे ते मूर्खपणा टाळण्याचे. इतर लोक तल्लख व्हायचा प्रयत्न करतात. मी प्रयत्न करतो तो मूर्ख न होण्याचा. मला सापडते की तुम्हाला फक्त एवढेच करायचे आहे की आयुष्यात पुढे जाताना मूर्ख नसण्याचे आणि दीर्घ काळ जगण्याचे. पण बहुतेक लोक विचार करतात त्यापेक्षा मूर्ख नावांनी हे अधिक कठीण आहे.

हा एक कुतूहलजन्य विरोधाभास आहे की या पृथ्वीतलावरील हा सर्वांत हुशार माणूस मूर्खपणा टाळण्यावर आपले लक्ष केंद्रित करतो. आपण बघू तसे हे एक असामान्य परिणामकारक धोरण आहे, शेअर बाजार आणि जीवनासाठी.

## मूर्ख नसलेल्यांच्या जीवनासाठीचा मार्गदर्शक

आमच्या बैठकीच्या खोलीचा दरवाजा उघडला जातो आणि मुंगेर माझे स्वागत काहीशा बारीक आणि थरथरत्या आवाजात करतात. ''तुम्हाला बघून आनंद झाला, बसा.'' मी जवळजवळ त्यांच्या गुडघ्याला माझा गुडघा टेकवून बसलो होतो. अनेक लोक त्या खोलीतून बाहेर पडताना मोठ्या आवाजात बोलत होते. पण मुंगेर यांना त्या गोंगाटाचा काही त्रास वाटत नव्हता. त्यांचे केस पांढरे होते आणि चश्मा वजनदार होता. त्यांचा गडद रंगाचा सूट थोडा पोत्यासारखा ढगाळ वाटत होता,

त्यांच्या सडसडीत आणि नाजूक शरीराच्या मानाने. पण मला हायसे वाटले, कारण त्यांची पद्धत काहीशी आश्चर्यकारकरीत्या परोपकारी वाटली.

आम्हाला इतर काही बोलायला फार वेळ नव्हता, म्हणून मी थेट विषयाला हात घातला. मी त्यांना सांगितले की मी त्यांना मूर्खपणा कमी करण्याबाबतचा महान प्रशिक्षक मानतो. आणि मी त्यांना विचारले की ते त्यांचे लक्ष सर्वसामान्य चुका, तर्कहीनतेचे भाकीत करता येतील असे नमुने, यांवर एवढे का केंद्रित करतात. ते म्हणाले, ''कारण त्यामुळे काम होते. हे अंतर्ज्ञान आहे की तुम्ही समस्येच्या पाठीमागे जा. तुम्ही प्रयत्न केलेत आणि हुशार झालात, तर ते अवघड आहे. पण तुम्ही जर चक्कर मारून आलात आणि सर्व आपत्तींना पाहिलेत आणि म्हणाला की, हे कशामुळे झाले? आणि ते टाळण्याचा प्रयत्न केलात, तर तो साधासोपा मार्ग वाटतो, संधी पाहण्याचा आणि त्रासाला चुकवण्याचा.'' मुंगेर यांचा समस्या पाठीमागे जाऊन सोडवायच्या दृष्टिकोनावर कार्ल गुस्ताव्ह जॅकोबी, १९व्या शतकातील बीजगणित अभ्यासक, ज्याने प्रसिद्ध वचन सांगितले, ''उलटे पाहा, नेहमीच उलटे पाहा.'' पण मुंगेर यांनी मला सांगितले, की त्यांनी ही मानसिक सवय – उलटे पाहायची – त्यांच्या मित्राच्या मदतीने – गॅरेट हार्डिंग्स, पर्यावरण शास्त्रज्ञ, ज्यांनी त्यांची आवड, निकृष्ट विचारांचे भयंकर परिणाम पाहण्याची, मला सांगितली. हार्डिंग्स यांची मूलभूत कल्पना होती की जर तुम्हाला कोणी विचारले की भारताला कशी मदत करावी? तर फक्त एव्हढेच म्हणा की, मी खरोखरच भारताला उद्ध्वस्त करण्यासाठी मी काय करू शकतो? आणि मग तुम्ही त्या सर्व बाबींचा विचार करता, आणि मग म्हणता, ''नाही,मी असे करणार नाही. हे अंतर्ज्ञान आहे, जे तुम्हाला अशा प्रश्नाच्या विरुद्ध पाहायला लावते. समस्या सोडवण्याच्या बाबतीत हा पूर्ण असा मार्ग आहे.''

१९८६ साली, लॉस एंजेलिस इथल्या प्रिपरेटरी स्कूलमध्ये मुंगेर यांनी भाषण दिले. त्या वेळी त्याच्या आठ मुलांपैकी आणि एका सावत्र मुलांपैकी काही उपस्थित होती. यश आणि आनंदाची गुपिते अशा नेहमीच्या शिळ्या झालेल्या विषयांऐवजी त्यांनी एक प्रेरक असे सादरीकरण केले, तत्त्व कसे वापरावे यांच्यावर. त्यांनी विद्यार्थ्यांना जीवनातील खात्रीलायक दु:खासाठी औषधयोजना सांगताना अशी शिफारस केली की ते अविश्वसनीय असावेत, त्यांनी तडजोड टाळावी, नाराजीला आश्रय द्यावा, सूड उगवावा, असूयेला साथ द्यावी, रासायनिक द्रवे वापरावीत, अल्कोहोलच्या आहारी जावे, दुसऱ्यांच्या चांगल्या आणि विस्तृत अशा अनुभवातून काही शिकणे टाळावे, सध्याच्या विश्वासाला चिकटून राहावे, आणि जेव्हा पहिल्या, दुसऱ्या वा तिसऱ्या गंभीर अशा जीवनाच्या लढाईत विपरीत घडले तरीही त्याला चिकटून राहावे.

मी जेव्हा मुंगेर याना विचारले की विचार करण्याची ही पद्धत जीवनातील व्यवहार्य समस्यांना हाताळण्यासाठी कशी वापरावी, जसे लग्न करावे का एखादा

शेअर घ्यावा. त्यांनी अशी शिफारस केली की ही एक आपत्ती होणार आहे का? असा प्रश्न विचारावा, हे विचारण्याच्या ऐवजी की, हे एक छान होणार आहे का? काय चुकीचे आहे हे पाहणे, आणि त्याला टाळणे हे, चांगले काय आहे हे पाहणे आणि ते मिळवण्याचा प्रयत्न करणे याहून निराळे आहे. अर्थात तुम्हाला जीवनात दोन्ही करावे लागते. पण ही व्यवहार्य उलथापालथ, समस्येकडे पाहणे आणि तिला टाळणे तुम्हाला अनेक गोंधळापासून वाचवते. हे एक पूर्व गुंतवून घेणे आहे. हे म्हणजे विमानाने उड्डाण भरण्यापूर्वीची तपासायची यादी – चेकलिस्ट – आहे.

त्याचप्रमाणे जर तुम्ही चांगले व्यवस्थापन असलेल्या फंडामध्ये गुंतवणूक करायच्या विचारात असाल तर, तुम्ही कदाचित असा विचार करून सुरुवात कराल, "मी आंधळेपणाने एखाद्या अगदी घाणेरड्या फंडात गुंतवणूक कशाला करावी जिथे आपत्ती नक्कीच कोसळणार आहे?" हा प्रश्न तुम्हाला अशा चुकांच्या यादीकडे घेऊन जाईल ज्या गुंतवणूकदार नेहमीच करतात. नीतिनियम गुंडाळून लावलेली फी, बाजारातील जास्त लोकप्रिय आणि खर्चीक भागांकडे धोक्याचा परिचय आणि आणि जे नक्कीच टिकाऊ नसतील असे डोक्याला गरगरू न सोडणारे परतावे.

मग ही पहिली मानसिक युक्ती आहे जी आपण मुंगेर यांच्याकडून शिकली पाहिजे, मूर्खपणापासून वाचवण्यासाठी सुरक्षितता. भीतिदायक निकाल येणे याची कल्पना करा, उलट्या बाजूने काम करा, स्वत:लाच प्रश्न विचारून की, कोणत्या दिशाभूल करणाऱ्या कृती तुम्हाला त्या वाईट नशिबाकडे घेऊन जातील. आणि मग निर्दयीपणे ते स्वत:चाच नाश करून घेणारे वागणे टाळा. मुंगेर म्हणतात, "अर्थात, लोक भरपूर बक्षीस मिळवण्यात इतके स्वारस्य राखून असतात की ते अगदी मूर्खांबाबत –जे तुम्हाला त्या बक्षिसापासून वंचित करतील – विचारही करीत नाहीत.

बफे आणि मुंगेर यांनी अनेक भाकिते करता येण्यासारख्या किंवा न करता येण्यासारख्या आपत्ती चुकवण्यासाठी हे उलथापालथीचे तत्त्व अमलात आणले आहे. २००९ साली बर्कशायरच्या शेअर होल्डर्सना लिहिताना, बफे यांनी ही उलथापालथीची कला सविस्तरपणे सांगितली आहे. त्याचे शीर्षक होते, 'आम्ही काय करत नाही,' उदाहरणार्थ, चार्ली आणि मी असे व्यवसाय टाळतो की ज्यांच्या भवितव्याचे मूल्यमापन आम्हाला करता येत नाही, मग त्याची उत्पादने कितीही उत्साहवर्धक असेनात का. त्याऐवजी, आम्ही अशा व्यवसायांना चिकटून राहतो की ज्यांच्या नफ्याचे येत्या काही वर्षातले चित्र, सर्वसाधारपणे भाकीत करता येण्यासारखे असते. बर्कशायर आपल्याकडे मोठ्या संख्येची रोकड रक्कम बाळगून असते, जेणेकरून आर्थिक आणीबाणीच्या काळात कुणापुढे हात पसरायची वेळ येऊ नये. बफे यांनी असा विनोद केला की हा दृष्टिकोन कमी आकर्षक पातळीवरही राबवता येतो, देशाचे राष्ट्रगीत उलटे म्हणा आणि तुम्ही तुमची हरवलेली मोटार गाडी, घर किंवा पत्नी थोड्याच वेळात परत मिळवू शकाल.

बफे आणि मुंगेर यांच्याप्रमाणेच, मी ज्या ज्या उत्कृष्ट गुंतवणूकदारानां भेटलो आहे, त्यांच्याकडे काय करायचे नाही याबद्दल कमालीची स्पष्टता होती. जोएल टिल्लिंगहास्ट, ज्यांनी Fidelity Low Priced Stock Fundचे व्यवस्थापक या नात्याने १९८९ सालापासून दरवर्षी रसेल २००० इंडेक्सवर ३.७ टक्क्यांनी मात केली होती, यांना जिम लॉवेल यांनी त्यांच्या पिढीतील 'अत्यंत मोलाची देणगी मिळालेला शेअर' असे गौरवले होते. जिम लॉवेल हे Fidelity Investor Newsletter चे संपादक आहेत. बोस्टनमध्ये त्यांची मुलाखत घेताना मी टिल्लिंगहास्ट यांना जिंकण्याचे धोरण याविषयी स्पष्टीकरण देण्यास सांगितले. त्यांनी प्रतिसाद दिला तो एक यादी पुढे करून, ज्यात ते जे टाळतात त्या सर्वांची यादी होती. उदाहरणार्थ, ते विकसनाच्या पायरीवर असलेल्या Bio Tech कंपन्यांचे शेअर्स टाळतात, कारण त्यांना माहीत असते की ते त्यांना त्यांच्यातले अगदी वाईट आणायला सांगतील. ते योग्य कमाईचे भवितव्य वर्तवू शकत नाहीत, कारण त्यांचे भवितव्य अगदी अस्पष्ट असते. शिवाय बॉयोटेक शेअर्स हे इतके अस्थिर असतात की ते त्यांना भावनिकदृष्ट्या कृती करायला भाग पाडतात. ते म्हणतात, ''मी जर बॉयोटेक शेअर्समध्ये व्यवहार करू लागलो तर मला वेड लागेल. म्हणून मी त्यांच्या भानगडीत पडत नाही.''

टिल्लिंगहास्ट जे एक लाजाळू आणि भित्रे गणितातले तज्ज्ञ आहेत, आणि जे ४० बिलिअनच्या संपत्तीचे व्यवस्थापन बघतात, यांनी एक संरक्षक तत्त्वांचा आणि व्यवहारांचा जणू ढीगच रचला आहे, ज्यांनी त्यांना उच्च आणि दीर्घ काळ टिकणारी कामगिरी करण्यात - त्यांच्या स्पर्धकांवर मात करून - मदत केली आहे. सुरुवात म्हणून ते सांगतात, ''फार किंमत देऊ नका, अशा व्यवसायांकडे जाऊ नका जे कालबाह्य आणि नष्ट होण्याबाबतची शक्यता जास्त असते. बदमाश आणि मूर्ख लोकांच्या बरोबर गुंतवणूक करू नका. ज्या गोष्टी तुम्हाला समजत नाहीत त्यात गुंतवणूक करू नका.''

टिल्लिंगहास्ट म्हणतात, हे जे व्यवसाय खोलवर पाहता चक्रीय आहेत, ज्यांच्यावर कर्जाचा बोजा जास्त आहे, आणि जे लहरी आहेत, त्यांच्यात अजिबात गुंतवणूक करू नका. ते प्रचारात्मक व्यवस्थापन आणि आक्रमक हिशोब तपासनीस यांना लाल निशाण मानतात. ज्या क्षेत्राबद्दल त्यांना स्पष्ट अंतर्दृष्टी नाही किंवा कौशल्ये नाहीत, त्यापासून ते दूर राहतात; कारण त्यांच्या मते, आपल्या अज्ञानापासून चार हात दूर राहणे यापेक्षा महत्त्वाचे काही नाही. ते फार जाहीररीत्या किंवा पुनःपुन्हा काही बोलणे यापासून दूर असतात. कारण मग त्यांना त्यांचे मन बदलणे कठीण होईल आणि ते जर चुकीचे बोलले असले तर ते त्यांना मान्य करावे लागेल. आणि ते सक्रियरीत्या शेअर्सचा व्यापार करणे टाळतात, कारण त्यामुळे प्रचंड रकमेच्या व्यवहाराच्या किंमत आणि कर वाढतात, त्यामुळे त्यांच्या परताव्यांमध्ये मोठी घट होईल.

ही सर्व निराशेची सामान्य कारणे जर काढून टाकली तर मग काय उरते? असे एक खाते जे कमी मूल्यमापन केलेले असेल, ते सहज समजण्यासारखे असेल, आर्थिकदृष्ट्या स्थिर असेल, नफा देणारे असेल आणि वर्धिष्णू व्यवसाय जे प्रामाणिक लोकांनी चालवलेले आहेत, त्यांचे सर्वांत जास्त विस्मयकारक शेअर्स आहेत Monster Beveragesचे, जे १००० पट वधारले आहेत.

टिल्लिंगहास्ट यांच्या उदाहरणावरून आपल्या सर्वांचा फायदा होऊ शकतो, अपयशाची अत्यंत लोकप्रिय पाकक्रिया पाहून. बहुतेक सर्व गुंतवणूकदार कशामुळे अडचणीत येतात, आणि त्यांच्याप्रमाणे, तुम्ही तसे करू नका. जर तुम्हाला श्रेष्ठ व्हायचे असेल, तर ते अवघड आहे. पण तुम्ही जे करू शकत नाही त्यावर तुम्ही नियंत्रण ठेवू शकता, ते साध्य करणे शक्य असते. मी १५ पाउंड वजन कमी करणार नाही, पण डोनट्सना नाही म्हणणे माझ्या दृष्टीने सोपे आहे.

शेवटी याची नोंद घेणे योग्य आहे की मुंगेर यांची समस्या उलटे जाऊन सोडवण्याची पद्धत, हाही एक परिणामकारक मार्ग आहे, स्वयंनिर्मित गोंधळ दूर करण्याचा, अगदी आपल्या जीवनातीलही. मार्केलचे सहप्रमुख कार्यकारी अधिकारी, टॉम गेनेर हे एका नवऱ्याचे उदाहरण देतात जो शहरामध्ये आपल्या पत्नीला बरोबर न घेता बाहेर काही करतो. तो म्हणतो की, मी एका सुंदर महिलेशी लग्न केले आहे, तिच्याशिवाय मद्यपानगृहात जाणे, मी एकट्याने आणि अधिक मद्यपानाच्या प्रभावाने नियंत्रणाबाहेर जाणे, यामुळे निराळ्या प्रकारच्या मोहात आणि परिस्थितीत पडायला होते, सर्वसामान्य परिस्थितीपेक्षा थोड्या अधिक निराळ्या. ते मुंगेर यांचे उलथापालथीचे तंत्र इथे लावायला सांगतात, एक साधा प्रश्न विचारून. कोणती गोष्ट वाईट असते आणि मी ती कशी टाळू शकतो? गेनेर म्हणतात, ''योग्य उत्तर हे असेल की १०च्या ऐवजी २ ड्रिंक्सच घ्या.''

तुमचे ध्येय हे भयानक शेअर्स निवडीचे असो किंवा भयानक पत्नीचे असो, सुरुवात म्हणून स्वत:लाच प्रश्न विचारावा की भयानक कसे व्हावे. आणि मग उलटे फिरा, नेहमीच उलटे फिरा.

## निर्जीवतेचे संग्राहक

जेव्हा इतर बिलिनॉइरेस कलेच्या वस्तू, विन्टेज कार्स आणि शर्यतीचे घोडे गोळा करतात, तेव्हा मुंगेर स्वतःला मूर्खपणा, गाढवपणा, निर्जीवतेचे संग्राहक मानतात. त्यांची कन्या मौली आठवण सांगते की तिच्या मूर्खासारख्या तारुण्यात, मुंगेर यांच्या अनेक धोक्याच्या सूचना देणाऱ्या गोष्टी लोकांबद्दलच्या जे गोष्टी करतात, आणि ज्यात नेहमीच कृतघ्नता आणि फार कमी नैतिक तत्त्व असते. त्यांनी ऐकल्या होत्या. एका विशिष्ट गोष्टीत एक मुलगा, ज्याला वडिलांबद्दल अत्यंत तिरस्कार

होता, ज्याला वारसाहक्कातून त्याचे नशीब उजळणारे लाभ झाले असते. मौली मुंगेर म्हणतात की, हे प्रत्येक पातळीवर मूर्खपणाचे आहे. कृतघ्न, स्वतःचे नुकसान करून घेणारे, खोटे असलेले आणि अहंकाराने भरलेले.

ही सवय सक्रियरीत्या इतर लोकांच्या मूर्खपणाच्या वाण्यासंबंधीची उदाहरणे जमवणे, मूर्खपणासाठीचा अमूल्य असा उतारा आहे. खरं तर, हे दुसरे मूर्खपणाविरुद्धचे महान तंत्र आहे, जे आपण मुंगेर यांच्याकडून शिकले पाहिजे. हा एक असा छंद आहे की जो अनंत काळ करमणूक आणि अंतर्दृष्टी पुरवतो, ज्यामुळे त्यांना त्यांच्या डोक्यात सर्व मूर्खपणाच्या कृतींची यादीच तयार करून देतो. ते म्हणतात, "अशा सवयीचे फायदे कोणालाही मिळू शकतात, पण मला नाही वाटत की तुम्हाला ते मिळतील जर तुमचा स्वभाव तसा विशिष्ट नसेल. मी करत असलेले बरेच काही गोष्टी या बुद्ध्यंकामध्ये बसत नाही. ते काही निराळेच आहे. स्वभाव, मनोवृत्ती. पण मला वाटते की अंशत: वारसाहक्काने येते,जसे डोळ्याला डोळा भिडवणे किंवा टेनिसमधील क्षमता .

मुंगेर यांना गुंतवणुकीतील मूर्खपणाबद्दलच्या निवडीत थोडी अडचण येते. उदाहरणार्थ, शेअर बाजारातील संभाव्यतांबद्दल ऐकून घेण्याच्या पद्धतीची ते निंदा करतात आणि त्यांची तुलना ते पुरातन कला, जहाजांच्या संभाव्य अडथळ्यांचे भाकीत वर्तवून भविष्य सांगणे, अशी करतात. दुसरी एक समान चूक असते ती म्हणजे, एखादी चुकीची कंपनी तिच्या सर्वोच्च चक्रीय किंमतीला विकत घेणे. बरेचसे लोक फक्त असेच करत असतात. आणि अर्थातच गुंतवणूक क्षेत्रातील बँकर्स, त्यांना ज्यातून कमिशन मिळणार आहे, अशी कुठलीही भिकार कंपनीही विकत घेण्यासाठी त्यांना उत्तेजन देतात. आणि भोळे गुंतवणूकदार हे पटवून घेण्यात अपयशी ठरतात की पूर्वीची चक्रीयता पुन्हा येणार असते. त्याऐवजी ते कंपनीचा उठाव चालूच राहील कारण तसे होत आलेले आहे. हा एक मानक मूर्खपणा आहे.

मुंगेर आपल्या स्वतःच्या मूर्खपणाची उदाहरणेही संकलित करून ठेवतात. २०१७ साली जेव्हा मी बर्कशायरच्या वार्षिक बैठकीला उपस्थित होतो, तेव्हा ते, त्यांनी आणि बफे यांनी केलेल्या काही अत्यंत खर्चीक चुकांविषयी स्पष्टपणे बोलले. मुंगेर यांनी सुमारे ४०,००० शेअर होल्डर्स श्रोत्यांपुढे कबुली दिली की आम्ही तुम्हाला, गुगल विकत न घेतल्यामुळे दगा दिला आहे. आम्ही वॉलमार्टलाही बाजूला सारले, जेव्हा ते एकदम सोपे काम होते.

आपल्यापैकी बहुतेक जण आपल्या चुका जनतेसमोर उघड्या करण्याऐवजी त्या गाडून टाकतात. आपण त्या आपल्यालाही कबूल करण्यास तयार नसतो. पण मुंगेर बघतात तसे, ते त्या पारदर्शक पद्धतीने त्या जितक्या अधिकाधिक वेळा पाहतील, तितकी त्यांची पुनरावृत्ती होण्याची शक्यता कमी कमी होत जाईल. त्यांनी एकदा बर्कशायर हॅथवेच्या शेअर होल्डर्सना सांगितले की मला असे लोक

आवडतात जे कबूल करतात की त्यांनी मूर्खपणा केला. मला माहीत आहे की माझी कामगिरी अधिक चांगली होईल, जर मी माझ्या चौकांमध्ये माझे नाक चोळले. शिकण्याची ही एक छान युक्ती आहे. खरोखरच ही तिसरी युक्ती आहे जी आपण त्यांच्याकडून शिकली पाहिजे, आपल्या स्वतःच्या मूर्खपणाला नियंत्रणात ठेवण्याच्या मोहिमेमध्ये.

तरीही मुंगेर अकारण स्वत: एक धार्मिक शिस्त म्हणून याकडे पाहत नाहीत. ते स्वत:च्या चुका कबूल करतात, नवे धडे शिकून घेतात, आणि खेद व्यक्त करायच्या प्रक्रियेत फारसे गुंतून न राहता पुढे जात राहतात. ते म्हणतात, ''आम्ही सक्रिय होतो म्हणून आमच्याकडे लक्षात राहतील अशा चुका आहेत. आम्ही कित्येक गोष्टी विचित्रपणे शिकलो. कारण तसे करणे फार स्वस्त होते. पण आम्ही कित्येक गोष्टी अप्रिय अनुभवातूनही शिकलो आहोत.'' बर्कशायरच्या काही चुका डंख मारून गेल्या आहेत, त्यात १९९३ साली विकत घेतलेल्या Dexter Shoe Company चा समावेश आहे, जी स्वस्तातील उत्पादन विकणाऱ्या चिनी प्रतिस्पर्ध्यांनी नष्ट केली. पण यापैकी कोणत्याही चुका आपत्तिजनक नव्हत्या, त्यांच्या सर्वसमावेशक महान गुंतवणूक योजनेचा विचार केला तर.

इतर अन्य कोणत्याही गुंतवणूकदारांनी, ज्यांना मी भेटलो आहे त्यांनी नाश चुकवण्यासाठी चुका टाळण्याची सवय आत्मसात केली आहे, फ्रेड मार्टिन सोडून, जे मिनिआपोलीसस्थित Disciplined Growth Investors चे संस्थापक आहेत. ही एक अशी प्राथमिकता आहे जी जीवनाच्या सर्व अंगाला व्यापून उरते- पैशाचे व्यवस्थापन करण्यापासून ते आपल्या खाजगी जेट विमानातून हवाई प्रवास करताना. मुंगेर यांच्याप्रमाणेच, मार्टिन यांनीही इतर लोकांच्या चुकांचे विश्लेषण करण्याचे तंत्र अवलंबले आहे. ते म्हणतात की, तुम्ही ते थराराचा प्रत्यय यावा यासाठी करायचे नसते. ते फक्त शिकण्यासाठी करायचे असते. मार्टिन यांच्याकरता, विचार करण्याचा हा मार्ग, तग धरून राहायचे धोरण म्हणून, ते व्हिएतनाम युद्धात जेव्हा चार वर्षे यूएस नौदलात अधिकारी म्हणून काम करीत होते, तेव्हापासून आचरणात आणला गेला- एक स्पष्ट अनुभव म्हणून, ज्याने त्याला टाळता येण्यासारख्या चुकांमुळे झालेले सर्वनाशी परिणाम पाहायला मिळाले.

.मार्टिन यांनी त्या नौदलात १९६९ साली, बिझनेस स्कूल ऑफ डार्टमाउथ येथून पदवीचे शिक्षण घेतल्यावर काम चालू केले. त्या महिन्यात, ते अमेरिकन विनाशिका, The USS Frank E Evansवर दक्षिण चीनच्या समुद्रात होते. पहाटे ३ वाजताची वेळ होती. बोटीचा कमांडर गाढ झोपेत होता. त्याने दोन अननुभवी लेफ्टनंटकडे बोटीचा कारभार सोपवला होता. त्यांनी ते जहाज चुकीच्या दिशेला वळवले आणि ते जहाज मग ऑस्ट्रेलियन एअरक्राफ्ट कॅरिअरच्या मार्गात आले. दोन्ही जहाजांची टक्कर झाली. आणि त्यांच्या जहाजाचे दोन तुकडे झाले. त्या

विनाशिकेची पुढची बाजू समुद्रात लगेच काही मिनिटांतच समुद्रात बुडाली. एकूण ७४ लोक मृत्युमुखी पडले. चार अधिकाऱ्यांच्यावर कोर्ट मार्शल खटला भरण्यात आला. तपासणीअंती असा निष्कर्ष काढण्यात आला की अत्यंत दुःखद घटना. याचे कारण असे देता येईल की वैयक्तिक माणसाच्या अंदाजात चूक होती.

मार्टिन याना अजूनही त्या वेळचा थरार आठवतो, जेव्हा ते त्या वेळच्या त्या जहाजाच्या विनाशाच्या फोटोवरून नजर फिरवतात. हे एक धक्कादायक चित्र होते कारण ते जहाज आपल्या गंतव्य स्थानापासून अर्ध्या अंतरावर होते. हे म्हणजे एखाद्या वेल्डरने आपली जळती मशाल हातात घ्यावी आणि त्या जहाजाचे दोन तुकडे करावेत. पण ही दुर्घटना अविस्मरणीय अशाकरिता झाली की जे झाले ते त्याच्या बाबतही झाले असते. मार्टिन यांची बदली दुसऱ्या विनाशिकेवर झाली आणि ते त्या नौदलाच्या इतिहासातील सर्वात कनिष्ठ पातळीवर असूनही त्यांना समुद्रवर जहाजाचे नियंत्रण करण्याची जबाबदारी सोपवण्यात आली. वयाच्या २४ व्या वर्षी, ते २४० जणांच्या जवळ जबाबदार होते, जेव्हा जेव्हा त्यांचा जहाजप्रमुख झोपी जायचा. ते त्या जहाजावरच्या दोन कमनशिबी लेफ्टनंट्सना कसे विसरू शकतात – ती गरीब मुले – ज्यांच्यामुळे ते जहाज बुडाले.

रात्रीमागून रात्री मार्टिन जेव्हा ते थकून जायचे, झोप येत नसल्याने, तेव्हा ते उभे राहून पाहणी करायचे. जहाजावरचा रेडिओ चालू असायचा, इंजिनरूममधून काही ना काही समस्यांसाठी त्यांना बोलावले जायचे आणि ते रात्रीच्या वेळी त्या भयाण पाण्यातून अंधारातून पुढे जात असायचे. ते म्हणतात, ''ती परिस्थिती घातक चुकांसाठी अगदी योग्य होती. 'माणसा, तू थकला आहेस, तू जास्तीतजास्त काळ जिवंत राहण्यासाठी धडपड करतो आहेस.''' एक सवय जी त्यांनी विकसित केली ती म्हणजे त्या जहाजावरील पुलाच्या पंखावरून चालत जाणे; जेव्हा जेव्हा ते जहाज वळणार असायचे. त्यामुळे ते स्वतःच्या डोळ्याने खात्री करून घ्यायचे की जहाजाचा मार्ग मोकळा आहे. तो साधा नियम की तुम्ही वळण्यापूर्वी स्वतः बघून खात्री करून घ्या, तो नियम हा आमच्या प्रशिक्षणाचा भाग नव्हता. पण खरे तर तसा तो असायला हवा. आता सत्तरीत असलेले मार्टिन जेव्हा मागे वळून पाहतात, त्यांना खात्री पटते की ती सावध वृत्ती आता त्यांच्यात किती भिनली आहे याची.

मार्टिन यांनी १९७३ साली नौदल सोडले. त्यांना आठवते, ''मी अत्यंत गंभीर होऊन बाहेर आलो.'' शेअर्स बाजाराने त्यांना बऱ्याच काळापासून भुरळ घातली होती. त्यांनी त्यांचा पहिला शेअर ते १२ वर्षांचे असताना घेतला होता आणि वॉल स्ट्रीट जर्नलची वर्गणीही त्यांनी भरली होती, जे त्यांना त्यांच्या जहाजावर अनियमितपणे पुरवले जायचे. मग त्यांनी मिनिआपोलीस इथल्या एका बँकेत भांडवल विश्लेषक म्हणून नोकरी पत्करली होती. त्यांना हे शोधण्यास फार वेळ लागला नाही की, या व्यवसायातील बहुतेक सर्व लोकांत दक्षतेचा अभाव आहे,

जिने त्यांना आणि त्यांच्या सहकाऱ्यांना युद्धकाळात त्या जहाजावर वाचवले होते. त्यांचे स्वत:चे वडील, एक यशस्वी शेअर दलाल, ज्यांचे विक्रीकौशल्य चांगले होते, त्यांनी एका वर्षी १/२ मिलिअन गमावले कारण ज्या दलाली कंपनीत ते काम करत होते ती दिवाळखोरीत गेली. त्यांनी आपल्याकडील बहुतेक सर्व संपत्ती त्या एकाच कंपनीत ठेवली होती आणि त्यांना अनेक धोक्याच्या सूचना मिळत होत्या ज्याकडे त्यांनी दुर्लक्ष केले.

त्यानंतर कित्येक वर्षांनी, त्यांच्या वडिलांनी माफक नफा मिळवला, त्या शेअर्सवर ज्यांची शिफारस मार्टिन यांनी केली होती. जेव्हा त्यांनी फोनवरून त्या संबंधी चर्चा केली, मार्टिन यांनी एका मिनिटातच ओळखले की त्यांच्या वडिलांकडे आश्चर्यकारक स्पष्टता आहे, की ते एक चांगले गृहस्थ आहेत, पण भयंकर गुंतवणूकदार आहेत, अति क्रियाशील, आवेगपूर्ण, नेहमी जलद परिणामाची अपेक्षा करणारे, ते अतिशय उल्हसित होते. म्हणून मला पटले की आपण काय करतोय याची त्यांना जाणीव नव्हती.

मार्टिन यांची गुंतवणुकीतील कारकिर्द अशा वेळी चालू झाली की जेव्हा सगळीकडे सामूहिक उत्साहाचे वातावरण होते आणि तर्कशुद्धतेचा पुरवठा अपुरा होता. निफ्टी फिफ्टी यांनी पुढाकार घेतला होता, तेव्हा १९७३ साली बाजार वेड्यासारखा झाला होता आणि त्यांनी पाहिले की मूल्यमापन हे सत्य परिस्थितीला सोडून होते. त्यांना आठवते तसे, एक लोकप्रिय शेअर ज्याला काही उत्पन्न नव्हते आणि त्यांनी त्यांच्या साहेबांना सांगितले की याला काही किरकोळ मूल्य आहे. ते म्हणाले, "ओह, त्याची काळजी करू नकोस, फ्रेड, हे काही श्रद्धेचे शेअर्स आहेत, १९७४ साली अर्थात ते सर्व व्यवसायातून खलास झाले. पण ते पाहू शकत होते की किंमत आणि मूल्य यातले संबंध आता विरुद्ध बाजूच्या टोकाला गेले, ती एक अविश्वसनीय अशी खरेदीची संधी होती. तुमच्याकडे फक्त पाहिजे होते गुंतवणुकीसाठीचे धैर्य. एक श्रद्धाळू साठवण करणारा म्हणून, त्यांच्याकडे सौदेबाजी करून शेअर्स खरेदी करण्यासाठी रोकड रक्कम होती, त्यात Flight Safety International चा समावेश होता.

शेअर बाजारातील मूर्खपणाचे हे रचनात्मक अनुभव, यांनी मार्टिन यांच्या समुद्रात शिकलेल्या अनुभवाला अधिक बळकट केले. आपत्तिजनक अनुभव येतील अशा स्पष्ट चुका टाळणे यापेक्षा अधिक महत्त्वाचे काही नाही. पण नंतरच्या अनेक तपांमध्ये त्यांना तेच तेच नमुने पाहायला मिळाले. गाफील चुका आणि त्यांच्या पाठोपाठ आलेल्या अनावश्यक आपत्ती.

उदाहरणार्थ, १९९०च्या दशकाच्या अखेरीस आलेले इंटरनेट आणि टेलिकॉम क्षेत्रातील वेड. ज्यामध्ये काही ग्राहकांनी त्या जहाजात उडी घेतली आणि आपल्या आयुष्यभराच्या शिलकीला त्यांनी त्यात गुंतवले, जिम ऑइल्सचलगेर यांच्या मार्फत

गुंतवले. ते एक बंदूकधारी तंत्रज्ञानाचे प्रचारक होते. त्यांनी त्यांच्या अत्यंत बहराच्या दिवसांत, ३० बिलिअनची संपत्ती आपल्याकडे आकर्षित करून घेतली होती. त्यांनी अत्यंत संकुचित विचार करून आपली संपत्ती अति गवगवा झालेल्या Sisco Systemsसारख्या कंपन्यांमध्ये गुंतवली होती. २००० साली जेव्हा तो बुडबुडा फुटला, सिस्कोने शेअर बाजार मूल्यांकनात ४०० बिलिअन गमावले. मार्टिन यांना जशी भीती वाटत होती, अत्यंत उत्साही गुंतवणूकदार, जे अशा आक्रमक फंडांकडे आकर्षित झाले होते, ते यात बळी पडले.

आणखी एका ग्राहकाने मार्टिन यांना फोन करून विचारले की ते दरवर्षी परताव्याची हमी कधी न चुकता देतील काय? तेव्हा मार्टिन यांनी त्याला सांगितले की सध्या शेअर्स हे फारच अस्थिर आहेत, त्यामुळे त्या पातळीच्या सातत्याची हमी देता येत नाही. आणि ते म्हणाले, ''ओह, न्यू यॉर्कमधील एक गृहस्थ, अलौकिक बुद्धिमत्ता असलेला मॅडॉफ नावाचा माणूस, हा कुणाला सांगत नाही की तो हे कसे करतो. पण तो १२% परतावे अगदी घड्याळ्याच्या काट्याइतक्या अचूकपणे तसे देतो खरे. मग त्या ग्राहकाने त्याची सर्व साचलेली रक्कम त्या बर्नी मॅडॉफकडे सोपवली, जो इतिहासातील फसव्या योजना राबवणारा होता. यातला धडा काय? जर लोक तुम्हाला सांगत नसतील की ते हे कसे करतात आणि ते काय करताहेत हे तुम्हाला कळत नसेल तर. मार्टिन म्हणतात, ''तर हे असे ठिकाण नाही की आपण जावे.'' धोक्याच्या व्यवस्थापनासाठीचा त्यांचा सोनेरी निगम आहे, 'तुमच्याकडे कशाची मालकी आहे ते नीट जाणून घ्या.'

मार्टिन पाहतात तसे, आपत्तीच्या विरोधातील अत्यंत उत्तम संरक्षण म्हणजे, गुंतवणुकीचा मूलभूत तत्त्वांना जाणून घ्या आणि मग मूलभूत शिस्त आपल्यात बाणवा, ती म्हणजे आर्थिक गुरुत्वाकर्षणाच्या नियमांचे उल्लंघन करू नका. यातला अत्यंत आवश्यक नियम म्हणजे सुरक्षिततेची कक्षा ओलांडू नका, जी संपत्ती विकत घेताना तिची योग्य किंमत असेल त्यापेक्षा कमी किमतीला ती विकत घेणे. मार्टिन हे एका पुस्तकाचे सहलेखक आहेत, ज्याचे नाव आहे, Benjamin Graham and the Power of Growth Stocks धोक्याची सूचना देतात की तुम्हाला प्रोत्साहित करण्यात येईल. प्रश्न हा आहे की तुमची वसूली होईल का? ग्राहम यांची सुरक्षिततेची कक्षा तुम्हाला तुमच्या चुका मर्यादित ठेवण्यात मदत करते, म्हणजे त्या फार मोठ्या होणार नाहीत. अशा प्रकारे तुम्ही स्वत:ला सावरू शकता.

मार्टिन असे समर्थन करीत नाहीत की आपण धोका टाळावा. उलट, ते म्हणतात की, तुम्ही धोके पत्करायला हवेत जर तुम्हाला परतावे मिळवायचे असतील तर. पण ते नेहमी असे असावेत की ते विचारपूर्वक घेतलेले आहेत. मार्टिन, जे ६ बिलिअनचे व्यवस्थापन बघतात आणि स्वतंत्र खाते उघडण्यासाठी त्यांना किमान १५ मिलिअन लागतात, ते आवेशपूर्ण आणि महत्त्वाच्या लघू आणि

मध्यम आकाराच्या कंपन्या, ज्या अत्यंत वेगाने वाढत आहेत, त्यांना पसंती देतात. पण ते स्वस्त किंवा वाजवी किमती असलेल्या गुंतवणुकीला प्राधान्य देतात, अशा वेळी ते त्या त्या कंपन्यांचे अंगभूत मूल्य – आजची आणि सात वर्षांनंतरचे – याला प्राधान्य देतात. हा श्रद्धेचा भाग आहे, की कंपनीचे अंगभूत मूल्य आणि तिचे शेअर बाजारपेठेतील मूल्य हे काही काळानंतर परस्परांत मिसळून जातील. शेअर्सकरता परताव्याचे दोन स्रोत असतात. एक म्हणजे अंगभूत मूल्यामध्ये होणारी वाढ, दुसरा म्हणजे शेअर्सचे मूल्य आणि व्यवसायाचे खरे अंगभूत मूल्य यातील खरेपणा. त्यांना याची कल्पना नसते की असा खरेपणा कधी येईल. पण त्याचा सरासरी शेअर्स आपल्याकडे ठेवण्याचा कालावधी एक तपाचा आहे.

मार्टिन शेअर्स तेव्हाच विकत घेतात जेव्हा ते इतके स्वस्त असतात की त्याचा अपेक्षित परताव्याचा दर हा सात वर्षांच्या कालावधीनंतर उच्च असेल. मिड कॅप शेअर्सकरता त्यांचा अपेक्षित किमान परताव्याचा दर हा २% प्रतिवर्ष आहे. स्मॉल कॅप शेअर्सकरिता, ज्यात अपयशाचा धोका जास्त असतो, त्यांना किमान अपेक्षित दर हा १५% असतो. याने काय फरक पडतो? कारण अशा प्रमाणभूत अपेक्षा त्यांना पद्धतशीरपणे तेच शेअर्स विकत घेण्यासाठी दबाव आणतात जेव्हा त्यांचा प्रस्ताव पुरेसा आकर्षक असतो. मार्टिन नौदलात जसे शिकले 'प्रक्रियेचे पालन करा हे एक अटल सुरक्षाकवच आहे. त्याचा नेहमी सन्मान करा कारण ते तुम्हाला त्रासापासून दूर ठेवणार आहे.' (जरी हे खरे असले की मार्टिन आपल्या गुंतवणुकीच्या प्रक्रियेचे नेहमीच पालन करतात, तरी ते एक महत्त्वाचा इशारा त्यात मिसळतात. प्रक्रिया ही काही एक निश्चित किंवा न बदलणारी गोष्ट नाही. दरवर्षी त्यांचा चमू तीन दिवस विचारमंथन करतात की प्रक्रियेत काय आणि कशा सुधारणा कराव्यात.) ही कल्पना की काही प्रमाणभूत प्रक्रिया आणि वाकू न शकणारे नियम स्वीकारावेत हे आमचे मूर्खपणा कमी करण्याचे चौथे तंत्र आहे.

बफे आणि मुंगेर यांना अशा औपचारिक मर्यादांची त्यांच्या शिस्त पालनासाठी गरज नाही. पण तुम्ही आणि मी त्यांच्यापैकी नाही.

मार्टिन यांच्याकडे आणखी एक नियम आहे जो ते धार्मिक भावनेने आणि कसोशीने पाळतात– संकटापासून संरक्षण मिळावे म्हणून. ते त्यांच्या संपत्तीच्या ३ टक्क्यांपेक्षा अधिक शेअर्सच्या गुंतवणुकीच्या खरेदीच्या वेळी घालत नाहीत. सामान्यत: ते ४५% ते ५०% शेअर्स बाळगून असतात. हे फार परंपरागत आहे का? नक्कीच. आणि काही तपांचा विचार करता, यामुळे त्यांना इंडेक्सवर मोठ्या फरकाने मात करण्यात कधीही अडथळा आलेला नाही, आणि त्याने त्यांना विपत्ती येण्यापासून वाचवले आहे.

जरा बिल आकमन आणि बॉब गोल्डफार्ब यांच्या प्रकरणाचा विचार करा, दोन दैवी गुंतवणूकदार, ज्यांनी Valent Pharmaceuticals मध्ये प्रचंड पैज

जिंकली. या कंपनीचे ९५% मूल्य तिने गमावले जेव्हा काही घोटाळे – त्यांच्या हिशोबाच्या भ्रामक कल्पना आणि अश्लील मादक पदार्थांच्या फाजील किमतीमुळे. गोल्डफार्रब, ज्यांचे ३० टक्क्यांहून अधिक फंड्स – Siqueira Funds चे मध्ये होते – अपमानास्पद पद्धतीने निवृत्त झाले. त्यांच्या लक्षणीय कामगिरीला काही चुकांमुळे गालबोट लागले. आकमन यांनी ४ बिलिअन गमावले. मार्टिन म्हणतात की, असे दिसते की ते एक बुद्धिमान गृहस्थ होते, पण तो एक अपरिपक्व काळ होता. त्यांनी अशा टोकाच्या भूमिका घ्यायला नको होत्या. मार्टिन यांच्याकरिता, हे खास करून उपदेशात्मक आहे की आर्थिक आपत्तींचा अभ्यास करणे, ज्यांत जे खरोखरच चांगले असतात अशा लोकांचा सहभाग असतो. कारण तुम्हाला स्वत:ला याची सतत आठवण करून द्यावी लागते की हा व्यवसाय किती कठीण आहे. गुंतवणुकीमध्ये नम्रता ही अत्यंत महत्त्वाची असते. तुमच्या स्वत:च्या मर्यादांबद्दल सतत विचार करत राहायला हवे.

हा संभाव्य धोक्यांबद्दलचा सावध दृष्टिकोन गुंतवणुकीच्या कक्षांबाहेरही पसरलेला असतो. नेहमीच शिक्षण देतात ते किरकोळ तेजीची आणि विनाशकारी मंदीची, अशा परिस्थितीला वागणुकीसंबंधीचे. त्यांनी एकदा निरीक्षण केले तीन गोष्टी लोकांचे नुकसान करतात – मादक पदार्थ, दारू आणि लिव्हरेज. इतर प्रकार हे याच्यात समाविष्ट होऊ शकतात ते म्हणजे करून मोटारगाडी चालवणे, विवाहबाह्य संबंध, आणि कर आणि खर्चाचे हिशोब देण्याबाबत. आगल्या नैतिक मतांबरोबरच मूर्खासारख्या पैजा लावणे हेही आलेच.

मार्टिन यांचे जगणे, – एक नौदल अधिकारी म्हणून, पैशाचे व्यवस्थापक म्हणून आणि अनुभवी विमान चालक म्हणून – हे सर्व काही अपघात नाहीत. ते मूलभूत प्राथमिकतेवर लक्ष केंद्रित करतात, जसे तुमच्या आपत्ती तुम्हाला ठार मारणार नाहीत. सध्या ते पुनर्वापरातले गल्फ स्ट्रीम जेट वापरतात, ते त्यांनी त्याच्या किमती १४ मिलिअनवरून ५.२५ मिलिअनपर्यंत खाली आल्या तेव्हा खरेदी केले होते. ते म्हणतात, ''ते विलक्षण आहे. ते एखाद्या गरम पाण्याने पोळलेल्या कुत्र्याप्रमाणे सुसाट वेगाने जाते. तरीही ते स्वत:चे आणि त्या विमानाच्या वैमानिकाचे 'जगातले दोन सर्वांत भित्रे' असे वर्णन करतात.

त्यांच्याकडे एक लोखंडासारखा कठीण नियम आहे, ज्यामुळे ते दीर्घ काळ त्रासामधून वाचले आहेत. त्या दोघांपैकी एकालाही जरी उड्डाणाच्या वेळी पोटामध्ये चांगले वाटत नसेल तर प्रवासाच्या वेळी एक दुसऱ्याला सांगतो आणि मग ''आम्ही पुढे जात नाही, माघारी फिरतो.'' याविषयी काही वाद झाले. मार्टिन यांना आठवते, फ्लोरिडामधील एका ग्राहकांबरोबरची बैठक पुढे ढकलली. कारण एका धोक्याची शक्यता होती कारण विमानातील इंधन धोक्याच्या पातळीवर खाली आले होते. मला सुरक्षारेषेचे उल्लंघन करायची इच्छा नव्हती. एखाद्या बैठकीला उशीर होणे ही

एक गोष्ट आहे पण विमान अपघातग्रस्त होणे आणि त्यात मरण येणे या दोन अगदी निराळ्या गोष्टी आहेत.

मार्टिन यांनी तो नियम स्वीकारला आहे, त्यामुळे तो त्यांच्या गुंतवणूक प्रक्रियेचाच जणू एक भाग आहे. त्यांनी त्यांच्या दोन विश्वासू सहकाऱ्यांना नकाराधिकार वापरायचे अधिकार दिले आहेत, त्यांच्या कोणत्याही शेअर्स खरेदीबाबत, ती खरेदी होण्यापूर्वी वापरण्यासाठी. आणखी एक पद्धतशीर सुरक्षा कवच, त्यांच्या नजरचूक किंवा दुलर्क्षावर नियंत्रण ठेवण्यासाठी.

मार्टिन यांची तयारी, त्यांच्या अयोग्यतेला ओळखण्यासंबंधीची, हिने त्यांना उत्तम सेवा दिली आहे. केवळ त्यापासून स्वत:चेच संरक्षण करण्यासाठी नव्हे तर त्यांना इतर गुंतवणूकदारांच्या अपयशापासून वाचण्यासाठीही. कित्येक वर्षांपूर्वी, ज्या हेज फंडाने एके काळी बिलिअन्स डॉलर्सचे व्यवस्थापन सांभाळले होते, तो खराब कामगिरीमुळे बंद पडला. मार्टिन यांनी संधी घेतली आणि ५,००,००० किमतीचे त्या कंपनीचे फर्निचर २५,००० ला विकत घेतले. ते म्हणतात, ''आपण हे कधीही विसरता कामा नये, शेवटी उभ्या असलेल्या माणसाचे मूल्य.'' (आपल्या जगण्यासाठी अधिक जास्त अनुकूल परिस्थिती निर्माण करण्यासाठी मार्टिन, किमती अपवादात्मकरीत्या कमी ठेवण्याकडे त्यांच्या गुंतवणूक कंपनीत लक्ष देतात, अगदी आपल्या स्वत:ला कमीतकमी पायाभूत पगार १,५०,००० प्रतिवर्ष घेऊन.ते त्यांच्या एकूण उत्पन्नाच्या काही अंशी खर्चातच गुजराण करतात. ते म्हणतात, ''जर मी आज चुकीचे काही करत असेन तर उद्या मी बरोबर करणारा होईन. कारण उद्या मी इथेच कुठेतरी असेन.'')

## तुमच्या मेंदूपासून सावध राहा

गुंतवणूकदार म्हणून आपल्याला एका काटेरी समस्येला सामोरे जावे लागते ती म्हणजे मानवी मेंदू हा तर्कशुद्ध निर्णय घेण्याबाबत पुरेसा सुसज्ज नसतो. आपले निर्णय हे अनेकदा भावनांमुळे नष्ट केले जातात जसे- भीती, लोभ असूया आणि अधीरपणा, अपयश, जाण, विक्रीसंबंधीची भाषणे आणि समवयस्कांचा दबाव आणि आपली सवय, चुकीच्या किंवा अपुऱ्या माहितीवर आधारित असे पूर्वग्रह जे सत्य परिस्थिती संबंधीची आपली जाण बदलतात. उत्क्रांतिवादी जीव शास्त्रज्ञ रॉबर्ट ट्रिव्हर्स त्यांच्या The Folly of Fools : The Logic of Deceit and Self Deception in Human Life मध्ये लिहितात; ''आपले अद्भुत असे समज निर्माण करणारे अवयव आपल्याला अशी माहिती गोळा करायला लावतात जी आपले मन पद्धतशीरपणे निकृष्टपणे किंवा नाहीशी करून पुरवते.''

१९९० च्या दशकात मुंगेर यांनी ही समस्या तीन भाषणांतून मांडली; ज्यांचा विषय होता, 'चुकीच्या निर्णयांचे मानसशास्त्र'. २००५ साली त्यांनी याचीच विस्तृत

आवृत्ती त्यांच्या एका महान लोकप्रिय झालेल्या संग्रहात समाविष्ट केली, ज्याचे नाव होते Poor Charlie's -lmanack: The Wit and Wisdom of Charles T Munger त्यांचे भाषण, जे निक स्लीप गौरव करतात तसे आजपर्यंतचे कधीही झाले नाही– असे गुंतवणुकीवरील सर्वोत्तम भाषण हे चमकदार सादरीकरण बौद्धिक आत्मविश्वासाचे. मुंगेर यांनी कधीही मानसशास्त्राचा अभ्यास केलेला नाही, त्यांनी फक्त अभ्यासक्रमातील तीन पुस्तके वाचली आहेत, पण त्यांनी 'मानसशात्रीय प्रवृत्ती' या विषयावर एक अशा २५ प्रवृत्तींची यादी तयार केली आहे, अशा प्रवृत्ती ज्या आपल्या मनाला चुकीच्या पद्धतीने काम करायला लावतात, त्यांनी त्यांना उद्बोधक नावे दिली आहेत. जसे स्वत:ची प्रशंसा करण्याची थोडी जास्ती प्रवृत्ती, बाष्कळ बडबड करण्याची प्रवृत्ती आणि साधे दुःख होणार नाही अशी नकार देण्याची प्रवृत्ती. त्यांच्याकडे असाही साहसीपणा होता तो म्हणजे शैक्षणिक क्षेत्रातील मानसशास्त्रज्ञांवर टीका करण्याचा की त्यांना स्वःचाच विषय नीट समजलेला नाही.

मुंगेर यांचा संग्रह, प्रमाणभूत वैचारिक चुका त्यांना आणि आपल्याला व्यवहार्य यादी देतात, चुका कशा टाळाव्या याची. स्लीप म्हणतात की, इथे युक्ती ही आहे की प्रथम त्यांना समजून घ्या आणि मग आपल्या स्वत:लाच असे प्रशिक्षित करा की त्या टाळल्या जातील. याचे स्पष्टीकरण देणे सोपे आहे. त्यांना आत्मसात करणे (सोपे) नाही. हे एक कठोर परिश्रमाचे काम आहे. पण ते आवश्यक आहे कारण त्याचा दीर्घ काळ टिकणारा फायदा हा मासिक आहे.

मुंगेर इतके महत्त्व असलेल्या प्रवृत्तीपासून चालू करतात, जिचे औचित्य आपल्यापैकी बहुतेकपण अत्यंत कमी लेखतात. प्रोत्साहन (Incentives ) जी भूमिका पार पडतात, आकलन आणि वागणूक या बाबत. ते त्यांच्या आदर्श पुरुषाचे – हिरोचे – वाचन उद्‌धृत करतात, ज्यांनी म्हटले होते की, जर तुम्ही मन वळवलेत, स्वारस्याला साद घातलीत, कारणाला नाही मुंगेर लिहितात, ''हे नीतिवचन हे एक शहाणपणाचे मार्गदर्शक तत्त्व आहे, जीवनात घ्यायच्या मोठ्या आणि साध्या खबरदारीचे, कधीही, चुकूनही इतर कशाचा विचार करू नका, जेव्हा तुम्ही प्रोत्साहनाच्या ताकदीचा विचार करत असाल.

प्रोत्साहन हे जीवनाच्या सर्व अंगांत निर्णायक असते. मग ते आपल्या कर्मचाऱ्यांना प्रोत्साहित करणे असेल किंवा अगदी अविचारी विरोधकांची खुशामत करणे असेल– जसे तुमची मुले. मुंगेर नोंद घेतात की सोविएत युनियनला त्रास सहन करावा लागला तो त्यांच्या कम्युनिस्ट नेत्यांच्या मूर्खपणाच्या आणि जाणूनबुजून केलेल्या प्रोत्साहनाच्या प्रचंड शक्तीबद्दलच्या अज्ञानामुळे, ज्यामुळे त्यांचे बहुतेक उत्पादनाचे काम प्रोत्साहनाशिवाय केले गेले. ते विक्रेत्यांच्या प्रोत्साहनामुळे होत असलेल्या पक्षपातावरून धोक्याची सूचना देतात, कारण त्यामुळे अगदी सभ्य गृहस्थही त्याला पाहिजे ते मिळवण्यासाठी अनैतिक वर्तणूक करू शकतो. एक

उतारा म्हणून, मुंगेर ही सूचना देतात. खास करून व्यावसायिक सल्ल्याच्या बाबतीत भीती बाळगा, खास करून तेव्हा की जेव्हा तो देणाऱ्याच्या फायद्याचा असतो.

आर्थिक जग हे स्वारस्याच्या संघर्षामुळे एवढे गोंधळलेले आहे की आपण नेहमी सतर्क राहिले पाहिजे, प्रोत्साहनाच्या मनाला चक्रावून टाकणाऱ्या प्रभावाबद्दल, जो कोणी उत्पादने किंवा सेवा यांचा प्रचार करीत असतो. जर समजा, तुम्ही एखादा फंड किंवा वार्षिकी विकत घेण्याच्या विचारात असाल तर तुम्हाला विशेषकरून हे माहीत हवे की तुम्हाला दिल्या जाणाऱ्या शिफारशींसाठी त्यांना काय बक्षिसी दिली जाणार आहे. हेही अत्यावश्यक आहे की याचेही मूल्यांकन व्हायला हवे की फंड व्यवस्थापकांचे प्रोत्साहन तुमच्या सर्वोत्तम स्वारस्याशी निगडित असायला हवे.

१९९८मध्ये मी बाधा पोहोचेल असा एक लेख Kaufman Fund विषयी लिहिला. या फंडाला जणू जॅकपॉटच लागला होता. एक छोटा फंड म्हणून, जो लहान शेअर्सवर मोठ्या पैजा लावत होता. चमकणाऱ्या ताऱ्यासारखे परतावे आणि अथक जाहिराती यांमुळे त्यांचे रूपांतर निराळ्या प्राण्यात जणू झाले होते. सुमारे ६ बिलियन संपत्ती असल्यामुळे तो फंड आता छोट्या प्रकरणात आक्रमकरीत्या लक्ष केंद्रित करू शकत नव्हता आणि त्यामुळे त्यांचे निकाल कमी होत चालले होते. तरीही, त्यांच्या दोन व्यवस्थापकांनी दोन वर्षांच्या कालावधीत १८६ मिलिअन फीच्या रूपाने कमावले, जरी SP ५००च्या तुलनेत ते ५०% पॉइंट्स पिछाडीवर होते. त्यापैकी एकाने तर माझ्याकडे कबूल केले की त्याचे स्वतःचे काहीही पैसे त्याने या फंडात ठेवलेले नाहीत. हे तर एक चुकीचे संलेखन म्हटले पाहिजे. आता इतक्या वर्षांनंतर मला हे ऐकून काही धक्का बसलेला नाही की आजही हा फंड जोरदार फी लावतो १.९८% प्रतिवर्ष. ७ बिलियन संपत्ती असलेला हा फ़ंड म्हणजे एक विलक्षण फी मशीन आहे असे म्हटले तर वावगे ठरणार नाही. त्याच्या आकाराचे अर्थशास्त्र पाहिले तर कमी फी आकाराने योग्य होणार नाही का? नक्कीच. पण फायदा कोणाचा होणार? फक्त त्यांच्या शेअर्स होल्डर्सचा.

याच्या विरुद्ध, मार्टिन यांनी फार पूर्वी स्वीकारले की ते मोठ्या रकमा लहान शेअर्समध्ये गुंतवण्यास, त्यांच्या शेअर होल्डर्सच्या परताव्यांवर परिणाम न होऊ देता, सक्षम नाहीत. म्हणून त्यांनी नवीन गुंतवणूकदारांकरिता २००६ साली आपली लहान आकाराची खाती बंद केली. जेव्हा त्यांच्या फंडाची त्या प्रकारातील संपत्ती फक्त ४०० मिलिअन झाली. त्या स्वतःच स्वतःवर घालून घेतलेल्या बंधनामुळे त्यांच्या कित्येक मिलिअन डॉलर्सच्या फी बुडल्या. पण त्यामुळे त्यांच्या सध्याच्या ग्राहकांना चांगली कौतुकास्पद सेवा देता आली. हे नेहमी उघड करणे ठीक होते की गुंतवणूकदार त्यांच्या प्रोत्साहनाची रचना कशी करतात. बर्कशायरचे उपाध्यक्ष म्हणून, जिचे बाजारमूल्य आज ५०० बिलिअन आहे, मुंगेर पगार म्हणून फक्त १,००,००० मिळवतात. डेली जर्नलचे अध्यक्ष म्हणून ते काहीही पगार घेत नाहीत.

त्यांना कामगिरीतून नफा मिळतो, फीमधून नाही. (द डेली जर्नल, जे कायद्याशी संबंधित वृत्तपत्रे आणि सॉफ्टवेअर न्यायालयीन पद्धतीत विकतात, याने आपल्या प्रकाशन कंपनीकरिता चांगली कामगिरी केली आहे. पण त्यांचे शेअर बाजारातील मूल्यांकन ४०० मिलिअनपेक्षाही कमी असल्याने मुंगेर यांच्या दृष्टीने ते मुख्य काम किंवा स्वारस्य नाही, जणू जाता जाता करायचे काम आहे. त्याच्या बर्कशायरमधील शेअर्सनी त्यांना बिलिनॉयर बनवले आहे. तरीही श्रीमंतीच्या बाबतीत ते आजही बफे यांच्या जवळपासही नाहीत. कारण त्यांनी गुंतवणुकीमधली कारकिर्द उशिरा चालू केली, त्यांच्या कायद्यांविषयक कामात काही काळ घालवल्यावर. त्याविरुद्ध बफे जणू गर्भाशयात असल्यापासूनच पैशाचे संयुग करायला शिकले होते.)

मुंगेर नेहमीच टिप्पणी करतात की सन्माननीय आणि निःस्वार्थी लोकांबरोबर भागीदारी करणे किती अवघड असते. आणि ज्यांची प्रोत्साहने विकृत असतात त्यांना टाळणेही अवघड असते. ते २००८-०९ मधील लोकांची लालसा बघून स्तंभित झाले, ज्यामुळे त्या वेळचे आर्थिक संकट ओढवले होते. जेव्हा वॉल स्ट्रीटवरचे सर्वोच्च आणि अति हुशार शोषण करण्यात गुंतलेले होते, जसे सब प्राइम मॉर्गेजेसची पुनर्रचना करणे आणि त्यातून रोगट बॉण्ड्स, रोगट क्रेडिट रेटिंग्जसह तयार करणे, भपकेदार वर्तणूक तर्कसंगत करणे सोपे असते, विशेषतः तेव्हा, जेव्हा त्यांचे कायदेशीर आणि इतर हे एकाच थाळीतून जेवण घेत असतात. पण मुंगेर अधिक उच्च नैतिक मानकाची शिफारस करतात. ज्यात असे म्हणावे लागते की हे माझ्या पेक्षाखाली आहे.

आणखी एक आकलनीय धोका, जो मुंगेर त्यांच्या भाषणातून प्रकर्षाने दर्शवतात, तो म्हणजे ताबडतोब शंका दूर करण्याची प्रवृत्ती, निर्णयाप्रत जाण्यासाठी घाई करून. ही सवय सहसा ताणतणावामुळे लागते. ही शंका टाळण्या प्रवृत्ती क्रांतिकारक भावना निर्माण करते, जसे आपल्या पूर्वजांना निर्णयाकरीत्या काम करावे लागत होते, जेव्हा तातडीच्या धमक्या यायच्या. पण मानसिकतेजवळचे रस्ते जे गुंतवणूकदारांना आवेगपूर्ण निर्णय घेण्याकडे घेऊन जातात, हे बहुतेक वेळा नवीन माहिती आणि आपत्तीकडे घेऊन जातात. स्थिती अधिक खराब करण्यासाठी, आपणही बळी पडतो, ज्याला मुंगेर म्हणतात 'विसंगती – टाळण्याची प्रवृत्ती'. जी आपल्याला नवीन माहिती आणि नवीन अंतर्दृष्टी, ज्या आपल्या निष्कर्षांना आव्हान देण्यासाठी प्रवृत्त करतात, मग आपण कितीही घाईने आपण त्यांच्यापर्यंत गेलेलो असू.

मुंगेर एक स्पष्ट साधर्म्य दाखवून देतात. जेव्हा एक शुक्रजंतू मानवी अंड्यात शिरतो, तिथे एक स्वयंचलित बंदची यंत्रणा असते,जी अन्य कोणत्याही शुक्रजंतूला आत येण्यास बंदी घालते. मानवी मनसुद्धा अशाच प्रकारच्या निर्णयाप्रमाणे काम करते. आपली मते आणि मन बदलणे याबाबतची अनिच्छा हे राष्टीय विचार करण्यातले

सर्वात मोठे अडथळे आहेत. आपले मन खुले ठेवण्याऐवजी,आपण कळत न कळत ज्या माहितीवर आपला विश्वास आहे तेवढ्याच माहितीला प्राधान्य देतो.

आपल्या सध्याच्या श्रद्धा किंवा विश्वासांना आंधळेपणाने चिकटून राहण्याच्या चुकीमुळे आपण इतरही अनेक मानसिक प्रवृत्तींना वाढवतो. स्वतःबद्दलचा अति जादा आदर असण्याची प्रवृत्ती आपल्या प्रतिभा, मते आणि निर्णय या बाबत अवास्तव मते निर्माण करते. अति आशावादी प्रवृत्ती आपल्याला आत्यंतिक महत्त्वाकांक्षेबद्दल भुरळ घालते, विशेषतः जेव्हा सर्व गोष्टी चांगल्या चालल्या आहेत आणि आपण फार हुशार आहोत अशी भावना आपल्यात घर करून राहिली आहे. आणि अगदी साधे, दुःखनाशक मानसिक नकार आपल्याला वस्तुस्थिती नाकारण्यास किंवा विकृत पद्धतीने सादर करण्यास प्रवृत्त करते, विशेषतः जेव्हा वस्तुस्थिती मान्य करणे हे दुःखदायक असते. हे आपल्याला स्पष्ट करण्यास मदत करते की अनेक गुंतवणूकदार स्वत:ला एवढे मूर्ख का बनवतात, यावर विश्वास ठेवण्यास की ते इंडेक्स फंडाला दूरवरचा विचार करता आपल्या स्थानावरून हटवू शकतात, जरी त्यांच्याकडे त्यासाठी आवश्यक अशा कौशल्य, स्वभाव किंवा खर्चावर ठेवायचे नियंत्रण यांची वानवा असते. मुंगेर याना पुरातन ग्रीक वक्ता, डेमोस्थेनेस यांचे वचन उद्धृत करायला आवडते, ज्याने असे निरीक्षण केले की स्वत:ची फसवणूक करून घेण्यापेक्षा दुसरे काही सोपे नसते. प्रत्येक माणसाला जशी इच्छा होते, तो अशी इच्छा करतो की, ते सत्यच आहे.

जर मानवी मन इतके घाण फसवणूक करणारे असेल तर आपण तर्कशुद्ध गुंतवणूक निर्णय होतील अशी अपेक्षा कशी करू शकतो? पहिले म्हणजे आपण हे मान्य केले पाहिजे की ही कपटी धमकी अस्तित्वात आहे. बेंजामिन ग्राहम यांनी लिहिल्याप्रमाणे, गुंतवणूकदारांची प्रमुख समस्या – आणि अगदी त्याचा सर्वांत खराब शत्रू – ही आहे की तोच आहे.

आपणही आपल्या स्पष्ट अशा मानसिक प्रवृत्तीबाबत अवगत असलो पाहिजे ज्याचे भाकीत करता येईल अशा आपल्या दिशांबद्दलचे निर्णय तिरकस करू शकतात. हॉवर्ड मार्क्स, जे काळजी करण्याकडे वळलेले आहेत, मला सांगतात, ''जर तुमचे विचार तुमच्या इच्छेअनुरूप विचारांकडे कललेले असतील तर तुमची संभाव्य नियुक्त केलेली कामे अनुकूल बाजूकडे पक्षपाती असतील. जर तुम्ही भीत असला तर तुम्ही नकारात्मक बाजूकडे झुकलेले असाल, कुणीही असे म्हणणार नाही की हे माझे भाकीत आहे आणि ते कदाचित चुकीचे असेल. पण तुम्ही म्हणायलाच हवे ही माझी अपेक्षा आहे, आणि मला या शक्यतेची जाणीव हवी की ती माझ्या भावनिक कलामुळे त्या रंगाची झाली असावी. आणि तुम्हाला त्याचा प्रतिकार करायला हवा. माझ्या दृष्टीने, याचा अर्थ असेल की जर पुढे जाणे अवघड असले तरी मी माघार घेणार नाही.''

एक मार्ग, जो मुंगेर तर्कहीनतेच्या विरुद्ध रक्षण करण्यासाठी वापरतात तो म्हणजे, चार्ल्स डार्विन, अल्बर्ट आइन्सटाइन आणि इचार्ड फेयनमनसारख्या शास्त्रज्ञांनी टोकाच्या वस्तुनिष्ठतेसाठी वापरलेला असतो. मी जेव्हा विचारले की समस्येबाबत आपण कशा प्रकारचा विचार त्यांच्या कडून शिकायला हवा, तेव्हा मुंगेर म्हणाले की ते सर्व स्वत:विषयी अत्यंत कठोर होते. त्यांनी मूर्खपणा कमी करण्यावर काम केले, त्यांनी त्या बाबत सखोल विचार करण्याकडे काम केले, त्यांच्याकडे लक्ष देण्यासाठी मोठा कालावधी होता आणि ते मूर्खपणा टाळण्यासाठी काम करीत राहिले, काम करीत राहिले आणि काम करीतच राहिले.

मुंगेर विशेषकरून कौतुक करतात ते त्यांच्या अविचल निर्धाराचे, हे पाहण्यासाठी की पुष्टी करण्यासाठी पुरावा काय आहे, जो अगदी त्यांचेसुद्धा प्रिय विश्वास नाकारेल. ही मानसिक सवय, जी अनेक वेगवेगळे आकार घेऊ शकते, हा आमचा मूर्खपणाविरुद्धचा पाचवा पुरावा आहे.

उदाहरणार्थ, डार्विन यांनी त्यांच्या ख्रिश्चन श्रद्धेला किंवा परंपरागत शहाणपणाला, त्यांच्या निसर्गवादी सहकाऱ्यांना स्वत:च्या धक्कादायक उत्क्रांतीबाबतच्या अनुमानाच्या आड येण्यास नकार दिला. १८५९ सालच्या त्यांच्या पुस्तकात, On the Origin of Species, त्यांनी बायबलमधून घेण्यात येणाऱ्या पवित्र श्रद्धेला नाकारले, असे जाहीर करून की मी कोणत्याही शंकेला थारा देणार नाही; अत्यंत विचारपूर्वक अभ्यास केल्यानंतर आणि अत्यंत वैराग्यपूर्ण निर्णयानंतर, जो घेण्यास मी समर्थ आहे. जे मत, ज्याला बहुतेक सर्व निसर्गवादी थारा देतात आणि मी ज्याला औपचारिकरित्या थारा दिला होता, ते म्हणजे की प्रत्येक प्रजाती स्वतंत्रपणे निर्माण केल्या गेल्या होत्या– हे चुकीचे आहे.

ही मानसिक इच्छा, आपल्या स्वत:च्या चुकांचा शोध घेण्यासाठीची, हा एक अंदाज न करता येण्यासारखा फायदा आहे. मुंगेर त्याला जोपासतात, जेव्हा ते यशस्वी होतात, त्यांच्यात अडकलेल्या एखाद्या विश्वासाला नाहीसे करण्यात, ज्यामुळे अज्ञान हटवणे हा समाधानाचा स्रोत बनतो न की लज्जेचा. त्यांनी एकदा शेरा दिला की, जर बर्कशायरने विनम्र प्रगती केली असेल तर ती बव्हंशी वॉरन आणि मी. आम्ही दोघे आमच्या अत्यंत प्रेमाच्या कल्पनांचा विनाश करण्याबाबत अत्यंत चांगले आहोत. एखादे वर्ष, जेव्हा तुम्ही तुमच्या अत्यंत प्रेमाच्या कल्पनांना तिलांजली देत नाही, ते वाया घालवलेले वर्ष समजा.

एक वर्ष उल्लेखनीय ठरते कारण एक अत्यंत प्रेम केलेली कल्पना त्यांनी नष्ट केली आणि तिने अधिक चांगल्या कल्पनेला मार्ग करून दिला. ज्यामुळे बर्कशायरचा मार्ग पुढच्या पाच दशकात लक्षणीयरीत्या बदलून गेला. १९७२ साली, बफे आणि मुंगेर सीज कॅण्डी (See's candy) नावाची कंपनी ३० मिलिअनना ताब्यात घेण्यासंबंधीची संधी देण्यात आली होती. ती एक कॅलिफोर्नियामधील

चॉकोलेट उत्पादन करणारी कंपनी होती. सांगितलेली किंमत कंपनीच्या एकूण निश्चित संपत्तीच्या सुमारे चौपट होती. हा एक शक्तिमान ब्रँड(व्यवसायाची खूण) होता, समर्पित ग्राहकांचा पाय विस्तृत होता, आणि किमतीत वाढ करण्याची क्षमता होती, हे सर्व पाहता मुंगेर यांना हा सौदा ठीक वाटला. पण बफे थोडे हातचे राखून होते, कारण त्यांनी आपले नशीब कमावले होते ते, मध्यम आकाराचे व्यवसाय इतक्या कमी पैशात खरेदी करून की त्यात त्यांचा काही तोटा होणार नव्हता. त्यांनी त्यांचे सिगरेटच्या थोटकाचे धोरण त्यांचे प्रिय मार्गदर्शक बेंजामिन ग्राहम यांच्याकडून घेतले होते, त्यामुळे मग ते धोरण ते कसे सोडतील आणि चांगल्या दर्जासाठी जादा किंमत मोजतील?

बर्कशायरच्या २०१४च्या वार्षिक अहवालावर नजर फिरवताना, बफे यांनी आठवण सांगितली होती की, माझ्या दिशाभूल करणाऱ्या काळजीमुळे एका उत्कृष्ठ खरेदीत व्यत्यय आला असता. पण नशिबाने, त्या विक्री करणाऱ्यांनी आमची २५ मिलिअनची देकार खरेदी रक्कम मान्य केली. मुंगेर यांनी सांगितले होते की बफे यांनी सीज कॅण्डीच्या व्यवहाराच्या बाबतीत किंमत जर १,००,०० ने जास्त ठेवली असती तर वाटाघाटीतून बाहेर पडायचे ठरवले होते. आम्ही त्या वेळी अगदी मूर्ख होतो. १९७२पासून त्या कंपनीने २ बिलिअन कर पूर्व नफा कमावला होता, त्यांच्या नव्या श्रद्धेला दुजोरा देत की मोठ्या व्यवसायांकरिता जादा पैसे मोजायला लागले तरी हरकत नाही, पण ते अगदी योग्य असते.

त्या जाणिवेमुळे सगळ्या गोष्टी बदलल्या. त्यांनी जागतिक दर्जाच्या कंपन्यांमध्ये, जसे कोकाकोला, गुंतवणूक करणे चालू केले. त्यांच्या अमूर्त संपत्तीमध्ये होणारी वाढ, जसे व्यवसायाच्या खुणेप्रति निष्ठा (ब्रँड लॉयल्टी) आणि अपवादात्मक व्यवस्थापन, यात विकसन होत राहिले आहे, ज्यामुळे त्यांना अगदी जादा पैसे देऊनही अगदी एकमेव असे व्यवसाय खरेदी करण्याची संमती मिळाली आहे जसे ISCAR आणि Precision Castparts वगैरे. २०१४च्या वार्षिक अहवालात,बफे यांनी त्यांच्या सिगारेट थोटकांच्या व्यसनापासून बरे केल्याबद्दलचे आणि आजच्या बर्कशायरची आखणी केल्याबद्दलचे श्रेय मुंगेर यांना दिले आहे. त्या नियमाला दिलेला आराखडा अगदी साधा होता : 'योग्य व्यवसाय चांगल्या किमतीला विकत घेणे विसरा, त्याऐवजी चांगले व्यवसाय योग्य किमतीला घ्या.'

यापैकी काहीही घडले नसते, जर बफे आणि मुंगेर यांनी त्यांच्याच विश्वासाला आव्हान न देण्यासाठी बांधिलकी ठेवून बसले असते तर. मुंगेर यांनी नेहमीच वजनदार विचारधारेचा तिरस्कार केला आहे, सर्वच बाबतीत; गुंतवणुकीपासून ते राजकारणापर्यंत. त्यांनी त्यांना दोष दिला आहे, मानवी अनुभूतीचे एक अगदी विकृत स्वरूपाचे विध्वंसक असे म्हणून. बफे यांनी त्यांना बदल करण्यासाठी मन वळवेपर्यंत, मुंगेर यांनी कायद्याच्या क्षेत्रात काम केले होते म्हणून मुंगेर यांनी स्वत:ला

जाणीवपूर्वक प्रशिक्षित केले ते प्रतिवादांचा अभ्यास करण्यासाठी, ज्यामुळे ते त्यांना स्पष्ट करतील, जणू ते त्यांचेच मत आहे अशा आविर्भावाने. ते याचीही काळजी घेतात की ते समजूतदार विचारवंतांचे - ज्यांच्या मतांशी ते सहमत नसतात तरी - लेख आवर्जून वाचतील. त्यांत न्यू यॉर्क टाइम्सचे स्तंभलेखक पॉल क्रुगमन यांचाही समावेश आहे. आपल्यापैकी बहुतेक जण त्या प्रसार/प्रचार माध्यमांना प्राधान्य देतात जे आपल्या स्वतःच्या सामाजिक आणि राजकीय पूर्वग्रहांना प्रतिबिंबित करतात. पण मुंगेर यांच्या उदाहरणाने मला एका साध्या, मनाला विशाल करणाऱ्या प्रथेकडे घेऊन गेले, ते म्हणजे वॉल स्ट्रीट जर्नलमधील स्तंभ वाचण्याच्या, जे माझ्या स्वतःच्या पक्षपाती मताच्या विरुद्ध असतात.

आणखी एक व्यवहार्य मार्ग, योग्य काळजी घेण्याचा, की आपल्या दुर्बळ कल्पना आणि आळशी पूर्वग्रह यांना आव्हानच मिळणारच नाही यासाठीचा, हा आहे की बुद्धिमान आणि भांडणारे भागीदार निवड, जे आपल्याशी असहमती दर्शवण्यासाठी घाबरणार नाहीत. बफे यांनी एकदा निरीक्षण केले की मानव प्राणी हा सर्वोत्तम कष्ट असेल तर सर्व नव्या माहितीचा असा अर्थ लावण्यात की ज्यामुळे त्याच्या पूर्वीच्या निष्कर्षांना धक्का पोहोचणार नाही. ही अशी एक गुणवत्ता आहे की जिच्यावर सर्वांनी प्रभुत्व मिळवले आहे असे दिसते. आणि आपण यांच्यापासून आपले संरक्षण कसे करू शकतो? यावर त्यांचे उत्तर आहे की, असा भागीदार की जो आपल्या तंत्राने चालणार नाही आणि जो स्वतःच अत्यंत तर्कशुद्ध आहे. ही बहुधा सर्वोत्तम यंत्रणा असेल जी तुम्ही मिळवू शकता. मुंगेर हे असे आदर्श व्यक्तिमत्त्व आहे, त्यांनी अनेक गुंतवणुकीच्या कल्पना झिडकारून टाकल्या आहेत की बफे त्यांचे वर्णन 'एक त्रासदायक - नकार देणारा मानव' असेच करतात.

मुंगेर स्पष्ट करतात की चर्चा करणारा भागीदार असण्याचा एक आवश्यक फायदा म्हणजे तो तुम्हाला तुमचे विचार दुसऱ्याला पटतील अशा पद्धतीने पुनर्रचित करण्यास भाग पडतात. चार्ली हा असा माणूस आहे, ज्यांच्याकडून माझ्या सर्व कल्पना परत माझ्याकडे परतून येतात. स्पियर यांनी विनोदाने सांगितले की ते स्वतः इतके मूर्ख आहेत की पाबराय जणू एखाद्या माकडाशीच बोलत आहेत. आणि चार्ली लगेच सांगतात की माकड काम करू शकणार नाही. ते फार गंभीर होते. हे म्हणजे मोझेसने चौथी आज्ञा देण्यासारखेच होते. ते म्हणाले, ''माकड काम करणार नाही कारण मोहनीश यांना कळेल की ते माकड आहे.''

इतर आघाडीच्या गुंतवणूकदारांनी याची खात्री करून घेण्यासाठी की ते भिन्न भिन्न मते ऐकण्यासाठी खुल्या मनाने तयार असतात, काही अधिक मार्ग शोधून काढले आहेत. बिल नायग्रेन, शिकागो मधील हॅरिस असोसिएट्समधील सुप्रसिद्ध फंड व्यवस्थापक, यांना बैठक आठवते, जी मायकेल स्टाइनहार्डट, एक हेज फंड बिलिनॉयर, जे वॉल स्ट्रीटवरील दोन विश्लेषकांना त्यांच्या कार्यालयात येण्याचे

निमंत्रण देतील, सर्वात मोठा बैल (Bull ) आणि सर्वात मोठे अस्वल (Bear) आणि तिघे मिळून दुपारच्या भोजनात एखाद्या कल्पनेवर वादविवाद करतील. त्यांना नेहमीच हे जाणून घ्यायचे असते की सर्वांत मोठे उद्धट लोक (Biggest Bull) काय विचार करतात, काही विकत घेण्यापूर्वी आणि काय सर्वांत मोठे उत्साही लोक (Biggest Bearish ) विचार करतात, त्यांनी निर्णय पक्का करण्यापूर्वी.

स्टाइनहार्डट यांच्याकडून प्रेरणा घेऊन, नायग्रेन कोणतेही शेअर्स विकत घेण्यापूर्वी एक भुतांचे समर्थक पुनरावलोकन आयोजित करतात. त्यांच्या विश्लेषकांपैकी एक जण युद्धात लोकांच्या बाजूने मत मांडतो आणि दुसरा उत्साही लोकांच्या बाजूने सरावात बलवान बाजू, आपण कशाविषयी आणि काय पैजा मारतो आहोत याची चांगली जाण येण्याने, आपण अधिक चांगला निर्णय घेऊ शकतो.

नायग्रेन यांना हे माहीत आहे की एकदा एखादा शेअर तुम्ही आपल्या नावावर करून घेतलात की त्याविषयी वस्तुनिष्ठ विचार करणे अवघड असते. हे अंशतः अशामुळे होते की त्यात देणगीचा परिणाम लागतो- एक संज्ञानात्मक पूर्वग्रह ज्यामुळे आपली ज्यावर मालकी आहे त्याचे मूल्य आहे त्यापेक्षा आपण जास्त समजतो, मग तो शेअर असो वा ग्लासभर बिअर असो. या पूर्वग्रहाला नायग्रेन ज्या प्रकारे शह देतात तो म्हणजे त्यांच्या प्रत्येक मोठ्या होल्डिंग्जचा ते सैतानाच्या वकिलाच्या भूमिकेतून परामर्श घेतात.वर्षातून किमान एकदा, एक संघ विचाराधीन शेअर्सचा आढावा पुनः घेतो आणि त्याला जबाबदारी दिलेली असते हे सिद्ध करण्याबाबत मत मांडण्याची की तो का विकावा?

आणखी एक मानसिकदृष्ट्या चतुर धोरण हे असते की 'मृत्यूपूर्व शव विच्छेदन' करणे, कोणताही महत्त्वाचा गुंतवणूकविषयक निर्णय घेण्यापूर्वी. हे म्हणजे तुम्ही भविष्यात जा आणि स्वत:लाच एक कल्पित प्रश्न विचारा, 'हा निर्णय ही एक मोठी आपत्ती होती हे कसे सिद्ध झाले?' मृत्यूपूर्व शव विच्छेदन करण्याची कल्पना उपयोजित मानसशास्त्रज्ञ गॅरी क्लाईन यांनी तयार केली ती आगाऊ समस्या निर्देशित करणे आणि फाजील आत्मविश्वासाचा धोका टाळणे यासाठी. गुंतवणूकदारांकरिता, हे एक मौल्यवान सुरक्षाकवच आहे, कारण ते आपल्याला प्रतिकूल वस्तुस्थितीविषयी आणि गुप्त धमक्यांविषयी विचार करण्यास भाग पाडते. निर्णय घेण्याचा प्रक्रियेतील ही एक महत्त्वाची औपचारिक पायरी आहे.

२०१६ मध्ये, कोलंबिया बिझनेस स्कूल मध्ये Advanced Investment Research Course चे लेखा परीक्षण केले. हा अभ्यासक्रम गेल्या एक तपाहून अधिक काळ, केन शुबीन स्टाईन, माझे एक मित्र, जे त्या वेळी Spencer Capital Holdings नावाच्या गुंतवणूक कंपनीत अध्यक्ष होते, हे शिकवत होते. ते डॉक्टर म्हणून प्रशिक्षित झाले आणि नंतर हेज फंड व्यवस्थापक झाले. त्यांनी त्यांच्या MBAच्या विद्यार्थ्यांना शिकवले की त्यांनी अशी कल्पना करावी की त्यांनी तीन

वर्षांपूर्वी केलेली गुंतवणूक असफल झाली आहे आणि त्यांनी वृत्तपत्रांकरिता एक लेख तयार करावा ज्यात तिच्या मृत्यूचे कारण द्यावे. आणखी एका नामवंत गुंतवणूकदाराने त्या वर्गाला सांगितले की, मी कोणतीही गुंतवणूक करण्यापूर्वी, एक अखेरची काळजी म्हणून, माझे कौटुंबिक कार्यालय, मृत्युपूर्व विच्छेदन अहवाल तयार करेल. ही प्रक्रिया इतक्या गंभीर काळज्या उघड करते की ज्या एरवी केल्या असत्या अशा १/३ गुंतवणुका नाकारते.

माझी ज्यांच्याशी समोरासमोर गाठ पडली आहे त्यापैकी शुबीन स्टाईन यांच्या इतका पूर्वग्रहांच्या आकलनातील नाशकारी परिणामांना कमी करण्याबाबत विचार करणारा अन्य कोणीही मला भेटला नाही. त्यांचा अनुभव इतका वैविध्यपूर्ण आहे की त्याची मदत होते. त्यांनी दोन तपे फंड व्यवस्थापक म्हणून काम केले आणि एक होल्डिंग कंपनी उभारली जिच्यात ४००हून अधिक कर्मचारी काम करतात. पण त्यांनी शास्त्र या विषयातही रुची घेतली आहे. त्यांनी Molecular Genetics यात संशोधन केले आहे आणि सर्जन म्हणून प्रशिक्षण घेतले आहे. International Concussion Society चे ते सहसंस्थापक आहेत. त्यांचे मेंदू या विषयातील स्वारस्य हे इतका वेळ घेते की त्यांनी २०१८ साली ओला गुंतवणुकीचा व्यवसाय बंद केला आणि ते Neurologist झाले.

शुबीन स्टाईन चेतावणी देतात की तुम्ही परिणामकारकरीत्या स्वत:चे लसीकरण संज्ञानात्मक पूर्वग्रहांविरुद्ध करून घेऊ शकत नाही, जरी मग तुम्ही कितीही हुशार असा अथवा सजग असला तरी. या सर्वांना ओळखणे की आपण त्यांचे बळी होऊ शकतो हे जाणणे ही सुरुवात आहे. पण ते ज्ञान आपल्याला आपल्या विचारांच्या त्यांच्या होणाऱ्या अमूर्त प्रभावापासून वाचवू शकत नाही. तरीही ते आपल्याला काही व्यवहार्य सूचना देतात, ज्या आपल्या तर्कशुद्ध निर्णय घेण्याच्या क्षमतेत उल्लेखनीय वाढ करू शकतात. जरी समस्याप्रधान प्रवृत्ती या आपल्या मानवी मेंदूमध्ये सहस्राब्ज वर्षे अंतर्भूत आहेत.

सुरुवात म्हणून शुबीन स्टाईन शिफारस करतात की तुम्ही वेळ काढून सामान्य आकलनीय चुकांची एक यादी तयार करा. अशांचे मुंगेर त्यांच्या चुकीच्या निर्णयाबाबतचे मानसशास्त्र या विषयावरील त्यांच्या भाषणात वर्णन करतात. मुंगेर काय म्हणतात ते इथे देण्याऐवजी, हे योग्य होईल की अशा चुकांचे तुम्ही तुमच्या शब्दात वर्णन करा. त्यामुळे तुम्ही त्यांच्या अंतर्दृष्टीला आपल्यात सामावून घेऊ शकाल आणि जणू त्यांना आपल्याच कराल. मुंगेर यांची यादी आपली म्हणून करणे हे उपयोगाचे ठरते. त्यासाठी त्यात तुम्ही पूर्वी केलेल्या गुंतवणुकीतील चुकांचाही आणि अशा प्रवृत्ती, ज्यांना तुम्ही खास करून सहजगत्या बळी पडू शकता,अशांवर भर देऊन, समावेश करता येईल. शुबीन स्टाईन स्पष्ट करतात की, तुम्हाला हे माहीत पाहिजे की तुमचा मेंदू कसे काम करतो. तुम्ही कोणत्या बाबतीत सबळ

आहात आणि तुमची आव्हाने काय आहेत. उदाहरणार्थ, ते अधिकाराचे पूर्वग्रह या बाबत बरेच संवेदनाक्षम आहेत. त्यामुळे त्यांनी काही वेळ अधिकाधिक श्रद्धा त्या शेअर्सवर ठेवली आहे जे अशा गुंतवणूकदारांचे आहेत ज्यांची ते खास प्रशंसा करतात. या पूर्वग्रहाला शह देण्यासाठी मदत म्हणून, त्यांनी त्यांच्या संज्ञानात्मक तपासणी यादीत दोन प्रश्न समाविष्ट केले आहेत. 'मी काम केले आहे का?' आणि 'मी स्वतंत्ररीत्या प्रत्येक गोष्टीची यथार्थता पडताळून पहिली आहे काय?'

मुंगेर यांच्याप्रमाणेच शुबीन स्टाईन गुंतवणुकांचे विश्लेषण करताना शास्त्रीय दृष्टिकोनाची शिफारस करतात. याचा अर्थ खोटेपणाच्या मानसिकतेला स्वीकारणे, आपल्या निष्कर्षांना मान्यता न देण्याची खटपट करीत राहणे, हे आघाताला तोंड देऊ शकते ना? हे पाहणे. शुबीन यांचा आवडता प्रश्न आहे, 'मी चुकीचा का असू शकेन?' ते पर्यायी स्पर्धात्मक निष्कर्ष यांचे विश्लेषण करण्याचे महत्त्व यावरही भर देतात. ही पद्धत त्यांनी रिचर्ड्स हेयर, एक CIA पूर्वाधिकारी, ज्यांनी एक पहिल्या दर्जाचे पुस्तक लिहिले आहे, ज्याचे शीर्षक आहे Psychology of Intelligence Analysis . शुबीन यांनी त्यांच्या विद्यार्थ्यांना सांगितले की त्यांनी हेयर यांची अंतर्दृष्टी कधीही विसरता कामा नये, जी आहे, एक एकमेव पुराव्याचा तुकडा हा एका निष्कर्षापेक्षा अधिक मदतीचा ठरतो.

हेयर यांचे CIAसाठीचे एक टिकाऊ योगदान होते, एक कठोर ८ पायऱ्यांची चाचणी प्रक्रिया, एकाच वेळी एकाधिक स्पर्धात्मक निष्कर्षासाठी विकसित करणे यासाठी. आपल्यापैकी फार थोड्यांना समस्यांबाबत खोलात जाऊन विचार करण्याची सहनशीलता असते. पण हेयर जसे सुचवतात, आपण संज्ञानात्मक मर्यादांचे उल्लंघन करू शकत नाही, जर आपल्याकडे पद्धतशीर विश्लेषणात्मक प्रक्रिया नसेल तर, जी आपल्याला पद्धतशीरपणे विचार करायला अनुकूल करेल. पिशाच्याचा वकील पुनर्निरीक्षण करत पूर्वविच्छेच्दन करतो, चर्चेतील संशयवादी भागीदाराबरोबर चर्चा करतो. एक संज्ञानात्मक निरीक्षण यादी, जी आपल्याला आठवण करून देते आपल्या सर्वांत मोठ्या पूर्वग्रहांची आणि आपल्या भूतकाळातील चुकांची. ही सर्व शिस्तबद्ध व विश्लेषणात्मक तंत्रे आहेत जी आपल्याला पद्धतशीररीत्या मदत करू शकतात– धिमे होणे, आपले मन खुले करणे आणि अशा धोक्यांचा विचार करायला लावणे जे एरवी आपण दुर्लक्षित करतो, यासाठी.

त्याचबरोबर शुबीन स्टाईन यांनी आपल्या विद्यार्थ्यांना शिकवले ते bull/bear विश्लेषण, त्यांनी विश्लेषण केलेल्या प्रत्येक कंपनीसाठी – आणखी एक मूलभूत प्रक्रिया ज्यात दोन सैद्धांतिक वचने (एक सकारात्मक,एक नकारात्मक) प्रत्येकी एका पानावर, पण दोन्ही स्वतंत्र पानांवर लिहिण्यास सांगतात. ही दोन्ही वचने नियमितपणे वापरणे हे कळीचे आहे, ज्यामुळे आपण सातत्याने आपण आपल्या गृहीतांना आव्हान देत राहतो, प्रतिवादांवर चर्चा करू शकतो आणि मेंदूची प्रवृत्ती –

जवळचा रस्ता पकडणे - हिला प्रतिकार करू शकतो. पद्धतशीर विश्लेषणात्मक प्रक्रिया स्वीकारणे या बाबतचा हा जोर हे आपले सहावे धोरण आहे, आपण मूर्ख न होण्याबद्दलच्या आपल्या शोधासाठीचे.

शेवटी आपल्याला एक व्यावहारिक मार्ग आवश्यक आहे, आपल्या भावनांपासून आपले संरक्षण करण्यासाठी, हे लक्षात घेता की किती गंभीरपणे आपल्या तर्कशुद्ध निर्णय घेण्याच्या क्षमतेला ते तडजोड करू शकतात. त्यांच्या भाषणात मुंगेर उल्लेख करतात की भावना, जशा ताणतणाव, नैराश्य, तिरस्कार आणि असूया यांमुळे अकार्यक्षम विचार प्रक्रिया होते आणि संज्ञानात्मक पूर्वग्रहावर जोर देते. उदाहरणार्थ, तीव्र ताणतणाव आणि मानसिक गोंधळ यांमुळे गुंतणूकदारांचा ग्रह बळावतो, विशेषतः जेव्हा शेअर बाजार हा कोसळत असतो तेव्हा, की गर्दीच्या मागे जा, आणि स्वतंत्र विचारांना सोडून द्या. सुरक्षा - विशेषतः संख्येच्या बाबतीत - मिळवण्याची इच्छा उत्क्रांती वादी बदल घडवून आणते. गुंतवणूकदार नसते तर, गर्दीचे वागणे हे नेहमीच हानिकारक झाले असते. त्यांना बुडबुडा फुटण्याच्या वेळेला शेअर्स विकत घेण्यासाठी आणि घबराटीच्या वेळेला विकण्यासाठी उद्युक्त केले असते. मुंगेर यांनी एकदा शेरा मारला होता तसे, गर्दीची मूर्खता, मानवी प्रवृत्ती, काही परिस्थितीत लेमिन्सचे अनुकरण करण्याची असते, यात स्पष्टीकरण असते ते, अगदी हुशार माणसांचे, मूर्खासारखा विचार करण्याचे आणि अगदी मूर्खासारखे वागण्याचेही.

२०१५ साली, Annual Review of Psychologyने एक सर्वेक्षण प्रसिद्ध केले, ते होते ३५ वर्षांच्या शास्त्रीय अभ्यासाचे, निर्णय घेण्याच्या प्रक्रियेवर भावनांचे होणारे परिणाम याविषयीचे. त्यातील लेखकांनी लिहिले होते की त्या सर्व संशोधनाचे व्यापक निष्कर्ष असे होते की भावनाशक्तीने, भविष्य वर्तवावे तसे आणि व्यापकपणे निर्णय घेण्याच्या प्रक्रियेवर प्रभाव टाकतात. उदाहरणार्थ, ज्या संशोधकांनी जुगारी निर्णयासंबंधी संशोधन केले, त्यांना असे दिसून आले की दुःख किंवा खिन्नता अशा प्रवृत्तींना वाढवतात ज्यात अधिक धोका, अधिक बक्षिसे यांचे पर्याय असतात. याविरूद्ध चिंता किंवा काळजीच्या भावना कमी धोके, कमी बक्षिसे अशा पर्यायांना प्राधान्य देतात. दुसऱ्या शब्दांत सांगायचे तर, आपले भावनात्मक स्वभाव आणि भावस्थिती नेहमीच्या पद्धतीने आपण जे पाहतो आणि ते आपण धोक्यांशी कसे जोडतो, याविषयी विकृत चित्र उभे करतात.

अशा संशोधनाच्या आधारे, शुबीन स्टाईन यांनी काळजी घेणारी तपासायची सवय विकसित केली आहे, की ते योग्य अशा मानसिक आणि शारीरिक स्थितीत निर्णय घेण्यासाठी आहेत ना? ही सवय अमाप मौल्यवान आहे, केवळ शेअर बाजारातच नव्हे तर आपल्या जीवनाच्या प्रत्येक अंगात, जिथे आपल्या निर्णयाचे परिणाम आपत्तिजनक होऊ शकतात.

शास्त्रीय साहित्य दर्शवते की भूक, राग, एकाकीपणा, दमछाक होणे, दु:ख आणि ताणतणाव हे अगदी खराब निर्णय प्रक्रियेच्या सामान्य पूर्ण शर्ती आहेत. म्हणून शुबीन स्टाईन एक संक्षिप्त शब्द वापरतात AHALTAPS – हे एक थांबण्यासाठीची आठवण करून देणारे आहे, जेव्हा हे घटक एखाद्या निर्णयावर परिणाम करणारे ठरतात आणि निर्णय पुढे ढकलतात, जोपर्यंत त्यांची मन:स्थिती अशी असेल की जेव्हा त्यांचा मेंदू नीट काम करणारा असेल.(The Annual Review of Psychology हेही याच निष्कर्षापर्यंत आले आहे की वेळेचा विलंब हे एक मदत करणारे धोरण आहे, कारण पूर्णपणे फुगलेल्या भावनांचे आयुष्य कमी असते,आणि मानव जसा वेळ पुढे सरकेल तसा पूर्वस्थितीला येतो.)

हे आमचे ७वे तंत्र आहे टाळता येण्यासारखा मूर्खपणा कमी करण्याचे.

२००८-०९ सालच्या आर्थिक आणीबाणीत शुबीन स्टाईन यांना एका आगीमुळे त्रासदायक परिस्थितीला तोंड द्यावे लागले. त्यांच्या फंडाचे अनेक गुंतवणूकदार बाहेर पडले, जेव्हा खरे तर त्यांनी शेअर्स विकत घ्यायला पाहिजे होते. त्यांचा व्यवसाय धोक्यात आला होता. आणि त्यांना खोलवर अशी लाजेची भावना आली कारण त्यांच्या कारकिर्दीतला हा पहिला गंभीर धक्का त्यांना बसला होता. त्याच वेळी, त्यांच्या एका जानी मित्राच्या दोन मुली एका बोटीच्या अपघातात मृत्युमुखी पडल्या. तो एक असा अत्यंत क्लेशदायक कालखंड होता की त्याने त्यांना उत्प्रेरित केले, एक आरोग्यदायी जीवनशैली जोपासायची ज्यामुळे त्यांचा भावनिक तोल सावरला जाईल आणि ते अगदी तणावपूर्ण स्थितीतही स्पष्टपणे विचार करू शकतील.

ते म्हणतात, ‘‘चार गोष्टी असतात ज्या आपल्याला माहीत असते की मेंदूचे आरोग्य आणि मेंदूचे कार्य सुधारतात. ध्यानधारणा, व्यायाम, झोप आणि आहार.’’ त्यांनी निश्चय केला तो, ही सर्व साधने आपल्या जीवनात उपयोगात आणण्याचा. त्यांनी कसून व्यायाम केला, ज्यामुळे त्यांना झोपही चांगली लागू लागली. त्यांनी जास्त मासे, भाज्या आणि फळे खाणे चालू केले. त्यांनी त्यांच्या काही अगदी खराब प्रवृत्ती झटकून टाकल्या. त्यात एक सवय होती ताणतणावाला हाताळायची. ते आइसक्रीम आणि त्यावर चुरा केलेले चॉकलेटचे तुकडे आणि बिस्किटे असे दाबून खायचे. ते त्यांनी सोडून दिले. त्यांनी ध्यानधारणेची नियमित आराधना चालू केली. अनेक यशस्वी गुंतवणूकदारांची ती गंभीर कामगिरीच्या वेळची सवय होती.

अशा उच्च कामगिरीसाठीच्या सातत्याने करावयाच्या पद्धतींचा एक संयुग परिणाम (Compounding Effect) येतो जेव्हा तुम्ही त्या सातत्याने वापरता, असे शुबीन म्हणतात. उदाहरणार्थ, तुम्ही ध्यानधारणा करता ती याकरिता नाही की ती विशिष्ट दिवशीच महत्त्वाची असते. त्याची नियमित सवय तुम्हाला कठीण अडथळे हाताळायला मदत करते आणि तुम्हाला त्यासाठी कायमच तयार ठेवते. अशी

सवय अंगवळणी पडणे हे रोग प्रतिबंधक औषध घेण्यासारखे आहे. हा एक गंभीर बारकावा आहे जो मला वाटते आपण गमावतो आहोत. अशा आरोग्यदायी सवयी स्वीकारण्यासाठी योग्य वेळ ती नसते की जेव्हा तुम्ही गोंधळाच्या परिस्थितीत गुरफटलेले असता तर ती असते आगाऊ या बाबत योग्य पाऊले उचलायची.

शुबीन म्हणतात, ''जेव्हा त्रास येऊन धडकतो, कळीचा मुद्दा असतो तो म्हणजे हे ओळखणे की आपली भावनिक अवस्था अशा वेळी अपयशाला तयार राहण्याच्या स्थितीत असते.'' जेव्हा ते ताणतणावाखाली असतात, नाराज असतात किंवा प्रचंड त्रस्त असतात, तेव्हा ते एक सुट्टी घ्यायचा प्रयत्न करतात. त्यांना चांगली विश्रांती मिळेल आणि खाणेपिणे व्यवस्थित असेल याची खात्री करून घेतात आणि आपल्याला तटस्थ स्थितीत येण्यासाठी वेळ देतात. अशा स्थितीत त्यांना मनाजोगते निर्णय घेण्यास स्थितीच तयार करते आणि परवानगी देते. साधी उकल जसे आपले वेळापत्रक उरकणे आणि निर्णयापूर्वी एखाद्या रात्री चक्क झोपून जाणे याचीही त्यांना चांगली मदत होते. ते म्हणतात की, गोष्टी जितक्या तीव्र होत जातात, तितक्या मी त्या कमी करतो– वैयक्तिकरीत्या आणि व्यवसायिकरीत्या. मी गोष्टी कमी वेगाने करायचा प्रयत्न करतो. मी जीवन सोपे करायचा प्रयत्न करतो. मी माझ्या वेळापत्रकाकडे पाहतो आणि त्यातील अनेक कार्यक्रमांतून मी माघार घेतो, याची खात्री करून घेण्यासाठी की मी चांगल्या प्रकारे अन्न ग्रहण करतोय, ध्यानधारणा करतोय आणि माझा वेळ अशा रीतीने आखला आहे की त्यात विचार करण्यासाठी आणि प्रतिबिंबित होण्यासाठी पुरेसा वेळ दिला आहे.

२०२० साली, शुबीन स्टाईन यांनी स्वयंसेवी डॉक्टर म्हणून एका ICUमध्ये, जिथे कोविड १९ मुळे मृत्युपंथाला लागलेले रुग्ण होते, व्हेंटिलेटरला जोडलेले. ते म्हणतात, ''ते वातावरण म्हणजे जणू युद्धभूमीवर असल्यासारखं होते. आम्ही काही महत्त्वाचे काम करत होतो, पण आमचेही जीवनसुद्धा धोक्यात होते, आणि आम्ही आमचे कुटुंबीयही धोक्याच्या परिस्थितीत ठेवत होतो. ते आम्हाला भयानक वाटले.'' त्याआधी काही दिवसच त्यांच्या पत्नीने त्यांच्या पहिल्या मुलास जन्म दिला होता. त्यांना सुरक्षित ठेवण्यासाठी मग ते एका हॉटेलात जाऊन राहिले.

या दुःस्वप्नाच्या मध्यातच, शुबीन यांनी त्या सर्व सवयींवर आपले लक्ष केंद्रित केले ज्यांनी त्यांना त्यांच्या गुंतवणुकीच्या कारकिर्दीतील भावना हाताळायला मदत केली होती. त्यात पौष्टिक आहार, व्यायाम,आणि ध्यानधारणेचे छोटा छोटे टप्पे. जे काही वेळा असे की फक्त १० सेकंद श्वासोच्छ्वासाचा व्यायाम करायचा तोही बाथरूम मध्ये, ICU मध्ये जाण्यापूर्वी. शिवाय त्यांनी आपल्या अंतर्गत स्थितीबद्दलही जागरूक राहण्याचा प्रयत्न केला. त्यामुळे भावना जसे भीती, चिंता, उदासीनता, राग आणि एकाकीपणा यांना आपली क्षमता सिद्ध करायची संधी मिळता कामा नये हे पाहिले ज्यामुळे त्यांची क्षमता रुग्णांची काळजी घेणे

आणि त्यांच्या दुःखग्रस्त नातेवाइकांशी संपर्क ठेवणे यात कारणी लागेल याची काळजी घेतली.

एक अविश्वसनीयरीत्या उपयुक्त साधन त्यांच्या हातात होते ते म्हणजे त्यांची HALTAPS तपासणी यादी. ती त्यांनी सातत्याने वापरली, त्यांची भावनिक अवस्था आणि कमजोर करणारा शारीरिक दुखण्याचा परिणाम कमी करण्यासाठी, विशेषतः जेव्हा ते तिथे व्यक्तिगत सुरक्षा राहण्यासाठी वापरात असलेल्या पेहरावाच्या बाबतीत आवश्यक होते. ते म्हणतात, ''एकदा तुम्ही ओळखले की तुम्ही तुमच्या उत्तम स्थितीत नाही, तेव्हा तुम्ही जाणीवपूर्वक त्याची कमी भरून काढू शकता.'' त्या हॉस्पिटलमध्ये त्याचा अर्थ होता, अधिक जादा काळजी घेणे, आपल्या निर्णयाची दोनदोनदा पुनर्पाहणी करणे आणि स्वतःला रंगणांबरोबर जास्त अनुकंपेने राहण्यासाठी सज्ज करणे.

त्यांनी ज्याला तोंड दिले ती आव्हाने अस्मानी होती, पण त्यातून मिळणारे धडे आपणां सर्वांनाच तितकेच लागू पडतात. आपल्यालाही गरज असते ती स्वयंजागरूकता आणि प्रामाणिकपणा यांची, जेव्हा आपली भावनिक अवस्था आपले निर्णय आणि आपली कामगिरी यांची नोंद घेते ज्यायोगे आपण संपूर्ण काळजीने पुढे जाऊ शकू.

अधिक विस्तृतपणे, आपल्याला अशी जीवनशैली रचायला हवी की जी लवचिकतेला शांत करायला योग्य असेल. मुंगेर, एक असे आहेत ज्यांनी आपला अगणित वेळ अशा कार्यक्रमात खर्च केला आहे की जे त्यांच्यात समतोल आणि समाधानाची भावना निर्माण करतील. मग ते आपल्या घरातील ग्रंथालयात ग्रंथवाचन असो, किंवा मित्रांबरोबर ब्रिज खेळणे असो, गोल्फ खेळणे असो किंवा मासेमारी करणे असो. ते आपले कार्यक्रम सुव्यवस्थित वेळापत्रकाप्रमाणे पार पडतात. त्यात चिंतनासाठीही वेळ असतो. तपशील बदलत राहतो, पण आपणही अशा सवयी आणि छंद जोपासले पाहिजेत जे समतेला पोषक असतात.

पण सत्य हे आहे की, मुंगेर आपल्याइतकी धडपड करत नाहीत, आपल्या भावना नियंत्रणात ठेवण्यासाठी. मी जेव्हा त्यांना विचारले की ते मार्क्स यांच्याशी सहमत आहेत का, की सर्व गुंतवणूकदार हे भावनाशून्य असतात. त्यांनी उत्तर दिले, ''होय, नक्कीच.'' ते कधीतरी का होईना, त्यांच्या गुंतवणुकीविषयी असंतुष्ट असतात का किंवा त्यांना त्या बाबत भीती वाटते का? उत्तर 'नाही'. म्हणजे त्यांना त्या भावनांच्या विरुद्ध काम करावे लागत नाही, कारण त्यांना त्यांचा अनुभव येत नाही? उत्तर 'नाही'.

टोकाच्या भावनिक अवस्थेच्या अभावामुळे मुंगेर याना स्वातंत्र्य मिळते, अविचलित अलिप्ततेने लक्ष केंदित करण्याचे की जी गुंतवणूक ते करणार आहेत त्या शेअर्समध्ये ते यशस्वी होतीलच यावर. आर्थिक संकटात जेव्हा बँकांचे शेअर्स

गडगडले, त्यांनी निष्कर्ष काढला की वेल्स फार्गोचे शेअर्स हास्यास्पदरीत्या इतके स्वस्त होते की ती एक ४० वर्षांत एकदाच येणारी संधी होती. त्यांनी ते डेली जर्नलसाठी अगदी तळातल्या भावात २००९ साली विकत घेतले. ते म्हणतात, ''एक अगदी परिपूर्ण उदाहरण, तर्कशुद्धता आणि चांगली भावना यांचे. त्यांचे भावनाविरहित असणे हा एक जन्मजात फायदा आहे जो अगदी थोडे गुंतवणूकदार वाटून घेत असतील. वॉरन हेसुद्धा त्याच तारेने बांधलेले आहेत. आम्ही त्या बाबत सारखेच आहोत.''

मुंगेर यांनी काही विषारी भावनांना आपल्या नियंत्रणात ठेवण्याचे तंत्र शिकून घेतले आहे ज्या त्यांच्या जीवनाला गंज चढवू शकतात. वेड्यासारखा राग. वेड्यासारखी नाराजी, हे सर्व टाळा. ते मला सांगतात, ''मी त्यांना माझ्या मागे धाऊ देत नाही. मी त्यांना सुरुवातच करून देत नाही.''

असूयेबाबत हेच आहे. तिला ते सात पापांपैकी सर्वांत मूर्ख पाप समजतात. कारण ती मजासुद्धा नाही. ते या प्रवृत्तीचाही तिरस्कार करतात की एखाद्याने आपल्याला बळी समजावे. आणि त्याला रडण्यासाठीही धीर नसतो. मी जेव्हा त्यांना विचारले की त्यांच्याकडे काही मानसिक प्रक्रिया आहे का- जी त्यांना त्यांच्या स्वत:चाच पराभव करणाऱ्या भावनांना कमी करण्यासाठी मदत करतात? त्यांनी उत्तर दिले, ''मला माहीत आहे की राग हा मूर्ख आहे. मला माहीत आहे की नाराजी ही मूर्ख आहे. मला माहीत आहे की स्वत:चीच दया येणे हे मूर्खपणाचे अशी. म्हणून मी त्यांना ठार देत नाही. मी रोजच्या रोज- संपूर्ण दिवसभर - मूर्ख व्हावे यासाठी मी प्रयत्न करीत नाही.''

## जीवनभराचे धडे

आमच्या मुलाखतीच्या शेवटी, मुंगेर त्यांची वेताची काठी उलगडतात आणि त्या डेली जर्नलच्या कार्यालयाच्या लॉबीमध्ये हळूहळू चक्कर मारू लागतात आणि शेवटी तिथल्या तात्पुरत्या मंचावर जातात. त्यांना बघितल्यावर तिथला श्रोतृवर्ग टाळ्यांच्या गजरात त्यांचे स्वागत करतो. त्या मंचावर जाण्यासाठी असलेल्या दोन पायऱ्यांवर चढण्यासाठी त्यांना मदत लागते. जोरजोरात श्वास घेत ते तिथल्या खुर्चीत स्थानापन्न होतात. आपल्या एका डोळ्याने तिथे बसलेल्या श्रोतृवर्गावर - त्यांच्या प्रशंसकांवर - नजर फिरवतात. त्यातले कित्येक उभे आहेत कारण तिथे बसायला पुरेशा खुर्च्या नाहीत. पूर्वीपेक्षा आता त्यांची संख्या जास्त आहे, ते एक टिप्पणी करतात, त्यांना वाटतंय की ही त्यांची शेवटची संधी आहे.

काहीसे गुरू, काहीसे दिखाऊगिरी करणारे मुंगेर या संधीतून त्यांच्या जीवनातील अनेक धडे इथे उलगडणार असतात. ते म्हणतात, ''काहीशा प्रेमळ करमणुकीच्या

वातावरणात, तुम्ही सर्व एका पंथाचे सदस्य आहात आपण तसे दीर्घ काळ राहू. कारण तुमच्यापैकी कित्येकांनी दीर्घ काल एकत्र प्रवास केला आहे.'' पुढचे दोन तास, ते ४०च्या आसपास प्रश्नांची उत्तरे देतात, आपले शहाणपण प्रकट करतात, कोट्या आणि टोमणे यांची बरसात करतात, शेअर बाजारापासून ते लग्नापर्यंतच्या अनेक विषयांना स्पर्श करतात.

कारकिर्दीसंबंधी मागितलेल्या सल्ल्याला ते आपले मत सांगतात, ''तुम्हाला एक खेळ खेळायचा आहे, ज्यात काही असामान्य हुशारी आणि कौशल्ये आहेत. जर तुम्ही ५ फूट उंचीचे असाल तर तुम्हाला एखाद्या आठ फूट ३ इंच उंचीच्या खेळाडूंबरोबर बास्केटबॉल खेळणे आवडणार नाही. ते फारच कठीण होईल. म्हणून तुम्हाला ठरवावे लागेल की कोणत्या प्रकारचा खेळ तुम्हाला खेळायचा आहे, ज्यात तुमचा काही फायदा आहे. आणि तोही असा हवा की ज्यात तुम्हाला खोलवर स्वारस्य आहे.''

चीनविषयी विचारले असता ते तिथल्या आर्थिक परिवर्तनाविषयी अद्भुतता प्रकट करतात. पण ताशेरेही ओढतात की तिथल्या बऱ्याच लोकांना जुगार खेळायला आवडते आणि खरोखरच ते नशिबावर विश्वास ठेवतात. आता ते मूर्खपणाचे आहे. तुम्हाला कशावर विश्वास ठेवायचा नाही तर तो नशिबावर. तुम्हाला शक्यतांवर विश्वास ठेवायचा आहे. मुंगेर यांना जुगार खेळणे किंवा घोड्यांच्या शर्यतीला जाणे यात काही स्वारस्य नाही. ते म्हणतात की,जर शक्यता माझ्या विरुद्ध असेल तर मी खेळतच नाही, बस्स.

१९७३-७४ च्या वेळच्या संकटाविषयी विचारले असता, जेव्हा त्यांच्या गुंतवणुकीतील भागीदारीने ५०% पैसे गमावले होते, तेव्हा त्यांनी सांगितले की बर्कशायरच्या शेअर्सची किंमत ही तीन वेळा निम्मी झाली होती. जर तुम्ही या खेळात दीर्घ काळ खेळत असाल, जो खरं तर तसे करण्याचा मार्ग आहे, तर मग तुम्ही जरी ५०% गमावले तरी त्याचा एवढा बाऊ करायचे कारण नाही. म्हणून माझा तुम्हा सर्वांना हा धडा आहे की तुमच्या जीवनाला अशा प्रकारे हाताळा की तुम्ही ५० टक्क्यांची घसरण उत्साहाने आणि डौलदारपणे सहन कराल. ते टाळायचा प्रयत्न करू नका. ते येईल. खरे तर मी म्हणेन ते आले नाही तर, तुम्ही फार आक्रमक नाही.

विविधीकरणाविषयी (Diversification) विचारले असता त्यांनी त्याचे वर्णन केले, हा एक चांगला नियम आहे, त्यांच्याकरिता ज्यांना काही माहीत नाही. पण त्याचे प्राधान्याचे धोरण आहे ते दुर्मीळ संधीसाठी वाट बघत बसण्याचे, जिथे काही मिळण्याची संभाव्यता, तोटा होण्याच्या संभावतेपेक्षा पेक्षा अधिक वज़नदार आहे. जेव्हा त्या येतात, तो त्यांना लबाडीने ताब्यात घेतो. मुंगेर सांगतात की त्यांच्या कुटुंबीयांची १० आकडी संपत्ती ही केवळ तीन गुंतवणुकीत आहे- बर्कशायर,

कॉस्टको आणि एक खाते चिनी शेअर्सचे, जे ली लू यांनी निवडले आहे. ही तिन्ही अयशस्वी व्हायची शक्यता शून्य आहे. मुंगेर म्हणतात, ''मी सुरक्षितरीत्या श्रीमंत आहे का? तुम्ही अगदी बरोबर आहात, मी(श्रीमंत)आहे.''

इंडेक्स फंडविषयी विचारले असता, त्या फंडांनी गुंतवणुकीच्या व्यवसायावर ओढवून आणलेल्या दु:खाविषयी ते बोलले. सक्रिय फंड व्यवस्थापक, दीर्घ काळाचा विचार केला तर इंडेक्सवर त्यांनी मात करण्याची शक्यता कमी आहे. याचा अर्थ असा आहे की ते कोणतीही मूल्यवृद्धी न करता फी ओरबाडत आहेत. मुंगेर म्हणतात की, प्रामाणिक संवेदनशील लोक सांगतात की ते असे काही विकताहेत जे ते पुरवू शकणार नाहीत. बहुतेक लोक ते हाताळतात ते नकारघंटा वाजवून. मला ते कळते. म्हणजे मला असे म्हणायचे आहे की मला माझ्या मृत्यूचा विचार करायचा नाही.

ती शेअर होल्डर्सची बैठक संपल्यावर तिथली गर्दी पांगली. पण मुंगेर तिथेच थांबले. काही डझन त्यांचे अनुयायी तिथे त्यांच्या भोवती रेंगाळत होते. आणि त्यांनी मग आणखी दोन तास घालवले ते निर्वाहासंबंधीच्या प्रश्नांची उत्तरे देण्यात. ते सीज पीनट ब्रिटलची बाटली उघडतात आणि आनंदाने त्याचा आस्वाद घेतात आणि मग ती बाटली तिथल्या इतरांच्यात फिरवतात. मी त्यांच्या खुर्चीपासून काही फुटावर उभा राहतो, त्यांचे अगदी जवळून निरीक्षण करीत आणि अधूनमधून माझे प्रश्न विचारीत. माझ्यावर सर्वांत अधिक प्रभाव पडतो तो केवळ त्यांच्या चपळतेचा आणि मनाच्या सतर्कतेचाच नाही तर त्यांच्या आत्म्याच्या औदार्याचा. मला मन हलवणारे वाटते ते संयम, काळजी आणि औदार्य, जो हे आजारी गुरु आपल्या शिष्यांपुढे सादर करतात ते पाहून.

जसे मुंगेर मागे वळून आपल्या आर्थिक धाडसांकडे पाहतात, हे स्पष्ट होते की त्याचाच आनंद ते लुटतात तो त्यांच्या विजयाच्या आकाराकडे पाहून नव्हे तर ज्या पद्धतीने त्यांनी तो संपादन केला हे त्या पद्धतीकडे पाहून. ते त्या वेळची आठवण सांगतात, जेव्हा ते आणि बफे यांनी आनंदाने एक आजपर्यंतचा त्यांनी पाहिलेला उत्तम व्यवहार- तपकिरीचे उत्पादन करणाऱ्या कंपनीला ताब्यात घेण्यासंबंधीचा. त्यात फक्त एकच अडचण होती. त्या कंपनीने आपले नशीब उजळवून घेतले होते त्यात एक असे उत्पादन मिसळून की ज्यामुळे कर्करोग व्हायची शक्यता वाढत होती. या संकटाला न जुमानणाऱ्या प्रिट्झकेर कुटुंबाने हे कुरूप रत्न विकत घेतले आणि ३ बिलिअनचा नफा कमावला. पण, याबद्दल मुंगेर यांना काही खंत वाटत नाही. ते म्हणतात की,आम्हाला अशा उत्पादनातून काही डबोले कमवायचे नाही जे आम्हाला माहीत आहे की मृत्यूकडे घेऊन जाणारे आहे. आम्ही असे का करावे?

मुंगेर यांचे उद्दिष्ट असे कधीही नव्हते की कितीही किंमत मोजावी लागली तरी चालेल पण विजय मिळवायचाच. त्यांची मुलगी मौली सांगते की, त्यांना पैसा

हा कधी महत्त्वाचा वाटला नाही. पण विजय मिळवायचा तो फसवून किंवा तो मिळवायचा पण जीवनाची लढाई हरायची यासाठी ते कधी नव्हते. Damn Right! या मुंगेर यांच्या चरित्राच्या– जे जेनेट लोवे यांनी लिहिले आहे – प्रस्तावनेत बफे लिहितात, ''गेल्या ४१ वर्षांत, मी चार्ली यांना कोणाचाही कशासाठीही फायदा करून घेताना पाहिले नाही. त्यांनी जाणून बुजून मला आणि इतरांना व्यवहाराचे चांगले जे काही असेल ते मिळावे असे पाहिले. आणि त्यांनी नेहमीच दोष, त्यांचा वाटा असेल त्याहूनही अधिक आपल्या खांद्यावर घेतला आहे, जेव्हा गोष्टी चुकीच्या होतात तेव्हा आणि श्रेय मात्र त्याचा वाटा असेल त्यापेक्षा कमीच घेतले आहे जर त्या बरोबर होत असतील तर. ते अत्यंत खोलवर उदार आहेत.''

मुंगेर हे भांडवलशाहीच्या प्रबुद्ध स्वरूपाचे प्रतिनिधित्व करतात ज्यात पुरातन मूल्यांचा समावेश आहे. उदाहरणार्थ, ते कमी तत्त्व असलेल्या युक्त्या जसे पुरवठादारांना पैसे उशिरा देऊन हैराण करणे. ते म्हणतात की, माझा जीवनाचा सिद्धान्त आहे 'जिंका जिंका'. (Win Win ). मला असे पुरवठादार हवेत जे माझ्यावर विश्वास ठेवतात आणि मी त्यांच्यावर विश्वास ठेवतो. आणि मला पुरवठादारांची मला जेवढी जास्त शक्य आहे तेवढी पिळवणूक करायची नाही. पण ते सुयोग्य व्यवहारावरची त्यांची श्रद्धा कशी सुसंगत ठेवतात जेव्हा प्रत्यक्षात अनेकांनी आपले भाग्य कमी सन्माननीय मार्गाने जाऊन उजळवून घेतले आहे?

मुंगेर याला प्रतिसाद देतात, ते माध्यम व्यवसायातील उच्च पदस्थ प्रथितयश मल्टीबीलिनॉयर सुमनेर रेडस्टोन – प्रसिद्ध स्पष्टवक्ते आणि कठोर मनोवृत्तीचे – यांचे उदाहरण देऊन. त्यांनी नियंत्रित पद्धतीने शेअर्स – Viacom आणि CBS – घेऊन भरपूर कमाई केली.

मुंगेर सांगतात की, ते जवळजवळ कोणाचेही आवडते नव्हते, अगदी त्यांची पत्नी आणि मुले धरून. आम्ही दोघेही हॉवर्ड लॉ स्कूल मधून एकदोन वर्षांच्या फरकाने पदवीधर झालो. आणि आज ते माझ्यापेक्षा अधिक पैसे कमावत आहेत. म्हणून तुम्ही म्हणू शकता की ते म्हणजे यश. पण मी याकडे त्या नजरेतून पाहत नाही. आणि म्हणून मी असा विचार करीत नाही की हा फक्त आर्थिक खेळ आहे. आणि मला वाटते की ते निराळ्या पद्धतीने होणे चांगले. मी त्यांचे उदाहरण नेहमी समोर ठेवतो ते मी कसा नसावा हे कळावे म्हणून.

मी जेव्हा मुंगेर यांना विचारले की आम्ही ते आणि बफे यांच्याकडून काय शिकावे, जसे आनंदी जीवन कसे असावे या संबंधी, तेव्हा ते त्यांच्या नातेसंबंधाच्या दर्जाबाबत बोलले आणि सभ्य, विश्वासू लोकांबरोबरच्या भागीदारीसंबंधी बोलले. ''वॉरन हे माझ्या दृष्टीने अद्भुत भागीदार आहेत आणि मी त्यांचा चांगला भागीदार आहे. जर तुम्हाला चांगला भागीदार हवा असेल, तर प्रथम तुम्ही चांगले भागीदार व्हा. ही एक साधी पद्धत आहे. आणि तिने आजवर चांगले काम केले आहे. हेच

तत्त्व लग्नाबाबतही लागू पडते. जर तुम्हाला चांगला जोडीदार हवा असेल तर तुम्ही त्यासाठी लायक व्हा.''

जरी त्यांनी भरपूर प्रयत्न केले तरी त्यांना त्यांच्या नशिबातल्या भोगांना सामोरे जावे लागले. त्यांचा मुलगा टेडी वयाच्या ९व्या वर्षी रक्ताच्या कर्करोगाने गेला– एक दुःखद, संथ मरण. ''आणि शेवटी त्याला जणू कळून चुकले होते की तो जाणार आहे, आणि मी सर्व काळ त्या बाबत त्याच्याशी खोटे बोलत होतो.'' ती एक शुद्ध वेदना होती. आणि त्यांचा घटस्फोटही झाला. त्यांचा एक डोळा गेला आणि त्यांची दुसरी पत्नी नॅन्सी यांचाही मृत्यू झाला, ५२ वर्षांच्या वैवाहिक आयुष्यानंतर मुंगेर म्हणतात, ''जीवनाची कल्पना ही अनेक विपरीत घटनांची मालिका आहे आणि त्यापैकी प्रत्येक ही एक चांगले वागण्याची संधी असते न की वाईट पद्धतीने. आणि ही खरोखरच एक चांगली कल्पना आहे. मला वाटते, कठीण गोष्टी जशा येतात ताशा स्वीकाराव्यात. तुम्ही आशीर्वादही घ्यावेत ते जसे येतात तसे. कोडी सोडवण्यातली मजा लुटावी, जसे उत्तम तुम्हाला जमेल तसे.''

विनोदबुद्धी असणे हेही उपयोगाचे असते. त्या डेली जर्नलच्या बैठकीतील एक वैशिष्ट्यपूर्ण गोष्ट म्हणजे जेव्हा मुंगेर यांनी आठवण सांगितली ती त्यांच्या रोमांचक अपयशाची, एक लहानथोर, सडसडीत मुलगा म्हणून. ओमाहा सेंट्रल हायस्कूलमधली ८ दशकांपूर्वीची. त्यांच्या तरुणाईत त्यांनी एका सुंदर देवतेला नृत्यासाठी बोलावले. तिच्यावर भाव मारण्यासाठी, त्यांनी आपण धूम्रपान करणारे आहोत असे ढोंग केले. ''तिने एक जाळीदार ड्रेस घातला होता आणि माझ्यामुळे त्यावर ठिणगी पडली आणि त्या ड्रेसने पेट घेतला. पण मी प्रसंगावधानी होतो. मी लगेच तिच्या त्या ड्रेसवर कोकाकोला ओतला आणि ती आग विझली. आणि मी तिला त्या वेळी त्या देवतेला पाहिले ते शेवटचेच,'' असे ते सांगतात.

शेवटी त्यांच्या बरोबर पाच तास चर्चा केल्यानंतर मुंगेरना सांगण्यात आले की त्यांची आणखी एक बैठक आहे. मी त्यांना मंचावरून खाली येण्यास मदत केली, आधारासाठी त्यांचा हात धरून. ते तिथून निघून जात असताना, माझ्यात एक दराऱ्याची भावना निर्माण झाली होती. आज, मी एक महानतेच्या सान्निध्यात होतो.

उपसंहार

# श्रीमंतापेक्षा अधिक

''पैशाला महत्त्व आहे, पण तो काही समृद्ध जीवनाचा आवश्यक घटक नाही.''

---

''जर तुम्ही जीवनात कागदाचे बारीक तुकडे विकत घेऊन यशस्वी झालात, तर ते अयशस्वी जीवन आहे. जीवन हे चतुर होऊन पैसे साठवण्यापेक्षाही अधिक काही आहे.''

–चार्ली गुंगेर

एका टीव्ही वार्ताहराने एकदा बॉब मार्ली यांना विचारले. ''तुम्ही श्रीमंत व्यक्ती आहात का?'' त्या संगीतकाराने उत्तर दिले, ''श्रीमंत म्हणजे तुम्हाला काय म्हणायचे आहे?'' वार्ताहराने प्रश्नाचे उत्तर दिले, ''तुमच्याकडे भरपूर गोष्टी आहेत?''

''बँकेत भरपूर पैसे आहेत?'' मार्ली यांनी पुन: आपला प्रश्न विचारला, ''गोष्टी असणे याने कोणी श्रीमंत होतो का? माझ्याकडे अशा प्रकारची श्रीमंती नाही. माझी श्रीमंती जीवनात आहे, नेहमीच.''

गेल्या पाव शतकात मी भरपूर वेळ घालवला आहे, मुलाखती घेण्यात आणि जगातील आघाडीच्या गुंतवणूकदारांचे निरीक्षण करण्यात. आणि मी निरीक्षण केले आहे की मी या प्रश्नावर विचार करतोय की माणूस श्रीमंत कशामुळे होतो? वरवरचा विचार करता, गुंतवणूकदार हे अंतिम विजेते असतात. त्यांनी कल्पनाही करता येणार नाही अशा मोजमापाने जॅकपॉट जिंकला आहे. त्यामुळे त्यांना राजवाड्यासारख्या स्थावर मालमत्ता, याट्स, विमाने, जागतिक दर्जाचे संग्रह – अगदी कला क्षेत्रापासून ते शर्यतीतील घोड्यापर्यंत म्हणाल ते. पण त्यांची संपत्ती त्यांच्याकरिता काय करते?

त्यांच्या समाधानावर त्याचा प्रभाव किती असतो? आणि त्यांची भौतिक श्रीमंती ही समृद्धीची किल्ली नसेल मग कोणती असते?

ती सर्व खेळणी आणि स्मृतिचिन्हे तुम्हाला तुम्ही अपेक्षा करता तसा आनंद तुम्हाला मिळवून देतात – थोडासा पण तेवढा जास्त नाही. सर जॉन टेंपल्टन यांनी एकदा लिहिले होते की, भौतिक संपत्ती आराम मिळवून देते, पण आनंद आणि उपयुक्तता यासाठी फारच थोडी मदत करते. एक खरा भ्रम हा आहे की लोकप्रिय समजूत आहे की तो बाह्य परिस्थिती आणि परिसरावर अवलंबून असतो. मोठ्या प्रमाणात तो काहीसा अर्थातच बरोबर आहे.

एड थॉर्प, एक दंतकथेचा असावा असा जुगारी आणि गुंतवणूकदार, Joi de vivre लाही मागे टाकतो, असा विचार करतो की वैशिष्ट्यपूर्ण तर्कशुद्धतेने आपले जीवन अधिक आनंदी होण्यासाठी त्याची बांधणी कशी करावी? त्यांचा जीवनाला श्रीमंत बनवण्याचा एक निर्णय होता तो म्हणजे कॅलिफोर्नियामधील न्यू पोर्ट समुद्रकिनारी एक घर विकत घ्यायचे. तिथून पॅसिफिक महासागरावरील सूर्यास्ताचे दृश्य प्रेक्षणीय असते. थॉर्प म्हणतात की, ही एक अशी महत्त्वाची जागा आहे की तिथे तुम्ही जीवनाचा आनंद लुटू शकता. मला चिखलाची घरे असलेल्या, जिथे स्मॉग आणि कचरा भरपूर आहे आणि हवामान भयानक आहे, एका जागेकडून दुसरीकडे जायला धडपड करावी लागते, मला फक्त अशा ठिकाणी राहायला आवडते जिथे भरपूर सूर्यप्रकाश आहे आणि वातावरण प्रसन्न आहे; जिथे मी घराबाहेर मोकळ्या हवेत व्यायाम करू शकतो सृष्टिसौंदर्याचा आनंद लुटू शकतो, फेरफटका मारू शकतो, समुद्रात बोटीने जाऊ शकतो आणि स्कुबा डाईव्ह करू शकतो. आणखी काय हवे? (थॉर्प आता तिथून चार मैल दूर लगुना बीच इथे राहायला गेले आहेत. जिथून समुद्र आणखी जवळ आहे.)

थॉर्प यांनी आपली कारकिर्द साधारण पगार असलेल्या गणिताचे प्राध्यापक म्हणून चालू केली. आणि गुंतवणुकीतील यशामुळे त्यांना आता परवडू लागलेल्या ऐषारामाचे त्यांना कौतुक आहे. मी जेव्हा त्यांना विचारले की त्यांच्याकडे अशा काही गोष्टी आहेत का ज्यांच्यावर त्यांचे प्रेम आहे? त्यांनी स्मित हास्य केले आणि ते म्हणाले, ''माझ्याकडे Tesla आहे आणि मी तिची मौज लुटतो. तिच्यात भरपूर मजा आहे, ती खरोखरच महान कार आहे.'' तरीही त्यांना कधीही अशा कल्पनारम्य गोष्टींनी मोहित केले नाही की आपण भरपूर पैसे, भरपूर घरे, भरपूर प्रत्येक गोष्ट मिळवावी. ते म्हणतात, ''तुम्ही तुमचा वेळ कुणाबरोबर घालवत आहात ही जीवनातील सर्वांत महत्त्वाची गोष्ट आहे. जे लोक केवळ अशा गोष्टींचा ढीग रचतात, ज्या त्यांना एरवी मिळत नाहीत. आणि शेवटी ते सर्व त्यांना मिळते पण त्यासाठी जन्मभर त्याचा पाठपुरावा करावा लागतो.'' ते ५५ वर्षांच्या वैवाहिक जीवनानंतर विधुर झाले आणि आता त्यांनी पुनर्विवाह केला आहे.

थॉर्प जसे सुचवतात, समस्या निर्माण तेव्हा होतात, जेव्हा आपण पैशाचा आणि संग्रहाचा पाठपुरावा करण्यात इतके गढून जातो की त्यापेक्षा महत्त्वाचे काय आहे याकडे आपली नजर जात नाही. हेज फंड व्यवस्थापक या त्यांच्या कारकिर्दीत थॉर्प यांनी सहज त्यांच्या शेअर होल्डर्सना गंडवले असते आणि ते पैसे आपल्या खिशात टाकले असते. त्याऐवजी त्यांनी स्वत:ला विचारले की जे त्यांना योग्य आणि वाजवी वाटते का, असे समजून की आपणच ग्राहक आहोत. मग त्यांनी स्वत:ची प्रोत्साहने (Incentives) ठरवले की, त्यांना स्वत:ला काही मिळणार नाही, जोपर्यंत त्याच्या ग्राहकांना नफा मिळत नाही. ते म्हणतात की, जे लोक इतर लोकांची काळजी घेत नाहीत आणि विसंगती करायला तयार असतात, नीतिनियम सोडून केलेल्या गोष्टी आणि इतर लोकांना लुबाडतात, यांना काही धार असते. पण माझ्या दृष्टीने, ती धार त्यांना जे पाहिजे ते मिळवण्यासाठी असते. जीवनाच्या अवशेषातून ते अधिकाधिक मांस काढायचा प्रयत्न करतात. पण ते चांगले राहत नाहीत आणि ते त्यांच्या लक्षात येत नाही. आणि मग सगळे संपते. त्यांनी त्यांचे जीवन वाया घालवलेले असते.

या सर्वातून आपल्याला एक महत्त्वाचा इशारा मिळतो. आपल्याला प्रकर्षाने याची जाण हवी की पैशासाठी आपण कशाचा त्याग करायला इच्छापूर्वक तयार आहोत अथवा तयार नाही आहोत. त्यात कदाचित आपले संपन्न संबंध, आपल्या कुटुंबीय आणि मित्रांबरोबरचे असतील, विशेष कौशल्य किंवा महत्वाकांक्षा असतील, ज्या आपण आपापल्या ईप्सित गोष्टीच्या पूर्ततेसाठी दुर्लक्षित करीत असू, अशा अनुभवांची चव घेण्यासाठी वेळ देणे असेल, जे आपल्या भौतिक गोष्टीच्या प्राप्तीकडे पुढची वाटचाल करत नसेल, आणि मूल्यांचे उल्लंघन करणे असेल जी मोह पडणारी असतील (आणि अनेक वेळा फायद्याची). मी जेव्हा थॉर्प यांना विचारले की त्यांनी आयुष्यात ज्या ज्या आवडींची निवड केली त्याबद्दल त्यांना पश्चात्ताप होतो का? तेव्हा ते म्हणाले, ''मी केलेल्या प्रमुख तत्त्वनिष्ठ निवडीबाबत मला पश्चात्ताप होत नाही. हे एक आठवण करून देणारे आहे की यशस्वी आणि संपन्न जीवनाचा एक पैलू हा आहे की हा आत्मसन्मानाचा आहे, आणि तो येतो सातत्याने प्रयत्न करण्याने, (जरी त्यात चुका आणि अपयश असले तरी) सभ्यतेने राहणे आणि इतरांना नुकसान पोचेल अशा गोष्टी टाळणे.''

## काम करण्याचे स्वातंत्र्य – तुम्ही १०९ वर्षांचे होईपर्यंत

२०१५ साली, इरविंग कॉहून यांचे आश्चर्यकारक अशा १०९व्या वर्षी निधन झाले. त्यांनी दोन जागतिक महायुद्धे, १९२९चे शेअर बाजाराचे कोसळणे. महामंदी, सोविएत युनियनचा उदयास्त, संगणकाचे आक्रमण आणि असेच अन्य बरेच काही

पाहिले, अनुभवले. बेंजामिन ग्राहम हे त्यांचे मार्गदर्शक आणि मित्र होते आणि त्यांनी त्यांची बुद्धिमान गुंतवणुकीची गुपिते त्यांच्या बरोबर वाटून घेतली होती. त्या ज्ञानावर आधारित अशी आपली आदरणीय गुंतवणूक कंपनी 'कॉहून ब्रदर्स ग्रूप' त्यांनी स्थापन केली होती. तिच्यात ते, त्यांचे चिरंजीव थॉमस आणि नातू अँड्र्यू यांना बरोबर घेऊन काम करीत होते. त्यांनी लग्न करून ६५ वर्षे संसार केला आणि त्यांना एक बस भरेल एवढी नातवंडे आणि पतवंडे होती. पूर्वीच्या प्रकरणात सांगितल्याप्रमाणे मी कॉहून यांच्याकरिता अनेक प्रश्न टंकलिखित करून त्यांच्या निधनापूर्वी काही महिने तयार करून ठेवले होते. आणि अँड्र्यू यांनी आपल्या आजोबांची उत्तरे ते जाण्यापूवी काही काळ त्यांच्याशी चर्चा करून तयार ठेवली होती.

या सर्वांपेक्षाही मला हे जाणून घ्यायचे होते की अर्थपूर्ण आणि संपन्न, न की केवळ असामान्य जीवनासाठी कोणती गुरूकिल्ली असते. कॉहून म्हणाले, ''या प्रश्नाचे उत्तर सांगणे कठीण आहे. प्रत्येकाचे उत्तर निराळे असेल. पण माझ्या दृष्टीने पाहता, कुटुंब हे फार महत्त्वाचे असते.'' आणि ते जेव्हा आता आपल्या जीवनाकडे मागे वळून पाहतात, त्यांना कशाने जास्त अभिमान आणि सुख मिळाले? ते म्हणाले, ''एक कुटुंब असणे, निरोगी मुले असणे आणि आपण आपल्या कंपनीत काय मिळवले हे पाहणे, ही सर्व माझ्या दृष्टीने महान सुखे होती. मला लोकांना भेटूनही – जे माझ्यापेक्षा हुशार होते आणि ज्यांनी मला महत्त्वाची उत्तरे दिली – सुख मिळाले, जीवनामध्ये भरपूर रहस्ये असतात, काही वेळेला तुम्हाला दिशा विचारावी लागते.''

जरा क्षणभर विचार करा, या मूलभूत साहित्याविषयी, जे एक भरपूर पुरस्कृत करणारे जीवन देते– कुटुंब, आरोग्य, आव्हानात्मक आणि उपयोगी काम. काम म्हणजे त्यातल्या ग्राहकांना सेवा पुरवणे, त्यांच्या बचतीला चांगल्या संयुगांची, पारंपरिक पद्धतीने अनेक तपे जोड देणे आणि शिकणे– विशेषतः ग्राहम यांच्याकडून, एक गुंतवणूक देवदूत, हे कॉहून सांगतात तसे, ''त्यांनी मला कंपन्यांचा अभ्यास कसा करायचा आणि संशोधनाच्या द्वारा यशस्वी कसे व्हायचे, याच्या विरुद्ध नशीब आणि आपलेपण करून नव्हे.''

कॉहून यांच्याकरिता दैनंदिन जीवनातील बहुतेक सर्व सुख आले ते बौद्धिक शोधातून. त्यांना कंपन्यांचा अभ्यास करण्यात आणि व्यवसाय, अर्थव्यवस्था, राजकारण, तंत्रज्ञान आणि इतिहास यांविषयी वाचण्यात आनंद वाटायचा. त्यांचा उपभोग घ्यायचा एकमेव मार्ग म्हणजे हजारो पुस्तके विकत घेणे. म्हणजे ते त्यांच्या उत्पन्नाच्या काही अंशावरच राहिले आणि आपली संपत्ती त्यांनी कधीही उधळली नाही, महागड्या अति भव्य हॉटेलातील साग्रसंगीत भोजनाऐवजी त्यांची पसंती हॅम्बर्गरला असायची. आणि स्मित हास्य करीत त्यांनी आठवण सांगितली की,

१९३० मध्ये त्यांनी त्यांच्या आवडत्या चायनीज रेस्टॉरंटमध्ये बायकोसह ७५ सेंट्समध्ये कसे पोटभर जेवण घेतले होते. अगदी शंभरी पार केल्यावरही कॉह्न कार्यालयात आठवड्यातील कित्येक दिवस बसने जायचे. मी जेव्हा त्यांच्या कार्यालयाला भेट दिली, तेव्हा ते अगदी साधे, वर्णनही करता येणार नाही असे कार्यालय होते. त्यांचे उपयोगाचे फर्निचर थकल्यासारखे आणि झिजून गेलेले वाटले. तिथल्या जुनाट भिंतींना नव्या रंगाचा हात देण्याची गरज होती. आणि तिथली सर्वांत नोंद घेण्यासारखी सजावट होती ती फक्त एका नोटीस बोर्डाची, ज्यावर त्यांच्या कुटुंबीयांचे अनेक फोटो आणि त्यांचे गुरू बेंजामिन ग्राहम यांचा एक जुना फोटो.

थॉमस कॉह्न, जे आता त्यांच्या कौटुंबिक व्यवसायाचे अध्यक्ष आहेत, ते सांगतात, ''माझ्या वडिलांना कल्पनांत फार स्वारस्य होते. वॉल स्ट्रीटवरील बहुतेक जण पैशाच्या पाठीमागे धावत असतात. त्यांना खास बनावटीचे सूट लागतात, ते पाम बीचवर जागा विकत घेतात, मोटारगाडी आणि ड्रायव्हर घेतात, जेट विमान घेतात, त्यांचे उद्दिष्ट असते पैसे खर्च करण्याचे.'' पण इरविंग यांचे तसे नव्हते. त्यांना भौतिक गोष्टीत स्वारस्य नव्हते. सर्वांत मोठे म्हणजे त्यांनी आनंद मानला तो आपण बरोबर आहोत, आपली निवड चांगली आहे आणि इतरांपेक्षा आपण चांगले काम करतोय, यातून मिळणाऱ्या समाधानावर.

तरीही एका प्रकारे, पैशालाही महत्त्व होते, त्याने कॉह्न यांना जगायची आणि काम करायची संमती दिली, विशेषतः त्यांना हव्या त्या प्रकारे. थॉमस कॉह्न सांगतात तसे, ''तुम्ही भांडवल उभे करता, आणि मग तुम्ही तुम्हाला पाहिजे ते करू शकता, कारण तुम्ही स्वतंत्र असता.'' बऱ्याचशा अत्यंत यशस्वी गुंतवणूकदारांकरिता, ज्यांच्या मी मुलाखती घेतल्या आहेत, ते जीवन बांधायचे स्वातंत्र्य, जे आपोआप त्यांच्या आवडीशी आणि वैशिष्ट्याशी संलग्न होऊन जाते, ही सर्वांत मोठी चैनीची किंवा ऐषारामाची गोष्ट आहे, जी पैशाने विकत घेता येते. बिल आकमन, एक बिलिनॉयर जे त्यांच्या धाडसी आणि विवादास्पद पैजांकरिता प्रसिद्ध आहेत, त्यांनी मला एकदा सांगितले की, अगदी सुरुवातीच्या काळात सर्वांत महत्त्वाचा वैयक्तिक चालक माझ्याकरिता होता तो म्हणजे स्वातंत्र्य. मला आर्थिकदृष्ट्या स्वतंत्र व्हायचे होते. मला इतके स्वातंत्र्य पाहिजे होते की मला जे योग्य वाटते ते बोलण्याचे आणि मला इतके स्वतंत्र व्हायचे होते की मी ते करू शकेन जो मी विचार केला त्याप्रमाणेच आहे.

त्यांच्या स्वतःच्या विचित्र, विनम्र मार्गाने, कॉह्न हे स्वतःशीच प्रामाणिक होते. आपल्यापैकी बहुतेकांच्या बाबतीत शंभरी ओलांडलेल्यांकरिता मॅनहॅटनमधल्या आपल्या गगनचुंबी इमारतीमधील कार्यालयात सार्वजनिक वाहनाने येणे यात मर्यादित आवाहन आहे. पण कॉह्न यांना निवृत्त होण्यात किंवा अगदी कला दालनाला भेट देण्यात, सिनेमा किंवा नाट्यगृहात जाण्यात किंवा आरामासाठी प्रवास करण्यात

थोडेच स्वारस्य होते. थॉमस कॉहून म्हणतात की, त्यांनी कामातील आनंद लुटला. ती त्यांची आवड होती.

हेही तितकेच महत्त्वाचे होते की कॉहून यांच्या संपत्तीने त्यांना मानसिक शांतता दिली. त्यांची प्राथमिकता कधीही आपले परतावे सर्वांत मोठे करायची नव्हती, तर ती होती आपले भांडवल जपून ठेवणे आणि आगामी कित्येक तपांमध्ये टिकाऊ प्रगती करण्याची. त्यांनी मोठी राखीव शिल्लक रोकड ठेवली होती. त्यामुळे त्यांचे उत्पन्न कमी झालेले दिसले. पण त्याने याची खात्री झाली की अडचणीच्या काळात त्यांना आपल्या कोणत्याही गुंतवणुका मुदतपूर्व विकाव्या लागणे भाग पडले नाही. तो स्थिर पाया आणि त्याबरोबरच त्यांच्या मर्यादित खर्चाच्या सवयी, यांमुळे त्यांना कोणत्याही आर्थिक उलथापालथीला तोंड देता आले. थॉमस कॉहून म्हणतात की, ही खरोखरच चांगली गोष्ट आहे, हे सांगण्यात की, खरे आहे, मी आनंदी नाही, पण मी इतर लोकांप्रमाणे काठावर नाही.

''खोलवर रुजलेल्या सुरक्षेची भावना हे एक अमूल्य बक्षीस आहे. २००८-०९च्या जागतिक आर्थिक संकटात, पत्रकारिता उद्योग प्रचंड अडचणीत होता, आणि माझी नोकरी, एका आंतरराष्ट्रीय मासिकाचा संपादक या पदावरील, गेली आणि त्याच वेळेला माझ्या गुंतवणुकांना धक्कादायक फटका बसला, माझी दोन मुले खाजगी शाळेत होती आणि लंडनमधील राहण्याचा खर्च प्रचंड होता. मला अशी गंजून जाणारी भीती बसली, की मी माझ्या कुटुंबीयांची काळजी घेऊ शकणार नाही. आभार एकाच गोष्टीचे की मी कर्ज न घेण्याची काळजी घेतली होती. म्हणून मी माझ्या गुंतवणुकांना न विकता त्या संकटातून सुखरूप बाहेर आलो. तरीही, त्या भीतिदायक कालखंडाने माझ्या समजुतीला मजबुती दिली की इतर काहीही जास्त आवश्यक नाही हे बगळता की अडचणीच्या काळात टिकून राहण्याची आपली क्षमता – केवळ आर्थिकच नव्हे तर भावनिकदृष्ट्या. जेव्हा सर्व काही चांगले असते तेव्हा हे विसरून जाणे सोपे असते,'' असे ते सांगतात.

पैसा अनेक मौल्यवान तडाख्यातून जसे – अनिश्चितता किंवा कमनशिबी – बचावासाठी एक जीवनदायिनी, एक गंभीर संरक्षण, एक आधार देऊ शकतो. आपल्याकडे मानसिक तटबंदी आणि लवचिकता हवी, त्या वादळातून टिकण्यासाठी आणि पुनर्बांधणी करण्यासाठी. आपल्यापैकी बहुतेकांच्या बाबतीत, आपल्या जीवनाचा दर्जा आपल्याकडे असलेल्या पैशापेक्षा आपल्यातील आंतरिक विशेषता जसे समता, स्वीकृती, आशा, विश्वास, प्रशंसा आणि निश्चयात्मक आशावाद यांवर अवलंबून असतो. Paradise Lost जे त्यांनी आंधळेपण आल्यावर डिक्टेट केले, त्यामध्ये जॉन मिल्टर लिहितात तसे, ''मन हे त्याची स्वतःची जागा आहे आणि त्यात ते नरकाचा स्वर्ग किंवा स्वर्गाचा नरक निर्माण करू शकते.''

## दुःख घेण्याची क्षमता

लोक कित्येक वेळा असे गृहीत धरून चालतात की प्रख्यात गुंतवणूकदारांनी हे सर्व केले आहे, ते संपत्ती आणि विशेषाधिकार यांच्या कोशात राहतात, ज्यामुळे बहुतेक सर्व अडचणींपासून त्यांना सुरक्षा कवच मिळते. पण मी अशांच्या सान्निध्यात भरपूर वेळ घालवला आहे आणि अत्यंत जवळून त्याच्या अडचणी आणि दुःखे पाहिली आहेत, त्यांचा मी साक्षीदार आहे; जशी कटू घटस्फोट, आजारी अपत्ये आणि प्रचंड ताणतणावाचा कालावधी. त्यांचे नशीबसुद्धा आर्थिक बाजारपेठेच्या लहरींवर अवलंबून असते. त्या लहरी चंचल आणि क्रूर असू शकतात. त्यांची स्वप्ने उद्ध्वस्त करणाऱ्या, त्यांच्या आत्यंतिक महत्त्वाकांक्षांना शिक्षा करणाऱ्या आणि त्यांच्या चुकीच्या विचारसरणीला जाहीर करणाऱ्या, जे सर्व लोक पाहू शकतात आणि तिची थट्टा करू शकतात. मोहनीश पाबराय असे म्हणतात की, सर्व उत्तम गुंतवणूकदार एक अटळ स्वभावधर्म बाळगून असतात आणि तो म्हणजे दुःख सहन करण्याची क्षमता.

२०१७ साली मी जेसन कार्प यांना त्यांच्या न्यू यॉर्कमधील एका गगनचुंबी इमारतीतील ३२व्या मजल्यावरील त्यांच्या गोंडस कार्यालयात भेटलो. तिथून सेंट्रल पार्कचा भव्य आणि प्रभावी देखावा पाहता येत होता. पार्क हे त्या वेळी Tour Billion Capital Partners या कंपनीचे मुख्य कार्यकारी अधिकारी (CEO) आणि मुख्य गुंतवणूक अधिकारी होते. ते गुंतवणुकीच्या क्षेत्रातील उगवता तारा होते. १९९८साली ते व्हार्टनमधून त्यांच्या वर्गातील सर्वोत्तम चार अशी ख्याती घेऊन पदवीधर झाले होते. नंतर ते SAC Capital मध्ये फार महत्त्वाकांक्षी खाते व्यवस्थापक झाले आणि त्यांनी इतिहासातील अत्यंत लोकप्रिय नावाने सुरू होत असलेल्या हेज फंडाची सुरुवात केली. पहिल्या तीन वर्षांत या कंपनीने अत्यंत आकर्षक परतावे दिले आणि वेगाने ४ बिलिअनची संपत्ती आकर्षित केली. देखणे, मोहक आणि अत्यंत उत्साहाने प्रेरित झालेले कार्प जणू ज्याला ज्याला ते स्पर्श करतील त्यात विजयी होणारच असे नियतीने घडवलेले तर दिसत होते. पण २०१६ साली त्यांच्या आघाडीच्या फंडाने ९.२% गमावले. त्यांना Valeant या कंपनीतील परताव्यात त्यांना अंशतः फटका बसला. त्या कंपनीला घोटाळ्यांनी वेढले होते आणि मग ती पुनः उसळी घेऊन वर आली जेव्हा शेअर बाजाराला कळले की ते प्रकरण वाटले होते तेवढे विषारी नव्हते. मधल्या काळात SPने १२% परतावा दिला. कार्प यांच्या १८ वर्षांच्या कारकिर्दीतील ते सर्वात खराब वर्ष होते. आणखी म्हणजे २०१७ची सुरुवात अतिशय घाणेरडी झाली आणि त्यांना शेवटी १३.८% तोटा झाला. कार्प यांनी स्पष्टपणे बोलत त्यांच्या कारकिर्दीतील या पहिल्याच अपयशाबद्दल भाष्य करून त्याचा प्रभाव कसा झाला याबद्दल सांगितले. ते म्हणाले,

"गेले वर्ष हे फार नरम होते. मी हे वैयक्तिकरीत्या स्वत:वर घेतले, आणि मला बराच ताप झाला. मला असे वाटत होते की संपूर्ण वर्षभर मी माफी मागत होतो, जे तसे नेहमीचे नव्हते. आणि जे काही घडले त्याबद्दल मला स्वत:लाच संशय होता. मी काही खराब झालो होतो का? मी मूर्ख झालो होतो का? मी हे सर्व घालवून बसणार आहे का?"

कार्प म्हणाले की, भूतकाळात असे काही कालावधी होऊन गेले की जेव्हा आमचे परतावे विचारही करता येणार नाही इतके चांगले होते. प्रत्येकाला हे जाणून घेण्याची उत्सुकता होती की आमचे गुपित असलेले सॉस कोणते? तुम्ही एवढे आश्चर्यजनक का आणि कसे? हे अगदी आमच्या डोक्यावरून जातंय. आणि आता सगळ्यांना वाटतंय की मी आता गडगडतोय, अगदी टोकाच्या शिखरावरून अगदी खोल दरीत. ते म्हणजे अजून काही लोकांना वाटत होते की मी अमरत्वाचा पट्टा घेऊनच जन्माला आलो आहे. आणि मग आम्ही त्यांना आमची मरणाधीनता दाखवली.

१९८०च्या दशकात, वाढत असताना कार्प यांनी इतके वेड्यासारखे व्हिडिओ गेम्स खेळले होते, की ते आरोग्याला घातक होणार आहे अशीच परिस्थिती निर्माण झाली होती. पण आता ते चुकीच्या पद्धतीने घालवलेले तारुण्य त्यांना अगदी रचनात्मक आणि उपयुक्त त्यांच्या गुंतवणुकीच्या कारकिर्दीसाठी वाटते आहे. त्यांनी स्पष्ट केले की, एक रूपक म्हणून त्यांना व्हिडिओ गेम्स या अशा दृष्टीने चांगले वाटतात की तुम्ही सर्व काळ मरत असता. तुम्ही खेळता, तुम्ही खेळता, तुम्ही खेळता आणि तुम्ही मरता. हा हे शिकण्याचा एक निरुपद्रवी मार्ग आहे, की सातत्याने तोटा स्वीकारायची मानसिकता ठेवणे आणि त्याने तुम्हाला काही त्रास होत नाही. तुम्ही फक्त ते करत राहायचे आणि गुंतवणूक म्हणजे असेच काही आहे.

इतर लोकांकरता पैशाचे व्यवस्थापन सांभाळणे यातला त्रास म्हणजे, कार्प म्हणतात, "तुम्ही सातत्याने छाननीमध्ये असता. तुमची तुलना सातत्याने इतर लोकांबरोबर केली जाते. तरीही थोड्या कालावधीत, तुमचे परतावे तुमची हुशारी, तुमची कामातली नैतिकता, आणि तुमची दूरच्या पल्ल्याची संभावना दर्शवतात. तुम्हाला दर आठवड्याला तोलले जाते, काही अशाकरिता की ज्याच्यावर तुमचे काही नियंत्रण नाही."

आपल्या नियंत्रणाचा अभाव हा त्रासदायक होऊ शकतो. कार्प हे तर्कशुद्ध आणि सातत्याचा गुंतवणूक प्रक्रियेचे पालन करतात. पण त्यांनी हे विकसित करायला सुरुवात केली ती फार म्हणजे फारच आरामाची भावना यावी की प्रक्रिया आणि परिणाम यात काही दुवा नाही. त्यांनी असा शेरा दिला की शास्त्रज्ञ हे याकरिता प्रसिद्ध आहेत की त्यांनी प्रयोगशाळेतील प्रयोगांद्वारा जनावरांत वेडेपणा संप्रेरित

करायचा प्रयत्न केला की त्या प्राण्यांनी एक तरफ पुनःपुन्हा आणि अधूनमधून यादृकच्छिकतेने खेचावी, तर त्यांना बक्षिसे देऊन किंवा इलेक्ट्रिकचा शॉक देऊन. एक सक्रिय व्यापारी, या हिंसक अशा अस्थिर आणि तर्कहीन शेअर बाजारात, त्यांनी दुर्दैवाने असे प्राणी ओळखायला सुरुवात केली आहे.

कार्प म्हणतात की, यादृच्छिकता इतकी आहे की ती तुम्हाला वेडे करून सोडेल. तिला एक प्रकारच्या सक्रिय दुधाच्या उपचार घेतलेला, विचित्र अशा तारेने जखडलेल्या मानवाची आवश्यकता आहे, जो हे काम दीर्घ कालावधीसाठी करेल. हे जवळजवळ अशासारखेच आहे की तुम्हाला जणू छळणुकीसाठी वर्षानुवर्षे ठेवल्यासारखे आहे. पण यात बऱ्याच वेळा चुकीचे काय करता. आणि तरीही तुम्हाला परत परत तिथेच यावे लागते.

कार्प यांनी हे जाणले की लवचिकता ही शेअर बाजारातील आणि खाजगी आयुष्यातील जीवनासाठी पूर्व अट आहे. ते एक स्पर्धात्मक धावपटू होते आणि महाविद्यालयातील ऑल अमेरिकन ऑल आयव्ही स्पर्धक होते. नंतर, त्यांच्या विशीच्या सुरुवातीला त्यांना काही जीवनाला धोका पोहोचेल असा तीव्र प्रतिकारशक्ती नसलेला आजार झाला आणि त्यांना डॉक्टर्सनी सांगितले की तिशीच्या आसपास ते आपली दृष्टी गमावतील. पण डॉक्टर्स तेव्हा आश्चर्यचकित झाले जेव्हा कार्प पूर्णपणे बरे झाले. त्यासाठी त्यांनी आपला आहार, झोप आणि तणाव यांच्या बाबतच्या व्यवस्थापनाबद्दलचा रोख पूर्णपणे बदलला. आरोग्य आणि स्थायी गुणश्रेष्ठता यांबद्दल ते आग्रही– खरे तर वेडेच होते आणि त्यांनी तुरबीलियनच्या कार्यालयामध्ये व्यायामशाळा, ध्यानधारणा कक्ष आणि पोषण युक्त पदार्थांनी भरलेले स्वयंपाकघर सज्ज केले होते. त्यांनी अगदी सोड्यावरही त्या परिसरात बंदी आणली होती. जेव्हा नोकऱ्या देण्याचा प्रश्न आला तेव्हा त्यांनी विशेषकरून अशा लोकांना प्राधान्य दिले की जे एखाद्या खास अशा पिछेहाटीतून सावरून पुढे यशस्वी झाले आहेत. यातल्या निवडीसाठीच्या प्रक्रियेमधील त्यांच्या मदतीसाठी त्यांनी CIAमधून निवृत्त झालेल्या प्रश्नकर्त्याची नेमणूक केली होती.

पण २०१८ साली कार्प यांनी ठरवले की झाले तेवढे पुरे आहे. त्यांना वाटले की त्यांची वैयक्तिक धार आता नष्ट झाली आहे आणि आता ते शेअर बाजारात – ज्यावर आता इंडेक्स फंड आणि यंत्राद्वारा व्यापार याचे प्रमाण वाढले आहे तिथे – मूल्यवृद्धी करेल असे काही करू शकत नाहीत. त्यांनी काम चालू ठेवलेही असते आणि आणखी काही वर्षे अधिकाधिक फी मिळवलीही असती, पण त्यांना सुमार कामगिरी करणारा व्हायचे नव्हते, न की ते अयशस्वी ठरले असे म्हणवून घ्यायचे नव्हते. म्हणून त्यांनी त्यांचा फंड बंद केला, त्यांच्या शेअर होल्डर्सचे १.५ बिलिअन परत केले आणि हेज फंडला निरोप दिला.

२०२० साली मी जेव्हा त्यांना परत भेटलो तेव्हा कार्प यांनी मला सांगितले, की Tourbillionमधील शेवटच्या पाच वर्षांत वैद्यकीयदृष्ट्या मी पूर्णपणे उदास होतो. आणि तसाच मी जेव्हा माझ्या यशाच्या उच्च शिखरावर होतो तेव्हाही, वैद्यकीयदृष्ट्या तसाच पूर्णपणे उदास होतो. पैसा, प्रशंसा आणि मोहक जीवनशैली हे सर्व मला आनंदी करण्यात अयशस्वी ठरले. अर्थातच मी निवृत्ती घेतल्यानंतर जीवन व्यवस्थित घालवण्यासाठी पुरेसा पैसे मिळवला होता. पण माझ्या दृष्टीने हे सर्व मला एखाद्या पोकळीसारखे वाटत होते. मला वाटले की माझ्या तपाला उतरती कळा लागली आहे. एखादा व्यापारी जसा अविरतपणे एका अल्प मुदतीच्या पैजेकडून दुसरीकडे जातो, त्यांच्यातही अशी भावना निर्माण झाली होती की याचे ज्ञान- आता व्यसन लागले आहे, हा असा एक सत्तीचा खेळ होता - जिंकायचा आणि बक्षिसांच्या मागे धावायचा.

कार्प यांनी पूर्वीही आपले जीवन असेच फिरवले होते. त्यांच्या वयाच्या विशीत, त्यांनी आपले जीवन पुनर्स्थापित केले, एक अगदी टोकाची स्वच्छ जीवनशैली स्वीकारून ज्यात ते प्रक्रिया केलेले अन्न, मद्यपान, कॅफिन आणि अगदी शाम्पू आणि डिओडोरंट यांची ब्रँडेड उत्पादने - ज्यात रासायनिक पदार्थ असतात - वापरत नव्हते. त्यांच्या वयाच्या चाळिशीत त्यांनी परत आपलाच पुनर्शोध घेतला. काहीतरी टिकाऊ मूल्य असलेले काहीतरी निर्माण करण्याच्या निश्चयाने. त्यांनी अलीकडेच त्यांचे नवे धाडस चालू केले होते- एक खाजगी होल्डिंग कंपनी Human Co जी व्यवसायांना पाठिंबा देईल आणि त्यांचे पालनपोषण करेल जे लोकांना अधिक स्वस्थ जीवन जेव्हा व्यतीत करण्यास मदत करतील. हा एक विशेष कोनाडा असेल, जो त्यांची खात्री आहे, की त्यात त्यांची धार आहे. त्यात भर म्हणजे या कंपनीचा केंद्रबिंदू स्वच्छ जीवन जगणे आणि टिकाऊपणा हा असल्याने, ते ज्या मूल्यांचा ध्यास धरतात आणि त्यांचा पाठपुरावा करतात, त्याला सुसंगत असेच आहे.

हे चालू करतानाच कार्प यांनी आपल्या पत्नी आणि मुलांसह मॅनहॅटन सोडले आहे आणि त्यांनी टेक्सासमधील ऑस्टीन इथे चांगले हवामान आरोग्य आणि कल्याण यांची मक्का चांगले बाहेरचे जीवन शहर किंवा राज्याचे कर नाहीत आणि सकारात्मकता जी हिऱ्यांनी मढवलेल्या न्यू यॉर्कमधल्या आर्थिक चालक दल यांच्याकडे नाही- आपले वास्तव्य केले आहे. यावरून असे दिसून येते की त्यांना ज्याची लालसा होती ती संपत्ती पैसा नव्हती तर एक समतोल आणि आरोग्यदायी जीवन, एका उद्दिष्टाने प्रेरित झालेल्या कंपनी उभारण्याच्या संधीची आणि आपल्या नियतीवर अधिक नियंत्रण ठेवण्याच्या भावनेची. अंग त्यांना आता कसे वाटते? कार्प शिक्का मारतात, ''गेल्या २० वर्षांत नव्हतो त्यापेक्षा मी अधिक आरोग्यसंपन्न, अधिक आनंदी आहे.

## शेअर्स आणि अनुद्विग्न, आत्मसंयमी

वेळोवेळी सर्व चांगले गुंतवणूकदार घोळ, ज्याला ते धोकाविरहित म्हणतात, असे घालतात किंवा कमनशिबी होतात, मग ते कितीही काळजी घेणारे आणि मेहनती असले तरी. काही झाले तरी, कसरतीचे कार्यक्रम आर्थिक बाजार हे एक सूक्ष्म जग आहे, अमर्यादरीत्या गुंतागुंतीचे आणि मोठ्या प्रमाणावर अप्रत्याशित. जेव्हा जोएल ग्रीनब्लॅट यांनी १९८५ साली त्यांची गुंतवणुकीच्या क्षेत्रातील कंपनी स्थापन केली तेव्हा पहिला विलीनीकरणाचा व्यवहार, ज्यात त्यांनी गुंतवणूक केली तो होता Florida Cypress Garden, जी एक प्रवाशांचे आकर्षण असणारी केंद्रे हाताळायची जसे अनोख्या बागा, फ्लेमिंगो पक्षी आणि जलचरांचे कार्यक्रम ज्यात सांताक्लाज पाण्यावरील कसरती करायचा, वगैरे. कंपनीने ताब्यात देण्याबाबत मान्यता दिली आणि ग्रीनब्लॅट यांनी ज्याला ते धोकाविरहित म्हणतात असे लवादाचे काम केले, ज्यामुळे आखणीप्रमाणे हा व्यवहार पूर्ण होईल. नंतर एका सकाळी त्यांनी वॉल स्ट्रीट जर्नल उघडले तर त्यात त्यांना शोध लागला की त्या कंपनीचा मुख्य मंडप हा खळग्यात कोसळला आहे. तो व्यवहार कोसळला आणि त्यांना मोठा तोटा झाला, अगदी अशा असुरक्षित वेळी जेव्हा ते अगदी प्रत्येक निकेलवर अवलंबून होते. ग्रीनब्लॅट यांनी शेअर केले, ''हे एक मजेदार चित्र दिसले असते, जर मी मनापासून घाबरलेला दिसलो नसतो तर.''

थोडक्यात, आपण सर्व, ज्याला हॅम्लेट म्हणतो- गोफण आणि बाण निर्लज्ज नीतिनियम गुंडाळून ठेवणाऱ्या दैवाचे बळी आहोत. आपण आनंदी आणि यशस्वी जगण्याची आशा तोपर्यंत धरू शकत नाही जोपर्यंत आपण प्रतिकूलतेबरोबर चांगला सामना करू शकत नाही. आव्हानात्मक दिवसांत पाबराय मार्क्स ऑर्लीयूस यांची नक्कल करण्याचा प्रयत्न करतात, एक दुसऱ्या शतकातील रोमन सम्राट आणि संयमी तत्त्वज्ञ, ज्याच्या स्वत:साठीच्या नोंदी Meditationsमध्ये जपून ठेवल्या, असे पुस्तक जे कधीही प्रसिद्ध करण्याचा त्याचा मानस नव्हता. जसे ते पाहतात की, आजपर्यंतच्या स्पर्धेमधील सर्वांत महान ही असते, असा संघर्ष की ज्यात कोणत्याही घडणाऱ्या गोष्टींमुळे विचलित न होणे. पण कसे?

त्याने लिहिले, ''कळीची गोष्ट ही आहे की यावर सर्व आयुष्यभर लक्ष केंद्रित करा की तुमचे मन योग्य स्थितीत असेल, ज्यात यांचा समावेश आहे. जे येते आहे त्याचे मनापासून स्वागत करणे, सर्व काही अत्युत्तम आहे यावर विश्वास ठेवणे आणि काही स्वार्थी हेतूने की इतर लोक काय म्हणतील, काय विचार करतील किंवा काय करतील,या याविषयी काळजी करत न बसणे.'' मार्क्स आलेरीस हे व्यर्थ समजायचे की जे आपल्या नियंत्रणाच्या बाहेर आहे याविषयी चिडणे किंवा तक्रार कारणे हे व्यर्थ आहे. त्याऐवजी त्यांनी आपल्या विचारांवर प्रभुत्व मिळवण्यावर आणि

नेकीने वागण्यावर जेणेकरून आपल्या नैतिक दायित्वावर लक्ष केंद्रित करण्यावर भर दिला. अडथळा फक्त आतल्या बाजूने येतो –आपल्या समजुतीकडून, त्यांनी वाद घातला, ''हानी पोहोचणार नाही असे निवडा आणि मग तुम्हाला, आपल्याला हानी पोहोचली आहे असे वाटणार नाही. आपल्याला हानी पोहोचली आहे अशी भावना ठेवू नका आणि ती पोहोचणार नाही. ती तुमचे जीवन उद्ध्वस्त करेल जर तिने तुमचे चारित्र्य उद्ध्वस्त केले तर. नाहीतर ती तुम्हाला धोका पोहोचवू शकत नाही.'' त्यांनी असे सांगितले, ''तुम्ही त्या दगडासारखे व्हा ज्यावर लाटा येऊन आदळत असतात. तो स्थिर असतो आणि समुद्राच्या लाटा त्यावर आदळतच राहतात.''

हे पाहणे कठीण नसते की कित्येक पट्टीचे गुंतवणूकदार हे औदासीन्य किंवा अनिच्छेकडे का वळतात – बिल मिल्लरपेक्षा अधिक कोणी नसावा, ज्यांनी तत्त्वज्ञान या विषयाचा अभ्यास पदव्युत्तर शिक्षणात जॉन हॉपकिन्समधून पूर्ण केला आणि २०१८ साली त्यांनी घोषणा केली की ते ७५ मिलिअन त्या विद्यापीठाला देणगी म्हणून देत आहेत, तिथल्या तत्त्वज्ञान विभागाला आर्थिक संकटात त्यांना नशिबाच्या उलट्या फेऱ्यांमुळे नुकसान सोसावे लागले. त्यामुळे या गुंतवणूकदाराला नशिबाच्या उलट्या फेऱ्याचा दणका बसला असता आणि गाडी रुळावरून जणू घसरली असती पण स्थूल सहनशक्तीच्या शिलकीमुळे हे झाले नाही.

परत फिरल्यावर, मिल्लर हे त्यांच्या पिढीचे अग्रगण्य म्यूचुअल फंड व्यवस्थापक होते. त्यांचा मुख्य फंड, Legg Mason Value Trust यांनी SP ५०० ला सतत १५ वर्षे मागे टाकले होते हे प्रसिद्ध आहे. पण २००८ साली शेअर बाजार कोसळल्यावर त्यांनी त्यांच्या कारकिर्दीतील सर्वांत गंभीर चूक केली. त्यांनी अशी पैज मारली की सर्वात भयानकरीत्या दणका बसलेला आर्थिक बाजार परत उफाळेल जेव्हा फेडरल रिझर्व्ह निर्णायकरीत्या कृती करेल आणि भांडवल पुरवले जाईल आणि संकट टळेल. त्यांनी किरणोत्सर्गी शेअर्सवर बाजी लावली,जसे Bear Sterns, AIG, Merrill Lynch , Freddie Mac आणि Countrywide Financial .यापैकी सर्व वितळत गेले. २००८ मध्ये Value Trust ने ५५% गमावले आणि त्यांचा लहान फंड ६५ टक्क्यांनी घसरला.

गुंतवणूकदार पळून गेले. मिल्लर यांची त्यांच्या व्यवस्थापनाखालील संपत्ती ७७ बिलिअनवरून ८०० मिलिअनपर्यंत ढासळली आणि जसा व्यवसाय कोसळत गेला तसे त्याच्या कर्मचाऱ्यांपैकी सुमारे १०० जणांना त्यांची नोकरी गमवावी लागली. त्यांची अर्धी संपत्ती त्याच सुमारास झालेल्या त्यांच्या घटस्फोटामुळे त्यांना गमवावी लागली होती आणि बाजार कोसळल्यावर उरलेल्या ५०टक्क्यांपैकी ८०% त्यात गमवावी लागली, ती त्यांच्या मार्जिनवर गुंतवणूक करण्याच्या अयोग्य सवयीमुळे. मिल्लर, ज्यांची वाढ एका टॅक्सी ड्रायवरचा मुलगा म्हणून काहीही पैसे नसल्याच्या परिस्थितीत झाली होती, ते म्हणतात, ''माझे पैसे गेले त्याबद्दल मी फार फिकीर

करीत नाही.'' पण ते अस्वस्थ झाले होते ते या विचाराने की आपल्यामुळे इतरांना किती त्रासाला तोंड द्यावे लागत आहे. त्या सर्व लोकांना कामावरून काढणे हे अत्यंत भयानक होते. हा सर्वांत वाईट भाग होता – ग्राहकांचे पैसे घालवणे आणि लोकांनाही आपल्या नोकऱ्या घालवणे. कारण मी त्यांना तसे करायला भाग पाडले.

मिल्लर, ज्यांनी गुंतवणूकदार होण्याआधी अनेक वर्षे लष्करी बातम्या आणि माहिती संकलन या कामात घालवली, हे आपले वर्णन 'अत्यंत भावनाशून्य' असे करतात. जेव्हा शेअर्स कोसळतात, तेव्हा त्यांचा सरावाचा पवित्रा असतो तो म्हणजे शांत आणि उल्हसित राहण्याचा आणि इतर गुंतवणूकदारांच्या भावनांचा कल्लोळ पाहण्याच्या संधीचा फायद्याचे स्वागत करण्याचा. पण आत्ताच्या आर्थिक आणीबाणीच्या काळात त्यांच्या मनावर एवढे दडपण आले होते की त्यांचे वजन ४० पौंडाने वाढले. ते कबूल करतात की, जेव्हा माझ्यावर तणाव असतो तेव्हा मी अधिक खातो, अधिक पेयपान करतो. मी तसा काही तास रोज रात्री साल्मन आणि ब्रोकर्ली खाणारा आणि मिनरल पाणी पिणारा नाही. पण आत्ता दुःखच एवढे प्रचंड होते,ज्याचा भार मी स्वीकारू शकणार नाही आणि मग मला लक्ष्मणरेषा आखावी लागली.

मिल्लर त्यांच्या आयुष्याच्या प्रत्येक क्षेत्रात काही तत्त्वज्ञान पाळायचा प्रयत्न करतात. मी जेव्हा २० वर्षांपूर्वी त्यांची मुलाखत घेतली होती, त्यांनी मला स्पष्ट करून सांगितले की लुडविग विट्गेनस्टाईन आणि विल्यम जेम्स यांनी त्यांना समज आणि वस्तुस्थिती यातला फरक ओळखायला शिकवले होते. आता त्यांची कारकिर्द, त्यांचे आर्थिक व्यवहार, त्यांची प्रतिष्ठा आणि त्यांची मानसिक शांतता यावर हल्ला होत होता तेव्हा त्यांनी आपले लक्ष स्थितप्रज्ञ तत्त्वज्ञ जसे एपीक्टस आणि सेनेका यांच्याकडे मानसिक स्थैर्यासाठी वळवले, स्वतःला आठवण करून देत ती त्यांच्या सर्वसाधारण दृष्टिकोनाची–कमनशिबासंबंधीच्या. ते म्हणतात की, मूलतः तुम्ही तुमच्याविषयी काय घडणार आहे यावर फार नियंत्रण ठेवू शकत नाही. फार तर तुम्ही त्या बाबत तुमचा दृष्टिकोन काय आहे वा असावा यावर नियंत्रण ठेवू शकता. मग तो चांगला, वाईट, उदासीन, साधारण, असाधारण, कसाही तुम्ही निवडू शकता आणि वापरू शकता.

मिल्लर यांनी Thoughts of a Philosophical Fighter Pilot,ज्यात व्हाइस ॲडमिरल जिम स्टोकडेल यांचे युद्धकैदी म्हणून आलेले अनुभव, १९६५च्या व्हिएतनाममधील युद्धातील दिले आहेत. जेव्हा त्यांच्या जळणाऱ्या विमानातून त्यांनी पॅराशूटच्या साहाय्याने उडी मारली आणि ते शत्रुपक्षाच्या हद्दीत उतरले, तेव्हा ते स्वतःशीच पुटपुटले, ''मी आता तंत्रज्ञानाचे जग सोडून एपीक्टसच्या जगात प्रवेश करीत आहे. त्यांना साडेसात वर्षे युद्धकैदी म्हणून तुरुंगवासात काढावी लागली. त्यातली चार वर्षे एकांतवासात होती आणि दोन वर्षे पायात बेड्या घालून काढायची होती. १५ वेळा त्यांचे शारीरिक हाल करण्यात आले.

एपीक्टस, ज्यांचा जन्म गुलामगिरीत झाला, यांनी कोणत्याही परिस्थितीत मानसिक स्वातंत्र्य मिळवण्याचा मार्ग पुरवला आहे. त्यांनी असे शिकवले की आपण यावर कधीही बाह्य मार्गाने नियंत्रण मिळवण्याची खात्री देऊ शकत नाही, ज्यात प्रकृती, संपत्ती आणि सामाजिक प्रतिष्ठा यांचाही समावेश आहे. पण आपण संपूर्ण जबाबदारी, आपल्या हेतू, भावना आणि दृष्टिकोन या बाबत स्वीकारू शकत. त्यांनी जाहीर केले, ''तुमचा नाश आणि तुमची मुक्तता हे सर्व तुमच्यातच स्थित आहे.''

स्टोकडेल त्यांच्या शारीरिक छळ करणाऱ्या तुरुंग अधिकाऱ्यांना त्या छळापासून परावृत्त करू शकले नाहीत जोपर्यंत त्यांनी कबुली दिली नाही. पण त्यांनी आपल्यातील स्वयंचा बचाव करण्यासाठी शौर्याने लढा दिला. त्यांना चौकशीसाठी जेव्हा बंदुकीच्या धाकाखाली मिरवून नेण्यात आले, तेव्हा त्यांनी स्वत:शीच मंत्रोच्चार करणे चालू केले. 'भीतीवर नियंत्रण ठेव, अपराधी भावनेवर नियंत्रण ठेव.'

त्यांनी असाही आग्रह धरला की अमेरिकन कैद्यांनी आपल्या लवकरच्या सुटकेसाठी किंवा आपल्याला कैद करणाऱ्यांसमोर, जाहीररीत्या आपली मान कधीही झुकवू नये. त्यांनी लिहिले की, स्थितप्रज्ञ व्यक्तींच्या मते, माणसाला सर्वांत जास्त जखम होऊ शकते ती त्याच्यामुळेच, जेव्हा तो आपल्यातील चांगल्या माणसाचा नाश करतो. तो स्वत:चाच बळी होतो. हे सर्व तुम्ही आपल्या मनाला कशी शिस्त लावता यावर अवलंबून असते.

आपल्या कारकिर्दीतील सर्वांत वाईट पराभव होण्याच्या शक्यतेमुळे, मिल्लर यांनी ते कशावर नियंत्रण ठेवू शकतात यावर लक्ष केंद्रित केले आणि बाकी सर्वांत वाट मोकळी करून दिली. जाहीररीत्या त्यांची नाचक्की करण्यात आली आणि समाज माध्यमांनी त्यांची निंदा, निर्भर्त्सना केली. ते म्हणतात, ''जेव्हा लोक मी किती मूर्ख आहे हे सांगतात, तेव्हा मला आनंद होत नाही. पण स्थितप्रज्ञांकडून त्यांनी जे शिकले आहे त्यानुसार, इतर लोक तुमच्याविषयी काय बोलणार आहेत किंवा काय विचार करणार आहेत यावर तुमचे काही नियंत्रण नसते. तुम्ही फक्त तुमच्या प्रतिक्रियांवर नियंत्रण ठेवू शकता.'' त्यांची प्रतिक्रिया होती ती सरळ राहण्याचा, प्रामाणिक राहण्याचा आणि आपल्या चुका कबूल करण्याचा प्रयत्न करणे: आणि त्यांच्याकडून जे काही चुकले असेल ते सुधारण्याचा मार्ग शोधणे आणि त्यासाठी प्रयत्न करणे. ''हे माझ्या दृष्टीने महत्त्वाचे नव्हते की मी माझी प्रतिष्ठा सिद्ध करेन. त्यापेक्षा हे माझ्या दृष्टीने महत्त्वाचे होते की मी माझ्या ग्राहकांचे जे पैसे माझ्यामुळे बुडाले आहेत, ते परत मिळवायचा कसून प्रयत्न करेन, जर मी तसे करू शकलो तर.''

मिल्लर याना संशय नव्हता की त्यांचे धोरण, शेअर्सच्या योग्य किमतीपेक्षा जादा सवलतीच्या दरात खरेदी करणे, हे दूरवरचा विचार करता, निश्चित फलदायी

ठरणार आहे. आणि त्यांनी गेली दोन वर्षे हे सिद्ध करून दाखवले होते की ते या दोन्हींतला फरक सांगू शकतात की कोणत्या गोष्टी स्वस्त आहेत आणि कोणत्या गोष्टी महाग आहेत. म्हणून त्यांनी काही बंद करण्याचा मार्ग निवडला, पहिल्यांदा Legg Masson येथील आणि मग त्यांच्या स्वत:च्या नव्या कंपनीतील, Miller Value Partnersमधील. तरीही त्यांच्यात नम्रता होती हे ओळखण्याची की त्यांनी त्यांच्या म्यूचुअल फंडांचे विविधीकरण, त्यांना पूर्वी पटले होते त्यापेक्षा अधिक विस्ताराने करायला हवे. ते म्हणतात की, पूर्वीपेक्षा आता मी अधिक संवेदनशील आहे, धोके स्वीकारण्याबाबत आणि चुकीचा असण्याबाबत. हे एक प्रकारे मान्य करण्यासारखे आहे की मला वाटत नाही की आपत्तिजनकरीत्या इतका चुकीचा असू शकेन, जितका मी झालो होतो.

ज्या गुंतवणूकदारांनी मिल्लर यांच्यावर श्रद्धा ठेवली होती, त्यांना त्या आर्थिक संकटानंतर चांगला फायदा मिळाला. त्यांचा आघाडीचा म्यूचुअल फंड Miller Opportunity Trust हा पुढच्या एका तपात यूएसमधील सर्व म्यूचुअल फंडामध्ये सर्वोच्च १टक्क्यामध्ये आला. मध्यंतरीच्या काळात मिल्लर यांचे स्वत:चेही नशीब अधिक उंचीवर गेले होते. त्यांनी दाखवलेल्या व्यवहारचातुर्यामुळे, त्या मंदीच्या काळात अधिक शेअर्स खरेदी करण्याचा धोरणाद्वारा, आणि त्यासाठीची काही रोकड रक्कम आपली याट विकून उभी करण्यामुळे (विमान विकणे मात्र कधीही नाही,नाही म्हणजे नाही.) त्यांना चांगली मदत झाली.

पण सर्वांत मोठा वाटा आला तो त्यांची मोठी वैयक्तिक गुंतवणूक, अमेझॉनचे शेअर्स खरेदी करण्यात झालेली, जी त्यांनी दोन तपांहून अधिक काळ बाळगून ठेवली आहे. २००१च्या डॉटकॉम बुडबुडा फुटीनंतर त्यांनी आपल्या अमेझॉनमधल्या गुंतवणुकीत आक्रमकरीत्या भर टाकली आणि मग त्यांनीही आपल्या पैजेत अधिक जोर लावला, पर्यायात गुंतवणूक करून, जेव्हा शेअर्स आर्थिक संकटात आणखी गडगडले तेव्हा. मिल्लर यांचा विश्वास आहे की बेझोस कुटुंबीय सोडले तर अमेझॉनमधले ते सर्वांत मोठे वैयक्तिक शेअर होल्डर आहेत. २०२० साली, मिल्लर यांनी मला सांगितले की आता त्यांच्या वैयक्तिक गुंतवणुकीचा ८३% वाटा हा अमेझॉनमधल्या गुंतवणुकीचा आहे. (मिल्लर यांची दुसरी महत्त्वाची आणि मोठी गुंतवणूक आहे ती Bitcoinमध्ये आहे.)

इतक्या वर्षांनंतर, त्या आर्थिक संकटाकडे मागे वळून पाहताना, मिल्लर हे मान्य करतात की त्या वेळचे दुःख आणि निराशा अद्यापही विरून गेलेली नाही. पण त्यांना एक समाधान आहे की त्या वेळी त्यांनी कमी केलेल्या कर्मचाऱ्यांपैकी बहुतेक सर्वांना लवकरच अन्यत्र नोकऱ्या मिळाल्या आणि त्यांच्या बाबतीत एवढे लिव्हरेज नव्हते की त्यांना या व्यवसायातून बाहेर फेकले जाईल आणि त्यांचे वाटोळे होईल. आणि त्यांना अगदी त्या काळोख्या दिवसातही शक्ती मिळाली ती

स्वस्तातले शेअर्स विकत घ्यायची, न की जेव्हा त्यांनी त्यांचे सर्वस्व जवळजवळ गमावले त्या वेळी कासवाप्रमाणे आपल्या कवचात अंग चोरून बसण्याची.

मिल्लर पुढे वैयक्तिकदृष्ट्या भर घालतात, की ते संकट सर्व स्वच्छ करणारे ठरले. विनम्र राहणे कठीण असते जेव्हा तुम्ही बरोबर, बरोबर, बरोबर असता आणि लोक तुम्हाला ''तुम्ही किती चांगले आहात हो,'' असे भरभरून सांगत असतात, यातले काही पाझरत असते. एक प्रमुख गुंतवणूकदार, तुम्हाला वरचेवर निमंत्रणे येतात, सगळ्यांचे पालकत्व घेऊन. पण जेव्हा तुम्ही प्रचंड प्रमाणात चुकीचे असता आणि तुम्ही शेअर बाजारात भरडले जात असता तेव्हा कोणालाही तुमचे विचार काय आहेत हे ऐकण्यात काही स्वारस्य नसते. तुम्ही अक्षरशः आत्मपरीक्षण आणि आत्मचिंतन करण्यास भाग पाडले जाता, तुमच्या चौकशीशी तुम्हाला सामना करावा लागतो आणि तुम्हाला हे पाहावे लागते की तुम्ही अधिक चांगली कामगिरी कशी करू शकाल. आणि हे स्वाभिमानाच्या दृष्टीने चांगले असते.

आता वादळ नाहीसे झाले आहे, मिल्लर आता सत्तरीला पोहोचले आहेत, आणि आता ते मूलतः साधेसुधे जीवन व्यतीत करण्याचा प्रयत्न करीत आहेत. ते २.५ बिलिअन संपत्तीवर नजर ठेवतात, पूर्वी त्यांनी गुंतवणूक केली होती त्याचा अगदी किरकोळ हिस्सा. पण त्यांना एक गुंतागुंतीचा व्यवसाय उभा करण्यात, त्यात विश्लेषकांची मोठी फौज उभारण्यात आणि पर्वताएवढ्या पैशाचे व्यवस्थापन करण्यात स्वारस्य वाटत नाही. ते हाताच्या बोटावर मोजता येतील अशा मोजक्या विश्वासू सहयोग्यांबरोबर - त्यात त्यांच्या मुलाचाही समावेश आहे - काम करणे पसंत करतात. कंपनीचे मालक म्हणून, त्यांना मोठ्या प्रमाणावर स्वातंत्र्य आहे जे त्यांना Legg Massonमध्ये मिळत नव्हते. कारण ती फार मोठ्या आकाराची होती आणि तिथे सुरक्षितता फार महत्त्वाची आणि तीव्र होती. त्यांना आता संचालक मंडळाच्या बैठकीत फार स्पष्टीकरणे द्यायला लागत नव्हती. त्यांचा ठरलेला पोशाख म्हणजे जीनची पॅन्ट आणि टी शर्ट (दोन्हींचे काही जोड) त्यांचे कामाचे वेळापत्रक जवळजवळ रिकामे असते.

त्यामुळे त्यांना त्यांच्या कार्याचा सार असलेल्या बाबींवर लक्ष केंद्रित करता येते,जे आहे; दरमहा ग्राहकांच्या मूल्यांची वृद्धी करण्याच्या प्रयत्नांत राहणे.

मिल्लर यांची संपत्ती त्यांच्या या कार्यापासून त्यांचे लक्ष विचलित होणार नाही अशा गोष्टीत लक्ष न घालण्यास मदत करते, जसे त्यांच्या मोटारगाडीत इंधन स्वतः भरणे, नागरी व्यावसायिक विमानसेवेने प्रवास करणे किंवा आपल्या फ्लोरिडा आणि मेरीलँडमधल्या घरांची सजावट कशी करावी हे पाहणे. ते म्हणतात की, मी माझा वेळ आणि त्यातली करावयाची कामे यावर नियंत्रण ठेवतो. त्यांना ब्लॅक टाय ग्यालामध्ये भाषण देण्यासाठी आमंत्रित करण्यात आले जे त्यांनी नाकारले, आणि त्याचे स्पष्टीकरण दिले की त्यांनी तसे कपडे फेकून दिलेत आणि तसे मी पुनः

कधीही विकत घेणार नाही. मिल्लर यांच्या दृष्टीने, जगणे आणि त्यांना पाहिजे तशी - पैशाची आणि वेळेची - गुंतवणूक करणे - विना प्रतिबंध, अमर्यादित, स्वतंत्ररीत्या, कोणालाही बांधील न राहता - यावर कोणी मात करत नाही. ते म्हणतात, ''ओह, ते खरे आहे आणि तेच सर्वोत्कृष्ट आहे.''

माझ्या दृष्टीने मिल्लर यांची ही कहाणी दोन मौल्यवान धडे देऊन जाते.

पहिले म्हणजे - प्रत्येकाला त्रास सहन करावा लागतो. मी त्यासाठी स्वत: जेव्हा झगडत असतो, तेव्हा मला हे लक्षात ठेवणे आश्वासक वाटते की मिल्लर, कार्प, पाबराय आणि अन्य प्रत्येक जण, ज्यांच्या मी मुलाखती घेतल्या हे त्याच प्रकारच्या दुखण्यातून गेले आहेत, मग ते कितीही श्रीमंत किंवा कितीही सुप्रसिद्ध असेनात का. एक पुरातन वचन आहे, जे बहुधा अलेक्झांड्रियाच्या फिलो याच्या तोंडी टाकले जाते. 'दयाळू व्हा, कारण ज्या कोणाला तुम्ही भेटताहात तो प्रत्येक जण एक कठीण युद्ध लढत आहे. कोणाचाही वरच्या दिशेने प्रवास हा त्रासाविना झालेला नाही, आणि अशा वेळा येतात जेव्हा आपल्याला अधिक पाठिंब्याची, साहाय्याची गरज असते- तत्त्वज्ञान, आध्यात्मिक मार्गदर्शन, कुटुंबीय, मित्र आणि इतर अनेक प्रकारे जिथे जिथे आपण ते पाहू आणि मिळवू शकतो.' आपण जर अशी स्वप्नेच पाहत राहिलो की अनामिक श्रीमंती कसेही करून आपल्या मानसिक त्रासापासून मुक्त करेल तर आपण नैराश्याला आमंत्रण देत असू. दिएगो ख्येंतसे रिंपोचे, एक तिबेटी बुद्ध धर्मीय साधू, जे पूर्वी दलाई लामांचे शिक्षक होते, एकदा म्हणाले, ''जे आनंदाचा शोध सुख, संपत्ती, गौरव, अधिकार आणि वीरता यांत घेतात ते एखाद्या लहान बालकाएवढे भोळे असतात, जे बालक इंद्रधनुष्य पाहते आणि अंगरखा म्हणून घालण्यासाठी त्याला पकडायचा प्रयत्न करते.''

दुसरे म्हणजे- चिकाटीच्या साध्या गुणांमध्ये एक महान सन्मान आहे. कित्येक वर्षांपूर्वी मी पाबराय यांना काही कठीण परिस्थितीत पात्र लिहिले. त्या वेळी ते अनेक आघाड्यांवर आव्हानाशी झगडत होते. त्यात त्यांची सर्वाधिक गुंतवणूक असलेल्या Horsehead Holdings ची दिवाळखोरी याचीही मोठी समस्या होती. त्यांनी उत्तर पाठवले, ''मार्क्स आलेरीस हे माझे इथे महानायक आहेत. जेव्हा काही घडते तेव्हा आपण ते पाहू शकत नाही. पण प्रतिकूलतेला तोंड द्यायला लागणे हा एक प्रकारचा आशीर्वाद असतो. त्यातून तो आपल्याला अधिक उंचीवर नेऊन ठेवतो.'' पाबराय यांचा हा दुर्दम्य आशावाद वाचून मला Meditations मधल्या गौरवशाली ओळी आठवल्या, म्हणून हे तत्त्व लक्षात ठेवा, 'जेव्हा कोणीतरी तुम्हाला दुःख देण्याची धमकी देतो, तर अशी गोष्ट ही काही कमनशिबाची नाही. ती सहन करणे आणि त्यावर मात करणे हे सर्वोत्तम नशीब आहे.'

## मी या जगातील सर्वात श्रीमंत माणूस आहे

मी जेव्हा यशस्वी आणि संपन्न जीवनात काय समाविष्ट असते याचा विचार करायला लागतो तेव्हा जे गुंतवणूकदार याचे उत्तम प्रतिनिधित्व करतात ते माझ्या दृष्टीने अरनॉल्ड वान देर बर्ग हे आहेत. ते बिलिनॉयर नाहीत का श्रीमंतही नाहीत. त्यांच्याकडे स्वत:चे विमान नाही वा याटही नाही. पण या गुंतवणुकीच्या जगातील अन्य कोणीही असा नाही की ज्याची मी त्यांच्याइतकी प्रशंसा करेन. जर मला सर्व वैशिष्ट्यपूर्ण गुंतवणूकदारांतून – ज्यांच्या मी गेल्या पाव शतकात मुलाखती घेतल्या आहेत त्यातून – फक्त एक प्रारूप निवडायला सांगितले तर माझी निवड त्यांचीच असेल. त्यांच्याशी नियतीने फार कठोर हातांनी वर्तणूक केली, पण त्यांनी तिच्यावर मात केली, सर्व दुर्धर परिस्थितीशी निकराने सामना करून आणि त्यातून एक संपन्न जीवन निर्माण केले जे पैशाच्याही पलीकडे आहे.

१९३९ साली त्यांचा जन्म एका ज्यूईश कुटुंबात झाला. ते वान देर बर्ग त्याच रस्त्यावर अमस्टरडॅममध्ये राहत होते जिथे सुप्रसिद्ध ॲनी फ्रँक राहत होती. पुढच्याच वर्षी जर्मनीने नेदरलँड्सवर आक्रमण केले आणि तिथल्या १,४०,००० ज्यू लोकांचे छळ आणि उच्चाटन त्यांनी सुरू केले. १९४५ पर्यंत फक्त ३८,००० त्यातले वाचले. बर्ग यांच्या पालकांनी दोन वर्षे एक ज्यू नसलेल्या कौटुंबिक मित्राच्या घरी – त्यांचे नाव हँक आणि मेरी बंट – लपून राहून दिवस काढले. त्यांच्याकरिता त्यांच्या घरात एक दुहेरी भिंत असलेले छोटे निवारा घर त्यांनी तयार केले होते. पण त्यात एक गंभीर धोकाही होता कारण अरनॉल्ड बर्ग आणि त्यांचा ज्येष्ठ भाऊ सिगमंड हे आवाज करायचे, जेव्हा नाझी घराची झडती घ्यायला यायचे. जर पकडले गेले असते तर त्या सर्वांनाच ज्यूंसाठीच्या छळछावणीत रवाना केले गेले असते, जिथे पहिली कत्तल मुलांची केली जात असे. म्हणून त्या मुलांच्या पालकांनी जिवावर उदार होऊन एक जुगार खेळायचा प्रयत्न केला. त्यांनी डच भूमिगत चळवळीतील लोकांच्या मदतीने खोटे दस्तऐवज करून त्यांना अमस्टरडॅमच्या बाहेर ग्रामीण भागात तस्करी करून पाठवायची व्यवस्था केली.

या कामगिरीत तीन डच कुटुंबे सामील होती– जडेन, ग्लासझ आणि क्रोमेलिन. त्यांनी स्वत:च्या जिवावर उदार होऊन त्या दोन मुलांचे संरक्षण केले, लपून छपून एका ठिकाणाहून दुसऱ्या ठिकाणी नेत त्यांना त्यांच्या लपण्याच्या जागी नेण्यात आले. ५० वर्षांनंतर ओल्गा क्रोमेलिन नावाच्या डच महिलेने एक पत्र लिहून त्या दोन मुलांना रेल्वे आणि नंतर पायी कसे नेले त्याचे वर्णन केले. त्या ग्रामीण भागात त्यांना ख्रिश्चन मुलांसाठीच्या अनाथाश्रमात इतर अनेक ज्यू मुलांबरोबर ठेवण्यात आले. त्या वेळी त्या महिलेचे वय होते १७ वर्षांचे आणि बर्ग यांचे दोन वर्षांचे. ती महिला लिहिते, ‘‘मी कधीही विसरू शकणार नाही, त्या दोन मुलांना घेऊन मी

रेल्वेने ठरलेल्या गावी जात होते. जिथे आम्ही उतरलो त्या स्टेशन वर SS (नाझी) सैनिकांचा एक लहान गट गप्पा मारत उभा होता. ते पाहून मला धक्काच बसला. नशीब म्हणजे ते लोक आपल्या गप्पांमध्येच मग्न होते आणि त्यांनी या तिघांकडे लक्ष दिले नाही.''

बर्ग त्या अनाथालयात ते सहा वर्षांचे होईस्तोवर राहिले. बराच काळ त्यांचा विश्वास होता की त्यांच्या आईनेच त्यांना इथे पाठवले आहे कारण ते त्यांच्या आईला ते नको होते. त्यांना दुसऱ्या एका दुःखाला सामोरे जायला लागले कारण त्यांच्या भावाला एका मूल नसलेल्या जोडप्याने दत्तक घेतले आणि ते त्याला त्यांच्या शेतावरील घरी घेऊन गेले. अनाथाश्रमातील स्थिती अत्यंत खराब होती. जेवण आणि पाणी मोजके कमी प्रमाणात दिले जायचे. त्यामुळे भूक शमवायला बर्ग शेजारच्या शेतात जाऊन तिथला झाडपाला खायचे. ते म्हणतात, ''मी कुपोषणामुळे जवळजवळ मृत्युपंथाला लागलो होतो. सहाव्या वर्षी, मी कसाबसा चालू लागलो होतो. बऱ्याच वेळा मी रांगत असे. हे आश्चर्य आहे की मी जिवंत राहू शकलो.''

१९४४ साली एके दिवशी, त्यांच्या पालकांनी त्यांच्या लपण्याच्या जागेतून बाहेर यायचे धाडस केले. त्यांना त्या भूमिगत चळवळीतील एक महिलेला भेटायचे होते आणि जाणून घ्यायचे होते की ग्रामीण भागात नेलेल्या आपल्या मुलांचे कसे चालले आहे. ते रस्त्यावर असतानाचाच हवाई हल्ल्याचा इशारा देणारा भोंगा वाजला. त्यांनी एका खाटकाच्या दुकानात आसरा घेतला. मात्र तिथे काम करत असलेल्या नोकराने - जो नाझींचा हस्तक होता - त्याने ती माहीती पोलिसांना दिली. मग त्यांना अटक झाली, त्यांची चौकशी करण्यात आली आणि त्यांची रवानगी औस्चविट्झ छळछावणीत करण्यात आली.

त्या बर्ग कुटुंबीयांपैकी ३९ जण त्या छळछावणीत मृत्युमुखी पडले. नशिबाने बर्ग यांचे पालक त्यातून बचावले. (त्यांचा भाऊ सिगमंड हाही बचावला.)

युद्धसमाप्तीनंतर ते पालक बंट कुटुंबीयांच्या घरी एकत्र आले आणि बर्ग यांना आणण्यासाठी त्या अनाथालयात गेले. बर्ग म्हणतात, ''मला आठवत नव्हते की ते माझे पालक आहेत. मी त्यांना ओळखलेही नाही. आणि मी त्यांची फिकीर केली नाही. मला फक्त इथून बाहेर जायचे होते. माझे वडील नंतर म्हणाले की आणखी काही महिन्यांत मी तिथेच मेलो असतो. ते मला उचलून घ्यायलाही घाबरत होते कारण माझी हाडे माझ्या कातडीतून बाहेर आलेली होती आणि त्यांना भीती पडली होती की उचलून घेतलं इतर ती मोडतील.''

''काही वर्षांनंतर, त्या कुटुंबाने यूएसमधील लॉस एंजेलिसमधल्या एका गरीब आणि भीती वाटावी अशा शेजार असलेल्या वस्तीत पूर्व लॉस एंजेलिसमध्ये स्थलांतर केले. मी एक अगदी दुर्बल किडकिडीत मुलगा होतो,'' असे ते सांगतात. ''आणि तुम्ही दुर्बल असाल तर तुमची बरीच टिंगलटवाळी केली जाते. तुम्ही त्यांचे

शिकार बनता.'' त्यांनी जेव्हा नव्या शाळेत प्रवेश घेतला तेव्हा त्यांच्या आईने त्यांना निष्पाप मनाने ढगळ कपडे आणि लांब पायमोज्यात शाळेत पाठवले. त्यामुळे पहिल्याच दिवशी त्यांना शाळेत अनेक मुलांशी मारामारीला तोंड द्यावे लागले. दुसरा थरारक अनुभव आला तो त्यांना काही जणांनी सायकल स्टॅन्डजवळ एका गुंडाकडे नेले. आणि मागणी केली की त्यांनी त्या गुंडांशी मारामारी करावी. ते म्हणतात, ''त्यांनी मला एखाद्या बंदूकधारी पथकाकडे गोळी मारून घेण्यासाठी नेले असते तरी मी घाबरलो नसतो. त्या गुंडाने तो दमेस्तोपर्यंत मला मार मार बदडले. मी त्याला काहीही विरोध केला नाही.''

घरी आल्यावर त्यांनी चेहऱ्यारील रक्त पुसले आणि झालेल्या जखमांची नोंद घेतली. ''मी आरशात चेहरा बघितला आणि घाबरलो. मी म्हणजे सुळावर चढलेल्या माणसासारखा रक्ताने माखलो होतो. आणि मग विचार केला, हे तितकेसे खराब नाही. जर मी विरोध केला असता तर? तर कदाचित एवढे खराब झाले नसते. माझ्या मारामारीबद्दलच्या सर्व भीती एकदम नाहीशा झाल्या. हे एक आश्चर्यकारक परिवर्तन होते.''

त्यांनी आपल्या पायावर अशासाठी उभे राहण्याचा निश्चय केला आणि बॉक्सिंगच्या (मुष्टियुद्ध) वर्गात नाव नोंदवले. आणि लवकरच पहिला ठोसा लगावण्यातील थरार त्यांनी अनुभवला. त्यांना बऱ्याच लोकांबद्दल राग होता– नाझी, शाळेत त्यांना त्रास दिलेली मुले, सेमिटिक भाषा बोलणाऱ्यांचा द्वेष करणारे, आणि त्याचे पालकसुद्धा. आणि त्यांच्या विरुद्ध ते निर्भय योद्धा बनले. त्यांचे जानी दोस्त बनली अशीच तिथल्या बकाल वस्तीतील भांडखोर मुले, जी अनेक मारामाऱ्यांत त्यांच्या बाजूने लढायची. त्यांची आई या मुलांना ओरडायची, त्यांच्यावर पाइपने पाण्याचा मारा करायची. पण नंतर ती मुले शांत होत गेली आणि वयाच्या ऐंशीतही त्यांची मैत्री टिकून राहिली.

वान देर बर्ग यांनी आपली शक्ती हळूहळू वाढवत नेली. त्यासाठी ते दोराने वर चढून जायचा व्यायाम करू लागले. तो त्या वेळी ऑलिंपिकमधला लोकप्रिय क्रीडाप्रकार होता. सहा महिने रोज दोन तास सराव केल्यावर, त्यांनी कधीही तो क्रीडाप्रकार न खेळलेल्या दुष्ट मुलांविरुद्ध त्यांच्याद्वारे स्पर्धा चालू केली, केवळ आपली ताकद दाखवण्याच्या आशेने. ते म्हणतात, ''त्यांनी मला इतके झोडपले की मी तिथेच रडू लागलो. मला एवढे लज्जास्पद वाटले, –आणि मग माझ्या मनात काहीतरी चमकले. 'तुम्हाला ताकदवान व्हायचेय आणि तुम्ही तसे बनताहात. मग पळ कशाला काढायचा?'''

त्यांच्या प्रशिक्षकाने त्यांना इतर शाळांतील दोराने चढून जायच्या या प्रकारातील आणखी काही तंत्रे विकसित केली होती ती शिकण्यासाठी त्यांच्याकडे पाठवले. ते संमोहित झाले. कित्येक महिने, ते मध्यरात्री उठून आरशासमोर त्या दोराच्या

साहाय्याने वर चढायच्या तंत्राची नक्कल करायचे, अगदी ते तंत्र त्यांच्या मनामध्ये आणि शरीरामध्ये पूर्णतः ठसून जाईस्तोपर्यंत. त्यांनी स्वत:शीच पुनःपुन्हा हे सांगणे घोकले ''मी या क्रीडा संघातला क्रमांक एकचा खेळाडू आहे.'' नंतरच्या काही वर्षांत त्यांनी स्वत:चे रूपांतर क्रमांक एकच्या क्रीडापटूत केले. त्यांनी शाळेत ३.५ सेकंदात २२ फूट उंचीचे अंतर दोराच्या साहाय्याने चढून जाऊन विक्रम केला. तीन वेळा ते त्यातले अजिंक्य झाले. आणि राष्ट्रीय स्तरावर ते महाविद्यालयीन मुलांबरोबर स्पर्धेत खेळू लागले. यशाची ही त्यांनी चाखलेली पहिली चव होती. अथक परिश्रम आणि आपल्या स्वत:च्या मनातील विश्वास यातून काय साध्य होऊ शकते ते त्यांना यातून दिसून आले.

मात्र अभ्यासात ते फार चमकत नव्हते. त्यांना भावनिक त्रास होत होता, एकाग्र चित्ताने अभ्यास करण्यावर लक्ष केंद्रित करणे त्यांना जमत नव्हते आणि शिकणे त्यांना अवघड वाटत होते. ते म्हणतात की, मी फार हुशार विध्यार्थी नाही याची चिन्हे मी दर्शवीत होतो. म्हणून माझ्या आईने एका सर्वोत्तम मानसशास्त्रज्ञाला गाठले कारण तिला वाटले की महायुद्धातील घटनांमुळे मनावर काही परिणाम झाला असावा. त्यांनी त्या तज्ज्ञाला आईशी काहीतरी बोलताना ऐकले की त्या लहानपणीच्या कुपोषित आहारामुळे त्यांच्या मेंदूवर काही परिणाम झाला असावा. कारण ती वाढीतील महत्त्वाची वयाची पायरी होती.

ते म्हणतात, ''म्हणून माझ्या मनात माझीच अशी प्रतिमा तयार झाली होती की मी काही फार हुशार नाही. असे पाहा, मी जर तुम्हाला माझे शाळेतील प्रगतिपुस्तक दाखवले तर तुम्ही हसाल. गेल्या वर्षी माझे ऑटो शॉपचे दोन वर्ग होते, दोन वर्ग व्यायामातील प्रकारांचे होते, आणि अभ्यासाचा कक्ष, कशासाठी? मी माझा आयसोमेट्रिकसचा अभ्यास तिथे करायचो. आणि मग गायनाचा वर्ग असायचा आणि मला त्याबद्दल अजिबात गती आणि आवाज नव्हता म्हणून मग आमचे गायनाचे शिक्षक समूह गीत म्हणायच्या वेळी मला फक्त ओठ हलवायाला सांगायचे, हे दर्शवण्यासाठी की मी जणू गात आहे. कारण त्यांना मला त्या चमूतून बाहेरही काढायचे नव्हते. माझ्याकडे कोणत्याही बाबतीत अंगभूत हुशारी नाही असे नाही. पण मी जे जे काही साध्य केले आहे त्यामागे मी इतरांपेक्षा फारच जास्त कष्ट घेतलेले आहेत.''

त्यांचे वडील एक कठोर परिश्रम करणारे पण अत्यंत प्रामाणिक गृहस्थ होते. त्यांनी बर्गना भरपूर मार दिला, शेवटी त्यांनी उलट हात उगारल्यावर ते शांत झाले. ते आपल्या मुलांना – ती १३ वर्षांची झाल्यावर – आपापले अन्न, कपडे आणि करमणुकीची साधने स्वत:च्या पैशाने मिळवायला लावायचे. म्हणून वान देर बर्ग बागेतील हिरवळ कापणे, मोटारगाड्या धुणे, वृत्तपत्रे घरोघरी टाकणे, गॅस (पेट्रोल) पंपावर मोटारगाडीत गॅस भरणे, कचऱ्याच्या मोटारीवर काम करणे, अशी कामे

केली. पुढे एका लाकडाच्या वखारीत त्यांना शाळा संपल्यावर चार तास काम करायला मिळाले.

१६व्या वर्षी, मोटारगाडी घेण्यासाठी पैसे साठवताना त्यांनी इतक्या यशाने फुले विकण्याचे काम केले की त्यांना गावातील अत्यंत महत्त्वाच्या रस्त्यावरील एका कोपऱ्यात फुले विकण्यासाठी खास जागा मिळाली. पण पहिल्याच दिवशी जोरदार पाऊस पडला. पावसात पूर्ण भिजलेले, सैरभैर झालेले आणि आपल्या कमनशिबाने हादरून गेलेले असतानाही, त्यांनी फुले विकणे बंद करण्यास नकार दिला. एक अनोळखी बाईने आपल्या गाडीतून तिथून जात असताना त्यांची सर्व फुले विकत घेतली, ज्यायोगे त्यांना किमान तिथे न थांबता घरी जाऊन सर्दीपासून बचाव करता येईल या विचाराने. तिने त्यांना आपल्या घरी नेले, एक चांगला कोरडा शर्ट घालायला दिला आणि त्यांना गरमागरम सूप करून दिले. ते म्हणतात, ''मी त्या बाईंना कधी विसरणार नाही. तिने जणू माझ्या हृदयाला स्पर्श केला होता. जेव्हा असे कोणी काही करते, तेव्हा तुम्ही कधीच पूर्वीसारखे राहत नाही.''

शाळेतून कसेबसे बाहेर पडल्यावर, अरनॉल्ड बर्ग यांनी महाविद्यालयात जायच्या भानगडीत न पडण्याचे ठरवले. मग त्यांनी एका प्रिंटिंग स्टोअरमध्ये काम केले जिथे त्यांची बढती पर्यवेक्षकाच्या पदावर झाली, मग त्यांनी एका विमा कंपनीत ज्यात त्यांनी सायकलवर जाऊन घरोघरी विमा पॉलिसी विकल्या. आणि मग एका आर्थिक सेवा पुरवणाऱ्या कंपनीत म्यूचुअल फंडासाठीची विक्री केली. याचबरोबर त्यांनी त्यांच्या शाळेतील मैत्रिणीशी लग्न केले, पण ती नंतर दुसऱ्या माणसाकडे गेली. सखोल नैराश्याच्या काळात, जे बरीच वर्षे टिकले, त्यांनी एका मानसशास्त्रज्ञाकडे उपचारासाठी जायला सुरुवात केली. त्यांना हे माहीत होते की ते नशीबवान आहेत कारण ते जिवंत आहेत, कारण हॉलंडमधील फार थोडी ज्यू मुले जिवंत राहिली होती. पण ते त्यांच्याच डोक्यात अडकून पडले होते. ते म्हणतात की, मी रागाचा अवतार आहे. ते त्यांच्या माजी पत्नीवर आणि छळछावणीतील छळाबद्दल प्रचंड राग धरून होते.

कित्येक वर्षे त्यांनी हे जाणण्यासाठी धडपड केली की अमस्टरडॅममधील त्या किशोरवयीन मुलीने त्यांना का वाचवले. ती आपल्या जीवनाची आहुती, अशा कोणाकरिता, की ज्याला ती ओळखतही नव्हती, का तयार झाली? आणि तिच्या पालकांनी तिला अशा आत्मघातकी कामगिरीसाठी जाण्याची परवानगी का आणि कशी दिली? त्यांच्या मानसशात्रज्ञांनी त्यांना सांगितले, ''हे सोपे आहे. जर तुमचे जीवन हे तुमच्या तत्त्वांपेक्षा जास्त महत्त्वाचे असेल, तर तुम्ही तुमच्या तत्त्वांचा बळी देता, जर तुमची तत्त्वे तुमच्या जीवनापेक्षा अधिक महत्त्वाची असतील तर तुम्ही तुमच्या जीवनाचा त्याग करता.'' त्या अंतर्दृष्टीचा माझ्यावर गहन परिणाम झाला, असे ते म्हणतात. त्यांच्यात एक तीव्र इच्छा निर्माण झाली आपल्या जीवनाविषयी

काही करण्याची आणि ते अशा तत्त्वांवर जगण्याचे की जी त्यांच्या तारणहाराला योग्य असतील.

ज्या वर्षांत ते फंडाची विक्री करीत होते, बर्ग शेअर बाजाराबद्दल मोहित झाले आणि त्यांनी याचा शोध घेणे चालू केले की काही गुंतवणूकदारांची कामगिरी इतरांपेक्षा चांगली का असते. त्यातून त्यांना बेंजामिन ग्राहम यांच्या पुस्तकांचा अभ्यास करण्याची प्रेरणा मिळाली. संपत्ती सखोल सवलतीच्या दरात विकत घेण्याची संकल्पना त्यांना एकदम भावली, त्यांच्या डोक्यात जाऊन बसली. त्यांची आई, एक चतुर व्यावसायिक, जी औस्चविट्झमधून वाचली होती आणि तिनेही वस्तूंचा व्यापार करून पैसे मिळवले, त्यातून रखवालदारांना पैसे चारून आपण आणि आपले पती याना जादा ब्रेड मिळेल असे पाहिले, तिने नेहमी याच्यावर जोर दिला होता की कोणतीही वस्तू पूर्ण किरकोळ विक्रीच्या किमतीला विकत घेणे मूर्खपणाचे आहे. त्यामुळे त्यांना हे नैसर्गिक वाटले की हाच नियम शेअर्सनाही लागू पडतो. त्यांच्या एका अप्रामाणिक सहकाऱ्याला महिन्याचा माणूस (Man of the Month) म्हणून निवडल्यामुळे त्यांनी ती नोकरी सोडून दिली. आणि आपली स्वतःची गुंतवणूक कंपनी चालू करण्याचे त्यांनी ठरवले. ते १९७४ हे वर्ष होते. ते ३५ वर्षे वयाचे होते. त्यांच्याकडे कोणतीही पदवी नव्हती, कोणताही संबंधित अनुभव नव्हता, त्यांच्याकडे व्यवसायाचा आराखडा नव्हता; कार्यालय नव्हते आणि ग्राहकही.

पण त्यांनी आपल्या नव्या व्यवसायाला तीच तत्त्वे त्यांनी वापरली जी त्यांनी दोरीने वर चढाई करण्यासाठी वापरली होती, ती म्हणजे सर्वसमावेशक बांधिलकी. त्यांच्या मानसशास्त्रज्ञांनी त्यांना सांगितले होते की पूर्वी त्यांनी जो विजय मिळवला होता तो मानसिक धोरणे वापरून, जी व्यावसायिक खेळाडू नेहमीची म्हणून वापरतात, पूर्णतः परिभाषित केलेली उद्दिष्टे, ती बिनचूक वापरण्यासाठीच्या यंत्रणेची कल्पना करणे आणि पुष्टीकरणाची पुनरावृत्ती करणे, ज्यामुळे सर्व शंका आणि भीती यांच्या जागी अविचल आत्मविश्वास प्रस्थापित होईल. वान देर बर्ग या तंत्राने जणू भारून गेले, कारण यात अवचेतन मनाची शक्ती वापरण्याची तंत्रे वापरता येणार होती, आणि स्वतःला, जो प्रयोग कधी थांबणार नव्हता त्यासाठीचा प्रयोग करवून घेणारा माणूस म्हणून, वापरता येणार होते. त्यांनी स्वतःवरच संमोहन शक्तीचा वापर करून आपले इतस्ततः पसरलेले विचार केंद्रित करण्याचे प्रयोग चालू केले. त्यांनी आपल्या मनावर जणू पुष्टीकरणाचे उत्थान करण्याचा पूरच आणला आणि आपल्यातला विश्वास की ते सक्षम नाहीत आणि अयोग्य आहेत हा क्रमशः नष्ट करण्याचा चंग बांधला. त्यांनी प्रेरणादायी लेखनाचे कार्य जे जेम्स ॲलनसारख्या लेखकांनी केले होते आणि पुनः एकदा १९०१ चे पुस्तक,ज्याला ते जणू आपले बायबल समजत होते From Poverty to Power यांची पारायणे केली.

ॲलन, एक मुक्त विचारवंत, ज्यांनी स्वत:ला जणू ख्रिश्चन धर्म आणि बुद्धिझम यात वाहून घेतले होते, यांनी बर्ग यांची खात्री पटवून दिली की आपल्या मनाच्या अवस्थेची जबाबदारी आपणच स्वीकारली पाहिजे की ज्यांनी ज्यांनी त्यांना दुखावले होते त्यांना – नाझींसह – क्षमा करावी. त्याद्वारा आपल्या स्वतः मधल्या रागाला मुक्त करावे, आणि मग स्वत:मध्ये लक्ष केंद्रित करून आपल्यात सुधारणा घडवून आणावी आणि मग जग सुधारून टाकावे. आपल्या स्वत:च्या विचारांनी तुम्ही स्वत:ला, तुमच्या जगाला आणि तुमच्या विश्वाला घडवू शकता किंवा तोडू शकता असा उपदेश ॲलन यांनी केला. जसजसे तुम्ही स्वत:मध्ये विचारांची शक्ती निर्माण करता, त्याप्रमाणे तुम्ही ती तुमच्या बाह्य जीवनात आणि परिस्थितीत निर्माण करू शकता आणि त्याप्रमाणे त्या आकार घेतात. जो आत्मा अशुद्ध, घृणास्पद आणि स्वार्थी आहे तो अचूक शुद्धतेने दुर्दैव आणि आपत्तीकडे गुरुत्वाकर्षणाच्या नियमाप्रमाणे आकर्षित करून घेतो, आणि जो आत्मा शुद्ध, निःस्वार्थी आणि थोर आहे तो त्याच गुरुत्वाकर्षणाच्या नियमाप्रमाणे तितक्याच अचूकतेने आनंद आणि संपन्नतेकडे आकर्षित करून घेतो.

आपली परिस्थिती सुधारण्यासाठी हताश झालेल्या वान देर बर्ग यांनी आपले चरित्र सुधारण्यासाठी आपली संपूर्ण समर्पितता स्वीकार केली. ते शहाणपणाचे आजन्म शोधक प्रवासी बनले, त्यांनी सत्याचा पाठपुरावा, जिथे जिथे त्याने त्यांना नेले तिथे तिथे, करण्याची शपथ घेतली. प्रामाणिकपणा आणि अखंडता ही त्यांची मार्गदर्शक तत्त्वे बनली आणि त्यांनी ॲलन यांचे प्रतिपादन गंभीरपणे घेतले ते म्हणजे, 'श्रीमंत माणूस जो सद्गुण आणि सद्वर्तन यासारख्या गुणांपासून वांझ आहे, तो खऱ्या अर्थाने गरीब आहे.' बर्ग यांनी नकारात्मक विचारांना – जे त्यांच्या भोवती किंवा इतरांबाबत घुटमळत असतील त्यांना आणि त्याद्वारा आपल्यातल्या त्याबाबतच्या उर्जेला मान्यता दिली नाही. एके काळी ते नाराजी आणि शत्रुत्व यांनी ग्रस्त होते. त्यांनी आता स्वत:ची अंतर्गत पुनर्बांधणी केली ती सातत्याने अशा वाक्यांचा पुनरुच्चार करीत राहून की, मी एक प्रेमळ व्यक्ती आहे.

त्यांच्याकडे आता, जी महाविद्यालयीन शिक्षण घेतलेल्या बौद्धिक उच्चभ्रूंकडे असते तशी, संशय आणि निंदकपणाची वृत्ती नव्हती. त्यांचा संपूर्ण विश्वास होता की ते सुवर्ण भविष्यकाळ निर्माण करू शकतात, आपल्या मनाची सातत्याने पुनर्रचना करून, त्यांना कशाने प्रेरित केले असेल तर ते त्यांच्या अविचल चिकाटीने आणि अतृप्त इच्छेने, की आपल्याला एक चांगला माणूस बनायचे आहे. ते म्हणतात की, मला आमरण स्वयंविकास घडवण्यासाठी काय करायचे आहे हे सर्व सांगून झाल्यावर, माझ्या दृष्टीने तीन अत्यंत महत्त्वाच्या गोष्टी आहेत त्या म्हणजे– ज्यावर तुमचा विश्वास आहे अशा गोष्टीबाबत कधीही तडजोड करायची नाही, तुम्ही जसे आहात त्यावर कधीही समाधानी राहायचे नाही तर तुम्ही काय होऊ शकता या बाबतच राहायचे आणि कधीही हार मानायची नाही.

बर्ग यांनी एका प्रसिद्ध गुंतवणूकदाराचा, थ्री पीस सूट घातलेला, आपल्या टेबलाजवळ ऐटीत उभा राहिलेल्या पोजमधला फोटो ब्रँरॉन्समधून आणून आपल्या कार्यालयात लावला आणि ते त्याच्याकडे रोज टक लावून पाहायचे आणि आपणही एक असेच यशस्वी अर्थ व्यवस्थापक व्हायचं असा पुन:निश्चय करायचे. त्यांनी आपले उद्दिष्ट ठेवले होते की दरवर्षी सरासरी १५% वाढीचे, कोणत्याही वर्षी १५ टक्क्यांपेक्षा जास्त न घालवता. हे उद्दिष्ट त्यांनी पुढच्या तीन तपांत साध्य केले. त्यांनी आपल्या स्टुडिओ अपार्टमेंट मधली अडगळ आणि गोंधळ दूर केला, मध्यभागी एक मेज ठेवला आणि आपल्याला गुंतवणुकीवरील पुस्तकांभोवती सुस्थापित केले. त्यांनी ज्याच्यावर त्यांचे प्रेम होते ते बुद्धीबळ खेळणे सोडून दिले. कारण त्यांच्या मते त्यामुळे त्यांचे लक्ष विभागले जात होते. ते फक्त एकदाच गोल्फ खेळले आणि त्यांनी अनुमान काढले की मी या खेळाच्या भानगडीत पडणार नाही कारण त्यामुळे माझ्या मनाला बेड्या पडतील. जेव्हा एका मैत्रिणीने विचारले की तिने त्यांच्याकरिता सायंभोजन तयार करावे का, तेव्हा त्यांनी तिला सांगितले की, त्यांना अभ्यास करायचा आहे. तिने त्यांच्यावर आरोप केला की ते एखाद्या साधूसारखे वागताहेत.

बर्ग यांनी एक सातत्याची गुंतवणूक पद्धत विकसित केली, जी सामान्य ज्ञानावर आधारित होती. इतर गोष्टींमध्ये त्यांनी शेकडो अधिग्रहणांचा अभ्यास केला, ज्यातून त्यांना याची माहिती संकलित करता आली की निरनिराळ्या प्रकारच्या व्यवसायांच्या खरेदीसाठी अत्याधुनिक खाजगी खरेदीदार काय किंमत देतात. मग त्यांनी काही व्यवहार्य ठोस नियम तयार केले की ज्यांचे उल्लंघन करण्यास वेळप्रसंगी त्यांनी नकार दिला. उदाहरणार्थ, ते कोणत्याही शेअर्स मध्ये तोपर्यंत गुंतवणूक करणार नाहीत, जर ते खाजगी बाजारमूल्यापेक्षा किमान ५०% कमी किमतीत खरेदीसाठी उपलब्ध नसतील. आणि जेव्हा शेअर्स त्यांच्या खाजगी बाजारमूल्यांपेक्षा ८०% अधिक किमतीपर्यंत वाढले तरच ते विक्रीसाठी आग्रह धरतील.

त्यांची निश्चयात्मक शिस्त आणि मूल्यमापनासाठीचा कठोर कटाक्ष यांमुळे ते योग्य मार्गावर पुढे जात होते. १९७४च्या संकटामुळे अनेक गुंतवणूकदारांनी शेअर्सचे व्यवहार टाळले. पण किमतीच एवढ्या कमी होत्या की बर्न यांनी खरेदीत कुचराई केली नाही. त्यामुळे त्यांना त्यांच्या व्यवसायाच्या पहिल्या तपात जबरदस्त परतावे मिळवणे निर्माण करणे शक्य झाले. नंतर १९८७सालच्या बुडबुड्यात किमती वधारल्या, त्यांना काहीही स्वस्त सापडले नाही ज्यामुळे ते त्यांच्या लोखंडी नियमांच्या चौकटीत बसवून व्यवहार करतील आणि शेअर्स विकतील, फार काळ न जाण्यापूर्वीच. त्यांच्या ग्राहकांच्या वाढत्या यादीत, अनेक ग्राहकांच्या किमान निम्म्या संपत्ती रोकड रूपात त्यांच्याकडे होत्या. अनेक जिवंत होते. तरीही त्यांनी कधीही माघार घेतली नाही.त्यांनी स्वत:लाच सांगितले की, तुम्ही तुमच्या शिस्तीला

चिकटून राहण्याची अगदी योग्य गोष्ट करीत आहात, आता तुम्ही व्यवसायातून बाहेरही पडू शकता; पण तरीही तुम्ही योग्य गोष्टच करीत आहात. आणि त्यांना ताबडतोब हायसे वाटले, स्वास्थ्य आले. त्यानंतर लवकरच शेअर बाजार एका दिवसात २२.६ टक्क्यांनी कोसळला. प्रत्येक जण घाबरलेला होता. ''पण मी म्हणजे, एखाद्या कँडीच्या स्टोअरमध्ये आरामात उभा उभ्या असलेल्या मुलासारखा निवांत होतो,'' असे ते सांगतात.

त्यांच्या कंपनीला, Century Management, भक्कमपणे नफ्याची कंपनी होण्यासाठी एक तपाचा काळ जावा लागला. त्या मधल्या दुबळ्या वर्षांत, ते प्रेमात पडले आणि त्यांनी पुन्हा लग्न केले. त्या वेळी त्यांना २०,००० चे कर्ज होते. आणि त्यांना स्वत:लाच मोठ्या मुश्किलीने पैसे मिळत होते, मग त्या नववधूची – तिचे नाव एलिन – आणि तिच्या दोन मुलांची गोष्ट बाजूलाच राहिली. लवकरच तिसरे मूल जन्मले. त्यांनी लॉस एंजेलिसमधल्या १,५०० चौरस फुटांच्या घरात संसार चालविला आणि गॅरेजचा उपयोग जादा बेडरूम म्हणून केला. मग त्यांनी टेक्सासमधल्या ऑस्टीनमध्ये एक साधे घर सुमारे ३,५०,००० ला विकत घेतले. आणि तेव्हापासून ते तिथेच राहतात. ते म्हणतात, ''आम्ही ते विकणार नाही. आमचे त्याच्यावर प्रेम आहे.''

जसा त्यांचा व्यवसाय विस्तारत गेला, त्यांनी पूर्वी कल्पनाही केली नसेल एवढे ते अधिक श्रीमंत आणि अधिक प्रसिद्ध झाले. त्यांचा परिचय The World's Greatest Inventorsमध्ये आला ज्यात त्यांचा गौरव करण्यात आला होता तो दुर्मीळ अशा कामगिरीकरता, सरासरी १४.२% वार्षिक परतावे, ३८ वर्षांत. एका प्रमुख संपत्ती व्यवस्थापकांच्या साखळीने त्यांचा व्यवसाय १०० मिलिअनला खरेदी करण्याचा प्रस्ताव त्यांच्यापुढे ठेवला होता, पण ते त्या गोड आणि सौम्य भाषेत बोलणाऱ्या कंपनी दावेदारांवर कसा विश्वास ठेवणार की ते स्वत:च्या स्वार्था पलीकडे जाऊन त्यांच्या ग्राहकांच्याच हिताच्याच गोष्टी पाहतील? जेव्हा एका बँकेच्या चार मध्यस्थांनी त्यांचे मन कंपनी विकण्यासाठी वळवण्याचा प्रयत्न केला, तेव्हा ते म्हणाले, ''मी कोणत्याही परिस्थितीत आणि कोणत्याही किमतीला कंपनी विकणार नाही, त्याऐवजी ती बंद करणे मी पसंत करेन.''

सत्य हे आहे की त्यांनाही कधीही गंभीरपणे आपण अति श्रीमंत व्हावे अशी अपेक्षा ठेवली नव्हती. सुरुवातीपासून त्यांचे उद्दिष्ट होते एक २,५०,०००चे घरटे बांधण्याचे, जे त्यांना १० वर्षे आधार द्यायला पुरेसे होते. ते म्हणतात, ''जरी मला मिलिअन्समध्ये मिळाले तरी मला त्याची फिकीर नाही. मला फक्त आर्थिकदृष्ट्या स्वातंत्र्य पाहिजे होते. आणि कोणाकडूनही कवडीही घ्यायला नको होती. ऐषाराम हा पैशाच्या काळजीसाठी, देणे किंवा आर्थिक पिछेहाटीपासून सुटका या बाबतच असतो असे नाही.''

त्यांच्या स्थानावरील व्यक्तीचा विचार करता, त्यांची जीवनशैली ही निश्चितच साधीसुधी आहे. ते म्हणतात की, मला भौतिक गोष्टीची गरज कधी भासलीच नाही. मला भले मोठे घर किंवा तत्सम गोष्टीबाबत आकर्षण नव्हते. आणि तिथे सर्व थांबते. संपूर्ण शाकाहारी, मद्यपानवर्जित, योगाची आवड, ते त्यांच्या पुस्तकांनी भरलेल्या कार्यालयात प्राधान्य देतात बीट रूटच्या रसाच्या घोटाला, न की भडक रेस्टॉरंटमधील भोजनाला. ते भर घालतात की, मला कपड्यांची आवड नाही. माझ्याकडे तीन सूट आहेत, अनेक वर्षे ते Nissan Maxima चालवत होते, कारण गाड्यांमध्ये या गाडीबाबत तुम्ही पैशाच्या तुलनेत उत्तम मूल्य मिळवता, जेव्हा त्यांच्या मुलाने विचारले की तुम्ही Mercedes गाडी का घेत नाही त्या वेळी त्यांनी स्पष्ट केले की त्यांना चकचकीत महागडी गाडी चालवून कोणतेही विधान करायचे नाही. मला अशा लोकाबरोबर संबंध असावा असे वाटत नाही जे त्या प्रकारे विचार करतात. काही वर्षांपूर्वी, त्यांच्या पत्नीने त्यांचे मन वळवले आणि त्यांना Acura च्या ऐवजी Lexus ही जरा अधिक सोयीची गाडी घ्यायला लावली. ते आठवतात, ''माझ्यासाठी ती गाडी घेताना ती एवढी रोमांचित झाली होती की मला नाही म्हणणे जिवावर आले. सुरुवातीला मला ती चालवताना अवघडल्यासारखे व्हायचे.''

एकदा का त्यांना वाटले की आता ते आर्थिक भवितव्याच्या दृष्टीने पूर्णतः सुरक्षित आहेत, मग कितीही आकड्यातील पैसा त्यांना मिळाला तरी त्याचा त्यांना काही फरक पडत नाही. ते सांगतात की, मी जगातील सर्वांत श्रीमंत माणूस आहे कारण माझ्याकडे जेवढा पैसा आहे त्यात मी समाधानी आहे. मला मी श्रीमंत आहे असे वाटते ते पैसे आहेत म्हणून नव्हे, तर माझ्याकडे चांगले आरोग्य आहे, चांगली मैत्री आहे, महान कुटुंब आहे, संपन्नता आहे, आरोग्य, संपत्ती, आनंद, मनःशांती या सर्व गोष्टी विचारात घेतल्याने. समृद्ध व्यक्ती ही अशी असते, न की भरपूर पैसे आहेत म्हणून. त्याला काही अर्थ नसतो. त्यांना आठवते, एक पूर्वीचा ग्राहक, ज्याच्याकडे १० मिलिअन होते, ''तो ते पैसे मला द्यायला इतका उत्सुक होता की ते पैसे नेण्यासाठी त्याने मला बोलावले, त्याचे जाण्यायेण्याचे काही सेंट्स वाचवण्यासाठी.''

बर्ग म्हणतात की, एक सर्वांत महत्त्वाची गोष्ट, जी लोकांची गरज असते, ती म्हणजे प्रेम. आणि ते जर कमी असेल तर मग त्यांना इतर भौतिक गोष्टींची गरज भासते. ते पैशाच्या मागे जातात, काही उपलब्धी पाहतात किंवा इतर काही बाह्य गोष्टी, त्यांना प्रमाणित करण्यासाठी. पण खरे तर त्यांना काय पाहिजे असते तर ते म्हणजे त्यांच्यावर कोणीतरी मनापासून प्रेम करावे आणि त्यांनी कोणावरतरी प्रेम करावे हे. तुम्हाला माहिती म्हणून सांगतो, ''माझ्या पत्नीला माझ्याकडे किती पैसे आहेत हे कधीच माहीत नसते.त्याची तिला फिकीर नसते, आणि ती त्या बाबत

कधी विचारही करत नाही, एवढे सोडून की तिला इतर कोणासाठी तरी ते खर्च करायचे असले तर.''

त्यांचे एक आवडते कारण आहे ते म्हणजे निवासी उपचार केंद्र – ज्यांच्याशी गैर वर्तन झाले आहे अशी आणि दुर्लक्षित मुले. बर्ग दांपत्याने त्यांच्यासाठी शेकडो पुस्तके आणि खेळणी पुरवली आहेत आणि गेली २० वर्षे सौ. बर्ग त्यांच्या बरोबर काम करताहेत. बर्ग यांनी अनेक लोकांना आर्थिक अडचणीत मदत केली आहे, विशेषकरून छोट्या छोट्या प्रकारे पण लक्षणीय अशी मदत करून, ज्यामुळे त्यांचे जीवनमान सुधारेल किंवा मुलांची औषधे किंवा अन्य प्रकारची मदत पुरवून. इतरांना मदत करण्याची क्षमता असणे हे बर्ग यांच्या मते, 'पैशाने मला दिलेले सर्वांत मोठे आशीर्वाद आहेत.'

ते इतरांशी कसे वागतात हे गेली कित्येक वर्षे मी पाहत आहे, आणि माझ्यावर सर्वांत मोठा प्रभाव पडला असेल तर जो निर्व्याज आनंद त्यांना मिळतो, इतरांना मार्गदर्शन करण्यात, आधार देण्यात आणि प्रेरणा देण्यात, हे पाहताना. ते लोकांवर, मी धरून, संमोहनविद्येचे प्रयोगही करतात आणि त्यात त्यांना आनंद मिळतो आणि असे करताना ते त्या लोकांच्या सुप्त मनात सकारात्मक सूचना बिंबवण्याचा प्रयत्न करतात. अशा वेळी ते लोक त्या कार्यालयात सखोल विश्रांतीच्या स्थितीत असतात. संमोहन शास्त्रातील त्यांच्या धाडसाबद्दल बोलताना ते उत्साहित असतात. त्यात त्यांचा मुलगा स्कॉट याने एक शॉट पुट स्पर्धा संमोहित स्थितीत आणि त्याच्या घोट्याला प्लास्टर होते असे असूनही दिली, त्याचीही माहिती ते देतात. त्यांना दुर्दैवी मुले, महाविद्यालयीन विद्यार्थी आणि कैदी यांच्यासाठी भाषण द्यायला आवडते. विषय असतो की होलोकॉस्टमधून ते काय शिकले आणि त्यांचा स्वतःचा संघर्ष. आणि ज्या पुस्तकांचा त्यांच्या जीवनात त्यांना उपयोग झाला अशी पुस्तके ते भेट देतात. त्यात त्यांनी छपाईचा खर्च दिलेल्या From Poverty to Power या पुस्तकांचाही समावेश आहे. ते म्हणतात, ''मला वाटते सर्वांत उत्तम भेट मी कोणाला देऊ शकत असेन, मग ते गरीब असोत व श्रीमंत, तर ती अशा पुस्तकांची असेल जे त्यांचे जीवन बदलून टाकेल. म्हणून माझा छंद आहे पुस्तके भेट देण्याचा.''

त्यांना नेहमी आश्चर्य वाटते की ते होलोकॉस्टमधून का वाचले याचे. ते विचारतात की, ते केवळ एक नशीब होते का? तुम्ही म्हणाल की, हो, कारण मी तिथल्या तशा आकडेवारीतला एक होतो. पण कसेतरी असेल, पण माझी एक भावना आहे की माझ्या जीवनाचा काही उद्देश होता, ज्यासाठी मला वाचवण्यात आले. म्हणून मला लोकांची जीवने बदलायची आहेत. त्यांनी माझ्या विचारांनी वागावे म्हणून नव्हे, फक्त ते अधिक चांगले करण्यासाठी.

त्यांच्या कार्यालयातील फायलींच्या कपाटात, त्यात एक त्यांच्या दृष्टीने मौल्यवान वस्तू संग्रहित करण्यात आली आहे. तिथे एक विपुल संग्रह आहे, त्यांना मदत केलेल्या लोकांनी मनापासून पाठवलेल्या पत्रांचा संग्रह. त्यांत असंख्य मित्र, ग्राहक, अनोळखी माणसे, आणि त्यांची स्वत:ची मुले यांचा समावेश आहे. ते म्हणतात, ''तुम्ही काही लोकांच्या जीवनात बदल घडवून आणला आहे हे जाणण्याचे सुख आणि आनंद आगळाच असतो. तो कोणीही तुमच्यापासून हिसकावून घेऊ शकत नाही. मी माझे सर्व पैसे हरवू किंवा घालवू शकतो. आणि तरीही मी या पत्रांकडे जाऊ शकतो आणि म्हणू शकतो, की छान, मी माझे जीवन काही अगदीच कशाकरिता जगलो नाही. या लोकांकडे पाहा ज्यांचे जीवन मी बदलून टाकले आहे. ते त्या पत्रांकडे पाहतात आणि म्हणतात, 'हा माझा बँक अकाउंट आहे.''''

# अल्प परिचय

## डॉ. सुधीर राशिंगकर

डॉ. सुधीर राशिंगकर हे द्विपदवीधर तंत्रज्ञ असून त्यांनी तत्कालीन पुणे विद्यापीठातून (आत्ताचे SPPU ) व्यवसाय व्यवस्थापन या विषयात विद्यावाचस्पती (पीएच. डी.) संपादन केली आहे. विद्यावाचस्पती पदवीचा अभ्यास करणाऱ्या संशोधकांचे मार्गदर्शक आणि परीक्षक म्हणूनही त्यांनी काम केले आहे. काही वर्षे कूपर इंजीनिअरिंग आणि टाटा मोटर्ससारख्या कंपन्यांत नोकरी केल्यावर त्यांनी ४५ वर्षे स्वतंत्र असा विपणनाच्या आणि प्रकल्प व्यवस्थापनाचा व्यवसाय केला. त्या निमित्ताने त्यांनी जगभर भरपूर प्रवास केला. रोटरी इंटरनॅशनल या सेवाभावी संघटनेशी ते ४० वर्षे निगडित असून त्यात रोटरी डिस्ट्रिक्ट गव्हर्नरसह अनेक उच्च पदे भूषवली. रोटरी साहित्य मराठीत भाषांतरित करण्यात त्यांची मोठीच कामगिरी आहे. अन्यही अनेक संस्था-संघटनांशी ते निगडित आहेत, त्यांची आजवर ५३हून अधिक पुस्तके प्रकाशित झाली असून आजही ते अनेक नियतकालिकांत लेखन आणि नवीन साहित्य निर्मिती करीत असतात. त्यांनी अनेक प्रसंगोचित व्याख्याने दिली आहेत. त्यांना अनेक उच्च पुरस्कार व्यावसायिक कार्य, सेवाभावी कार्यातील सहयोग आणि साहित्य निर्मितीबद्दल प्राप्त झाले आहेत. एक बहुआयामी व्यक्तिमत्त्व म्हणून ते ओळखले जातात.